नक्षी – दार
ओया बाय्दोर

ओया बाय्दोर यांचा जन्म १९४० साली झाला. पत्रकार, संपादिका, लेखिका असणाऱ्या ओया समाजशास्त्राच्या विद्यार्थिनी होत्या आणि अगदी तरुण वयातच त्यांनी स्वत:ला राजकीय क्षेत्रात डाव्या पक्षाशी जोडून घेतले. १९८० साली तुर्कीमध्ये राजकीय उलथापालथ होऊन लष्करी राजवट आली तेव्हा ओया बाय्दोर ह्यांना समाजवादी कामगार पक्षाच्या संस्थापक सदस्य म्हणून अटक करण्यात आली. २००१ मध्ये त्यांनी टर्की पीस अटेम्प्ट ह्या संघटनेची स्थापना केली. 'Verlorene Worte' ह्या त्यांच्या कादंबरीचा जर्मन भाषेत अनुवाद प्रकाशित झालेला आहे. 'नक्षी–दार' हे पुस्तक हा मूळ तुर्की भाषेतील 'इर्गुवान कापिसे' या कादंबरीचा जयश्री हरि जोशी यांनी केलेला मराठी अनुवाद आहे. ह्यासाठी ओया बाय्दोर ह्यांना तुर्कस्तानमधील साहित्यविश्वातला सर्वोच्च सन्मान चेव्देत कुद्रेत पुरस्कार मिळाला आहे. ओया बाय्दोर सध्या इस्तंबूल आणि मार्मारा बेटांवर वास्तव्य करून असतात.

तुर्की साहित्यातील महत्त्वपूर्ण लेखक आणि
त्यांच्या अनुवादित कादंबऱ्या

अहमेत हमदी तानपिनार

मनःशांती (मूळ शीर्षक : 'हुजूर') – अनु : सविता दामले

तास वाजे झणाणा (मूळ शीर्षक : सतलेरी आयर्लामा इन्स्टिट्युत्सू) –
   अनु : जयश्री हरि जोशी

हकन गुंदे

देर्दा (मूळ शीर्षक : 'एझेड') – अनु : शर्मिला फडके

गुल इरेपोलू

ट्यूलिपच्या बागा : माझ्या छायेत (मूळ शीर्षक : इन टू द ट्युलिप
   गार्डन्स माय शॅडो) – अनु : ललिता कोल्हारकर

आयफर टंक

अझिझ बेची शोकान्तिका (मूळ शीर्षक : अझिझ बे इन्सिडंन्ट) –
   अनु : अरुणा श्री. दुभाषी

ओया बाय्दोर

नक्षी–दार (मूळ शीर्षक : द गेट ऑफ जुडास ट्री) –
   अनु : जयश्री हरि जोशी

तहसीन युचेल

स्कायस्क्रेपर्स (मूळ शीर्षक : स्कायस्क्रेपर्स) – अनु : शर्मिला फडके

नक्षी–दार

ओया बाय्दोर

मराठी अनुवाद

जयश्री हरि जोशी

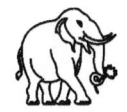

पॉप्युलर प्रकाशन, मुंबई

नक्षी–दार
(म – १२५२)
पॉप्युलर प्रकाशन
ISBN 978-81-7185-502-5

NAKSHI-DAAR
(Marathi : Novel)
Oya Baydor
Tr : Jayashri Hari Joshi

© २०१५, पॉप्युलर प्रकाशन प्रा. लि.

पहिली आवृत्ती : २०१५/१९३७

मुखपृष्ठ : अंजली सावंत

प्रकाशक
हर्ष भटकळ
पॉप्युलर प्रकाशन प्रा. लि.
३०१, महालक्ष्मी चेंबर्स
२२, भुलाभाई देसाई रोड
मुंबई ४०० ०२६

अक्षरजुळणी
प्रियांका आर्ट्स
एल्फिन्स्टन रोड, मुंबई ४०० ०१३

शहराचा हरवलेला आत्मा शोधून काढण्यासाठी
तो दौडत निघाला आहे
एका रहस्यमय
खचलेल्या प्रवेशद्वारातून,
जुदास वृक्षांनी वेढलेल्या प्रवेशद्वारातून
त्याच्या माथ्यावर जुदासच्या जांभळट पाकळ्यांचा
मुकुट आहे
जांभळे वस्त्र अंगावर
त्याच्या जखमांनाही रंग आहे जांभळाच
एका पाखंडी अर्चकाच्या सावलीचा माग काढत
तो निघाला आहे
एका आध्यात्मिक ज्ञान प्राप्तीच्या वाटेवर

जुदासवृक्ष

१.

अनेक शतकांपूर्वी एका बायझेंटाईन अर्चकाने त्याच्या मठात काही गूढ ओळी लिहून ठेवल्या होत्या – धर्मग्रंथांच्या हस्तलिखित प्रती करून करून त्याची दृष्टी मंदावली होती. ते लिखाण करून त्याला कदाचित इतिहासाची टर उडवायची असावी किंवा नशिबाबरोबर झगडा मांडायचा असावा. त्याच ओळींचा माग काढत काढत मी माझ्या बालपणीच्या गावी परत आलो होतो. जुदास वृक्षांचं प्रवेशद्वार शोधण्यासाठी.

माझ्या वडिलांच्या लेखी त्या गावाची ओळख निराळी होती – जिथून आम्हाला हाकलून देण्यात आलं होतं ते गाव – जे गाव आम्ही सोडून गेलो होतो ते नव्हे! ते सांगायचे : ती आपली मातृभूमी, आपलं मूळ गाव, आपल्या पूर्वजांचं – ते लोक नंतर इकडे आले, पण आम्ही दोन हजार वर्षांपासून तिथले स्थायिक होतो.

ते – ते म्हणजे तुर्की मुसलमान. इतिहासाच्या तासाला आम्हाला त्यांच्याबद्दल जुजबी माहिती मिळाली होती. भयमिश्रित आदराने आम्ही ती ऐकूनही घेतली होती. त्यांनी जगज्जेत्या मोहोम्मदची जहाजं कशी गोल्डन हॉर्नवर आणली आणि बायझेनला समूळ नष्ट करायचं तुर्कस्तानचं स्वप्न त्यांनी कसं प्रत्यक्षात उतरवलं : माझ्या वडिलांकडे येणारी गिऱ्हाइकं, माझ्या आईच्या मित्रमैत्रिणी, आमचे शेजारी, माझे बालमित्र, शाळासोबती – बियुकादामधले, त्या भागातले.

मी चौदाएक वर्षांचा असेन तेव्हा. काराथेमधल्या धक्क्यावरून इंग्लिश झेंडा

मिरवणाऱ्या एका जहाजाच्या डेकवर आम्ही चढलो. ते जहाज आम्हाला एका नव्या दुनियेत घेऊन जाणार होतं. ग्रीष्मऋतूची अखेर. माझ्या आईने पांढऱ्या रंगाचा पोशाख केला होता. तिचे निळसर-काळे चमकदार डोळे आणि काळेभोर केस उठून दिसत होते. इरेनेमावशी आणि दिमित्रीकाकांना तिने निरोपादाखल हात हलवला. एकीकडे ती जहाजाच्या कठड्यावर चढणाऱ्या छोट्या मारियानाला सांभाळू पाहत होती. पांढऱ्या हातमोजांनी झाकलेल्या तिच्या नाजूक बोटांवर हिरे, माणकं, पाचू जडवलेल्या लखलखीत अंगठ्या होत्या. माझे वडील नेहमी एक शानदार गडद रंगाचं, तागाच्या कापडाचं जाकीट घालायचे. त्यांच्या डाव्या खिशात एक रेशमी रुमाल खोचलेला असायचा. तो रुमाल काढून त्यांनी डोळ्यांवरून फिरवला. पण दाखवलं मात्र असं की जणू ते फक्त चष्म्याच्या काचाच पुसत असावेत. इरेनेमावशीच्या हातातही एक जांभळट रुमाल होता. ती आळीपाळीने नाकाडोळ्यांवरून रुमाल फिरवत होती. मी आतून कसा उद्ध्वस्त झालो होतो ते मला स्पष्ट आठवतंय. माझ्या डोळ्यांपुढे एक धुरकट पडदा उभा राहिला होता. तितक्यात वाफेच्या जहाजाचा भोंगा वाजला. ऱ्हस्व, पुन्हा ऱ्हस्व, शेवटी दीर्घ. मग नांगर उचलला गेला. ओठांवर नुकती लव उगवत असलेला, कुमारावस्थेच्या उंबरठ्यावरचा एखादा कोवळा मुलगा त्याचं गाव सोडून जाताना मागे काय ठेवून जात असेल? काय नेत असेल तो गाठीला बांधून? कोणत्या चवी, वास, रंग, कुठल्या आठवणी?

इस्तंबूल – इस्तंबूल म्हणजे एक संमिश्र दरवळ – लाकडाचा भुसा, मेण, रोगण, खरपूस भाजलेले मासे, शेवाळं, मोगरा. इस्तंबूल म्हणजे पिवळ्या पाकळ्यांचे घवघवीत गुलाब, देवबाभूळ आणि बियुकादामधली मोगऱ्याची सुवासिक फुलं, बेलार्बेच्या राईमधले जांभळट गुलबक्षी जुदासवृक्ष, आर्णवुतकईच्या उतारावर लगडलेल्या घमघमत्या वासाच्या गडद लाल रंगाच्या स्ट्रॉबेरी, तकसिमपासून तेष्विकीयेपर्यंत धावणाऱ्या शेअरटॅक्सी, छताने झाकलेल्या ग्रँड बझारमधला अंधूक प्रकाशातला गारवा, सुलतान अहमेतमधून दरवळणारा कोफ्ताग्रिलचा भूक चाळवणारा खमंग धूर, फ्लॉवर्स पॅसेजमधला सुगंध, निरनिराळ्या गंधांचं एक संमेलनच! परतलेली कालवं, सळईवर भाजलेली कलेजी, बिअर, सार्वजनिक मुतारीतून येणारा भपकारा आणि एक कडवट आठवण – बालपणीच्या अव्यक्त प्रेमाची – सोनेरी केसांची आणि घोळदार स्कर्ट घालणारी एक छोटी मुलगी...

आमच्याकडच्या असंख्य सूटकेसेस आणि मुख्य म्हणजे त्या अवजड तिजोरीमुळे आम्ही विमानाने न जाता जहाजाने प्रवास करायचं ठरवलं. माझ्या वडिलांनी आम्हाला स्वतःच सांगितलं, की ती तिजोरी कस्टममध्ये उघडली जाऊ नये म्हणून त्यांनी अगदी प्रत्येकाची – पार कस्टम अधिकाऱ्यांपासून जहाजावरच्या कर्मचारी वर्गापर्यंत सगळ्यांची अगदी सढळपणे मूठ दाबली होती. आमचं काही सामान, महत्त्वाची पुस्तकं, शिवाय काही मौल्यवान कपडेलत्ते आम्ही आमच्या इरेनेमावशीकडेच ठेवले होते खरे, पण काही गोष्टींपासून नाळ तोडणं इतकं सोपं नसतं. आमच्यातला प्रत्येकजण अशा काही वस्तू बरोबर घेऊन निघाला होता - पॅरिसच्या प्रसिद्ध बुटीकमधून घेतलेले काही वैविध्यपूर्ण कपडे माझ्या आईचे खास आवडते होते, ते तिने बरोबर घेतले होते, तसेच तिचे कोट आणि फर, शिवाय मोती आणि चमचमत्या टिकल्यांनी मढवलेला तिचा नववधूचा पोशाख – त्या पोशाखाचा केवळ घुंगटच चार किलोचा होता हे ती मोठ्या अभिमानाने सांगायची. आणखी, शिंपल्यांच्या नक्षीकामाचं झाकण असलेली तिची दागिन्यांची पेटी, लाकडाची, कोरीव काम केलेली शिवणकामाची छोटीशी पेटी, लिमोशपोर्सेलानचा उंची डिनरसेट, चिनीमातीच्या फुलदाण्या आणि इतर शोभेच्या वस्तू...

माझ्या वडिलांचं सामान म्हणजे त्यांची कागदपत्रं! त्यांची एक सूटकेस कागदपत्रांनीच भरली होती, शिवाय त्यांचा जीव की प्राण असे १८९७ मधले अभिजात ग्रीक साहित्यिकांचे चोवीस संकलित खंड – त्यांच्याकडे ती संपूर्ण ग्रंथावली होती ह्याचा त्यांना खास अभिमान वाटे. आणखी हॅट ठेवायच्या केसेस, एक सूटकेस भरून कौटुंबिक छायाचित्रं आणि अतिशय मूल्यवान दुर्मीळ चित्रकृती आणि पेंटिंग्ज – चौकटीतून काढून घेतलेली आणि मोठ्या पेटाऱ्यांच्या अगदी तळाशी काळजीपूर्वक दडवून ठेवलेली – त्यात कर अहमद पाषा, ऐवाझोव्स्की, फाऊस्टोझोनारो आणि एक माटीस पण होता, पण नंतर कळलं की ती फक्त प्रतिकृती होती, बनावट!

बाकी मग माझी आणि मारियानाची खेळणी, उंची पर्शिअन गालिचे, नमाजासाठी भारतीय चटया, एक पेंढा भरलेला मोर, पेट्यांमध्ये कपड्यांच्या घड्यांतून लपवलेले बायझेंटाईन तुकड्यांच्या नक्षीकामाचे नमुने, उत्खननातून निघालेली सुशोभित मातीची भांडी, संगमरवरी पुतळ्या आणि अजूनही कितीतरी प्रकारच्या गोष्टी! इतक्या बहुमोल वस्तू, माझ्या बालबुद्धीला त्यांची खरी किंमत

समजत नव्हती खरी, पण अमेरिकेतही ह्या वस्तूंनी आमच्या जीवनमानाचा स्तर कायम राखायचं काम केलं. त्यासाठी आईचा एकही दागिना विकायची वेळ आली नाही.

माझ्या वडिलांचा पुराणवस्तू-सामान विकण्याचा पिढीजात चालत आलेला व्यवसाय. बियुकादामधलं आमचं प्रशस्त घर आणि निशान्ताशेमधला आमचा फ्लॅट दोन्हीही मौल्यवान पुरातन वस्तूंनी खचाखच भरलेले होते. कधी कधी माझी आई बाबांनी घरी आणलेली एखादी वस्तू झडप घालून काढून घ्यायची आणि त्यांना बजावायची 'ही वस्तू कधीही विकायची नाही हं!'

माझे वडील जरा वयस्करच होते. त्यांना टक्कल पडलेलं होतं. तसे भरदार चणीचे पण बुटकेसेच. त्यांच्या रूपवान, देखण्या तरुण बायकोचं प्रेम जिंकून घेण्यासाठी ते अशा किमती प्राचीन वस्तू तिच्या पायी अर्पण करायचे. मला अजून त्यांची ती काम करायची खोली आठवते – कार्यकक्ष! त्या स्टुडिओत जुन्यापुराण्या वस्तूंना नवीन झळाळी दिली जायची. शिवाय कुलेदिबीच्या जुन्या बाजाराजवळचं ते गोदाम आणि ग्रँड बझारमधलं त्यांचं पुराण वस्तू भांडार. मलाही या कामाची सवय होण्यासाठी शाळेला सुट्ट्या लागल्यावर काही दिवस मी दुकानात किंवा स्टुडिओत त्यांना मदत करावी असं माझ्या वडिलांना वाटायचं. गुरुवारी ते बहुतेक वेळा कुलेदिबीला जायचे. बझारच्या ओबडधोबड प्रवेशदारातून मी आत शिरायचो. त्या दाराकडे बघून कुणाला स्वप्नातही वाटलं नसेल की आतल्या दुकानांमध्ये सुबक सुंदर वस्तूंचे गुप्त खजिने दडलेले आहेत. माझ्या वडिलांचा स्टुडिओ आतल्या लहानशा आवारात डाव्या बाजूच्या टोकाला होता. तिथे ते जुन्या फर्निचरची दुरुस्ती आणि रंगरंगोटी करायचे. अनातोलियामधल्या वेगवेगळ्या तस्करांकडून जमवलेल्या प्राचीन पुरातन वस्तू त्यांनी तिथेच दडवून ठेवल्या होत्या. काय नव्हतं तिथे? पुरातन चित्रं, तुकड्यांच्या नक्षीकामाचे नमुने, जुनी मातीची भांडी, वातीचे दिवे, संगमरवरी लाद्या, पुतळे – त्रोया, एफेउस आणि इतर अनेक – माझ्या ऐकिवात नसलेली भग्ननगरं आणि इस्तंबूल इथल्या उत्खननातून मिळालेल्या ह्या वस्तू एका बंद खोलीत बंदोबस्तात सुरक्षित ठेवलेल्या असत. कायम बंद असलेल्या ह्या खोलीला एक चोरदरवाजा होता, स्टुडिओच्या गोदामाच्या पाठीमागच्या बाजूला.

ह्या खोलीची एकमेव किल्ली फक्त माझ्या वडिलांकडे असायची. मी बारा

वर्षांचा होतो तेव्हा मला त्या जागेचं रहस्य पहिल्यांदाच कळलं. त्या दिवशी शाळेतला सांस्कृतिक गटाचा कार्यक्रम आटपून मी जरा उशिरा शाळेतून परतलो होतो आणि माझे वडील माल खरेदी करायला अनातोलियाला गेल्याचं साफ विसरून गेलो होतो. वडिलांबरोबरच घरी जावं म्हणून मी कुलेदिबीला डोकावलो. मला ती जागा फारच आवडायची. तो लाकडाचा आणि रोगणाचा गंध, काम करता करता पारंपरिक गाणी म्हणणारे कलाकार कामकरी, माझ्यापेक्षा बलदंड असणारे शिकाऊ कामगार आणि सगळ्यात खास म्हणजे ती तैलचित्रं, रेखाचित्रं आणि चित्रप्रतिमा. मी पोचलो तेव्हा काम संपायला भरपूर वेळ होता, पण मुख्य दार बंद झालेलं होतं. एरवी अगदी हिवाळ्यातसुद्धा लाकडाचा भुसा आणि रोगणाचा उग्र वास खोलीत दाटून राहू नये म्हणून ते दार अर्धवट उघडं असायचं. माझ्या ओळखीचे कुठलेही आवाज ऐकू येत नव्हते. ना कामगारांची गाणी ना त्यांच्या हातोड्यांचे ठोके, ना लाकूड तासल्याचा आवाज, ना चहाच्या कपात चमचे फिरवल्याची टणटण. हिवाळा सुरू झाला होता; अंधार लवकर पडला होता आणि रस्त्यावर सामसूम होती. बरीच दुकानं आधीच बंद झाली होती. माझे वडील दुकानात असोत वा नसोत, आमचं दुकान नेहमीच जरा उशिरा बंद व्हायचं. अचानक मला आतून जाणवलं की काहीतरी गडबड आहे. धपापत्या हृदयाने मी ते दार तोडायचं ठरवलं. मी पुऱ्या शक्तीने त्या दाराला भिडलो आणि जोर लावला. नीट बंद न झालेला तो दुहेरी दरवाजा झटक्यात उघडला गेला. आतमध्ये अंधूक प्रकाश होता आणि एकही माणूस नव्हतं. एका अनोख्या, अनाकलनीय, दुर्दम्य इच्छेने माझा ताबा घेतला आणि मी दबत्या पावलांनी जुन्या कपाटाच्या दिशेने पुढे सरकलो. त्या कपाटामागे त्या गुप्त खोलीचं दार होतं. ते कपाट एका बाजूला सरकवलेलं होतं आणि त्यामागचं सरकदार वीतभर उघडं दिसत होतं. मुळीच आवाज होऊ नये अशी काळजी घेत मी त्या फटीतून डोकावून आत बघितलं. संधिप्रकाशाच्या अखेरच्या रेंगाळत्या किरणांत मला दिसली एक संपूर्ण नग्न स्त्री आणि तिच्यावर ओणावलेला एक पुरुष. आजवर पाहिलेली सगळी सौंदर्यपूर्ण रेखाचित्रं, तैलचित्रं, शिल्पाकृती आणि सुबक कलाकृतींपेक्षा ती स्त्री निःसंशय जास्त देखणी आणि मनोहारी होती. त्या मंद संधिप्रकाशात तिची शुभ्र त्वचा अजून खुलून दिसत होती. प्रथमदर्शनी मला ती एक पुरातन संगमरवरी शिल्पासारखी भासली पण मग मी माझ्या आईला ओळखलं. ती सुखातिशयाने कण्हत होती, मग तिने नितंब हलवले आणि त्या

पुरुषाला ती विव्हळून विनवू लागली, ''अजून आत, अजून खोलवर, अजून खोल...'' मी तिथेच खिळून मूर्तीवत उभा राहिलो. माझ्यात हलायची शक्तीच उरली नव्हती. मला त्याचे उद्गार ऐकू आले, 'रांडे, तुझा तो बायक्या नवरा नाही का घालू शकत तुझ्या आत, हवं तितकं खोल, अजून आत?' मला ते सगळं अजून पाहावंसं वाटत होतं पण अचानक मला मळमळून आलं आणि उलटीची भावना झाली. मी तोंडावर हात दाबून धरला आणि चुपचाप आवाज न करता काढता पाय घेतला आणि तेवढ्यात माझ्या धक्क्याने एक फुलदाणी खाली पडली. बाहेर येताक्षणी मी भडभडून ओकलो आणि वेड्यासारखा पळत सुटलो. युक्सेककादिरीम रस्त्यावरून भुयारी रेल्वेकडे मी बेभान धावत सुटलो आणि बाजूने चाललेल्या ट्राममध्ये मुसंडी मारली. माझं सगळं शरीर तापलं होतं, माझ्या पोटात एखादा साप सळसळत फिरतोय आणि माझ्या तोंडातून तो सरपटत बाहेर पडणार आहे असं काहीसं मला वाटत होतं. मला पुन्हा उलटीची जबरदस्त भावना झाली. मी पुढच्याच थांब्यावर उतरलो आणि घराकडे धाव घेतली. मोलकरणीने दार उघडलं. 'मला शाळेतच एकदम बरं वाटेनासं झालं,' असं मी तिला सांगितलं. शाळेच्या गणवेशातच मी स्वतःला बिछान्यात लोटून दिलं आणि डोक्यावरून गच्च पांघरूण घेतलं. माझ्या आईचा नग्न देह म्हणजे मी माझ्या वडिलांच्या दुकानात बघितलेली सर्वाधिक सुबक आणि देखणी मूर्ती. त्या पुरुषाच्या पुढ्यात उंचावलेल्या तिच्या चेहऱ्यावरची अनोखी आभा मी पाहिलेल्या मदर मेरीच्या सगळ्या प्रतिमांपेक्षा जास्त तेजाळलेली आणि भावपूर्ण होती.

हिरव्या डोळ्यांचा तो हिम्शेनमधला देखणा सुतार माझ्या वडिलांचाही फार लाडका होता. जर मी माझ्या आईला त्याच्याबरोबर त्या अवस्थेत बघितलं नसतं, तर मी इतकी वर्षं लोटल्यानंतर जुदासवृक्षांचं प्रवेशद्वार शोधायला परत आलो नसतो.

स्मृती, घटना, भावना यांच्यामधली गहन बंधनं प्रथमदर्शनी जाणवत नाहीत किंवा फार अर्थपूर्ण वाटत नाहीत. एक गुंतागुंतीचं जग, जे बालपणातल्या विस्कळीत आठवणींच्या धाग्यांवर आपल्या अंतर्मनात गुंफलं गेलेलं असतं, प्रारब्ध, पूर्वसंचित. आपल्याला मात्र ते आपण स्वतंत्रपणे घेतलेले निर्णय आहेत असा वृथा भ्रम असतो. माझ्या आयुष्याचा आलेख त्या चित्रांच्या गूढ, गहन दर्शनापासून सुरू होऊन माझ्या आईच्या संगमरवरी कमनीय देहाला गवसणी

घालून बायझेंटाईन कलेपर्यंत जाऊन पोचला आणि माझ्या वडिलांच्या व्यवसायाला – पुरातन वस्तूंच्या तस्करीला – मनोमन नाकारून बायझेंटालॉजीचा अभ्यास करून अखेर जुदासवृक्षांची नक्षी असलेल्या प्रवेशद्वारापर्यंत येऊन स्थिरावला.

कॉन्स्टँटिनोपलच्या प्रत्येक प्रशस्त भिंतीतलं एकेक प्रवेशद्वार माझ्या परिचयाचं आहे. अगदी बायझेंटाईन शहराभोवतीच्या विशाल भिंतीपासून दुसऱ्या थिओडोसीअसच्या राजवटीत बांधल्या गेलेल्या भिंतींपर्यंत. माझ्या विद्यार्थ्यांना शिकवत असताना मी स्वतःलाच प्रश्न करायचो – ह्या सगळ्याचा उपयोग काय? मी कशासाठी ह्या गोष्टींच्या फंदात पडतो आहे? मानलं, माझी काही वैयक्तिक कारणं आहेत आणि डोक्यात काही पक्के विचार आहेत, पण ह्या तरुण लोकांना कॉन्स्टँटिनोपलच्या द्वारांची माहिती मिळून काय फायदा? तेही ह्या नव्या युगात, आता २000 सालाकडे आगेकूच करत असताना?

तरीही मला माझं काम आवडत होतं. कालनिश्चिती न झालेल्या प्रतिमा अभ्यासणं; नुकत्याच हाती लागलेल्या एखाद्या मोझाईकवर संशोधन करणं; एखाद्या ठिकाणी अनपेक्षितपणे एखादं हस्तलिखित सापडताच इतिहासावर आता काहीतरी नवा प्रकाश टाकता येईल ह्या एकाच आशेने रात्रंदिवस काम करत राहणं! इतिहास तसा सत्यापेक्षा दंतकथांवर जास्त आधारलेला असतो म्हणा! पण ह्यातून मला एक तऱ्हेचा कामुक परमानंद मिळायचा. अगदी शारीरिक सुखाइतका. माझी पत्नी अमेरिकन होती. मी न्यूयॉर्कमधे कलेचा इतिहास शिकत असताना आमची ओळख झाली आणि लगेचच आम्ही लग्न केलं होतं. मला तिच्यात फारसा रस नसल्याची तक्रार ती नेहमी करायची. एकदा तर ती म्हणाली होती, 'तुझ्या ह्या प्रतिमांशी आणि हस्तलिखितांशी तुझे प्रेमालाप संपतच नाहीत ना, मग माझ्यासाठी तुला ना वेळ उरतो ना उत्साह!' काही वर्षांनंतर ती एका इटालियन माणसाच्या प्रेमात पडली आणि मला सोडून गेली. मला वाटतं तिचं म्हणणं बरोबरच होतं.

माझ्या आयुष्यात शरीरसुखाला, कामवासनेला एक निश्चित स्थान होतं. माझी प्रकृती अगदी ठणठणीत आहे पण इतर पुरुषांप्रमाणे माझे विचार सतत माझ्या लिंगावर केंद्रित झालेले नसतात. माझ्या आईचा लखलखता अर्धनग्न देह आणि तिचं सुखातिशयानं कण्हणं – 'अजून, अजून खोल' ह्या एकमेव प्रतिमेने एका रात्री मला माझ्या पौगंडावस्थेची ओलसर चिकचिकीत जाणीव करून दिली

होती. त्या अडनिड्या वयात मला ह्या स्वप्नावस्थेमुळे इतकं अपराधी वाटायचं, की ह्या तथाकथित अपराधाबद्दल मी माझा हा अवयव मुळापासून तोडून काढायच्या बेतात होतो.

कदाचित म्हणूनच मला माझं कामच फार आवडायचं. भूतकाळाच्या पोटात लपलेल्या रहस्यांपैकी काहींचा थोडाफार पर्दाफाश मी करू शकत होतो. त्यामुळे माझ्या पापाचं निरसन होतं आहे असं मला वाटायचं. शारीरिक संदर्भ आणि कामवासनेच्या पलीकडे असलेल्या त्या प्रतिमांमधून, उत्कटता, आवेग आणि वासना ह्यांना वेसण घालणाऱ्या त्या धार्मिक ग्रंथांतून मी अनुयायी नसलो तरीही एखाद्या धार्मिक श्रद्धेचं गुणगान करणाऱ्या काव्यामधून मला अपार मानसिक शांतता लाभत होती. एके दिवशी एका संशोधनाच्या संदर्भात मी अलेक्झांड्रियाला गेलो होतो तेव्हा मी एका खाटीकखान्यातल्या भयंकर दुकानात जाऊन थडकलो. तिथे नुकत्याच कापलेल्या जनावरांचं रक्त जमिनीवर ठिबकत होतं; त्यांची आतडी लोखंडी हुकावर टांगलेली होती आणि सगळीकडे रक्त आणि मांसाचा दुर्गंध दाटला होता. दुकानातल्या एका गुप्त खोलीत चमकत्या टिकल्यांनी मढवलेले बेलीडान्सचे पोशाख, जुन्या काळच्या लोककलावंतांचे पोशाख, खंजिऱ्या आणि धूपदानं विकायला ठेवलेली होती. त्यांतून हजारो रहस्यांचा गंध दरवळत होता. मी तिथले जमिनीवर पसरलेले बायझेंटाईन दस्तावेज धुंडाळू लागलो आणि त्यात मला ती कविता सापडली. इतर लिखाणांपेक्षा ती वेगळी होती. ग्रीक भाषेत लिहिलेली. बायझेंटाईन बोलीभाषेशी तिचं बरंच साधर्म्य होतं. मूळ भाषेतल्या मजकुराला कुणीतरी अजून काही ओळी नंतर गुपचूप जोडल्या असाव्यात. मूळ ग्रंथाचं नाव होतं 'संतांच्या जीवनाच्या कथा.' बायझेंटाईन साहित्याचा कणा असलेल्या मूलभूत ग्रंथांपैकी एक. त्या कवितेत मला एक मायावी विश्व दिसत होतं, एखादा सापळा लावला असावा तसं किंवा हजारो वर्षांपूर्वीचा एखादा रहस्यपूर्ण संदेश – काही भविष्य सूचित करणारा. ती भाषा, आशय आणि लिपीसुद्धा चर्मपत्रावरच्या मुख्य मजकुरापेक्षा वेगळी होती. नेहमीच्या पठडीत न बसणारी. बायझेंटाईन साहित्यावर आकृतिवाद आणि पुनरावृत्तीचा बराच प्रभाव होता. ह्या कवितेत ती तत्त्वं मला सापडली नाहीत. लिपी पण जरा चमत्कारिक होती. पुरातन काळची. अक्षरं मोठी नव्हती. त्यांना गोलावा नव्हता. आकाराने लहान होत गेलेली. पहिल्या दोन ओळींनंतर मला नीट संगतीच लागत नव्हती, पण इतकं कळत होतं की त्या

कवितेत एक न उलगडणारं रहस्य दडलेलं होतं. डंबरटन ओक्समधल्या आमच्या एका वृद्ध प्राध्यापकाचं प्राचीन भाषा शिकवतानाचं एक वाक्य मला आठवलं – कलेतिहासविषयक संशोधनात, विशेषतः पुरातन भाषांची उकल करताना, इतर कुठल्याही विशेषांपेक्षा अनुभूती आणि अंतर्यामीची जाणीव महत्त्वाची असते. मला आतून वाटत होतं की त्या कवितेत लपलेल्या रहस्याचा उलगडा केल्याने माझ्या शैक्षणिकच नाही तर वैयक्तिक आयुष्यातही काही सकारात्मक घडणार आहे. ही विचित्र भावना मला घेरून आली होती ह्याचं अजून एक कारण होतं – माझं काम म्हणावं तसं पुढे सरकत नव्हतं. किती दिवसांपासून जेमतेम सोयी असलेल्या, धुळीने भरलेल्या पुरातत्त्व खात्याच्या त्या कुंद, दमट इमारतीच्या खोल्यांत बसून मी काम रेटत होतो. तशात अलेक्झांड्रियातला कमालीचा उकाडा. 'अलेक्झांड्रिया क्वार्तेत' ह्या लॉरेन्स दरेलच्या कादंबरीमालिकेतलं हे एक अद्भुत, संपन्न शहर. आता मात्र माझ्या डोळ्यांसमोर ते हळूहळू रसातळाला चाललं होतं आणि स्वतःच्याच अवशेषांच्या ढिगाऱ्याखाली कुजू लागलं होतं. हे पाहताना मला ज्या वेदना होत होत्या, त्यामुळेही मला ही विचित्र जाणीव छळू लागली असेल. जे काय कारण असेल ते असो, पण जेव्हा मी 'तो दौडत निघाला आहे एका रहस्यमय, खचलेल्या प्रवेशद्वारातून, जुदासवृक्षांनी वेढलेल्या प्रवेशद्वारातून' ह्या ओळींचा अर्थ लावू लागलो, तेव्हाच मला कळून चुकलं होतं की मी आता ह्या द्वाराच्या शोधात निघणार!

त्या दुकानाचा पत्ता मला ग्रंथालयातल्या एका मुक्या माणसाने घसघशीत बक्षिसीच्या बदल्यात दिला. लूत भरलेल्या जखमेप्रमाणे गलिच्छ दिसणाऱ्या एका बाजारात ते दुकान होतं. असे अनेक बाजार अलेक्झांड्रियाच्या धूळमातीने बरबटलेल्या गल्लीबोळांतून सापडायचे. माणसं आणि कचऱ्याचे ढीग तिथे गुण्यागोविंदाने एकमेकांशेजारी नांदत असायचे. अक्राळविक्राळ कुत्री तिथे सांडलेल्या माशांच्या तुकड्यांवर, खाटीकखान्यातल्या उरल्यासुरल्या मांसावर तुटून पडलेली असायची. तो माणूस खरंच मुका होता की ते केवळ नाटक होतं? मला आता व्यवस्थित आठवतंय की मी त्याला काही विचारलंही नव्हतं. तोच माझ्या टेबलाजवळ आला आणि तोडक्यामोडक्या इंग्रजीत लिहिलेली एक चिठ्ठी त्याने माझ्यासमोर धरली – 'तुम्हाला प्राचीन कागदपत्रं आणि हस्तलिखितांत रस असेल तर माझ्याकडे योग्य पत्ते मिळतील.' 'हो हो, नक्कीच!' मी उत्तरलो. 'अजून पैसे हवेत' त्याने लिहिलं. मी मानेने रुकार दिला. मला त्याने हाताने खूण

करून त्याच्या मागोमाग यायला सांगितलं. ग्रंथालयातला तो विभाग अजून नव्या इमारतीत स्थलांतरित झाला नव्हता. त्या कुंद मार्गिकेमधून आम्ही मागच्या अंगणात आलो. 'बक्षीश, बक्षीश' म्हणत त्याने माझ्यापुढे हात नाचवले. मी त्याच्या हातावर दोन डॉलर टेकवले – मला माहीत होतं की घासाघीस अजून पुढे चालूच राहणार. 'बक्षीश, बक्षीश, अजून दोन डॉलर, बक्षीश, बक्षीश, आणखी दहा डॉलर.' 'इतकं पुरे,' मी ठामपणे म्हणालो. त्याने अजून आशेने माझ्याकडे पाहिलं. 'इतकं बरोबर आहे,' मी पुन्हा म्हणालो. मग त्यानं त्याच्या झोळण्यातून एक चिठ्ठी बाहेर काढली आणि त्यावर एक पत्ता लिहिला — आधी इंग्रजीत आणि मग अरबी भाषेत. मग चित्रविचित्र आवाज करत त्याने अजागळपणे एक नकाशा काढायचा प्रयत्न केला. मग त्याने एक चित्र काढलं – मुंडकं कापलेल्या आणि पाय हवेत टांगलेल्या जनावराचं. त्याखाली त्याने लिहिलं – इमानचा पत्ता विचार.

नकाशा यथातथाच होता पण बरोबर होता. त्याने मला माझ्या गंतव्यस्थानी नेऊन पोचवलं. मला तो खाटीकखाना आणि अलरकास अगदी सहज सापडले. प्राच्य पौर्वात्य कलेचा ध्यास घेतलेल्या एखाद्या अमेरिकन माणसासाठी हे दुकान लाजवाब होतं. अगदी देखावा मांडल्यासारखं – एखाद्या इजिप्शियन चित्रपटाचा सेट म्हणून सहज खपून गेलं असतं आणि तरीही सुशोभित. पिवळसर दिव्यांचा मंद प्रकाश पसरलेला. उकाडा नव्हता पण जरा चिकचिक होत होती. पहिल्यांदा मला वाटलं की दुकानात कोणीच नाहीये. माझं अस्तित्व जाणवून देण्यासाठी मी जमिनीवर पडलेली एक डफली उचलली आणि हलवली. त्या अरुंद लांबलचक खोलीच्या टोकाला कोरीव नक्षीच्या एका लिहिण्याच्या टेबलामागे एक तरुण मुलगा झोपी गेलेला होता. त्याने जरा नाराजीने डोकं वर उचलून विचारलं, 'काय पाहिजे?' मी तो नकाशा त्याच्यासमोर धरला आणि इंग्लिशमध्ये म्हणालो, 'मला इमानशी बोलायचंय.' आपला आळसटलेपणा आणि अलिप्तपणा न लपवता त्याने मला पाठोपाठ यायचा इशारा केला. त्याने एका दाराला हात लावला – मला ते प्रथमदर्शनी दिसलंच नव्हतं. जणू स्वयंचलित असल्याप्रमाणे ते दार उघडलं – तिथे कदाचित एखाद्या गुप्त यंत्रणेचा वापर केला गेला असावा. मी त्याच्यामागे निघालो. इथे मात्र भरपूर प्रकाश होता आणि जरासा गारवासुद्धा. भिंतीलगतच्या मांडणींवर आणि जमिनीवर कागद, पुस्तकं, कागदाच्या गुंडाळ्या, चित्रं, भूर्जपत्रं आणि शोभेची चित्रं होती.

इमान माझ्या कल्पनेच्या अगदी विरुद्ध निघाला – तरुण, उंचापुरा आणि काळ्या वर्णाचा. न्युबिअन किंवा सुदानमध्ये जन्मलेल्या इजिप्शियनसारखा त्याचा चेहरामोहरा होता आणि त्याचं इंग्लिश तर नक्कीच दखल घेण्याजोगं होतं. मी बायझेंटाईन चिरोग्राफ्स – दस्तऐवज – शोधत आहे हे मी त्याला सांगितलं आणि हेही सांगून टाकलं की जर मला मूळ कागदपत्रं मिळाली तर मी योग्य किंमत द्यायला तयार आहे. खरंतर इजिप्तमध्ये सौदा सुरू होण्याआधीच चांगली किंमत देण्याचं कबूल करणं फारसं शहाणपणाचं नव्हतं हे मला माहीत होतं, पण माझ्या तोंडून वाक्य निघून गेलं खरं. इमानने कोपऱ्यातलं कपाट बाजूला ढकललं आणि तो कुठेतरी नाहीसा झाला. एका पुसटशा आठवणीने माझ्या मनात डोकं वर काढलं. माझ्या पाठीच्या कण्यातून एक शिरशिरी उठली आणि मला मळमळून आलं. माझ्या वडिलांच्या दुकानातलं ते गुप्त दालनसुद्धा अशाच एका कपाटामागे दडलेलं होतं. अचानक मला तिथून पळ काढावासा वाटला. मला वाटलं की ते दुकान जणू फक्त अगणित गुप्त खोल्यांनी भरलेलं आहे आणि एका खोलीचं दार दुसऱ्या खोलीत उघडत चाललं आहे आणि माझी आई आणि तिचा तरुण प्रियकर प्रत्येक खोलीत प्रेमालाप करत आहेत. मी ज्या दारातून आत आलो होतो त्याच्याकडे मी वळून बघितलं, पण चारही भिंतींवर फक्त फडताळं होती आणि कुठेही एक चीरसुद्धा दिसत नव्हती. माझा श्वास कोंडल्यासारखा झाला. मी त्या मुक्या माणसाच्या जाळ्यात अडकलो होतो. मी श्रीमंत असल्याच्या समजुतीला मीच खतपाणी घातलं होतं. किती हा मूर्खपणा! विशेषतः अलेक्झांड्रियासारख्या ठिकाणी! माझी भीतीने गाळण उडाली होती. आता काय करावं ह्याचा मी विचार करत होतो तेवढ्यात ते दार पुन्हा उघडलं, किंवा ते कपाट पुन्हा उघडलं म्हणणं जास्त योग्य ठरेल आणि पूर्वीसारख्याच गंभीर चेहऱ्याने इमान पुन्हा आत आला. त्याने एक चाकांची पेटी ढकलत आणली होती. जुदासवृक्षाच्या द्वाराकडे मला आकर्षित करणारं काही त्या मंजूषेत दडलेलं होतं, पण मला ते पुढच्या काही दिवसांत माझ्यासमोर पसरलेल्या दस्तावेजांच्या अभ्यासातून सामोरं येणार होतं.

मी माझ्या संशोधनाला वाहून घेतलं आहे. बायझेंटाईन अभ्यासकांत मी एक पट्टीचा तज्ज्ञ असल्याचं सर्वसाधारण मत आहे. तसा मी धीराचा आहे, पण ह्या वेळी मात्र मला ते जमलं नाही. नुकतंच सुरू केलेलं माझं संशोधनाचं काम मी मधेच थांबवलं आणि पूर्वी ठरवल्याप्रमाणे कैरो आणि कीव येथे न थांबताच

भरपूर मोबदला देऊन इमानकडून हस्तंगत केलेले दस्तावेज घेऊन मी लगोलग अमेरिकेत परतलो. अधिकृत क्षेत्रातल्या काही समस्या मला सोडवाव्या लागल्या. माझ्या संशोधनाचा विषय आणि संशोधनकार्याचं स्थळ बदललं आहे हेही कळवावं लागलं. मग योग्य त्या परवानग्या घेणंही ओघानेच आलं. मला आता मुळीच वेळ घालवायचा नव्हता. मी लगेच वॉशिंग्टनला रवाना झालो. तिथून मी इस्तंबूलला परत जाईन. माझं बालपण जिथे गेलं ते शहर. जुदासवृक्षाच्या वेलबुट्टीचं प्रवेशद्वार असलेलं शहर.

एप्रिल महिन्याची अखेर. येशिल्कोयचा विमानतळ. मोठमोठ्या युरोपियन विमानतळांच्या तोडीस तोड. मी टॅक्सीत बसून हॉटेलला निघालो. माझ्या एका फ्रेंच मित्राने ह्या हॉटेलची खास शिफारस केली होती. दिमाखदार, निवांत आणि महत्त्वाचं म्हणजे तिथलं उत्तम दर्जाचं जेवण! तो मला म्हणाला, 'तुझ्यासाठी एकदम योग्य हॉटेल आहे ते. बायझेंटच्या मध्यावर, सुलतानअहमेत भागात आणि मी खात्रीने सांगतो, तिथल्या सगळ्यात चांगल्या हॉटेलपैकी एक आहे हे.'

मी लहान असताना सुलतानअहमेतचा मोहल्ला मला चांगलाच माहीत होता. जेव्हा जेव्हा मी माझ्या वडिलांच्या ग्रँड बझारमधल्या दुकानात जायचो तेव्हा, चांगली हवा असेल तर मी सुलतानअहमेतच्या रस्त्यावरून धावत जायचो. त्या रस्त्यावर ख्रिश्चन बायझेंटाईन आणि मुस्लीम इस्तंबूलची सर्व सुप्रसिद्ध वास्तुशिल्पं एकवटली होती – हेजीया सोफिया, सुलतानअहमेत मशीद, हेजिया इरेने, तोप्कापी राजप्रासाद, येरेबतान आणि बिन्बार्दीरकचे सिस्टर्न. विशेष म्हणजे त्या रस्त्यावर सुलतानअहमेतचे कोफ्ता ग्रिल्स होते. तिथले कोफ्ते घरच्या आचाऱ्याने केलेल्या कोफ्त्यांपेक्षा नेहमीच चविष्ट लागायचे. आणि एक पुडिंगचं दुकान – मी तिथे नेहमी क्रीमी आइसक्रीमचे दोन गोळे काझान्दिबीवर घालून घ्यायचो.

मी टॅक्सीत बसलो तेव्हा माझ्या डोक्यात एक वाक्य घोळू लागलं – ऐस तेन पोलीन. फार पूर्वी कोणीतरी कॉन्स्टँटिनोपलच्या मजबूत तटबंदीपाशी उभं राहून रस्ता विचारत होतं, तेव्हा शेतकरी आणि सैनिक आतल्या शहराकडे बोट दाखवायचे आणि म्हणायचे, 'ऐस तेन पोलीन' – शहराच्या आत. मी टॅक्सीवाल्याला हेच सांगितलं तर? मी अगदी उत्साहात होतो आणि मला थोडी थट्टामस्करी करावीशी वाटत होती. पण मी मोठ्या गंभीरपणे त्याला सुलतानअहमेतकडे गाडी घ्यायला सांगितलं आणि माझ्या मोडक्यातोडक्या तुर्की भाषेत पुढे म्हणालो, "शक्य असेल तर गाडी अल्तीन कापीवरून घ्या." मी

काहीतरी निरर्थक बोललोय हे मला लगेच कळलं. कारण टॅक्सीवाला आश्चर्य दाखवण्याऐवजी निरुत्साहीपणे विचारता झाला, ''कुठलं दार?'' मी त्याला बायझेंटाईनच्या जुन्या नकाशात पाहून रस्ता सांगण्याचा प्रयत्न केला. ''मार्मारा देनिझीच्या (मार्मारा समुद्राच्या) बाजूने शहराच्या भिंतीचं पहिलं प्रवेशद्वार. मला माहीत आहे, ते सुवर्णद्वार आता अस्तित्वात नाही पण येदिकुलेला काही अवशेष उरले आहेत. तिथून एखादी वाट असेलच.''

पोर्ता ऑरिया – विजयद्वार! त्याचा एकेक चिरा माझ्या परिचयाचा आहे. ते द्वार किती वेळा ढासळलं आणि किती वेळा तितक्याच किंवा जास्तच दिमाखाने आणि जास्त उजाळा देऊन ते उभं करण्यात आलं. प्रत्येक युगात त्याला किती उच्च पातळीवर महत्त्व दिलं गेलं आणि तिथे किती पुतळे आणि नक्षीकामाचे नमुने होते. सारं सारं मला माहीत आहे. पोर्ता ऑरियापासून विया एग्नाशिया सुरू होत होतं – पूर्व आणि पश्चिमेमधला दुवा. शहराबाहेर निघून त्राक्याकडे जाणारा आणि तिथून कदाचित खरंच थेट रोमपर्यंत जाऊन पोचलेला. जांभळ्या रंगाची रेशमी वस्त्रे अंगाखांद्यावर ल्यालेले, डोक्यावर मौल्यवान मुकुट धारण केलेले राजे. महाराजे जेव्हा शत्रूचा समूळ नाश करून विजयी होऊन परत यायचे तेव्हा वेशीवर त्यांचं आगळ्यावेगळ्या जल्लोषात स्वागत व्हायचं. याच वेशीच्या द्वारातून युद्धाला निघालेल्या सैन्याला वाजतगाजत निरोप दिला जायचा. लोकभाषेत त्याला क्रिसाई पिलाई म्हणायचे. हे द्वार पहिल्या थिओडोरच्या विजयी मोहिमांचं स्मृतिस्थान नसून ते दुसऱ्या थिओडोरच्या विजयाचं स्मारक आहे, हा माझा पहिला यशस्वी शास्त्रीय सिद्धान्त होता. मला अजूनही नक्की खात्री नाही, पण बायझेंटाईनबद्दल बोलताना कुठल्याच गोष्टीची शंभर टक्के हमी देता येत नाही.

''मला वाटतंय, मला सापडेल ते. बहुतेक येदिकुले द्वाराच्या आसपास कुठेतरी आहे ते. गाडी जात नाही तिथपर्यंत, अबी. आपण त्या किनाऱ्याच्या रस्त्याला लागलो की मी तुला ते दुरून दाखवेन,'' टॅक्सीवाला म्हणाला. तुडुंब रहदारीतही न बिचकता त्याने मागे वळून मला विचारलं, ''अबी, तू आहेस तरी कुठला?'' माझ्या अजब तुर्की बोलीचं त्याला नवल वाटत असावं. ''मी अमेरिकन आहे,'' मी उत्तरलो, ''पण चौदा वर्षांचा होईपर्यंत मी इस्तंबूलमध्येच वाढलो. माझं सगळं लहानपण इथंच गेलं.''

''आणि नंतर तू कधीच इकडे आला नाहीस? तसं तू तुर्की बोलणं अगदीच विसरला नाहीस म्हणा!''

"नाही, नंतरही दोनदा आलो मी इकडे. एखाद-दोन दिवसांसाठी. एका चर्चासत्रात भाग घ्यायला, पण तेव्हा साधं शहर बघायलाही वेळ मिळाला नाही. इन्शाल्ला, ह्या वेळी सगळं जमून येईल. मी कलांच्या इतिहासाचा संशोधक आहे.''

किती अभावितपणे इन्शाल्ला हा शब्द माझ्या ओठांवर आला हे पाहून मीच चकित झालो. तीसेक वर्षांपासून हा शब्द मी ना ऐकला होता ना वापरला होता. मला अचानक प्रसन्न वाटू लागलं. माझे उच्चार जाणवण्याइतके वाईट झाले होते खरे, पण मला वाटलं तितकं माझं तुर्की टाकाऊ नव्हतं. माझी बालपणीची भाषा हाकेच्या अंतरावर होती. मग मी पुन्हा त्या माणसाच्या प्रश्नाबद्दल विचार करू लागलो. मी इस्तंबूलला वरचेवर का नाही आलो? बायझेंटाईन इतिहास आणि चित्रांचा माग काढत मी जगभर वणवण केली पण त्या इतिहासाचं मूळ मध्यवर्ती ठिकाण इस्तंबूल, तिथे मी अधूनमधून तरी का येऊन राहिलो नाही? इस्तंबूलमधल्या विविध विद्यापीठांची आमंत्रणं मी कुठल्या ना कुठल्या बहाण्याने नाकारत आलो ते का? माझ्या मनात एक विचित्र अस्वस्थता दाटून आली. एक अपराधाची जाणीव, विनाकारणच. नाही नाही, आत्ताची वेळ ह्या गोष्टींचा विचार करायला योग्य नव्हे. आत्ता तरी हेच महत्त्वाचं आहे की ते द्वार शोधण्यासाठी मी आता इस्तंबूलला परतून आलो आहे.

"वाहवा, इथे तुला हवा तेवढा इतिहास मिळेल बघ. इतिहासाशिवाय इथे दुसरं आहेच काय!'' टॅक्सीवाला म्हणाला. त्याच्या बोलकेपणामुळे भीड चेपून मी त्याला अजून एक विचित्र प्रश्न विचारला, ''आणि जुदासवृक्षांचा दरवाजा? तोही ठाऊक असेलच तुला.''

ह्या वेळी त्याने मागे न वळता फक्त समोरच्या आरशातून माझ्याकडे कटाक्ष टाकला.

"अबी, तुला दरवाजे फार आवडतात वाटतं,'' तो म्हणाला, ''तू म्हणतो आहेस तो दरवाजा कुठे असेल ह्याची मला कल्पना नाही, पण जुदासची झाडं बघायची असतील तर बोस्पोरूसपर्यंत जायला लागेल तुला. इस्तीन्येपासून अनादोलुहिसारीपर्यंत दोन्ही बाजूंचे काठ जांभळ्या रंगात न्हाऊन गेलेले आहेत नुसते.''

ह्या ऋतूतच जुदासवृक्षांना बहर येतो हे मी विसरूनच गेलो होतो. एप्रिलच्या अखेरीस, मेच्या सुरुवातीस आम्ही जास्त करून बेयलार्बेयच्या बागेतील लाकडी

व्हिलामध्ये जायचो. तिथल्या फुलांचा बहर डोळ्यांत भरून घ्यायला. ते टुमदार घर माझ्या वडिलांच्या खास आवडीचं, पण आमचं तिथे वरचेवर जाणं व्हायचं नाही. ते ठिकाण तसं एकांतात आणि आडबाजूला होतं. माझ्या वडिलांच्या आग्रहाखातर आम्ही तिथे पोचायचो खरे, पण माझी आई लगेच परत जाण्यासाठी खास कारणं शोधून भुणभुण सुरू करायची, 'माझी शाळाच तिथून लांब आहे, घराची नीट डागडुजीच झालेली नाही, हवाच दमट आहे, एप्रिलच्या थंड हवेत त्या घरात पुरेशी ऊब देणारी भट्टीच नाही, आणि घर फारच दूर, एका बाजूला आहे...' एक ना दोन! कदाचित तिला तिथं तिच्या तरुण प्रियकराची आठवण छळत असावी. दाट झाडांनी वेढलेल्या त्या बागेत आम्ही मेजाभोवती बसायचो तेव्हा त्या पांढऱ्या टेबलक्लॉथवर, माझ्या आईच्या काळ्याभोर केसांवर, आमच्या अंगाखांद्यांवर पाकळ्यांची पखरण व्हायची. बागेतले रस्ते फुलांच्या गालिच्यांनी जांभळे होऊन जायचे. त्या मनोवेधक जांभळ्या बहराकडे मी भान हरपून बघत असायचो. मला ते सौंदर्य पिऊन टाकावंसं वाटायचं.

गर्द जांभळ्या जुदासवृक्षांबद्दल भरभरून बोलत बोलत आम्ही बायझेंटाईन राज्याच्या अगदी हृदयापाशी येऊन पोचलो. आमच्या उजव्या हाताला मार्मारा देनिझी होता – मार्मारा समुद्र. त्या क्षणी मला एक विलक्षण जाणीव झाली. इमानच्या दुकानात वाचलेल्या सोनेरी वेलबुट्टीच्या चौकटीमधल्या त्या प्राचीन हस्तलिखित गूढ ओळी, जांभळ्या रंगाने बहरलेल्या बोस्पोरूसच्या टेकड्या, जुदासवृक्षांनी वेढलेला बेयलार्बेयच्या बागेतला लाकडी व्हिला आणि सुलतानअहमेतमधलं हॉटेल या सर्वांमध्ये काहीतरी समान धागा आहे, जो मला भावनेच्या पातळीवर जाणवतोय, पण माझ्या बुद्धीला त्याची संगती लावता येत नाही.

तसं माझं कुटुंबही फार धार्मिक नव्हतं. शिवाय, एक शास्त्रीय संशोधक म्हणून प्राचीन धार्मिक साहित्य आणि सनातनी बायझेंटाईन लेखनाचा अन्वय मी लावत आलो त्यामुळे असेल कदाचित, पण मीही काही फार धार्मिक प्रवृत्तीचा नाही. इस्तंबूलमध्ये आम्ही अल्पसंख्याकांत मोडायचो, त्यामुळे आमची अस्मिता जपण्याच्या कर्तव्यओढीने की काय, पण माझे वडील आम्हाला दर रविवारी सकाळी जवळ जवळ फरपटत तिथल्या चर्चमध्ये घेऊन जायचे. आम्ही अमेरिकेला गेल्यावर त्यांची चर्चमध्ये जायची तळमळ संपली. मग मी फक्त अत्यावश्यक अशा प्रार्थनासत्रांसाठी चर्चमध्ये जायला लागलो – लग्नकार्य,

नामकरण किंवा मृत्यू! मी निवडलेली संशोधन शाखा हाच मला सनातन धार्मिक श्रद्धेशी जोडून ठेवणारा दुवा. मला दुसरं काही आध्यात्मिक, गहनगूढ अंगही नाही. बायझेंटाईन काळच्या स्थापत्यशास्त्राचा अभ्यास करणारा एक तरुण अमेरिकन संशोधक मला विनाकारण त्याचा स्पर्धक समजतो – एका परिषदेत तो मला म्हणाला, ''असा मॉडर्न दृष्टिकोण ठेवून तुम्हाला तुमच्या संशोधनाच्या विषयाच्या गाभ्यापर्यंत कधीच पोचता येणार नाही, तुम्हाला फारतर फक्त त्याचं बाह्य रूप कळेल.'' त्याचं म्हणणं खरं असेलही कदाचित. आत्ता मात्र मी शहरातल्या ऑटोबानवरून आणि किनारपट्टीलगतच्या आधुनिक रस्त्यांवरून फिरत होतो. फक्त पोर्ता ऑरियाच नव्हे तर बायझेंटाईन तटबंदीच्या सगळ्या भिंती त्यांच्यापायी नष्ट झाल्या होत्या, त्यांचं महत्त्व लयाला गेलं होतं. पुढच्या रस्त्यावर दृष्टिपथात आल्या आधुनिक बहुमजली, गगनचुंबी इमारती, गेसिकोंदू वस्त्या, मोडकळीला आलेली बैठी घरं, एर्कर प्रकारच्या बांधणीच्या वास्तू, अप्रतिम वास्तुकलेचा नमुना असलेली बांधकामं आणि भग्न अवशेष – सहस्रावधी वर्षांच्या प्राचीन इतिहासाची मूक स्मृतिचिन्हं! स्वतःच एक आख्यायिका होऊन उभी! ह्या वेळी काहीतरी अर्थगर्भ हाती लागणार या विश्वासाने मी जुदासवृक्षाच्या द्वाराकडे वाटचाल करू लागलो. ह्या वेळी मी तर्कमीमांसेचं बोट धरलं नव्हतं. माझं भावविश्व आणि अंतर्ज्ञान मला वाट दाखवीत होतं.

आत्ता मी एका लहानशा, एकमजली घरात बसलोय. बरेच दिवस ते बंद असल्याने इथे दमट ओलसर धुळीचा वास भरलाय. बैठकीच्या खोलीतलं जुनाट फर्निचर वाटेल तसं टाकलंय पण खोलीत एक अंतःस्थ सुसंवाद आहे. एका अवाढव्य, गोबेलिनच्या कापडाने मढवलेल्या खुर्चीत मी बसलोय आणि जुन्या फोटोग्राफ्सचं बारकाईने निरीक्षण करतोय. मागच्या काळात काय काय घडून गेलंय ह्याचा अंदाज घेतोय.

एका कोरीव लाकडी पेटीत मला हे फोटो मिळाले. ती पेटी सापडली एका साईडबोर्डमध्ये. बहुतेक त्याचा दुहेरी उपयोग होत असावा. बुफे टेबल आणि पुस्तकांचं शेल्फ म्हणून. नीटनेटका पोशाख केलेल्या, उत्तम इंग्रजी बोलणाऱ्या एका तरुण एजंटबरोबर मी घर बघत होतो. त्याच्या व्हिजिटिंग कार्डवर त्याचा व्यवसाय केवळ रिअल इस्टेट एजंट नाही तर रिअल इस्टेट एक्स्पर्ट असा नोंदवला होता. त्यानं मला सांगितलं, ''एक बाई आणि त्यांची मुलगी अशा दोन मालकिणी या घराला आहेत. त्यांच्या वैयक्तिक वापराच्या काही वस्तू अजून इथे

आहेत – पुस्तकं, फोटो, एक जुना फरकोट, जुने पोशाख आणि इतर सटरफटर वस्तू. ह्या वस्तू व्यवस्थितपणे एखाद्या कपाटात ठेवल्या तर बाकीची जागा आरामात वापरता येईल. नाहीतरी इथे काही फार किमती सामान नाहीच.'' 'त्या मालकिणींना भेटता येईल का,' असं मी विचारलं तर तो म्हणाला, ''तसे बोलणी करण्याचे सगळे अधिकार माझ्याकडेच आहेत. भाडं तुम्ही सरळ, माझ्या खात्यावरच जमा करत जा!'' त्याच्या कातडी पिशवीमधून त्याने त्याचं मुखत्यारपत्र आणि कराराचे कागद बाहेर काढले. ते गोल टेबलावरच्या क्रोशेने विणलेल्या टेबलक्लॉथवर ठेवले आणि म्हणाला, ''मला नाही वाटत त्या ह्या घरात परत येतीलसं. त्या मुलीबरोबर जे काही घडलं त्यानंतर ती तुर्कीमध्ये फारशी राहातच नाही. तिने तिच्या आईला एका वृद्धाश्रमात ठेवलंय असं ऐकलं. तरीही ती येणार असेल तर आधी कळवेलच.''

मीही काही फार दिवस तिथे राहणार नव्हतो हे मी त्याला सांगितलं. मी बरोबर फक्त दोन सूटकेसेस आणल्या होत्या आणि ती मालकीण परत यायचं म्हणाली असती तर मी लगेच जागा रिकामी केली असती. त्या दोघींबरोबर नेमकं काय घडलं हे मी विचारेन ह्याची तो वाट पाहत होता. पण मी त्या क्षणी अत्यंत दमलो होतो आणि मला सर्वस्वी अपरिचित असणाऱ्या व्यक्तींच्या आयुष्यातल्या घटनांत मला मुळीच स्वारस्य नव्हतं.

तो तरुण मुलगा आणि मी एका टेबलापाशी बसलो. ते टेबल अक्रोडाच्या लाकडाचं होतं. तो फॉर्म्स भरू लागला. त्याच्यावर छाप पाडण्यापेक्षा माझं तुर्की भाषेचं ज्ञान तपासून घेण्यासाठी मी म्हणालो, ''असल्या वेतांच्या खुर्च्यांना पूर्वी हेझारेन म्हणायचे, बरोबर आहे ना?''

''अरे!'' तो एजंट तुर्की बोलीत उत्तरला, ''तुम्हाला कसा काय माहीत हा शब्द? मी हा ऐकला होता खरा, पण मलाही चट्कन आठवला नसता.''

''माझं बालपण इस्तंबूलमध्येच गेलं. माझे वडील प्राचीन वस्तुभांडार चालवायचे. कुलेदिबीमध्ये त्यांचा स्टुडिओ होता. तेव्हा काहीजण अशा खुर्च्या विकायला घेऊन यायचे. माझे वडील कायम तक्रार करायचे की वेताची कामं करणारे कसबी कलाकार कमी होत चालले होते आणि जे होते, ते फार कमी प्रियकरांना शिकवून तयार करत होते – प्रियकर नाही – काय म्हणतात त्यांना?''

''उमेदवार?''

''बरोब्बर. तेच म्हणायचं होतं मला. की त्यांनी नवीन उमेदवारांना शिकवायचं सोडून दिलं होतं.''

“सध्या प्राचीन वस्तूंच्या व्यापाराला चांगले दिवस आलेत. श्रीमंत लोकांत जुन्या वस्तूंची फॅशन आली आहे. त्यामुळे जास्त जास्त लोक त्या धंद्यात पडत आहेत. तुम्ही काय करता, प्रोफेसर? तुमचा व्यवसाय काय?”

“मी पण एका अर्थी प्राचीन वस्तूंचा व्यापारी आहे. मला बायझेंटाईन कला आणि इतिहास ह्यात रस आहे.”

त्याला नीट कळलं की नाही कुणास ठाऊक, पण त्याने फार प्रभावित झाल्यासारखा चेहरा केला.

“छान. शाळेत मला इतिहास आवडायचा नाही पण आता मी बऱ्याच जुन्या बंगल्यांचा व्यवहार बघतो. कंपनीचा नाव-पत्ता काय लिहायचा करारात?”

मी त्याला अमेरिकेतल्या संस्थेचा पत्ता सांगितला. पुन्हा तो फार प्रभावित झाल्याचं दिसलं. त्याने भाडं आणि अनामत रक्कम यांची नोंद केली आणि जरा थांबून म्हणाला, “पुन्हा मी चुकीचं लिहिणार होतो.” त्यानं तुर्की भाषेत शिव्या दिल्या आणि तीन अक्षरं खोडली. मी स्वतःला रोखू शकलो नाही. मला हसू फुटलं. कारण ती कचकचीत शिवी पुन्हा ऐकणं मजेदार होतं, मला अगदी नीट आठवत होती ती आणि दुसरं म्हणजे एरवी अगदी सभ्य वागण्याचा यथायोग्य प्रयत्न करणारा, एका अमेरिकन प्रोफेसरसमोर आपल्या इंग्रजीचं ज्ञान पाजळणारा तो तरुण अचानक आपल्या खऱ्या रूपात सामोरा आला होता.

“कायम विसरतो मी,” तो तुर्की भाषेतच पुढे बोलत राहिला, “रस्त्याचं नाव दोन वर्षांपूर्वी बदललं होतं, आताचं नाव आहे शहीद इरफान चौक.”

त्या खोडलेल्या अक्षरांवर माझी दृष्टी खिळून राहिली – जुदा...

“रस्त्याचं आधीचं नाव काय होतं?” एका विचित्र आंतरिक जाणिवेने मी पृच्छा केली.

“आधी ह्या रस्त्याचं नाव होतं जुदासवृक्ष मार्ग. मी इथेच लहानाचा मोठा झालो. नव्या नावाची सवयच होत नाही अजून.”

“काय?” मी गडबडून विचारलं, “काय म्हणालात रस्त्याचं नाव?”

“जुदासवृक्ष मार्ग. पन्नासच्या दशकात शहराचा हा भाग उभा राहिला. आम्ही नंतर आलो इकडे राहायला, पण मला अजून आठवतंय, माझ्या लहानपणी सगळ्या रस्त्यांना फुलांची आणि झाडांची नावं दिलेली होती. आम्ही निंबोणीवृक्ष मार्गावर एका दुमजली घरात राहायचो. आता तिथं माझं ऑफिस आहे. आणि हा रस्ता जुदासवृक्ष मार्ग. पण इथं जुदासवृक्ष लावलेले होते असं

मात्र नाही हं. फक्त आमच्या रस्त्यावर तरतूद म्हणून नंतर निंबोणीची झाडं लावली गेली.''

''जुदासवृक्ष? विश्वासच बसत नाही.''

''अगदी बरोबर. आणि आता ह्या रस्त्याचं नाव ठेवलंय शहीद इरफान मार्ग. का माहीत आहे? ह्या रस्त्यावर एका रिझर्व ऑफिसरच्या आजोबांचं घर होतं – विभक्ततावादी संघटनेविरुद्धच्या लढ्यात तो धारातीर्थी पडला. म्हणून. पी के के म्हणजे काय माहिती आहे तुम्हाला?''

''नाही माहीत. आणि शहीद म्हणजे काय?''

''युद्धात धारातीर्थी पडलेला. धर्मासाठी किंवा देशासाठी मृत्यूला कवटाळणारा. पी के के बद्दल अमेरिकेत माहिती आहे?''

''अर्थातच. त्याला शहीद म्हणतात. पण माणसांच्या शब्दविश्वाचा कारभार जरा वेगळ्याच रीतीने चालतो. मला पी के के माहीत नाही पण एवढं माहीत आहे की तुर्कस्थानच्या पूर्वेला कुर्दिश लोकांविरुद्ध युद्ध पेटलंय. मला राजकारणात फारसा रस नाही.''

माझे विचार फक्त जुदासवृक्ष मार्गाभोवती घोटाळत होते आणि त्याच्या बाकी कहाण्यांमध्ये मला अजिबात रस नव्हता हे मी त्याला जाणवूच दिलं नाही.

''तर प्रोफेसरसाहेब, आपण आपल्या कामाविषयी बोलूया.''

तो पुन्हा इंग्लिश बोलू लागला होता. माझ्या मते, तो नकळत माझ्यासाठी सीमारेषा आखून देत होता. त्याला अकस्मात जाणवलं होतं की मी परदेशी आहे. केवळ हेझरेन हा एक शब्द मला ठाऊक असल्याच्या आश्चर्यात बुडून जाऊन त्याला माझ्या परदेशी असण्याचा विसर पडला होता.

''मला खूप गोष्टी शिकायला हव्यात किंवा पुन्हा त्यांची आठवण जागी व्हायला हवी,'' मी उद्गारलो, ''पण आता मला भरपूर वेळ मिळेल त्यासाठी. तर पूर्वी ह्या रस्त्याचं नाव होतं जुदासवृक्ष मार्ग.''

''बरोबर. सगळं बदलून गेलंय हो आता, मिस्टर –''

नुकतंच करारावर लिहिलेलं माझं नाव वाचायचा त्यानं प्रयत्न केला.

''झखाराकिस,'' मी म्हणालो, ''टेओ झखाराकिस.''

''हो, मिस्टर झखाराकिस. ह्या रस्त्यावरचं हे एकमेव घर असं आहे, जे अगदी पूर्वीप्रमाणे नीटनेटकं राखलंय. तुम्ही ह्या परिसरात थोडे फिरलात की पटेल तुमची खात्री. व्हिलासारख्या लहान टुमदार घरांवर मजले चढवायची परवानगी

दिली गेली, नशिबाने केवळ एकच मजला! तुम्ही बाकीचं शहर बघा – सगळीकडे उंच इमारती उभ्या राहिल्या आहेत. माझ्या फायद्याचंच आहे ते, जास्त काम आणि जास्त कमाई! पण तरीही हे कुठेतरी टोचतं. माझ्या लहानपणी इथे सगळं कसं स्वप्नवत सुंदर होतं. माझी आजी सांगायची, शांत, टुमदार लहानशी घरं, समोर बाग आणि घराच्या कुलुपात कायम किल्ली तशीच अडकवलेली. मला स्वतःला हा अनुभव घ्यायला मिळाला नाही. आता ह्या भागात फार कमी लोक राहतात. बरीचशी घरं पाडून तिथे ऑफिसेस उभारली गेली आहेत. तुम्हाला अजून काही हवंय का? नाहीतर मी निघतो आता. कधीही कळवा काही लागलं तर.''

मी एक घसघशीत रक्कम अनामत म्हणून दिली आणि त्याचे आभार मानले. कधी एकदा एकांत मिळतो असं झालं होतं मला. जुदासवृक्षांचं द्वार जुदासवृक्ष मार्गावर नव्हतं एवढं नक्की. कॉन्स्टँटिनोपलच्या तटबंदीचा इतका प्रचंड विस्तार झाला नव्हता, त्या काळातही हा परिसर म्हणजे एक दूरवर पसरलेलं कुरण होतं. एका तुर्की सहकाऱ्याने सहज एका भेटीत जिची ओळख करून दिली, त्याच तरुणीच्या सांगण्यावरून मी हे घर निवडलं. हे घर आणि माझ्या संशोधनाचं ध्येय ह्यात मात्र नक्कीच एक दुवा होता आणि तो केवळ माझ्या गोंधळलेल्या मनाला होणारा भास नव्हता खचित. माझी पक्की खात्री पटली होती.

प्रोफेसर मेते अयुन्सालन आणि मी एकमेकांना अनेक वर्षांपासून ओळखतो. आमचा परिचय इतका जुना आहे की आम्ही एकमेकांना एकेरी नावाने हाक मारतो. अमेरिका आणि फ्रान्समध्ये आम्ही एकाच विद्यापीठात काही सहामाही सत्रं एकत्र शिकवली होती. मेते हा एक विचक्षक दृष्टीचा बायझेंटाईन एक्स्पर्ट. पारंपरिक पद्धतीनं लावलेला अर्थ आणि समजुती यांचा आंधळा स्वीकार न करणारा, सर्जक विचारांचा खंदा पुरस्कर्ता. जगभरातल्या परिषदा आणि परिसंवादांच्या निमित्ताने आमची वरचेवर भेट व्हायची आणि आमच्यात सुरुवातीपासूनच एक आपलेपणा होता. ह्याचं एक कारण हे असावं की मी ऱ्हुम आहे – तुर्कस्थानातला एक ग्रीकवंशी. मी तुर्की बोलू शकतो आणि आमच्या बऱ्याच स्मृती आणि तत्त्वं मिळतीजुळती आहेत. तो माझ्यापेक्षा वयाने मोठा आहे, पण त्याचं बालपणसुद्धा बियुकादामध्ये गेलेलं आहे. बरेच ऱ्हुम वंशीय त्याच्या मित्रपरिवारात आहेत आणि त्याच्या वडिलांची आई मूळची क्रेटाची. मला इस्तंबूलच्या विद्यापीठाकडे आकर्षित करण्याचा मेतेने अथक प्रयत्न केला,

पण शेवटी त्याने तो सोडून दिला. तो थट्टेने मला म्हणायचा, 'शेवटी तूही तुर्कींचा शत्रू बनलास म्हणायचा.' मेतेने मला मोठ्या आनंदाने हवी ती मदत केली असती हे मला माहीत होतं तरीही मी त्याला माझ्या इस्तंबूल भेटीबद्दल कळवलं नाही. माझी व्यावसायिक महत्त्वाकांक्षा आडवी आली बहुतेक! जुदासवृक्षांचं द्वार शोधण्याचा बहुमान फक्त माझा होता – माझा एकट्याचा!

मी माझ्या हॉटेलवर परतलो. माझी खोली प्रशस्त आणि अभिरुचीने सजवलेली होती. अंघोळ उरकल्यावर मला एखादं ड्रिंक घ्यायची इच्छा झाली. जेट लॅग आणि इतका वेळ विमानात बसण्याचा शीण झटकण्यासाठी. काचेने आच्छादित केलेल्या कॉन्झर्वेटरीत, एका निवांत कोपऱ्यात, बहरलेल्या लिंबाच्या झुडुपांमध्ये दडलेलं एक छोटं टेबल मी निवडलं. वेटरला मी भरपूर बर्फ घालून व्हिस्की आणायला सांगितली. संध्याकाळचे सहा–सात वाजले असावेत. अखेरच्या सूर्यकिरणांतून फिकट पिवळ्या आणि जांभळ्या छाया भिंतीवर उमटत होत्या. वासंतिक संध्याकाळचा निवांतपणा आणि लिंबाच्या फुलांचा, मोगऱ्याचा आणि लाजरीच्या फुलोऱ्याचा मंद सुगंध माझ्यात पुनःप्रत्ययाची जाणीव निर्माण करत होता, माझ्या स्मरणशक्तीला आव्हान देत होता.

असे आणि अशासारखे अनेक क्षण मी लहानपणी आमच्या बियुकादाच्या घरातल्या कॉन्झर्वेटरीत अनुभवले होते. दाट लतामंडपाची आठवण करून देणाऱ्या काचेच्या भिंतीमधल्या रोपवाटिकेत लिंबाची रोपटी असायची, शिवाय काही विदेशी रोपं, गुलाब आणि लिलीसुद्धा. फिल्म्समध्ये दिसणाऱ्या त्या हिमशुभ्र पोशाखातल्या गूढ, खिन्न बायकांचं अनुकरण करत माझी आई पांढरे हातमोजे घालून फुलं कापायची. कात्री फुलपाखराप्रमाणे एका कुंडीकडून दुसरीकडे नाचवायची आणि गुलाब आणि लिली तोडायची. मला वाटतं, आपल्या सुंदर बायकोला मनसोक्त पाहून घेण्यासाठीच माझे वडील त्या रोपवाटिकेत यायचे. वेताच्या खुर्चीत आसनस्थ होऊन ते फक्त तिच्याकडे पूर्ण वेळ मुक्याने बघत बसायचे. त्यांच्या डोळ्यांत कौतुक आणि ओढ दाटलेली असे. एखाद्या स्त्रीबरोबर इतकी वर्षं संसार करूनसुद्धा तिच्याबद्दल इतकी ओढ वाटणारा आणि तिच्यावर इतकं आसुसून प्रेम करणारा पुरुष जगाच्या पाठीवर नसेल. एका संध्याकाळी अंधूक प्रकाशात मी माझ्या आईचा संगमरवरी नग्न देह एका तरुण पुरुषाच्या अंगाखाली पहुडलेला पाहिला. त्यानंतर विशेषतः अशा वेळी लज्जा आणि अपराधीपणाची एक अटळ भावना मला प्रकर्षाने घेरून

यायची. माझ्या डोळ्यांत पाणी दाटून यायचं. वाटायचं, बाबांच्या गळ्यात हात टाकावेत आणि त्यांना आपल्या प्रेमाची जाणीव करून द्यावी. माझी आई मला एका दुसऱ्याच दुनियेतून आल्यागत वाटे – अप्राप्य आणि अतिशय नाजूक. मला तिच्याबद्दल अजूनही राग किंवा तिरस्कार वाटत नसे. उलट वडिलांप्रमाणेच मलाही तिचं खूप कौतुक वाटायचं.

माझं असं स्मरणरंजन चालू होतं. मला आमच्याच जुन्या रोपवाटिकेत बसल्याचा भास होत होता आणि नेमकं तेव्हाच मला प्रोफेसर अयुन्सालनचं गडगडाटी हसणं ऐकू आलं. हे हास्य विसरणं शक्यच नव्हतं. दुसरं कोणीच असं हसू शकत नाही! कोलंबिया विद्यापीठाच्या मार्गिका असोत किंवा बायझेंटाईन कलेमधील सनातनी धार्मिक विचाराच्या पाऊलखुणा, वरच्या मॉस्कोमधल्या परिषदेतील कॉफी ब्रेक असो तिथल्यासारखाच इथेही तो हास्यध्वनी तसाच निनादत होता. मी वळून पाहिलं आणि मला त्याची मजबूत, रुंद पाठ ओळखू आली. तोच बसला होता तिथे. एक तरुण मुलगी, एक मुलगा आणि माझ्या वयाचा एक दाढीवाला यांच्याबरोबर.

मेतेने मला बघण्याआधी मी चुपचाप उठून जावं की काय असा विचार माझ्या मनात आला. मला कुणाशीही बोलावंसं वाटत नव्हतं. मी पार दमलो होतो. शिवाय, मी इकडे कशाच्या शोधात आलो होतो हे त्याला सांगायची तर माझी मुळीच इच्छा नव्हती. काही दिवसांनी मी त्याला फोन केलाच असता. पण मला एका आतल्या आवाजानं थांबवलं. माझ्या सहकाऱ्याला बघून न बघितल्यासारखं करणं हे त्याचा अनादर केल्यासारखं ठरलं असतं. मला तसा तो आवडायचा, मी त्याच्याबरोबर गप्पा मारायचो, चर्चा करायचो आणि त्यातून खूप काही शिकायचो. बायझेंटाईनमध्येच वास्तव्य केल्यामुळे त्याला साहजिकच खूप ज्ञान होतं. माझ्या जागेवरूनच मी त्याला हळूच साद घातली, "हॅलो! मी आलोय इथे!" हे त्याला उद्देशून आहे हे पहिल्यांदा त्याला कळलं नाही. सुखवस्तू पर्यटकांची वहिवाट असलेल्या त्या हॉटेलमध्ये इंग्लिश बोललं जाणं अगदीच सवयीचं होतं. "हॅलो, मेते," मी पुन्हा जरा मोठ्यानेच म्हणालो. पुढच्याच क्षणी तो मागे वळला. मी त्याच्या नजरेला पडलो मात्र, त्याने अत्यानंदाने खणखणीत आरोळीच ठोकली. अगदी त्याच्या हास्याला शोभेल अशी! आणि मग त्याचा तो प्रचंड देह माझ्या दिशेने झुलत झुलत आला.

आता विचार केल्यावर मला वाटतं की माझी आणि मेते अयुन्सालनची

अशी भेट घडून येणं म्हणजे गूढ योगायोगाचा अगदी कळस! मी त्या कवितेच्या ओळी वाचल्यापासून मला सामोऱ्या आलेल्या शुभशकुनांच्या मालिकेतली निर्णायक कडी. मी प्रचंड थकलो होतो. खरंतर मी बारमध्ये जाण्याऐवजी आधी थोडी झोप काढायला हवी होती आणि त्यानंतर ओस्मानी सजावटीच्या भोजनगृहात जाऊन जेवायला हवं होतं. पण मी मात्र त्याऐवजी कॉन्झर्वेटरीत यायचा निर्णय घेतला. आणि आता मी माझ्यापेक्षा हातभर उंच आणि दुप्पट ताकदीच्या माझ्या मित्राच्या मिठीत जखडलो गेलो होतो. ''आमच्या टेबलावर आण ते,'' घाईघाईने माझं पेय घेऊन येणाऱ्या वेटरला त्याने फर्मान सोडलं आणि मला तो दंड पकडून टेबलाकडे ओढत घेऊन गेला.

त्याने इंग्रजीतून माझी ओळख करून दिली आणि त्याच्या एकमेवाद्वितीय पद्धतीने समारोप केला, ''बघा ह्या ग्रीक माणसाकडे! तुमच्या-माझ्यापेक्षा चांगले तुर्की बोलतो तो! मातृभूमीची आणि तिच्या वारसांची एकता आणि अखंडता जपण्यासाठी ज्यांना आपण हाकलून लावलं त्या ऱ्हुम वंशीयांपैकी आहे तो...'' मग त्याने त्याच्या टेबलावरच्या लोकांची ओळख करून दिली. ''ही तरुण मुलगी म्हणजे देरिन, माझ्या एका जुन्या मित्राची कन्या. आणि हा देरिनचा मित्र.'' मेतेला त्या तरुण मुलाचं नाव आठवत नसावं किंवा महत्त्वाचं वाटत नसावं. ''आणि हा दाढीवाला तुर्गुत, तुर्गुत इर्सिन – आमच्या देशातला सर्वांत लोकप्रिय स्तंभलेखक पत्रकार! त्याने पुन्हा एक गडगडाटी हास्य केलं. ''अलीकडे तुर्कीचं सुकाणू पत्रकारांच्याच हाती आहे. तेच देश चालवतात. मीडिया हे आमचं दैवत बनलं आहे, आम्ही मीडियाचे गुलाम!

इतका काळ उलटल्यानंतर आणि मध्यंतरी जे काही घडलं त्यानंतर मला आज वाटतं की तो क्षण खरोखर निर्णायक क्षण होता. माझ्या आत्तापर्यंतच्या आयुष्याची अडतीस वर्षं आणि उरलेला काळ एकमेकांना सामोरे आले; माझा भूतकाळ आणि भविष्यकाळ एकमेकांना भेटले आणि मला न कळवता पुढचं सारं अलगद ठरून सीलबंद झालं. तिथल्या वातावरणाने कावराबावरा झालेला तो तरुण, ती आत्मविश्वासाने परिपूर्ण वाटणारी तरुणी आणि तो दाढीवाला पत्रकार हे जणू मेतेबरोबर संगनमत करून तिथे माझी वाट पाहत बसले होते.

''हजारदा बोलावूनही तू इस्तंबूलला यायचं टाळलंस! आता तू इकडे कशासाठी आलास ते तरी कळू दे! आमचा कीर्तिमान ध्वज उखडून त्या जागी ग्रीसचा झेंडा फडकवायला तू आला नसावास अशी आशा आहे. काही बोकडांना

हाताशी घेऊन एगेसमध्ये आम्ही जिंकलेल्या खडकांवर हा ध्वज रोवला होता.''

मला एक अक्षरही कळलं नाही. एगेसमध्ये पूर्वीसारखाच कुठलातरी तणाव निर्माण झाला असावा बहुतेक.

''मला जमलं तर मी दोन्ही झेंडे खाली उतरवेन आणि अमेरिकन झेंडा तिथे लावून टाकेन.'' मी त्याचा विनोदी सूर पुढे चालू ठेवला. ''मी एका संशोधनाच्या निमित्ताने इकडे आलोय. बाकी सगळं नंतर सांगतो. कुणास ठाऊक, मला मातृभूमीच्या मातीची ओढ वाटली असेल. आपण आता वयस्कर होत चाललो आहोत!''

''आता तू एकदम वयाबद्दलच बोलायला लागलास, मग काय बोलणार आम्ही? आणि काय रे, तू ह्या हॉटेलमधेच मुक्काम ठोकायचा विचार करत नाहीयेस ना? मला विचारशील तर हे इमानेइतबारे फक्त तुझा खिसा रिकामा करत राहतील. अर्थात तुझं विद्यापीठ बिल देणार असेल तर गोष्ट वेगळी. आणि तुला कशाला म्हणा ह्या सगळ्याची काळजी! तुझ्या वडिलांनी ह्या नंदनवनातली अर्धी संपत्ती तस्करीच्या मार्गाने कधीच तिकडे हलवली असेल.''

मग त्यालाच त्याच्या अनर्गल बोलण्याची लाज वाटली आणि तो त्याच्या बाकीच्या पाहुण्यांकडे वळला.

''टेओचे वडील इस्तंबूलमधल्या प्राचीन वस्तूंच्या मोठ्या व्यापाऱ्यांपैकी एक होते. १९७४ साली आपण तुर्कस्थानमधून घालवून दिलेल्या ऱ्ह्युम लोकांपैकी.''

''आम्ही तेव्हा तुर्की नागरिक होतो. माझे वडील इथून स्वखुशीने निघून जाणाऱ्यांपैकी एक होते.''

''त्याचाच अर्थ तो. नेहमीच कुठल्या ना कुठल्या कारणाने अल्पसंख्याकांची गचांडी धरून दमदाटी केली जाते, भीती दाखवली जाते, त्यांना स्वतःहून पळ काढायला उद्युक्त केलं जातं, त्यांचं सर्वस्व लुटलं जातं नाहीतर त्यांच्यावर टाच येते. तुर्गुत, तू जरा ह्या विषयात लक्ष घालायला हवंस. तुमचं वर्तमानपत्र सरकारचं लांगूलचालन करतं, पण ह्या शरमेच्या गोष्टी आहेत. अजून तुर्कस्थानात किती ऱ्ह्युम आहेत कल्पना आहे? दोन हजार, जास्तीतजास्त अडीच हजार. फारच शरमेची गोष्ट आहे ही!''

''ही खरंच खेदाची गोष्ट आहे!'' तो पत्रकार उद्गारला, ''पण तुम्हाला असं वाटत असेल की मातृभूमीवर प्रेम करा नाहीतर देश सोडून जा हे तत्त्वज्ञान फक्त

जहालमतवादी किंवा फॅसिस्ट लोकच मानतात, तर ही तुमची फार मोठी चूक आहे. शेवटी ह्याच देशाने मिळकतीवरचा कर आणि ६ आणि ७ सप्टेंबरची आपत्ती हे दोन्ही सोसलं आहे.''

ते दोघंही माझ्याशी भावनिक जवळीक साधू इच्छित होते असं मला वाटलं. पण ग्रीक आणि तुर्की लोकांच्या युगानुयुगं चाललेल्या लढाईत मला काडीमात्रही रस नव्हता. मी स्वतःला ना तुर्की नागरिक समजायचो, ना ग्रीक.

''ते सगळं फार पूर्वीचं आहे,'' मी म्हणालो, ''आणि हो, मी फार दिवस हॉटेलमध्ये राहणार नाही. माझा एक अनुभवी मित्र हे हॉटेल चांगलं आहे असं म्हणाला, म्हणून म्हटलं राहावं थोडे दिवस. मला एखादा फर्निश्ड फ्लॅट वगैरे मिळेपर्यंत.''

''माझ्या ओळखीच्या एक बाई परदेशात आहेत आणि काही दिवसांसाठी त्यांचा फ्लॅट त्यांना भाड्याने द्यायचा आहे,'' आत्तापर्यंत गप्प असलेली ती मुलगी म्हणाली, ''ते घर शांत वस्तीत आहे आणि तरीही मध्यवर्ती. किल्ल्या एका रिअल इस्टेट एजंटकडे ठेवल्या आहेत त्यांनी, पण माझ्याकडे आत्ता त्याचा फोन नंबर नाही, मी तुम्हाला तो उद्या देईन.''

मला जरा औत्सुक्य वाटलं ते तिचा चेहरा बघून नव्हे तर तिचं ओघवतं इंग्रजी आणि तिचा जरासा बसका आवाज ऐकून! तो आवाज जणू माझ्याकडे दूरवरून तरंगत येत होता.

''धन्यवाद! फारच आवडेल मग मला, शिवाय माझा वेळही वाचेल.''

तिला माझं व्हिजिटिंग कार्ड देत असताना मी तिला पहिल्यांदाच नीट निरखून पाहिलं. तो चेहरा मला माझ्या आई, बहीण किंवा बायकोइतकाच परिचयाचा वाटला. जणू आम्ही नुकताच काही दिवसांपूर्वी एकमेकांचा निरोप घेतला होता आणि आता ध्यानीमनी नसताना एका अनोळखी ठिकाणी पुन्हा भेटलो होतो. विशीबाविशीची असावी ती. फिकुटलेला, नितळ आणि शांत चेहरा. जवळपास भावहीन म्हणता येईल असा आणि त्याला गर्द सोनेरी केसांची महिरप. केस मानेवर एका पीनने बांधलेले. मला मॉडर्न रंगचित्रांची आठवण आली! जिथे फिकट रंग एकमेकांत मिसळून गेलेले असतात आणि तरीही त्यातून एक अनोखा ठाशीव प्रकाश परावर्तित होत असतो. मग मला अचानक मदर मेरीची पुरातन ख्रिस्तकालीन पेंटिंग्ज् आठवली. त्यातला मेरीचा चेहरा कायम फिक्या रंगात विरघळून जाईल असं वाटायचं. तिला सुंदर किंवा कुरूप म्हणता

येणार नाही. एक पारलौकिक संदर्भ त्यासाठी शोधावा लागेल. दृष्टिजन्य ज्ञानाच्या पलीकडे जाणारी सौंदर्यशास्त्रातली संकल्पना. बुद्धीशी नव्हे तर श्रद्धेशी नातं सांगणारी. मेरीची ती नजर – रेषा, रंग आणि प्रतिमा ह्यांच्यामध्ये तिच्या भवतालचं बाकी सारं अदृश्य करून टाकणारी ती नजर – पाहणाऱ्याला आतवर भिडते आणि त्याच्या स्मरणात कायमची कोरली जाते. त्या सुंदर रंगचित्रांतील डोळे आणि ह्या मुलीचे मधाच्या रंगाचे डोळे मिळतेजुळते होते. तिच्या डोळ्यांतून परावर्तित होणाऱ्या त्या गूढ तेजाने बाकी सगळं फिकं दिसत होतं, जवळ जवळ दिसेनासं होत होतं. अचानक मला साक्षात्कार झाला! मी तिला इटलीच्या रावेन्नामध्ये बघितलं होतं. सान वितालेच्या चर्चमधल्या मोझाईकवर – सम्राज्ञी थिओडोरा आणि तिच्या महालाचं दृश्य. जांभळ्या रेशमी वस्त्रातल्या सम्राज्ञीच्या शेजारी डावीकडे उभी असलेली दुसरी दासी. तिचं ते सोनेरी विणीचं वस्त्र, स्कर्टवर निळे पक्षी. माझ्यासमोर तोच तो निर्जीव, पण शुद्ध, अंतर्प्रकाशानं उजळून निघालेला चेहरा होता. त्याने माझ्यावर जो प्रभाव टाकला, त्याचं स्पष्टीकरण माझ्याकडे नव्हतं. कदाचित मी पराकोटीचा थकलो असल्याने मला हा भास झाला असावा. इतके योगायोग आणि ह्या इतक्या वर्षांनी भेटलेल्या परीकथेतल्या शहरातलं अद्भुत वातावरण. बहुधा माझ्या वॉशिंग्टनच्या सीमेवरच्या सुबक घराचा आणि युनिव्हर्सिटीतल्या माझ्या कचेरीचा मला उबग आला असावा. कदाचित मला एखाद्या जादुई चमत्काराची ओढ लागली असेल. त्या पुस्तकांचा आणि पुरातन संग्रहालयातला तो निर्जंतुक गंध मला नकोसा झाला असेल.

आरसा जडवलेल्या त्या लाकडी पेटीवर कुणा कसबी कलाकाराचा हात फिरलेला दिसत नव्हता. एखाद्या हौशी माणसाने ती बनवली असावी. सर्वात मौल्यवान वस्तू माझे वडील ग्राहकांसाठी ठेवून द्यायचे. सर्वात सुंदर वस्तू आईसाठी आणि हौशी लोकांनी बनवलेल्या वस्तू माझ्या धाकट्या बहिणीला बहाल केल्या जात. तिच्या बाहुलीचे कपडे आणि इतर सटरफटर गोष्टी ठेवायला. 'ह्या हौशी कारागिरांच्या वस्तूंना बाजारात फारशी किंमत मिळत नाही. जाणकार लोकांना फिलीग्रीच्या नक्षीचं कोरीव काम हवं असतं. पण मला विचारशील तर ही सगळ्यात मौल्यवान कारागिरी, माझे वडील म्हणायचे, 'हौशी कारागीर फार मनापासून लाकूड कोरतात, अगदी प्रेमानं, त्यांचं दुःखच कोरून काढतात ते लाकडाच्या नक्षीतून.'

अक्रोडच्या खोडापासून बनवलेल्या त्या शेल्फमध्ये पुस्तकं अगदी अस्ताव्यस्त पडलेली होती – कादंबऱ्या, बहुतांशी फ्रेंच, काही तुर्की, पर्यटन मार्गदर्शन नकाशे, काही शालेय पुस्तकं, जुनी टॉम-मिक्सची पुस्तकं, 'लेस पॅरडेअलान', 'द पॉल स्ट्रीट बॉइज', 'ल पेती प्रिन्स', 'ल टूर ड्यू मांडे द ड्युक्स एन्फन्टस', काही शालेय पुस्तकं, इलेक्ट्रॉनिक्सशी तोंडओळख, त्रिकोणामितीची प्रमेयं आणि त्यांची उत्तरं, मार्क्स आणि एंगेलची काही निवडक पुस्तकं, आधुनिक फ्रेंच चिंतकांची पुस्तकं – राज्यशास्त्र आणि समाजशास्त्र, शिवाय भाषाविज्ञान. दोन मोठ्या आकाराची पुस्तकं – नेहमीच्या पर्यटन पुस्तिकांपेक्षा नक्कीच वेगळी. त्यांनी माझं लक्ष वेधून घेतलं : रावेन्नाचे मोझाईक आणि मायकेल अँजेलोच्या 'पिएत्ता'च्या फ्रेंच आवृत्त्या. काही दिवसांपूर्वी वरवर सफाई करून घेतल्याचं तो तरुण एजंट मला बोलला होता, पण मला जर नीट साफसफाई करून घ्यावीशी वाटली तर तो मोलकरणीचा नंबर देणार होता. पुस्तकांवर बोटबोटभर धूळ साचली होती. मी आधी रावेन्नाच्या 'मोझाईक'पाशी आणि त्या लाकडी पेटीपाशी घुटमळलो, मग मी निर्णय घेतला. बंद पेट्या मला फार पूर्वीपासून एक जबरदस्त मोहिनी घालतात.

जुनी छायाचित्रं, कुटुंबाचे एकत्रित फोटो... माझ्या वडिलांनी माझ्यात ती आवड निर्माण केली. एखाद्या कुटुंबातला अखेरचा वृद्ध मरण पावला, की दूरचे नातेवाईक किंवा शेजारीपाजारी त्या घराचा ताबा घ्यायचे आणि त्यातल्या लहान-मोठ्या वस्तू कधी कधी जुन्या बाजारात विकायला यायचे. त्या सगळ्या टाकाऊ गोष्टीत फोटोंना मात्र कुणीच हात लावायचं नाही. मला आठवतंय, मी जुन्या कपाटाच्या कप्प्यांमधून खाली पडलेले फोटो गोळा करायचो आणि प्रत्येक फोटोवर मनातल्या मनात एक गोष्ट तयार करायचो. चित्रप्रतिमांप्रमाणेच जुने फोटोसुद्धा एक दृश्य कलाविष्कार म्हणून माझं लक्ष वेधून घेतात.

लाकडी पेटीच्या कोरीव नक्षीच्या फटीत धूळ साचली होती. झाकणाच्या मधोमध लावलेल्या आरशात काही दिसत नव्हतं. त्या पेटीत मला खूप कृष्णधवल फोटो मिळाले. साध्याच कॅमेऱ्याने काढलेले रोजच्या आयुष्यातले फोटो. पिवळे पडलेले, कडांशी बोंदरे झालेले, दुमडलेले. फोटोत एक मुलगी, खेळातला कुत्रा दोरीला बांधून ओढत नेणारी, तसंच केसांना एकसारख्या रिबिनी लावलेल्या, डोक्याला डोके लावून हसणाऱ्या दोन बहिणी, शाळेच्या काळ्या गणवेशातली पांढरी कॉलर लावलेली मुलं, खेड्यातल्या घरासमोर पोझ देणारं

एक कुटुंब, झऱ्यावरची एक सहल, एक नटलेली लहान मुलगी – केकवरच्या पाच मेणबत्त्या फुंकून टाकायला टेबलावर वाकलेली! मग काही व्यावसायिक कौशल्याने काढलेले फोटो – विवाहसोहळा, शाळेचा पहिला दिवस, सण आणि उत्सव, चाळिसाव्या दशकातला वाटणारा एका स्त्रीचा एक फोटो – खालच्या कडेवर लिहिलेला मजकूर : दूरदेशी आमच्या मातृभूमीसाठी लढणाऱ्या माझ्या लाडक्या, कर्तव्यदक्ष पतीसाठी एक भेट! पुन्हा तीच स्त्री, आता तिच्या पतीबरोबर. पुन्हा एक आधीचे जोडपे, दोन लहान मुलींना कडेवर घेऊन आणि फोटोच्या मागे नोंद : इस्तंबूल १९५४.

माझ्या हाती आलेल्या फोटोंमध्ये काही रंगीत फोटो विशेष लक्ष देण्याजोगते होते. पॅरिसच्या बुक स्टॉलवरचे. कॅमेऱ्याकडे बघून हसणारी अगदी बारीक कापलेल्या केसांची एक स्त्री, फार देखणी नसली तरी लक्षवेधी आणि तिच्या खांद्यावर हात ठेवलेला एक पंधरा-सोळा वर्षांचा मुलगा. मुलाच्या चेहऱ्यावर सावली पडल्याने त्याचा चेहरा नीटसा दिसत नाही. मी फोटो उलटवून पाहतो – पाठीमागे लिहिलंय माझ्या आजीसाठी — पॅरिसच्या स्मृती. तुझी फार आठवण येते – उमुट. तारीखही आहे १३ ऑक्टोबर १९८७. त्याच स्त्रीचा पासपोर्ट आकारातला फोटो. तरुणपणातला. लांब केस असलेला. मग आठ-नऊ वर्षांचा एक मुलगा. सायकलवर बसलेला. कदाचित तोच, पॅरिसच्या फोटोमधला. आता चेहरा नीट दिसतोय. अजून एक पासपोर्ट आकारातला फोटो. त्यावर एक शिक्का आणि भोकं. कुठल्यातरी कागदपत्रांवरून काढून ठेवलेला असणार. पुन्हा तोच मुलगा, आता चौदा-पंधरा वर्षांचा. त्याचे डोळे फार ओळखीचे वाटत आहेत. मी सगळे फोटो एका ओळीत लावून ठेवतो आणि पुन्हा बघतो. तोच मुलगा. नक्कीच. उमुट असणार तो.

माझे आईवडील इस्तंबूल सोडून निघाले तेव्हा आम्ही जे फोटो काढले त्यांच्या तुलनेत हे फोटो अगदी सुमार आणि कंटाळवाणे वाटले. अगदी साधे, ना रंगांची बहार, ना कुठला सणसमारंभ. त्यामुळे माझ्या कल्पनाशक्तीला ते आव्हान देत नव्हते. पण एक फोटो खास होता – घराच्या दारासमोर हातात हात घालून उभ्या असलेल्या पाच लहान मुली, एकसारखे फुलाफुलांचे झगे घातलेल्या. मधोमध लांब केसांची एक सुंदर मुलगी हसताना. त्या पासपोर्ट आकारातला आणि पॅरिसच्या फोटोसारखी दिसणारी.

मी ते फोटो पुन्हा पेटीत ठेवतो. मला खरंतर रावेन्नाचं 'मोझाईक' वाचायचं

आहे, पण मी मायकेल अँजेलो उचलतो. दुसरं पुस्तक जड आहे आणि त्यावर जास्त धूळ साठलेय म्हणून असेल कदाचित. मी आरामात खुर्चीत बसतो आणि पुस्तकाच्या मुखपृष्ठावरच्या चित्राकडे आत्मीयतेने पाहतो. एखादी उत्कृष्ट कलाकृती बघताना मला असंच भरून येतं. मला मायकेल अँजेलो जरा जास्तच गूढ वाटतो. त्यामुळेच हाती न लागणारा आणि तरीही परिपूर्ण. तसा मला तो अलिप्त आणि कोरडाही वाटतो. 'पिएत्ता'ची गोष्ट मात्र निराळी आहे. त्या शिल्पात त्याने बळी जाण्यावर प्रश्नचिन्ह टाकलं आहे : हा येशू आहे की मदर मेरी? मी ते जड पुस्तक काळजीपूर्वक उघडतो. त्यातून एक जुनं कात्रण खाली पडतं. मी ते उचलतो. रस्त्याच्या मधोमध पडलेला एक मृतदेह, त्याच्या अंगावरच्या चादरीखालून त्याचा रक्ताने माखलेला डावा हात बाहेर आलाय. त्याच्या खाली तीन फोटो आणि नावं आणि काळ्या अक्षरातला एक मथळा : तीन अतिरेक्यांचा गोळीबारात मृत्यू. एक फोटो माझ्या डोळ्यांत ठसतो. मी पुन्हा नीट बघतो. तोच सायकलवरचा मुलगा, आईबरोबरच्या फोटोमधला. अचानक मी अस्वस्थ होतो, जणू त्या फोटोमधल्या रक्ताचे डाग माझ्या हातावर पडणार आहेत! घृणा, भीती आणि दहशत या तीनही भावना माझ्यात दाटून येतात. मी ते कात्रण जमिनीवर फेकून देतो. मला खोलीतून पळून जायचंय, पण माझी नजर त्या बातमीवरून हटत नाही. मी ती पेटी बाहेर काढून सगळे फोटो ओततो. थरथरत्या हाताने मी तो फोटो उचलतो – पासपोर्ट आकाराचा फोटो. त्यावर एक शिक्का. पॅरिसच्या बुक स्टॉलवरचा आजी-नातवाचा फोटो. होय, तोच तो. आता मी वर्तमानपत्रातल्या फोटोखालची ओळ वाचतो – उमुट मुरात उलाश (२१). सुरक्षादलाच्या गोळीबारात संशयास्पद ठिकाणी मृत्यू पावला.

ते कात्रण आणि तो फोटो तसाच हातात धरून मी पुन्हा मायकेल अँजेलोचं पुस्तक उघडतो. पुन्हा मला ते डोळे माझ्या ओळखीचे असल्याची जाणीव होते.

'लाडक्या मिकी, वाढदिवसाच्या हार्दिक शुभेच्छा. आपण फ्लोरेन्समधे 'पिएत्ता' एकत्र पाहत असताना तू जे म्हणालास, त्यावर मी विचार केला. तुझं म्हणणं बरोबर आहे. शहीद होणं आणि मृत्युमुखी पडणं ह्यात फरक आहे. किती मोठा झालाय माझा मिकी आणि किती वेगळा विचार करू लागलाय!

प्रिय उमुट, लवकरच भेटू. खूप गप्पा मारायच्या आहेत.

४ फेब्रुवारी १९९०, पॅरिस / इस्तंबूल'

मी अस्वस्थ झालोय. अचंब्याने स्तंभित झालोय. मला अनामिक भीती

वाटतेय. मला एकदम आठवतं – हे त्या मुलीचे डोळे! तीच नजर. मला त्या दिवशी प्रोफेसर अयुन्सालनबरोबर त्या टेबलावर भेटलेली ती मुलगी. रिअल इस्टेट एजंटचा नंबर मला देणारी. 'मोझाईक'मधल्या सम्राज्ञी थिओडोराच्या दासीसारखी दिसणारी.

त्या गच्च भरलेल्या खोलीत मला एखाद्या चित्रपटातला नायक असल्यासारखं वाटतंय – माझ्या पायाशी फोटोंची रास पडलेली, मुखपृष्ठावर 'पिएत्ता'सारखं माझं आवडतं अप्रतिम चित्र असलेलं ते पुस्तक आणि वर्तमानपत्रातली ती भयानक बातमी तिचा मला नीट अर्थ लागत नाही. ह्या सर्वातून माझ्यापुढे भूतकाळातला पट उलगडतोय. ह्या फोटोसाठी मला काही कल्पित कथा निर्माण करायची गरज नाही. ही छायाचित्रं पुरेशी बोलकी आहेत. त्यांच्या किंकाळ्या ऐकून माझ्या अंगावर शहारे उमटत आहेत.

मला वाटणारी धास्ती चुकीची नव्हती. खरंतर मी तेव्हाच ती खोली सोडायला पाहिजे होती आणि दुसरं ठिकाण शोधायला हवं होतं. पण भीतीवर उत्सुकतेने मात केली, 'क्युरिऑसिटी किल्ड द कॅट!' आणि मी जे करायला नको होतं, नेमकं तेच केलं. मी फोन उचलला आणि त्या मुलीचा नंबर फिरवला. तिचं नाव होतं देरिन !

२.

अमेरिकन ढंगाने बोलणाऱ्या त्या व्यक्तीने फोनवर आधी दिलगिरी व्यक्त केली आणि देरिन हामबरोबर बोलायची इच्छा व्यक्त केली. मी लगेच ओळखलं त्यांना आणि तुर्की भाषेत उत्तर दिलं, "कुणाशी बोलायचंय बे (मिस्टर) टेओ?" दुसऱ्या बाजूला क्षणभर शांतता! कोणत्या भाषेत आणि काय उत्तर द्यावं ह्याचा ते बहुधा विचार करत असावेत. अखेर ते तुर्की भाषेत उत्तरले, "मला तुमचे आभार मानायचे होते, मी ह्या जागेत आता राहायला आलोय."

आम्ही भेटलो त्या दिवशी आमचं संभाषण इंग्रजीतच झालं होतं. मी त्यांना दुसऱ्या दिवशी फोन केला तो उयुल्कूच्या घराचं कामकाज पाहणाऱ्या एजंटचा नंबर द्यायला. तेव्हा आम्ही कामापुरतं बोललो. मला वाटलं त्यापेक्षा त्यांचं तुर्की बरंच चांगलं होतं. अधून मधून त्यांना योग्य शब्द सापडत नव्हता एवढंच.

बोलताना ते मला जरा अस्वस्थ आणि गोंधळल्यासारखे वाटले.

“काही गडबड झालीय का?” मी विचारलं.

“नाही, घर चांगलंच आहे. मला किल्ल्या मिळाल्या आहेत. मी करारावर सह्या पण केल्या आहेत.”

परत आम्ही गप्प झालो, बोलणं पुढे सरकेचना. त्यांना काहीतरी बोलायचं होतं पण धीर होत नव्हता बहुतेक. वेळ न दवडता मी माझ्या पद्धतीनं थेट मुद्द्याला हात घातला. माझी आजी मला फाटक्या तोंडाची म्हणते. उगीचच नमनाला घडाभर तेल न घालता मी त्यांना एकदम विचारून टाकलं, “मिस्टर टेओ, काही प्रॉब्लेम आहे का? तुम्हाला मदत करायला आवडेल मला.”

“कसं सांगू कळत नाहीय, पण हो, एक प्रॉब्लेम आहे खरा. म्हणजे मी गुंतून पडलोय त्या प्रश्नात.”

ते पुढे इंग्रजीत बोलू लागले.

“फोनवर सगळं सांगता येणार नाही. त्या घराबद्दल बोलायचंय. किंवा खरं म्हणजे मालकिणीबद्दल. तुम्ही तिला ओळखता असं म्हणाला होतात.”

“हो, ओळखते ना मी तिला. ती पत्रकार आहे आणि अनेक वर्षं पॅरिसला राहिलेली आहे. सध्या ती पुन्हा फ्रान्सला गेली आहे. हवं तर तिचा फोन नंबर देईन मी तुम्हाला.”

“नाही, मला तिच्याशी बोलायचं नाहीय. हे बघा, तुम्हाला कदाचित हा सगळा वेडेपणा वाटेल, पण माझ्या डोक्यात काही चक्रं फिरत आहेत आणि तुम्ही मला मदत करू शकालसं वाटतंय. तुम्हाला चालणार असेल तर मला तुमच्याशीच बोलायला आवडेल.”

मला एकदम वाटून गेलं की ते खडा टाकून पाहत आहेत की काय, घटकाभरासाठी एखादं नखरेल पाखरू जाळ्यात अडकवायला? पण नाही, तसल्यातले वाटत नाहीत ते. अडचणीत सापडलेल्या लहान मुलासारखा आवाज होता त्यांचा, मदतीचा हात मागणारा – वेगळीच अस्वस्थता होती त्यात.

“भेटूया ना, नक्कीच. तुम्हाला हवं तेव्हा.”

मला काहीच काम नव्हतं. “मला माझं काम दुसऱ्या माणसाकडे सुपूर्त करायचंय, पण मी लगेचच परत येईन” वगैरे सांगून आणि असे अनेक बहाणे करून उयुल्कूने पॅरिसला प्रयाण केलं, त्यानंतर मी नितांत एकटी पडले होते. काही नवीन माहिती मिळाल्यासारखी वाटते न वाटते तोच ती माझ्या हातातून निसटून जायची. योग्य किल्ली हाती लागलीय असं वाटेतो ते दार धाडकन माझ्या तोंडावर

आपटून बंद व्हायचं. मी निराश झाले होते. माझा संताप होत होता. हळूहळू माझी शोधयात्रा निरर्थक वाटू लागली होती. मी इथे कशासाठी आले होते? मला काय हवं होतं? वेळेचा अपव्यय करण्यापलीकडे मी काय करत होते? मला लौसान युनिव्हर्सिटीत परत जायचं नव्हतं. अंतरराष्ट्रीय कायदेपद्धतीमध्ये मला रस नव्हता. केवळ माझ्या वडिलांनी भरीला घातलं म्हणून मी तिथे नाव दाखल केलं होतं. अंकाराला आईकडे परत जायचं धैर्यही माझ्यात नव्हतं. तिच्या त्या कधीच न संपणाऱ्या समस्या आणि तिला अधूनमधून येणारे मद्यप्राशनाचे झटके! मला त्यात पडायचंच नव्हतं. अंकारा, इस्तंबूल आणि लौसान – सगळी ठिकाणं मला परकीच होती. कुठेच मला घरच्यासारखं वाटायचं नाही. एमिर्गेनला एका टेकडीवर माझ्या काकाचं घर होतं ते मात्र इतक्या रमणीय परिसरात होतं! माझे काका तिथे त्यांच्या दुसऱ्या सुंदर, तरुण बायकोबरोबर राहायचे. पहिल्या पत्नीशी घटस्फोट घेतल्यावर त्यांनी हे दुसरं लग्न केलं होतं. शिवाय त्यांचे घरगडी, तिथले सगळेच माझी किती काळजी घ्यायचे. एखाद्या रुग्णाची घ्यावी तशी. त्याने पुन्हा ताजेतवानं व्हावं म्हणून. त्यांच्या लेखी मी एक लहान मुलगी होते, जिच्या डोक्यावरून पित्याचं छत्र नुकतंच हरपलं होतं.

"शक्य असेल तर लगेचच भेटू," ते गोंधळून म्हणाले. पुन्हा त्यांनी तुर्की भाषेचा आसरा घेतला.

"बराय तर मग. लगेचच भेटू."

"पण कुठे भेटायचं? मी मूळचा इस्तंबूलचा असलो तरी आता नवखाच आहे इथे. पंचवीस वर्षांत इथे किती बदल झालाय. तुम्हीच सुचवा भेटीसाठी एखादी जागा!"

"सगळ्यात सोप्पं म्हणजे तुम्ही सरळ एका टॅक्सीत बसून माझ्याकडे या. सध्या इथे जितकं सौंदर्य बघायला मिळेल तितकं कुठेच नसेल. जुदासवृक्ष ह्या वर्षी वेड्यासारखे बहरून आलेत नुसते! बहराचा स्फोट झालाय म्हणा ना! बघाल तिकडे फक्त जुदासची फुलं!"

"काय म्हणालात? जुदासवृक्ष?"

त्याच्या आवाजात आश्चर्य होतं. मला वाटलं त्याने तो शब्द ऐकला नसावा.

"हो, ही झाडं – गडद गुलाबी फुलं येतात त्यांना. इंग्रजीत काय म्हणतात त्यांना?"

"जुडास ट्री. फारच आश्चर्याची गोष्ट! मी आत्ताच आलो तर चालेल तुम्हाला?"

एवढं काय होतं त्यात आश्चर्य वाटण्यासारखं? मला काहीच कल्पना नव्हती. मी त्यांना पत्ता दिला आणि इकडे कसं पोहचायचं ते समजावून सांगितलं. शिवाय हेही खास सांगितलं की जर गेटवर त्यांना सुरक्षारक्षकाने थांबवलं तर सरळ माझ्या काकांचं नाव सांगायचं. काही क्षणातच माझ्या दारावरची बेल वाजली. ते उडत तर आले नाहीत ना, असं वाटलं मला.

तो दिवस माझ्या स्मृतीत फक्त रंगांची उधळण बनून चित्रित झालाय! फिका जांभळा, गुलाबी, केशरी, विस्तवासारखा लालभडक. कशाबद्दल बोललो आम्ही? बोस्पोरूसच्या रमणीय रूपाकडे बघत आम्ही माझ्या बाल्कनीत बसलो होतो. मावळत्या सूर्याच्या किरणांत समोरच्या काठावरच्या खिडक्या चमचमत्या प्रकाशात न्हाऊन निघत होत्या. बहराने मुसमुसलेल्या जुदासवृक्षांमधून फुलांच्या पाकळ्या वसंत ऋतूच्या वाऱ्यावर तरंगत होत्या. कदाचित आम्ही गोष्टींवर बोललो. त्या संध्याकाळच्या गप्पा म्हणजे आम्हाला पुढे येणाऱ्या अनुभवांचा गोषवारा आणि सारांश म्हणा ना! आम्ही एक रहस्य जन्माला घातलं होतं, आमच्या आयुष्याला एक अर्थ द्यावा म्हणून! आम्ही आमची ओळख शोधायला निघालो होतो.

"तुम्ही मला विचारलं होतं की, जुदासवृक्ष मला माहीत आहे का?" टेबलावरच्या जुदासफुलांच्या पाकळ्यांशी खेळत ते म्हणाले, "मी लहान असताना आम्ही इस्तंबूलमध्ये राहायचो, तेव्हा बेयलार्बेयच्या बागेत आमचं एक टुमदार घर होतं. जेव्हा जुदासवृक्षांना बहर यायचा त्या काळात आम्ही तिथे राहायला जायचो. मला ती जागा फार आवडायची."

"माफ करा, फोनवर तुमच्या 'जुदासवृक्ष?' ह्या प्रश्नात इतकं आश्चर्य भरलेलं होतं की मला वाटलं तुम्हाला हा शब्द माहितीच नाहीय."

"मी इथे एका संशोधनाच्या संदर्भात आलोय, आठवतंय ना तुम्हाला?"

"हो, पण तुम्ही कुठला विषय ते सांगितलं नाही."

"नाही सांगितलं. मला वाटलं मेते माझी थट्टा करेल. असो, मी अशा एका प्रवेशद्वाराचा शोध घेतोय, ज्याचा उल्लेख बायझेंटाईनच्या प्राचीन हस्तलिखित भूर्जपत्रात आहे."

ते काय सांगत होते ते मला नीट समजत नव्हतं आणि जास्त समजून घ्यायची इच्छाही नव्हती. इस्तंबूलला आलेल्या एका परदेशी माणसाला मला मदत करायची होती, कारण काही का असेना. सगळीच दारं कुठल्यातरी दिशेला

घेऊन जातातच. मी सध्या अशा परिस्थितीत सापडले होते, की मलाही एखाद्या मार्गदर्शक द्वाराची गरज होती, मला कुठेतरी घेऊन जाणारं द्वार. जरा भयभीत होऊन, एकटेपणाने विकल आणि निराश होऊन मीही वेड्याप्रमाणे कुठलं तरी दार ठोठावत होतेच.

"प्रवेशद्वार?"

"हो, जुदासवृक्ष–प्रवेशद्वार. भाषांतर केल्यावर असाच अर्थ निघतो. प्राचीन ग्रीकमध्ये केर्किस असा शब्द आहे. अर्वाचीन ग्रीक भाषेत सहसा कुणालाच माहीत नसलेला."

मी चेहऱ्यावरची रेषही न हलवता त्याच्याकडे बघत राहिले.

"मी बायझेंटाईन कलेवर संशोधन करतो," ते आत्मीयतेने सांगू लागले, "बायझेंटाईन काळच्या पाच तटबंदीच्या भिंतींचं ओस्मानी काळापर्यंत पुनरुज्जीवन झाल्याचे पुरावे आहेत. कॉन्स्टँटिनोपलच्या इतिहासात हजारो प्रवेशद्वारांची नोंद आहे. त्यांची नावंही वेगवेगळ्या प्रकारची आहेत. पण जुदासवृक्ष – प्रवेशद्वाराचा उल्लेख मात्र कुठेही सापडत नाही. आहे का असलं द्वार? असायलाच हवं."

मला जरा व्यवस्थित समजावून अत्यंत व्यथित स्वरात त्यांनी तुर्की भाषेतल्या ओळी म्हणायला सुरुवात केली. इतर वेळी तो स्वर चमत्कारिक, एवढंच काय, हास्यास्पदच वाटला असता.

शहराचा हरवलेला आत्मा शोधून काढण्यासाठी
तो दौडत निघाला आहे
एका रहस्यमय
खचलेल्या प्रवेशद्वारातून,
जुदासवृक्षांनी वेढलेल्या प्रवेशद्वारातून
त्याच्या माथ्यावर जुदासच्या जांभळट पाकळ्यांचा
मुकुट आहे
जांभळे वस्त्र अंगावर
त्याच्या जखमांनाही रंग आहे जांभळाच

मावळतीची किरणं झाडाच्या फांद्यांमधून घुटमळत होती. त्या किरणांनी

टेओच्या शब्दांना लालसर छटा चढत चालली होती.

"ही तर एखादी कविता वाटतेय,'' मी म्हणाले, ''मला काही कवितांची खास आवड नाही, पण ऐकायला छान वाटतेय ही. कुणाची आहे?''

"एका अनामिकाची. एका अनोळखी कवीची. शेकडो किंवा कदाचित हजारो वर्षांपूर्वी होऊन गेला असावा तो. कवीही नसेल तो. मठात बसून संतांच्या आयुष्याच्या गाथेच्या प्रती काढणाऱ्या अर्चकांचा केवळ लेखनिकसुद्धा असू शकेल तो. अलेक्झांड्रियामध्ये मी बायझेंटाईन इतिहासाची कागदपत्रं शोधत असताना योगायोगाने ही कविता माझ्या हाती लागली. कुणीतरी मुख्य लेखामध्ये तिचा गुपचूप अंतर्भाव केला असावा असं तिच्या स्वरूपावरून वाटतं. तुर्की अनुवाद मी केलेला आहे. मी इंग्रजीतही अनुवाद करायचा प्रयत्न केला होता, पण तुर्की अनुवाद जास्त यशस्वी झालाय असं वाटतं. इर्गुवान हा शब्द तुर्की भाषेत जुदासवृक्ष आणि जांभळा रंग दोन्हींसाठी वापरला जातो. त्यामुळे पौर्वात्य जग आणि इस्तंबूल ह्यांच्याशी तो शब्द जोडता येतो म्हणून असेल. गंमतच आहे, इस्तंबूलमधले ग्रीक नागरिक आजकाल इर्गुवान रंग हाच शब्द सर्रास वापरतात. त्यांना केर्किस हा प्राचीन ग्रीक शब्द माहीतच नाही. त्या वृक्षालाही ते याहुदावृक्ष म्हणतात.''

"म्हणजे ही कविता खरंतर तुमचीच आहे, बे टेओ. फारच छान अनुवाद केला आहे तुम्ही. हा एकमेव पुरावा आहे का तुमच्याकडे? म्हणजे त्या प्रवेशद्वाराबद्दल म्हणतेय मी.''

"ते द्वार अस्तित्वात आहे, मला आतून जाणवतंय, मला नक्की ठाऊक आहे. ह्या आपल्याभोवतीच्या फुला-पाकळ्यांइतकं खरंखुरं आहे ते. ते अगदी पूर्वीच्या स्वरूपात राखलं गेलं नसेल. माझी ती अपेक्षाही नाही. पण ते पूर्वी कुठे होतं हे मात्र मला शोधून काढायलाच हवं.''

"आणि कशावरून ते इस्तंबूलमध्येच आहे? बायझेंटाईन साम्राज्य म्हणजे काही फक्त इस्तंबूल नाही.''

"ती एक अंतर्गत जाणीव आहे. मी स्पष्टीकरण देऊ शकत नाही. पोलीस हा शब्द माहीत आहे ना? त्याचा अर्थ आहे शहर. बायझेंटाईनमध्ये जेव्हा पोलीस असा उल्लेख व्हायचा तेव्हा कॉन्स्टँटिनोपल असा अर्थ घेतला जायचा. शिवाय, शेवटच्या ओळीत म्हटलं आहे, तो निघाला आहे एका आध्यात्मिक ज्ञानप्राप्तीच्या वाटेवर. हे दैवी ज्ञान म्हणा किंवा दैवी विद्वत्ता असा त्याचा अनुवाद

करा, ते हेजीया सोफियाचं संबोधन आहे. निदान नवव्या शतकानंतर ग्रेट चर्चचा असाच उल्लेख व्हायचा.''

"तुम्ही जे शोधताय ते तुम्हाला मिळावं असंच वाटतं मला,'' मी म्हणते आणि चाळा म्हणून टेबलक्लॉथवर पडलेल्या जुदासच्या पाकळ्या एकेक करून गोळा करू लागते. मग माझ्या मनात विचार येतो, 'मला त्यांनी इतक्या घाईने भेटायचं कारण म्हणजे केवळ ही प्रवेशद्वाराची कहाणी नसेल.' आणि मी त्यांना विचारते, "त्या घराचा काहीतरी प्रॉब्लेम होता ना?''

"अं... हं, म्हणजे अगदी प्रॉब्लेम असं नाही म्हणता येणार, पण मला काहीतरी वेगळंच आढळलं तिथे. एका जुन्या वर्तमानपत्राचं कात्रण. साईडबोर्डवर पिएत्तावरचं एक पुस्तक. मी ते पुस्तक उघडलं तेव्हा ते कात्रण खाली पडलं. रक्ताने माखलेला एक मृतदेह जमिनीवर पडलेला आणि त्या चित्राखाली तीन पासपोर्ट आकाराचे फोटो – तीन अतिरेकी, अर्थातच पोलिसांच्या हल्ल्यात ठार झालेले. पहिल्या पानावरच्या अर्पणपत्रिकेत लिहिल्याप्रमाणे ते पुस्तक एका आईने तिच्या मुलाला वाढदिवसाची भेट म्हणून दिलेलं दिसतं. कुणीतरी उमुट म्हणून.

त्यांनी मला फोन केल्यापासून माझ्या हृदयावर दडपण आलं होतं, ते ओझं अजूनच वाढलं. त्याला काय जाणून घ्यायचंय ते मला माहीत आहे, पण मला जरा विचित्र वाटतंय म्हणून मी गप्प आहे.

"हा कोण उगीच नसत्या चौकशा करणारा इसम असं वाटतंय का तुम्हाला?'' तो जरा नरमाईने म्हणाला, "पण मी ते फोटोसुद्धा बघितलेत.''

"कुठले फोटो?''

"ते एका लाकडी पेटीत भरून ठेवले होते. प्राचीन वस्तूंच्या संग्रहालयात काम केलं की अशा वाईट सवयी लागतात. मी जुने फोटो किंवा कागदपत्रं पाहिली की माझ्यात काहीतरी संचारतं. मला राहवलं नाही आणि मी जरा त्या फोटोंची उचकापाचक केली.''

"मी कधीच बघितले नाहीयेत ते फोटो. मी काही पुरातत्त्व संशोधक नाही.'' मी उत्तरते. उयुल्कूने ते फोटो माझ्यापासून लपवून ठेवले म्हणून मला आलेला राग माझ्या आवाजात उमटू नये असा मी प्रयत्न करतेय. माझा आवाज इतका थंड आहे की क्षणभर मला वाटतं की आमच्या संभाषणाला मी पूर्णविराम देतेय असंच त्यांना वाटेल. पण ते काही उठून उभे राहायची तयारी करत नाहीत, उलट

अजूनच भावपूर्ण सुरात पुढे सांगू लागतात, "त्या फोटोंत आठ-नऊ वर्षांच्या एका मुलाचा सायकलवरचा फोटो आहे. आणि पॅरिसमध्ये काढलेला एक फोटो, त्याच मुलाचा, पण जरा मोठा झालेला. फोटो आजीला पाठवलेले असणार. फोटोच्या पाठीमागे लिहिलंय – आईला आणि मला तुझी फार आठवण येते – उमुट."

मी बुचकळ्यात पडते आणि कसेबसे पुटपुटते, "काय म्हणावं हेच मला सुचत नाहीय खरंतर – उयुल्कूचा मुलगा उमुट. घराच्या मालकिणीचा मुलगा."

आधी ते गप्प बसतात. बराच वेळ माझ्या डोळ्यांत बघतात. जणू त्यांना तिथे एखादी खूण सापडणार आहे. मी नजर वळवते आणि समोरच्या फिक्ट जांभळ्या रंगात विरघळणाऱ्या किनाऱ्याकडे बघू लागते. ते पुन्हा इंग्रजीत बोलू लागतात, नंतर माझ्या ध्यानात येतं की जेव्हा त्यांना थोडं अंतर राखून वागायचं असतं तेव्हा ते असं करतात. "तो तरुण, स्वतःच्या रक्ताच्या थारोळ्यात पडलेला तो तरुण म्हणजे उमुट होता."

मी नुसतंच डोकं हलवते, काहीच निश्चित उत्तर न देता. कदाचित मी फक्त सूचित करतेय. स्पष्ट हो किंवा नाही न म्हणता, फक्त एक शक्यता वर्तवल्यासारखं.

"कसा जगतो माणूस अशा परिस्थितीत? कसं सहन करता येतं हे?"

मी त्या घरात कसा राहू शकेन असं म्हणायचं आहे का त्यांना? मलाही ती माझीच जबाबदारी वाटते. शेवटी मीच त्यांना ह्या घरात राहण्यासाठी भरीला घातलं होतं ना. मी उत्तरते, "तुम्हाला हवं तर तुम्ही दुसरीकडे राहू शकता. ती समजून घेईल."

"नाही नाही, मला त्या मालकीणबाईंबद्दल म्हणायचं होतं, कसं काय सहन करत असतील त्या – त्या मुलाची त्या आई होत्या ना? छे छे, मला काही जागा बदलायची नाही, उलट –"

आणि मग ते मला तो प्रश्न विचारतात आणि वसंत ऋतूतल्या त्या उबदार दिवशी माझ्यावर वीज कोसळल्यासारखं होतं, माझे पाय गोठून जातात, "हा उमुट होता तरी कोण?"

हा प्रश्न काही पहिल्यांदाच पडला नव्हता कुणाला. मी उयुल्कूला उत्सुकतेपेक्षा जास्त तळमळीने हेच विचारलं होतं, जणू ते उत्तर मिळाल्याशिवाय माझ्या आतली पोकळी भरून येणार नव्हती. आणि आता हा परका माणूस मला

तोच प्रश्न तितक्याच कळकळीने विचारत होता. आणि एका परकीय भाषेत. माझ्याकडे त्या प्रश्नाचं उत्तर नव्हतं. टेओच्या प्रवेशद्वाराची किल्ली कुठे आणि कुणाकडे कधी सापडेल हे तर अनिश्चित होतंच, पण उमुटच्या खऱ्याखुऱ्या ओळखीवर तितकंच मोठं प्रश्नचिन्ह होतं.

भवतालचं वातावरण परकं, माणसंही अनोळखी – मित्र म्हणावं की शत्रू हेही माहीत नाहीत – अशा परिस्थितीत मी एकटी, उमुटच्या शोधात, माझ्याबरोबर माझे अनुत्तरित प्रश्न, माझ्या भावनांचा हलकल्लोळ आणि केरेम अली. माझ्या डोक्यात हा विचार भरवून आणि मला ह्या साहसासाठी उद्युक्त करून उयुल्कू अगदी सहजगत्या नाहीशी झाली होती. मी तो अंधार उजळू पाहत होते, माझ्या वडिलांच्या मृत्यूचं रहस्य उलगडू पाहत होते आणि माझ्यासाठी एका दुसऱ्या जगाचं दार उघडत होतं – ते जग आजतागायत माझ्या परिचयाचं नव्हतं – एका दुसऱ्या शहराचं प्रवेशद्वार. एका झोपडपट्टीत घेऊन जाणारं आणि त्या झोपडपट्टीचा एक भाग असल्याचा त्याला किती अभिमान आहे हे मला सांगायची एकही संधी केरेम अली सोडायचा नाही! तो त्या भागाला विद्रोही इस्तंबूल म्हणायचा, किंवा क्रांतिकारी इस्तंबूल. स्लम किंवा झोपडपट्टी हा शब्द म्हणजे बुद्धिनिष्ठ बूर्ज्वा वर्गाने लावलेला शोध. जेव्हा तो आनंदात असायचा आणि त्याचा सूर तक्रारीचा नसायचा तेव्हा डाव्या विचारसरणीच्या वर्तुळात कधीकाळी प्रसिद्ध असलेलं नामाभिधान तो स्वतःला लावून घ्यायचा – झोपडपट्टीचा क्रांतिकारक राजकुमार. जेव्हा जेव्हा मी ते गाणं ऐकायचे तेव्हा तेव्हा मला त्या गाण्याचा वैताग यायचा. त्याचं धृवपद होतं – 'भुकेच्या रात्री संपणार आहेत, संपणार आहेत भेदभावाचे दिवस, झोपडपट्टीचा राजकुमार घेऊन आला आहे त्याची क्रांतिगीते!' त्याचा आवाज मात्र खरोखर चांगला होता.

माग काढायला मी सुरुवात केली तेव्हा मला वाटलं, की मी जणू एखादा कॉम्प्युटर गेम खेळतेय – अवघड पण उत्कंठा वाढवणारा. सुरुवातीला मी निष्काळजी होते आणि अनुत्सुकही! मला सुरुवातीला हेही समजून घ्यायला लागलं की माणसं म्हणजे चित्रं नव्हेत आणि आयुष्य म्हणजे काही व्हर्चुअल नशीब नव्हे, एक क्लिक करून बदलून टाकायला. मी एका नवीन जगाच्या कक्षेत झपाट्याने खेचली जात होते हे मला जाणवत होतं. मला भीती वाटत होती पण मला खेळ सोडून पळ काढायचा नव्हता. माझ्या आतली पोकळी भरून काढणारी एक गुरुत्वाकर्षण शक्ती ह्या नव्या जगातून प्रसारित होत होती.

माझ्या आयुष्यात अचानक येऊन ठाकलेला हा अनोळखी माणूस मला तोच

प्रश्न विचारत होता, जो मी काही काळापूर्वी स्वतःलाच विचारत होते, 'देरिन, उमुट खरा आहे तरी कोण?'

एक वेगळी वेळ, वेगळी जागा, एक वेगळा आवाज. उमुट खरा होता तरी कोण उयुल्कू?

मी हा प्रश्न विचारला होता त्याचे सगळे तपशील मला आठवत आहेत. वाईनबेर्गहाऊसच्या समोरच्या अंगणात, त्या बेटावर आधी गुरगुरणारी आणि मग भुंकणारी कुत्री, नंतर मात्र माझ्या पायाशी निमूट अंग घासणारी. पिवळाधमक सूर्य, वाळून कोळ झालेलं गवत, समुद्र, हवेत भरून राहिलेला पारव्यांचा कुबट वास. मला अगदी तो प्रत्येक क्षणही आठवतो, बोलला गेलेला प्रत्येक शब्द, एक वर्षापूर्वी माझ्या वडिलांचा खून झाला त्यानंतर लगेचच पॅरिसच्या दूतावासात माझी आणि उयुल्कूची गाठ पडली होती.

हे खरं आहे की नाही हे मला माहीत नाही, पण मला एकुणात असं वाटतंय की मिस्टर आरीन मुरातने सगळ्या ऑफिशिअल कामातून अंग काढून घ्यायचं ठरवलं होतं, 'तपासाच्या कामात मदतीचा ठरू शकेल असा एक दुवा हाती लागला आहे,' ती म्हणाली होती. त्यांचा पाठलाग केला जातोय असा संशय त्यांना आला होता.

'मिस्टर आरीन मुरात' म्हणतानाचा तिचा कृत्रिम, किंचित औपहासिक स्वर मी कधीच विसरले नव्हते, त्याचप्रमाणे तिच्या बोलण्यातला कमालीचा औपचारिक गोडवा – आणि वास्तवात माझ्या आईशी बोलताना अगदी तुच्छता दर्शवणारी शैली.

मला नीट आठवतंय, माझं दुःख तिला कळतंय असं ती मला म्हणाली होती. तिने पुढे जोडलेलं वाक्य अजून माझ्या कानात घुमतंय – मला एक मुलगा होता. त्यालाही मारण्यात आलं. पुढे ती म्हणाली, 'कदाचित आरीन मुरातच्या मृत्यूमागे आपल्याला वाटतंय त्यापेक्षाही क्रूर शक्तींचा हात असावा. माझा हा संशय दिवसेंदिवस दृढ होत चाललाय. कारण मारेकरी काही पकडले जात नाहीयेत. म्हणजे चिथावणी देणारे आणि तपास करणारे यांचीच हातमिळवणी झाल्यावर मारेकरी कधीच सापडणार नाहीत.'

आम्हाला त्या तुर्की पत्रकार महिलेला भेटायचं होतं. फ्रेंच आणि तुर्की वर्तमानपत्रांनुसार अतिमहत्त्वाच्या जबाबदाऱ्या सांभाळणाऱ्या आरीन मुरात ह्या उच्चपदस्थ अधिकाऱ्यावर प्राणघातक हल्ला होण्याआधी त्याला अखेरचं जिवंत

पाहणारी ती पत्रकार महिला त्याच्याबरोबर दुपारचं जेवण घ्यायला गेली होती.

ती मीटिंग वकिलातीच्या वतीने ठरवली गेली होती. माझ्या आईची तशी इच्छा होती असंही संबंधित अधिकाऱ्याने सांगितलं. खरंतर माझ्या आईला ना त्या बाईला भेटायचं होतं ना स्वतःच्या नवऱ्याच्या खुनाचं गुपित शोधून काढायचं होतं. मला त्या परक्या बाईचा तिरस्कार वाटत होता. माझ्या वडिलांच्या खुनासाठी मी कुठेतरी तिला जबाबदार धरत होते. आतलं कारण मात्र हे होतं की माझ्या वडिलांनी अखेरचे तास तिच्यासोबत काढले होते. जणू तिने काहीतरी चोरलं होतं, तिचा हक्क नसताना तिने त्या जागेत अनधिकृत आक्रमण केलं होतं, जे माझ्या मालकीचं होतं.

आम्हाला अर्थातच तिचा हेवा वाटत होता आणि जरा उत्सुकतासुद्धा! आरीन मुरातसारख्या गृहमंत्रालय आणि परराष्ट्रमंत्रालय गाजवणाऱ्या शक्तिशाली आणि प्रभावशाली व्यक्तीने तिच्याबरोबर एकटं जेवायला जायचं मान्य केलं होतं, अर्थात फ्रेंच पत्रकारांबरोबर सलोख्याचे संबंध राखणं हेच त्यामागचं कारण होतं.

वकिलातीच्या कार्यालयातल्या खाजगी कक्षात आमची पहिली भेट झाली. उयुल्कूचे बारीक कापलेले केस माझ्या नजरेला पडले आणि माझा जीव भांड्यात पडला. माझ्या वडिलांना लांब केस आवडायचे. शिवाय मला वाटली तशी ती तरुण आणि सुंदर नव्हती. तिच्यात पॅरिसचा एक खास दिमाख होता – पॅरिझिअन फ्लेअर. माझ्या आजीकडून मी हा शब्दप्रयोग शिकले होते. पण उयुल्कू इतकी वर्षं पॅरिसमध्ये राहिली होती का? मग तिच्यात ती फ्लेअर असणं सहज शक्य होतं.

एखाद्या सुनावणीत बोलावं तशी माझी आई उयुल्कूशी बोलू लागली तसतसा माझा संशय आणि तिटकारा कमी होऊ लागला. एका उच्चकुलीन, दुखवट्याच्या काळातल्या विधवेला शोभेसा गडद निळा शॅनेलचा पोशाख आईने घातला होता. उयुल्कू पॅरिसमध्ये कधीपासून राहतेय हे विचारताना तिचा आवाज अगदी बर्फासारखा थंड होता. 'उयुल्कू वरचेवर तुर्कस्थानला यायची का' असंही आईने विचारलं. "१९८० सालच्या सरकारबदलाच्या बंडानंतर मी युरपमध्येच स्थायिक झाले. १९९२ साली मी माझ्या मुलाच्या अंत्यसंस्कारासाठी एकदाच तुर्कस्थानला गेले." उयुल्कू उत्तरली. माझ्या आईला वाटलं की तिने नीट ऐकलं नसावं, म्हणून तिने पुन्हा विचारलं, "तुमच्या मुलाच्या सत्कारासाठी, असं म्हणालात का तुम्ही?" "नाही, माझ्या मुलाच्या दफनविधीसाठी. माझा मुलगा

वारला." मी लगेच पृच्छा केली, "काय झालं होतं तुमच्या मुलाला?" आणि तिने दिलेलं उत्तर मला नीट समजलंच नाही. "तो चुकीने मारला गेला. एका इमारतीची झडती घेत असताना पोलिसांनी चुकून काही विद्यार्थ्यांच्या फ्लॅटवर गोळीबार केला. त्यांना वाटलं होतं की तो दहशतवाद्यांचा छुपा अड्डा आहे. त्या गोळीबारात तो मृत्यू पावला असं म्हणतात. त्या फ्लॅटमधून गोळीबाराला काहीच प्रत्युत्तर दिलं गेलं नाही असंही नंतर कळलं. तरीही नंतर काहीच प्रगती झाली नाही केसमध्ये. पुराव्याअभावी सगळ्या आरोपींची निर्दोष सुटका झाली."

तो दिवस एखाद्या दुःस्वप्नाप्रमाणे होता. देजा-वूप्रमाणे-पुनःप्रत्ययाप्रमाणे मला आजही वकिलातीतल्या दालनातले ते जड रेशमी पडदे आठवतात. सोनेरी गुलाबांच्या डिझाइनचे पट्टे. तो भडक गुलाबी रंग, त्या घटनेशी सर्वस्वी विशोभित असा माझ्या आईचा अत्याधुनिक, महाग पेहराव, विमनस्क उयुल्कू, बेचव चहा आणून देणाऱ्या नोकराचा संशयास्पद चेहरा आणि इतरही काही गोष्टी.

मी तिला निरोपादाखल आलिंगन दिलं तेव्हा काही अनपेक्षित घडलं. तिचे डोळे पाणावून आले होते. आरीन मुरातसाठी की तिच्या मृत मुलासाठी? दोन्ही मृत्यूंमध्ये एक समान धागा होता हे मला त्या क्षणी लख्ख जाणवून गेलं. तिचा भावपूर्ण आणि दमलेला चेहरा बघताना मला हेही जाणवलं की ह्या कोड्याचं उत्तर ह्याच स्त्रीकडे आहे.

माझ्या वडिलांच्या मृत्यूला बरोबर एक वर्ष होऊन गेलं होतं — एक भयानक वर्ष. तुर्कस्थानमधल्या त्या विचित्र दफनविधीनंतर मी लौसान्नेला पळ काढला. पुढचा काळ मी युनिव्हर्सिटीत काढला. तंद्रीत, अर्धवट शुद्धीत असल्यासारखा, कशातही सहभाग न घेता. विंटर सेमेस्टरमध्ये मी कुठल्याही वर्गात तोंड दाखवलं नाही की परीक्षांना बसले नाही, पण माझ्या आतल्या रितेपणावर आणि सगळं निरर्थक असल्याच्या भावनेवर मी काबू मिळवू लागले होते. माझ्या वडिलांच्या मृत्यूचं गूढ मला उलगडायचं होतं. त्या कोड्याचं उत्तर मिळाल्यावरच माझ्या आतली पोकळी भरणार होती आणि माझे वडील मला परत मिळणार होते. ते रहस्य शोधण्यासाठी मी तुर्कस्थानला परत आले होते.

मी पुन्हा उयुल्कूला भेटले तेव्हा माझ्या वडिलांच्या मृत्यूबद्दल किंवा त्यांच्या नात्याबद्दल तिला अधिक माहिती विचारण्याऐवजी मी तिला विचारलं, "उमुट नक्की कोण होता?"

तिने मला लगेचच उत्तर दिलं नाही. अखेर ती तुटकपणे उत्तरली, ‘‘उमुट माझा मुलगा होता.’’ तिच्या असामान्य संवेदनशील मनाला कधीच जाणवलं असणार की मला नक्की काय विचारायचं होतं.

मला आत्ता आठवतंय – ती म्हणाली, ‘‘खरंतर ती एक प्रेमकहाणी होती.’’

बियुकादामध्ये किनाऱ्यावरच्या खडकांवर आम्ही दोघीच बसलो होतो. इथे मी तिच्या उत्तराची वाट पाहतेय आणि ती सांगतेय, ‘‘खरंतर ती एक प्रेमकहाणी होती.’’

तिला मला आश्चर्याचा धक्का द्यायचाय, मग तर मी मुळीच चकित झाल्याचं दाखवायला नको. ती बोलण्याचा विषय बदलतेय, मला तिच्या सापळ्यात अडकायचं नाही. सत्य काय आहे ते ती अखेरपर्यंत लपवणार आहे. मला धीर ठेवायला हवा. सत्य? मला खरंच माहीत आहे, सत्य कुठे दडलंय ते?

मला मुळीच आश्चर्य वाटलेलं नाही हे दाखवण्यासाठी मी थेट तिच्या नजरेला नजर भिडवली. समुद्राकडे पाठ करून ती खडकावर बसली आहे. एक वर्षापूर्वी मी तिला पाहिलं तेव्हा तिचे केस अगदी बोटभरही नव्हते. आता तिने ते वाढवले आहेत. अधूनमधून चंदेरी झालेले शिंगाड्याच्या रंगाचे तपकिरी केस, एका जुन्या पीनने मानेवर कसेबसे बांधलेले. जोराच्या वाऱ्यावर भुरभुरणारे.

‘‘ती एक प्रेमकहाणी होती,’’ माझी नजर न चुकवता ती पुन्हा म्हणाली. ‘‘निदान माझ्या दृष्टीनं तरी : एक प्रेमकहाणी. ना त्या प्रेमाचा पुरेसा आस्वाद घेतला गेला, ना ते एक भावनिक आधार ठरलं. एक अधुरी प्रेमकहाणी.’’

‘‘पण माझ्या वडिलांचा मृत्यू?’’

‘‘आरीनचा मृत्यू किंवा त्याचा खून याच्याशी माझ्या कहाणीचा काहीच संबंध नाही. त्याचा खून झाला त्या रात्री आम्ही पॅरिसमधल्या एका छोट्याशा रेस्तराँमध्ये एकत्र बसलो होतो. आम्ही तरुण असल्यापासून आमच्या ते परिचयाचं होतं. आम्ही पुढच्या दिवशी पुन्हा भेटणार होतो. आम्ही रेस्तराँमधून एकत्र बाहेर पडलो नाही. कारण त्यांना वाटत होतं की कुणीतरी त्याच्यावर पाळत ठेवून आहे. बिल देऊन आरीन निघून गेला. मी अजून पंधरा–वीस मिनिटे तिथेच थांबले. अजून एक कोन्याक प्यायले आणि टॅक्सीने घरी आले. आणि मग –’’

‘‘आणि तुमचा फोटो? दुसऱ्या दिवशी सगळ्या फ्रेंच आणि तुर्की वर्तमानपत्रांत छापून आलेला?’’

‘‘सगळ्या नाही, काही वर्तमानपत्रांत. देरिन देव्लेत – डीप स्टेटच्या एम

आय टी किंवा अशाच एखाद्या गुप्त संस्थेमधला एखादा जुना फोटो होता तो. कुणालातरी मला ह्या प्रकरणात गोवायचं होतं. निदान त्यांना माग पुसून टाकायचे होते आणि गोंधळ निर्माण करायचा होता.''

''मला वाटलं होतं की मी माझ्या वडिलांना चांगली ओळखते, ते माझ्यापासून काही लपवून ठेवत नाहीत.''

मी किती दुखावली गेले होते ते माझ्या आवाजातून जाणवत होतं.

''एप्रिल १९७१ नंतर मी त्याला फक्त दोन वेळा भेटले : १९९२ साली उमुट मरण पावला तेव्हा आम्ही एका विचित्र ऑफिसमध्ये भेटलो. कुठल्या मंत्रालयात हेही मला माहीत नव्हतं. आणि दुसऱ्या वेळेला त्या काळरात्री.''

मला फारच हलकं वाटलं. मला उगीचच तिचा हेवा वाटत होता.

''तुला कळलंच असेल, की माझ्यामुळे तुझे वडील तुला दुरावले नव्हते.''

तिचं हसणं प्रेमळ आणि स्निग्ध होतं. ''हे सगळं तुझ्या जन्माच्याही आधीचं आहे. ती एक प्रेमकहाणी होती खरीच. पण अगदीच वेगळी.''

''एवढंच?''

''नाही, एवढंच नाही. तो त्या रात्री मारला गेला नसता तर आम्ही पंचवीस वर्षांनी पुन्हा एकत्र आलो असतो. तुला त्रास होणार असला तरी मला तुला हे सांगायला हवं. मला कारण माहीत नाही, पण आरीनला त्याच्या भूतकाळापासून दूर जायचं होतं. त्यानं तसं केलंही होतं पण कायद्याने त्याचे हात बांधलेले होते. मी त्याच्या आणि तुझ्या आईच्या लग्नाबद्दल बोलत नाहीय, ते नातं ठीकठाक होतंच. मला त्या दुष्टचक्रांबद्दल बोलायचंय. त्या जाळ्यात अडकून त्याचा श्वास कोंडत होता. तो अनेक गोष्टींचा साक्षीदार होता आणि नकळत आणि त्याच्या मनाविरुद्ध अनेक रहस्यपूर्ण घटनांमध्ये तो अडकत गेला होता. त्या रात्री तो म्हणाला की, 'त्याचेही हात काही स्वच्छ राहिलेले नाहीत.' त्याला आता सगळं सोडून निर्मळ व्हायचं होतं, एक नवीन जीवन सुरू करायचं होतं. स्ट्रीट पेंटर किंवा सर्कस मधला विदूषक – काहीही! असा संपूर्ण कायापालट करू इच्छिणारा माणूस टोकाला पोहचतो, तो फक्त स्वतःच्या भूतकाळाशी संबंध तोडून थांबत नाही तर त्याची जुनी ओळख नाकारण्याचा प्रयत्न करतो. त्याला हे सगळं तुला सांगायचं होतं. तुम्ही दुसऱ्या दिवशी पॅरिसमध्ये भेटला असता. तो तुला विमानतळावर घ्यायला जाणार होता. त्याचा तुझ्यावर विश्वास होता आणि तू त्याला समजून घेशील याची त्याला खात्री होती.''

“मला नाही तसं वाटत. माझ्या वडिलांना त्यांचं आयुष्य मुळापासून बदलून टाकायचं होतं हे मला खरंच वाटत नाही. आणि ते कुठल्या गुन्ह्यात अडकले होते, यावरही माझा विश्वास नाही. त्यांना ओळखणाऱ्या कोणाचाच ह्यावर विश्वास बसणार नाही.”

मी संतापले होते. माझा आवाज बर्फासारखा थंड होता आणि अगदी अलिप्त. माझ्यावर काहीच परिणाम झाला नाही असं मला दाखवायचं होतं पण तिला आव्हान देण्यासाठी तिच्या डोळ्यांत डोळे घालून बोलणं मला जमलं नाही. शिवाय, ती माझ्या वडिलांचा सहज एकेरी उल्लेख करत होती, तेही मला खटकत होतं.

“अरे हो! आरीन मुरात. पांढरे स्वच्छ जाकीट घालणारा. विनयशील, शांत, सुसंस्कृत, आदरणीय, अविचल. कधीच चूक न करणारा, अगदी प्रामाणिक, राष्ट्राच्या सर्व पातळ्यांवर एक आख्यायिका बनून राहिलेला. आदर्श मुत्सद्दी. सगळे लाळघोटे त्याची स्तुती करायचे आणि कित्येकांना त्याचा हेवा वाटायचा. त्याची कुठलीही लंगडी बाजू त्यांना माहीतच नव्हती.” तिच्या ओठांच्या डाव्या कडेला एक कुत्सित, कडवट स्मित उमटलं किंवा तिने ओठ मुडपले असं म्हणणं जास्त योग्य ठरेल. ज्या माणसावर तिने प्रेम केलं होतं, त्याच्याबद्दल ती इतकं उद्धटपणे आणि अपमानास्पद रीतीने बोलू शकत होती हे मला पचायला अवघड जात होतं.

“माझं माझ्या वडिलांवर प्रेम होतं,” मी तुटकपणे म्हणाले.

“माझंही. विचित्र आहे ना? ह्या सगळ्यापलीकडे ती एक प्रेमकहाणी होती. तुला वाटतंय तशी ही क्राइम स्टोरी नाहीय किंवा प्रेमप्रकरण किंवा पॅरिसमधलं रंगिलं लफडं. ते एका प्रेमाचं भूत होतं, जे प्रेम कधी शेवटापर्यंत पोचू शकलं नाही असं प्रेम. ते अमर राहिलं कारण ते जगलं गेलं नाही. माणूस भुतांना मारू शकत नाही.”

“काय अडचण होती, उयुल्कू? हे सगळं कसं घडलं?”

“मला माहीत नाही. पण नाही, मी जर प्रामाणिकपणे सगळं सांगणार असेन तर हेही सांगितलंच पाहिजे. मला माहीत आहे. आरीन मुरातचं व्यक्तिमत्त्व हीच अडचण होती. त्याचं व्यक्तिमत्त्व, ज्याच्या प्रेमात मी नखशिखांत बुडाले होते, ते व्यक्तिमत्त्व. माझ्या तत्त्वांच्या, सवयींच्या आणि माझ्या मूळ प्रवृत्तीच्या ते अगदी विरुद्ध होतं तरीही. मनातल्या मनात, आतवर कुठेतरी आरीन मुरातला

सत्तेची प्रचंड आकांक्षा होती आणि त्याच गोष्टीमुळे मी त्याच्यापासून दूर गेले. पण आता विचार केला की वाटतं की ही सत्तापिपासू वृत्तीच माझ्या उत्कट प्रेमाला कारणीभूत होती. त्या अखेरच्या रात्री तो माझ्या समोर बसला होता आणि त्याच्या वाईन ग्लासशी खेळत होता. सत्ता, सामर्थ्य आणि अधिकारशक्ती ह्यांना निरोप देण्याच्या तयारीत होता तेव्हा मला जाणवलं की ती जादू, ती उत्कटता संपुष्टात आली होती. पंचवीस वर्षांपासून माझ्यात धगधगणारी ती उत्कटता एका क्षणात विझून गेली होती. मी त्याच्या ओठांकडे पाहिलं. तो माझं चुंबन घेईल की काय ह्याची मला भीती वाटली. टेबलाखालून त्याच्या गुडघ्याचा स्पर्श माझ्या पायाला होत होता, त्याने माझ्या अंगावर काटा फुलला नाही. आम्हाला एकमेकांपासून दूर करणाऱ्या गोष्टीचाच तो त्याग करणार होता आणि तरीही तो मला हवा होता याची मलाच खात्री नव्हती. कदाचित ही स्त्रियांची कमजोरी असावी.''

''स्त्रियांची कमजोरी?''

''पुरुषांची खरी ओळख म्हणजे त्यांचं सामर्थ्य. पुरुष कायम सामर्थ्याचा पाठपुरावा करत असतो. आणि स्त्री अशा समर्थ पुरुषाचा. मी जेव्हा तुझ्यासारखी नवतरुणी होते तेव्हा मला हे काही कळत नव्हतं. मी आरीनकडे ओढली जात होते. त्या ओढीचं रूपांतर पुढे प्रीतिभावनेत आणि मग तीव्र उत्कट प्रेमात झालं असतं. जर आमचं नातं सामान्य रीतीने पुढे गेलं असतं, उदाहरणार्थ लग्न वगैरे आणि आम्ही आखून दिलेल्या चाकोरीत जगलो असतो तर? — वकिलातीतल्या मेजवान्या आणि पार्ट्यांमध्ये मी कशी काय वावरले असते ह्याची कल्पना करू शकशील? — तर तेव्हा आमच्यातलं प्रेम आणि उत्कटता कधीच लयाला गेली असती. प्रेम जितकं दुर्घट तितकी त्याची वाढ होत जाते, अप्राप्यतेमुळे ते करुणाजनक होत जातं आणि तितकंच तीव्र आणि गाढसुद्धा. ही काही विद्वान लोकांची अवतरणं नाहीत किंवा सुमार दर्जाच्या कादंबरीतली नीरस विधानंही नाहीत. हे वास्तव आहे, खरंखुरं आयुष्य! प्रेमाच्या संदर्भात माणूस त्याला वाटतं त्यापेक्षा फारच साधाभोळा असतो. विशेषतः आपण बायका, एरवी कितीही बुद्धिवान असलो तरी.''

ह्या वेळी तिच्या ओठांवर खरंखुरं स्मित उमटलं. मला पहिल्यांदाच ती सुंदर वाटली. रूढार्थाने फार सुंदर नसेल ती, पण एक असं सौंदर्य, जे पन्नाशीच्या उंबरठ्यावरही खुलून आलं होतं. अजूनही तिच्या संदर्भात उत्कटता आणि

आसक्ती हे शब्द लागू पडत होते. शांत, सरळ, आत्मसंमुख, तेजस्वी, पण डोळे न दिपवणारी. तरीही माझे वडील आणि ती यांचा एकत्र विचार करणं मला जड जात होतं. त्यांनी तिच्याबरोबर काही रात्री घालवल्या असतीलही, पण त्याचं तिच्यावर प्रेम नक्कीच नसणार. इतक्या वर्षांनंतर ते तिच्याकडे का परतले असतील? त्यांना पुढचं आयुष्य तिच्याबरोबर का काढायचं असेल? आमच्याबरोबर का नाही?

"आणि जर त्या रात्री माझे वडील मारले गेले नसते तर तुम्ही त्यांच्या आयुष्यात परतून आला असतात का उयुल्कू? एका वेगळ्या आरीन मुरातबरोबर तुम्ही जगू शकला असतात? तुम्ही त्याच्यावर पुन्हा प्रेम करू शकला असतात? तुम्ही आत्ता जे काही बोललात ते ऐकल्यावर तर असं वाटतं."

"आरीन स्वतःची भूमिका स्पष्ट करू लागला तेव्हा हा प्रश्न मी स्वतःला त्याच संध्याकाळी विचारला. माझ्या लक्षात आलं की त्याने माझ्या आयुष्यावर प्रभाव टाकलाय, माझ्यावर कब्जा केलाय, माझं आयुष्य त्याच्याकडे गहाण पडलं होतं. ह्या तीव्र भावनेपासून माझी सुटका झाल्याशिवाय मला शांतता लाभणार नाही हे मला कळलं होतं. हो, मी त्याच्याकडे परत गेले असते. त्या प्रेमाचा सन्मान राखण्यासाठीच केवळ. शिवाय –"

ती जरा थांबली, पुढे बोलावे की नाही ह्या संभ्रमात.

"शिवाय काय? सुरुवात केलीच आहे तर तुम्ही तुमचं बोलणं शेवटपर्यंत न्यायला हवं."

"अशी काही सक्ती नाही, पण मलाच बोलायचं आहे. उमुटच्या बाबतीत ती दुर्घटना घडल्यानंतर मला माझं आयुष्य जगणं दिवसेंदिवस अवघड होत होतं. आणि मग आरीनचा खून झाला, मग तुर्कस्थानातली राजकीय परिस्थिती, जगातली राजकीय सत्तेची समीकरणं ह्यांनी माझ्या विचारांचा ताबा घेतला. हातातून निसटून जाणारा काळ, ही अंतरातली शून्यता आणि आता तू माझ्या आयुष्यात पाऊल टाकले आहेस! आणि ते मघाचं वाक्य पूर्ण करायचं झालं तर – आमच्या प्रेमात शारीरिक भावनेला फार मोठं स्थान होतं. उपजत लैंगिक प्रेरणेबद्दल बोलायचं झालं तर रतिभावना आणि समागमातली एकतानता ह्या दोन घटकांवर आमचं नातं उभारलेलं होतं. मला मोकळेपणाने बोलू दे. मला त्याबद्दल काही लाज वाटत नाही किंवा आमच्या नात्याचं त्यातून अध:पतन होतं असंही मला वाटत नाही. पुरुष आणि स्त्री यांच्यात अनेक भावना उद्भवू शकतात – मैत्री,

ओढ, एकमेकांना समजून घेणं, पण जेव्हा आपण प्रेम या संकल्पनेबद्दल बोलतो, गाढ प्रेम, तेव्हा शारीरिक पातळीवरचं नातं ठळक होऊन पुढे येतं. माझ्या डोक्यातली आणि हृदयातली सारी प्रश्नचिन्हं जमेला धरूनही आरीनवर माझं नितांत प्रेम होतं. देरिन, तू कधी कुणावर प्रेम केलं आहेस?''

मी काय उत्तर दिलं ते मला आठवत नाही. कदाचित मी गप्पही बसले असेन. नाही म्हणायला भाग पडू नये म्हणून.

३.

देरिनला तिच्या वडिलांच्या मृत्यूचं गूढ उकलायचं होतं, सत्य जाणून घ्यायचं होतं. तिथेच खरी सुरुवात झाली.

खरं सांगायचं झालं तर मीच तो भुंगा तिच्या डोक्याला लावला. आरीन मुरातचा खून हा राज्यातल्या दुसऱ्या शक्तींच्या नावावर खपवून. भर दिवसा वाहत्या रस्त्यावर तिच्या वडिलांना गोळ्या घालण्यात आल्या ह्यामागे नक्कीच काही कारण होतं. दफनविधीच्या कार्यक्रमात त्यांच्यावर स्तुतिसुमनांचा वर्षाव करून आणि औपचारिक घोषणा करून त्यावर पडदा टाकायचा प्रयत्न केला गेला होता हेही तिच्या लक्षात आलं होतं. आरीनला मी सर्वात शेवटी भेटले होते. त्यामुळे मी संशयाच्या यादीत वरच्या क्रमांकावर असणं साहजिक होतं. आरीनचा मृतदेह ताब्यात घेण्यासाठी त्या – आई आणि मुलगी – पॅरिसला आल्या तेव्हा मला भेटण्याची त्यांची मुळीच इच्छा नव्हती.

मला आठवतंय. शवागारात आरीनच्या आयुष्यातल्या तीन स्त्रिया : वकिलातीतल्या गणवेशधारी नोकराची भावशून्य नजर झेलत पार पडलेल्या त्या कटू भेटीनंतर वकिलातीतल्या एका दालनाच्या दारात आरीनची पत्नी, मुलगी आणि प्रेयसी औपचारिकपणे एकमेकींचा निरोप घेत होत्या. त्या स्त्रीने लांबवलेला हात थरथरत होता, जणू ती सुचवू पाहत होती : हे सगळं लवकरात लवकर विसरून जाऊया आपण. आईजवळ उभ्या असलेल्या त्या तरुण मुलीचे पाणावलेले तेजस्वी डोळे मी पहिले. आपण नक्की कसं वागावं ह्याबद्दल तिच्या मनात जरा संभ्रम असावा. उमुट दुःखी व्हायचा तेव्हा त्याच्या डोळ्यांत मी तोच भाव पाहिला होता. निरोपादाखल मी जिच्याशी हस्तांदोलन केलं त्या युवतीची नजर ही उमुटची नजर होती. थेट त्याचे डोळे. उमुटचा प्राणहीन चेहरा मी

देरिनच्या करुण मुद्रेशी ताडून पहिला. एक क्षणभर मला वाटलं की त्या शवागारातल्या स्ट्रेचरवरचा मृतदेह देरिनचा असू शकला असता. मी अचानक तिला जवळ घेतलं. तिचे गाल ओलसर होते. "माझ्या वडिलांच्या खुनाबद्दल मला तुमच्याशी जरा सविस्तर बोलायला आवडलं असतं," ती म्हणाली.

मला वाटत होतं की माझ्या आयुष्याची कथा माझ्या मुलाच्या मृत्यूनंतर आणि आता आरीनच्या खुनानंतर अखेरच्या वळणावर येऊन ठेपली होती. मी जे फार मागे सोडून आले होते, तेच माझ्या आयुष्यात परतून येऊ पाहतंय ह्या भीतीने मी विस्मरणाच्या मागे लपू बघत होते. विसाव्या शतकातल्या सगळ्या पिढ्या स्वतःला अपयशी मानतात आणि त्यांना त्याबद्दल एक प्रकारचा पॅथॉलॉजिकल आनंद वाटतो. माझ्या पिढीतल्या बहुतांशी लोकांप्रमाणे मलाही नवीन सुरुवात करायला शक्ती कमी पडत होती – मग ते प्रेम असो, क्रांती किंवा आयुष्य. मी अपयशी होतेच, फक्त मला इतकं स्वातंत्र्य होतं की मी ती लढाई सोडून देऊ शकत होते. पण माझ्या अंतर्यामी त्याला विरोध होता – माझ्या कहाणीचे शेवटचे क्षण एखाद्या वाईट फिल्मच्या स्क्रिप्टप्रमाणे रटाळ होत चालले होते.

शेवटी आपली अशी एकच कहाणी असते, मग ती कितीही कटू, दुःखदायक किंवा दुःखी सुखांतिका असो, ती आपली कहाणी असते.

ह्या मन:स्थितीत दिशाहीन भरकटल्यानंतर काही काळाने मी तुर्कीला परत आले. बियुकादाला एका जुन्या मित्राच्या घरी योगायोगाने माझी देरिनशी भेट झाली. आरीनचा आणि माझा भूतकाळ आणि आमची प्रेमकहाणी ह्यांचा साक्षीदार असलेला हा मित्र. मला वाटतं, ही भेट देरिनने घडवून आणली होती. सप्टेंबरच्या मावळत्या सूर्याच्या स्निग्ध प्रकाशात तिने तिचे मधाच्या रंगाचे पिंगट डोळे माझ्यावर रोखले. ती तिच्या प्रश्नाच्या उत्तराची वाट पाहत होती, "उमुट नक्की कोण होता?"

"तुझे डोळे अगदी उमुटसारखे आहेत," मी तिला म्हणाले.

मी असं का म्हणाले माहीत नाही. एक क्षणभर मला स्वतःचीच भीती वाटली आणि मी पळवाट शोधू लागले. मग मी स्वत:शी कबूल केलं की आमची पहिली भेट झाल्यापासून मला एक तीव्र इच्छा होत होती – ते अनाकलनीय संदर्भ शोधून काढायची. जणू एखादा चमत्कार होईल, आरीन पुन्हा जिवंत होईल आणि देरिनला तिचे वडील, उमुट आणि तिच्याबद्दल खरं काय ते कळलं की सगळं पुन्हा सुरळीत होईल.

उमुट हा एक जादुई शब्द होता हे आम्ही दोघीही जाणून होतो. आम्हाला दुसऱ्या बाजूचं दार उघडून देणारी किल्ली. उत्सुकता, तणाव, संशय आणि भीती यांचं एक विचित्र मिश्रण आमच्या मनात होतं आणि त्यामुळे आम्ही ते बंद दार उघडायला कचरत होतो – त्याच्या पलीकडे काय वाढून ठेवलंय हे आम्हाला माहीत नव्हतं. अगदी निष्पापपणे आणि तारुण्यसुलभ निष्काळजीपणे देरिनने सहजपणे कुलपात किल्ली फिरवली, ''उमुटचा मृत्यू आणि माझ्या वडिलांचा खून ह्यात काहीतरी संबंध आहे निश्चित. कोण होता किंवा होते ते मारेकरी, उयुल्कू?''

तो प्रश्न वाऱ्याने दूरवर वाहून नेला. द्राक्षांच्या मळ्यांवरून तरंगत तो समुद्राच्या दिशेने गेला आणि अजूनच स्पष्ट, भीतिदायक प्रतिध्वनी बनून माझ्यावर आदळला, ''उयुल्कू, उमुट नक्की कोण होता?''

उमुट मुरात उलाश. वडिलांचे नाव ओमेर उलाश. आईचे नाव उयुल्कू. जन्मतारीख फेब्रुवारी १९७२. जन्मस्थान अंकारा. मृत्यू सप्टेंबर १९९२, इस्तंबूलमध्ये. इस्तंबूलच्या टेक्निकल युनिव्हर्सिटीमध्ये इलेक्ट्रॉनिक्सचा विद्यार्थी. संशयास्पद फ्लॅटवर तपास चालू असताना झालेल्या गोळीबारात मृत्यू.

उमुटचं एवढंच बाकी उरलं होतं : पोलिसांच्या रिपोर्टमधल्या काही ओळी, उयुल्कू अ्यझत्युर्क आणि उयोमर उलाश यांच्या फाइलमध्ये समावेश, अजून एका एम आय टीच्या लठ्ठ फाइलमध्ये उल्लेख. त्या फाइलवर एक नोंद होती :

'दाखल केलेल्या अर्जानुसार कार्यकारी अधिकारी ए. एम. (एक्स) ह्यांनी पाहणी केली.'

पांढऱ्या चादरी, पांढऱ्या भिंती, पांढरी माणसं, पांढरे चेहरे, माझ्यावर ओणवणारे. जरा जोर लावा, म्हणजे जमेल. पुश करा. पुश करा. बरोबर, अगदी असंच. धीर ठेवा. अजून एकदा, अजून एकदा, जोर लावा.

मी न ओरडण्याचा आटोकाट प्रयत्न करते. पण माझा आत्मा माझा देह चिरून बाहेर पडेल इतकी मोठी किंचाळी फोडतेय मी. रॅक टॉर्चरच्या वेळी मी अशीच ओरडले असेन का? तीच असह्य, ज्वलंत वेदना. जणू कोणीतरी माझ्या पोटाला तीक्ष्ण सुऱ्याने भोकं पाडतंय. तुम्ही अजून थोडं सहन करू शकलात तर आम्ही बाळाला सक्शन पंप लावल्याशिवाय बाहेर काढू शकू. ''सोसेन मी, सोसेन, अजून सहन करेन,'' मी पुटपुटते. नाही, मी पुटपुटत नाहीय. मी एखाद्या जनावरासारखे फूत्कार टाकतेय. अशा वेदना मी रॅक टॉर्चरच्या वेळीही अनुभवल्या नव्हत्या. एक जळणारा सर्प माझ्या देहातून वळवळतो आहे. एक

शेवटची किंचाळी आणि एक अनिर्वचनीय मोकळेपण. आतापर्यंत कधीही न अनुभवलेलं. गाढ तंद्री. निद्रावत. आनंदावस्था.

"मुलगा झालाय तुम्हाला!"

"मला मुलगा झालाय!"

अंकारामध्ये बर्फ पडतोय. फेब्रुवारीचा महिना आहे. साल १९७२.

"उमुट माझा मुलगा होता."

"ते मला माहीत आहे. अजून काही सांगू शकाल का मला तुम्ही त्याच्याबद्दल?"

"काय सांगू?" मी विचार करते. मी उमुटला ओळखत नव्हते? मी किती दुःखी आणि असहाय होते! कारण माझ्या स्वतःच्या मुलाबद्दल मला काहीच माहिती मिळणं शक्य नव्हतं.

जेव्हा मी माझ्या मुलाचा विचार करते तेव्हा मला तो एकलकोंडा, लहानगा मुलगा आठवतो, नुकताच जागा झालेला. कुत्र्या-मांजराच्या चित्राचं डिझाईन असलेला त्याचा नाइट सूट घालून दारात उभा राहिलाय. शत्रू आणि दुःख ह्यांनी भरलेल्या ह्या धोकादायक जगात. कसल्याही आधाराविना. त्याची घाबरलेली प्रश्नार्थक नजर माझ्यावर खिळली आहे. माझ्या आत एक ज्वाला उफाळते आणि माझ्या गळ्यापर्यंत येते.

मीच त्याला असं निराश्रितासारखं एकटं सोडून दिलं. १९८१ चा उन्हाळा. त्यांनी लोकांना अटक करायला सुरुवात केली होती. फास आवळला जात होता. मला देश सोडून जाणं भाग पडलं. पार्टीने इशारे दिले, मज्जाव केला तरी मी सगळं धुडकावून जीव धोक्यात घातला आणि माझ्या आईकडे गेले, माझ्या बाळाला अखेरचं पाहून घ्यायला. 'आई, तू पण बाबांसारखी दूर जाणार?' त्यानं विचारलं. 'नाही' मी म्हणाले. पण त्याचा माझ्यावर विश्वास बसला नाही. ते मी त्याच्या डोळ्यांत वाचू शकले. तो रडल्याचं किंवा त्यानं मला घट्ट धरून ठेवल्याचं मला आठवत नाही. फक्त त्याचे डोळे पाण्याने भरले होते. त्याला वाईट वाटलं की त्याच्या मऊ नजरेवर एक सावली पडल्यासारखी व्हायची. त्या दिवशीही त्याने कुठलाच प्रश्न विचारला नाही. अगदी मी केव्हा परत येणार हेही. मला वाटतं, त्याला ते समजलं होतं आणि त्याने त्याच दिवशी त्याचा माझ्यावरचा हक्क सोडला होता.

देरिनचा आवाज ऐकून मी भानावर येते. "खूप लोक म्हणतात, की मी

अगदी माझ्या वडिलांचे डोळे घेतले आहेत. तुम्ही म्हणता, माझे डोळे उमुटसारखे आहेत. तो तुमचा मुलगा होता. माहितेय मला. पण मग तो नक्की कोण होता?''

मला आतून शहारा येतो. मी शब्दांच्या पळवाटा शोधते आहे. एखाद्या सोप ऑपेरामधले सपाट शब्द. सगळ्या तरुण मुलांच्या डोळ्यांकडे बघून मला उमुटचे डोळे आठवतात. मी धादांत खोटं बोलते.

तुर्कीला परत आल्यावर मी ज्या छोट्या घरात राहत होते तिथेच मी देरिनची वाट पाहत बसले होते. ते लहानसं घर. तिथे माझ्या आठवणी साठलेल्या होत्या आणि मृत्यूची जंत्रीसुद्धा – माझी आई, माझे वडील, माझा भाऊ, बालपणीचे मित्र–मैत्रिणी, आमचे शेजारी, आमचं तारुण्य, प्रेमप्रकरणं, महत्त्वाकांक्षा, क्रांतीची स्वप्नं, आमचा निर्धार आणि आत्मविश्वास, आमचा पराभव, थकूनभागून परत येणं, बालपणीचं घर, जिथून आपण नेहमी पळून जातो आणि जिथे आपण पुन्हा परतून येतो.

केवळ तिलाच शोभणाऱ्या हट्टीपणाने आणि निश्चयीपणाने, एखाद्या विचित्र अंत:प्रेरणेचा पाठपुरावा करत देरिनने काहीही करून मला ह्याच घरात भेटायचं ठरवलं होतं. तिला वाटत होतं की ह्या घरात उमुट लहानाचा मोठा झाला, इथे अजूनही त्याची पुस्तकं, वह्या, खेळणी आहेत. इथे तिला त्याच्या अस्तित्वाचं गुपित उलगडेल.

मला अजूनही तो दिवस नीट आठवतो. जानेवारीची सुरुवात. गोठवून टाकणारी थंडी. एवढंसं घर उबदार करायलाही गॅसचा स्टोव्ह पुरा पडत नव्हता. – त्याची आतली ब्युटेन गॅसची बाटली कधीही स्फोट होऊन फुटेल अशी मला कायम भीती वाटायची. लहानपणीही मला इथं जबरदस्त थंडी वाजायची. माझ्याबरोबर पॅरिसमध्ये घालवलेली मोजकी वर्षं सोडता उमुट वीस वर्षांचा होईतो – किंवा मरण येईतो – ह्याच घरात राहिला, जगला. अतिथंड हिवाळ्यात तो थंडीने गोठून त्याच्या बिछान्यात तळमळला असेल. सकाळ होताना त्याच्या उबदार बिछान्यातून उठून त्या राक्षसी थंडीत बाहेर पडायला त्याने भरपूर कुरकुर केली असेल. जेव्हा मी उमुटचा विचार करायचे तेव्हा अपराधबोध, दु:ख, करुणा आणि पिळवटून टाकणारी असहायता अशा भावना मला घेरून टाकायच्या. ह्या घरात तर त्या माझ्या सख्याच झाल्या. मी पळपुटेपणाने ह्या घरात आसरा घेतला होता. उमुटला शोधायला, त्याला नव्याने घडवायला आणि आमच्या दोघांत

आणि माझं माझ्याशी नवीन नातं निर्माण करायला. मला वाटतं, देरिनलाही तिच्या वडिलांशी असलेलं तिचं नातं नव्याने शोधायचं होतं.

ती आत आली तेव्हा तिच्या चेहऱ्यावर थंडीमुळे लालिमा चढला होता. तिने हातात अन्गोराचे मोजे घातले होते तरी तिचे हात बर्फासारखे थंड पडले होते. कोट उतरवायच्या आधीच तिने बोलायला सुरुवात केली, "उयुल्कू, तुझा विश्वास बसणार नाही, पण मला एका कुटुंबाचा पत्ता सापडलाय. त्यांचा मुलगा उमुटबरोबर त्या संशयास्पद फ्लॅटमधे मारला गेलाय. मी त्या मुलाच्या वडिलांना फोन केला होता. पहिल्यांदा त्यांचा माझ्यावर विश्वास बसला नाही पण मी जेव्हा माझ्या भावाचा उल्लेख केला, तेव्हा ते जरा नरम आले. मी त्यांना एक रसभरीत थाप ठोकली, एक कपोलकल्पित कथा ऐकवली की मी परदेशात माझ्या मावशीकडे वाढले आणि मला नुकतंच समजलंय की उमुट माझा भाऊ लागतो आणि बरंच काही. तू स्वतः त्यांच्याशी बोललीस तर अजूनही बरंच काही हाती लागेल आपल्या."

तिची वाक्यं माझा पाठलाग करू लागली. तिने स्वतःचा उल्लेख उमुटची बहीण असा केल्याने मला धक्का बसला होता.

मी वेळकाढूपणा करतेय. मला अजून काही माहीत करून घ्यायचंय का, हे मला ठरवता येत नाही. आणि अशा चौकशीने काय मिळणार अखेर, असंही माझ्या मनात येतंय. कितीही महत्त्वाचे दुवे हाती लागले तरी माझा मुलगा काही त्यामुळे परत यायचा नाही. पण देरिनने पक्कं ठरवलं आहे. ती ह्या प्रकरणाचा अखेरपर्यंत माग काढत जाणार आहे. ती काय शोधते आहे याची तिला जाणीव आहे का? मला माहीत नाही. तिला उमुटबद्दलचं सत्य जाणून घ्यायचं होतं? का स्वतःबद्दल? मला एवढंच कळलं की प्रत्येक पावलावर ती मला ह्या साहसात जास्त जास्त गुंतवत चालली आहे. काही दिवसांनंतर ती पुन्हा उगवली आणि दुसऱ्या एका मृत मुलाच्या आईवडिलांना भेटायचा आग्रह धरून बसली तेव्हा मी विरोध करायचा विचार केला. मला नको ह्यात ओढूस, असं मला ओरडून सांगावंसं वाटलं. माझ्यात आता शक्तीच उरली नाहीय, मला काही जाणून घ्यायचं नाहीय. तो आज जिवंत असता तर वेगळी गोष्ट होती. मला माझ्या मृत मुलाच्या पुन्हा सामोरं जायचं नाहीय. पण मी तिच्या नजरेला तोंड देऊ शकले नाही. उमुटला जेव्हा काही हवं असायचं तेव्हा तोही अशाच नजरेनं बघायचा. असेच मृदू पण कृतनिश्चयी डोळे.

आम्ही दोघी बाहेर पडलो. आम्ही चढाच्या रस्त्याला लागलो तेव्हाच पावसाची रिपरिप सुरू झाली.

''आपल्याला पाऊस लागेल हे दिसतच होतं.'' देरिननं नाक मुरडलं. ''आपण गाडी कशाला नुसती उभी करून ठेवली?''

''ह्या भागात सावध राहायला लागतं. अनोळखी गाडी दारासमोर उभी राहिली की इथले रहिवासी घाबरतात. इथले लोक कायम दडपणाखाली असतात. गरीब लोकांच्या ह्या वस्तीत डाव्या विचारसरणीचं असणं हे काही रोमँटिक साहस वगैरे नाही. इथल्या जगण्याची पद्धत आहे ती. संस्थापित पद्धतीबद्दलच्या संतापातून निर्माण झालेली आणि त्यावर तगलेली.''

पाऊस वाढतच चालला होता. गेसिकोंदूचे सगळे रस्ते चिखलाने भरून गेले होते. सिमेंटचा रस्ता आहे की पायवाट हेही दिसून येत नव्हतं. एक मिनी बस आमच्या अंगावरून पाण्याने भरलेल्या एका खड्ड्यातून पुढे गेली आणि सगळं गढूळ पाणी आमच्या कोटांवर उडालं.

''अरे डोळे फुटले की काय रे!'' देरिनने ठेवणीतल्या शिव्या घातल्या. ''मी दुसरेच कपडे घालायला हवे होते. मला नंतर माझ्या मैत्रिणीकडे चहासाठी जायचं होतं, शिराग सरायमध्ये. पुन्हा कपडे बदलायला नकोत म्हणून मी जरा चांगले, शोभेसे कपडे घातले होते...''

चिखलात पाय पडू नये म्हणून ती चवड्यांवर चालत होती आणि तिची अखंड बडबड चालली होती. मी ऐकतच नव्हते. मी मनातल्या मनात एका वेगळ्याच वाटेवर चालत होते. वीस वर्षांपूर्वी, बोस्पोरूसच्या पलीकडे एका दरीच्या दिशेला, पुलापाशी.

एक उष्ण दिवस. सगळीकडे धूळ पसरलेली : गेसिकोंदूच्या मधून जाणाऱ्या रस्त्यावर, अनवाणी किंवा पायाला प्लॅस्टिकच्या पिशव्या बांधून रस्त्याच्या कडेला खेळणाऱ्या मुलांच्या अंगावर, एकमजली घराच्या खिडक्यांतल्या कोमेजलेल्या फुलांवर. छोटा उमुट माझ्याजवळ आहे आणि मी त्याचा हात घट्ट धरला आहे. तो दमला आहे पण तरीही चालायचा प्रयत्न करतोय.

उमुटला बायकांच्या प्रोजेक्टसाठी बरोबर नेण्यासाठी उयोमरने मला उद्युक्त केलं होतं. 'लहान मूल बरोबर असलं की तुझा कोणाला संशय येणार नाही. तुला स्वतःलाही एक मूल आहे हे पाहून तिथल्या बायकांनाही तुझ्याबद्दल लगेचच विश्वास वाटेल,' तो म्हणाला होता.

देरिनच्या हाकेने मी दचकते. ‘‘उयुल्कू, दमलीस का तू? काय झालं?’’

माझ्या बाजूने धावणारं मूल उमुट नाहीय. मीही आता पूर्वीसारखी चपळपणे रस्त्यावरून चढउतार करू शकत नाहीय, मला खूप दम लागलाय.

‘‘वीस वर्षांपूर्वी मी इकडे कशी झपाझप चढून यायची ते आठवत होते,’’ मी उत्तर देते. ‘‘तेव्हा इथे सगळं मोकळं जंगल होतं. काही मोजक्या झोपड्या आणि तिकडे अगदी खाली काही हरितगृहे. त्या दरीच्या खोऱ्यात पहिले गेसिकोंदूस बांधले गेले. त्या समोरच्या टेकडीवरच्या गेसिकोंदू क्वार्टर्समध्ये महिलांचे प्रकल्प चालवण्यासाठी मी बऱ्याच वेळा जायचे.’’

‘‘कसले प्रकल्प?’’

‘‘महिलांचे प्रकल्प. पार्लमेंटरी ग्रूपच्या वतीने आम्ही आयोजित करायचो. स्त्रियांचा आत्मविश्वास वाढवण्यासाठी आणि त्यांना क्रांतीसाठी तयार करण्यासाठी.’’

‘‘तेव्हा इथे एवढं बांधकाम झालेलं नव्हतं. त्या समोरच्या टेकडीच्या उतारावरच्या गेसिकोंदू वसाहती ह्या लिबरेटेड झोन म्हणून ओळखल्या जायच्या. इथे सगळ्या तऱ्हेच्या क्रांतिकारी संघटना कार्यरत होत्या. कुणाचं फारसं लक्ष जाऊ नये म्हणून नेहमी लांब स्कर्ट्स घालायचे आणि अगदी भर उन्हाळ्यातसुद्धा लांब हाताचे ब्लाऊझ. आणि माझ्याबरोबर लळतलोंबत उमुटही असायचा.’’

‘‘त्यांनी सांगितल्याप्रमाणे आपल्याला इथे उजवीकडे आत जायचंय.’’ देरिन म्हणाली, आणि मग आनंदानं ओरडली, ‘‘ते बघ तिथे – नंबर ६७!’’

शहराच्या ह्या भागात राहणाऱ्या, तिच्यासाठी आजपर्यंत पूर्ण अनोळखी असलेल्या ह्या माणसांपर्यंत ती कशी पोहचली हे मी विचारेन असं तिला वाटत होतं. एखाद्या लहान मुलाप्रमाणे तिला तिच्या कौशल्याचं कौतुक करून घ्यायचं होतं. तिने मला जबरदस्तीने ओढून आणल्यामुळे मला मात्र तिचा राग आला होता. अगदी खिन्न आणि नीरसपणे मख्ख बघत बसायचं असं मी ठरवलं होतं. मी स्वतःचा कानोसा घेत होते तेव्हा मला प्रत्येक वेळी हेच जाणवत होतं की मला ह्या सगळ्या प्रकरणातून अंग काढून घ्यायचं होतं. कदाचित काय ऐकायला मिळेल ह्या भीतीपोटी.

पुढच्या काळात अनेकदा माझ्या मनात आलं की जर ६७ नंबरचं दार उघडलं नसतं तर आज आमचं आयुष्य वेगळंच असतं.

आम्ही एका दोन मजली, रंग उडालेल्या सिमेंटच्या घरापुढे उभ्या आहोत. वरती बांधकामातल्या सळया उघड्याच आहेत. गरज पडली तर वरती एक

मजला चढवता यावा म्हणून. खिडक्यांना निळ्या चौकटी आहेत.

तिथलं एक रोप मला ओळखू आलं नाही. काळ्या द्राक्षांची वेल? की हादग्याची? सगळी पानं गळून पडली आहेत. घराच्या दर्शनी भागावर चढून बाजूच्या कमानीवर ती वेल फोफावली आहे. घराजवळच एक झाड आहे. दोन पायऱ्या चढून गेल्यावर एक दार आहे, निळ्याच रंगाचं.

देरिन बेल वाजवते. एक ओळखीची धून वाजते : अ्युस्क्युदार अ गिदरह्व... इकेन– अ्युस्क्युदारच्या वाटेवरी ग...

वाढता पाऊस आणि कमालीची थंडी! आम्ही स्वतःला वाचवण्यासाठी पोर्चमध्ये दाटीवाटीने उभ्या राहतो. क्षणभर मला आशा वाटते, की दार बंदच राहील, पण मग जीन्स घातलेला एक तरुण मुलगा दार उघडतो. त्याने बंद गळ्याचा हाताने विणलेला पुलोव्हर घातलाय आणि लोकरीचे मोजे. चिंब भिजून आणि थंडीने गोठलेल्या अवस्थेत आम्ही आत शिरतो.

उघड्या दगडी जमिनीवर वेगवेगळ्या आकाराच्या चपला आणि बूट. कपड्यांच्या स्टँडवर लटकलेले कोट आणि शाली. जळत्या लाकडाच्या धुराचा, ओल्या सैनिकी गमबुटांचा आणि ऱ्यूबचा – भिजवलेल्या पिठाचा – परिचित गंध माझ्या नाकात घुसतो. मी आधी कधीतरी इथे येऊन गेले आहे असं वाटू लागतं.

''या ना आत,'' एक मध्यमवयीन स्त्री माझं स्वागत करते, ''थंडीने गारठून गेला असाल ना अगदी?'' कॉरिडॉरच्या टोकाला आम्ही एका उबदार, दमट, पण चांगला उजेड असलेल्या खोलीत प्रवेश करतो. दोन भिंतींना लागून दोन दिवाण ठेवले आहेत. त्यावर सीर्तच्या खास विणीच्या जाड चादरी. एका दिवाणाच्या वर अनादोलूच्या कॉफ़ी शॉप्समध्ये सापडणारं वॉल हँगिंग. त्यावर खलीफ अली घोड्यावर बसलेला दिसतो, त्याची झुल्फिकार तलवार हातात घेऊन. खोलीच्या मध्यावर एक बुटकं टेबल. त्यावर एक कुरूप फुलदाणी. तिच्यात भडक गुलाबी रंगाची प्लॅस्टिकची गुलाबाची फुलं. कोपऱ्यात टीव्ही, त्यावर क्रोशाचं कव्हर. खोलीच्या दाराजवळ छोटी अलमारी, काचेच्या दारांमागे सोनेरी नक्षीची क्रोकरी. कोळशाच्या स्टोव्हमागे एक रंगीत ठिपक्यांचं मांजर निजलेलं, स्टोव्हवर एका थाळीत पिदा ठेवलाय.

''तुमच्यासाठी पिदा ब्रेड भाजून ठेवलाय. शिवाय तुलूम चीज आणलंय गावातून. मी चहा करते हं, अली बेटा, जरा चहाची किटली आणून देशील का स्वैपाकघरातून?''

“कशाला उगीच त्रास घेतलात?” देरिन उद्गारते, “आम्हाला फक्त तुमच्याशी थोडं बोलायचं होतं. बाकी काही त्रास द्यायचा नव्हता खरंच.”

पिदा ब्रेड, तुलूम चीज, चहा! आठवणी जाग्या होतात. मी सैलावते. तेव्हा आम्ही झेयतिनबुर्नुच्या एका गेसिकोंदूमध्ये होतो. असाच एक थंडीतला दिवस. कोळशाच्या चुलीवरचा गरम ब्रेड. जुन्या अनादोलु ढंगाच्या बोलीत एक आवाज येतो : ‘समाजवाद हा कामगारवर्गाचा उद्देश आहे.’

माझ्या हृदयात धडधड होते, एक उत्कंठा, एक विरस. किती वर्षं लोटली त्यानंतर? तीस, पस्तीस? गंधसंवेदनाही स्मृती जागवू शकतात, नाही? अकल्पितच!

खमंग वास – भाजलेल्या पिदा ब्रेडचा, जळत्या लाकडाचा, ओल्या गमबुटांचा.

आम्ही गप्प आहोत. मी देरिनकडे पाहते. तिचा आत्मविश्वास अचानक गायब झालाय. ती दबलेली वाटतेय, चिंतित. कदाचित इकडे आल्याचा तिला पश्चात्तापही होत असावा.

मांजर उठून उभं राहतं, अंगाला आळोखेपिळोखे देतं आणि उडी मारून माझ्या मांडीवर येऊन बसतं. मांजरं नेहमी माझीच निवड कशी काय करतात? एकदम मला जोरात टाहो फोडावासा वाटतो. मी मनातल्या मनात देरिनला आणि मलाही बोल लावू लागते आणि वरवर मांजराला गोंजारू लागते. “मी माझ्या वडिलांना सांगतो तुम्ही आल्याचं,” चहाची किटली स्टोव्हवर ठेवताना तो तरुण उद्गारतो. परत एक गुदमरून टाकणारी शांतता.

मी बोलायला लागते, “माझ्या मुलाच्या मृत्यूबद्दल काही जाणून घेण्यासाठी आम्ही आलोय.” एखाद्या परक्या माणसाप्रमाणे मीच माझा आवाज ऐकू लागते. देरिन जरा निश्चिंत झाल्याचं मला कळतं. ती माझ्याकडे कृतज्ञतेने बघते.

“आपण माझ्या नवऱ्यासाठी थांबूया ना, तुमच्या प्रश्नांची उत्तरं त्यांच्याकडेच असतील,” ती स्त्री म्हणते, “त्यांची तब्बेत सध्या ठीक नसते. त्या दिवसापासून ते आजारी पडले आहेत. सहा वर्षं उलटून गेली पण आम्हाला अजूनही ती गोष्ट स्वीकारता आली नाही. स्वतःचा मुलगा गमावणं म्हणजे काय? पण मला वाटतं, तुला याचं उत्तर माहीतच आहे.”

आपला मुलगा गमावणं !

“साखर किती घालू?” तिच्या प्रश्नानं मी भानावर येते “एक चमचा.”

वडील येईपर्यंत आम्ही थोडकं बोलतो आणि बराच वेळ गप्प बसतो. मग आम्ही चहा पितो, जरा जागच्या जागी चुळबूळ करतो आणि आपापल्या मुलाच्या आठवणीत रमतो. दाराची करकर, हलकी पावलं, ताज्या हिवाळी हवेची झुळूक. वडील आत येतात. पाठीमागून मुलगा. “या या, बरं झालं तुम्ही आलात.”

“आभारी आहे,” तो वाकतो आणि उजवा हात छातीवर टेकवतो. त्याचा चेहरा चिंचोळा आणि पिवळट – काळसर वर्णाचा आहे, किंचित वक्र झालेला कृश देह. मला तो एखाद्या कवीप्रमाणे वाटतो. जणू तो आत्ता वाद्य हाती घेईल आणि अलेवीची धार्मिक गाणी म्हणू लागेल. त्याचा दोष नाही, पण मलाच त्या सगळ्याचा वैताग येतोय. एखाद्या वाईट नाटकातल्या एक्स्ट्रासारखा दिसतोय तो. “खरं म्हणजे तू सर्वसामान्य जनतेवर कधीच प्रेम केलं नाहीस. तुझ्यासाठी प्रोलेतारिया म्हणजे तुला सोयीच्या वाटणाऱ्या एका विचारधारेचे ढीगभर एक्स्ट्राज.” आम्ही एकमेकांपासून दूर होण्याआधी केलेल्या अखेरच्या संभाषणात उयोमेर म्हणाला होता. “तुला कामगारवर्ग कधीच तुझ्या जवळचा वाटला नाही.” कदाचित त्याचं बरोबरही असेल.

त्या स्त्रीने पुन्हा कपांत चहा ओतला. फुलांची नक्षी असलेल्या मेलामाईनच्या ताटलीवर ब्रेड आणि बिस्किटं ठेवली. वर्तमानपत्रांकडून येणारी जाहिरातीची कूपन्स साठवली की त्यावर अशा स्वस्त ताटल्या भेटीदाखल मिळतात. खलीफ अली कोणत्याही क्षणी त्याची झुल्फिकार तलवार उगारून चित्रातून आमच्यावर झेप घेईल असं वाटू लागतं. त्या चित्राखाली एका लांब, अरुंद पट्टीवर अरबी भाषेत एक ओळ लिहिली आहे : ला युक्ताल मुस्लिम बी–काफिर. मी त्याचा अर्थ विचारते. “कुणालाच तो माहीत नाही. ह्या ओळी खलीफाच्या तलवारीवर लिहिलेल्या होत्या असं म्हणतात. ती पट्टी खूप जुनी आहे, माझ्या खापर–पणजोबांच्या वेळची.” वडील सांगतात. खूप दिवसांनी ह्या विषयाचा अभ्यास करणाऱ्या एका मित्राकडून मला त्या वाक्याचा अर्थ समजतो : एखाद्या काफीर नास्तिकाच्या वधासाठी कोणत्याही कट्टर मुस्लिमाला देहदंड केला जाऊ नये.

जमिनीकडे नजर लावून देरिन तिचा चहा हळूहळू ढवळते आहे. तिला इथे किती अवघडल्यासारखं वाटतंय हे मला कळतंय. अशी घरं पूर्वीपासून माझ्या

सवयीची आहेत आणि त्यातल्या वस्तूसुद्धा. प्लॅस्टिकची फुलं, क्रोशेचे किंवा सिंथेटिक कापडाचे टेबलक्लॉथ, भांडीकुंडी आणि इतर हलक्या वस्तू. काहीही बदललेलं नाही. गेसिकोंदू वसाहतीमधली घरं कितीक दशकं अशीच दिसतात. मला हे सगळं ओळखीचं आहे. देरिन मात्र ह्या वातावरणात भांबावली आहे, चकित झाली आहे. एक थंड, अलिप्त, परकेपणा.

जास्त फाटे न फोडता मी एकदम बोलून टाकते, ''माझ्या मुलाला कसं मरण आलं हे जाणून घ्यायला मी इथे आले आहे. त्याचा खून झाला तेव्हा मी इस्तंबूलमध्ये नव्हते. मला वाटतं, तुमच्या मुलाचाही त्या हत्याकांडात खून झाला. म्हणून आम्हाला वाटलं की तुमच्याकडून कदाचित काही जास्त माहिती मिळेल.''

''सहा-सात वर्षं होऊन गेली,'' वडील म्हणाले. काळाचा एक अगदी लहानसा तुकडा, पण अनंतकाळ रेंगाळणारा. ''कधी कधी आपल्या स्वतःच्या मुलाचा चेहराही विसरून जातो आपण. आणि समजा मी काही जास्त माहिती दिली तरी तुम्हाला त्याचा कितीसा उपयोग होणार आहे? मृत्यूबद्दल वेगळं काय सांगणार?''

''सांगण्यासारखं काहीतरी नक्की आहे,'' मी म्हणाले, ''त्या शेवटच्या क्षणाबद्दल सगळ्यांना कुतूहल असतं. त्या क्षणाबद्दल जितकी जास्त माहिती असेल, तितके आपण मृताच्या जवळ जाऊन पोहचतो.''

मला माझ्याच बोलण्याचं आश्चर्य वाटतं. मी खरंच असा विचार करते का? मी इतकी सच्ची आहे का? त्या माणसाने त्याची मान उचलली आहे आणि पहिल्यांदाच माझ्याकडे निरखून पाहिलं आहे. मी किती प्रामाणिकपणे बोलतेय ह्याचा तो अंदाज घेतोय.

''कधी ना कधी आपली मुलं आपल्यापासून दूर होतात आणि त्यांच्या त्यांच्या वाटेला निघून जातात,'' तो म्हणतो, ''त्यांना समजून घेणं अशक्य आहे! एके दिवशी ते पंख पसरून भरारी घेतात, दुसऱ्या दिवशी त्यांच्या मृत्यूची बातमी येते. कुणी म्हणतं की त्यांनी लोकांसाठी जीव दिला, सरकार त्यांना दहशतवादी म्हणतं नाहीतर देशद्रोही. ह्यातलं काय बरोबर आहे, असं वाटतं तुला?''

तो संतापला आहे. सगळ्या माणसांवर आणि परिस्थितीवर. आम्ही तिथे आलो आहोत आणि इतक्या वर्षांनंतर आमच्या घरातल्या मृत माणसाची

चौकशी करत आहोत हे त्याला निरर्थक वाटतंय. एका उच्चभ्रू स्त्रीला आलेली एक लहर, इतकाच त्याच्या लेखी ह्या भेटीचा अर्थ आहे. त्याचा मुलगा आणि सुखवस्तू इस्तंबूलमधल्या ह्या दोन स्त्रिया ह्यांत त्याला तरी काहीच समान धागा दिसत नाही.

मी एका आईच्या भूमिकेत शिरते. माझा मुलगा मरण पावला आहे. मला आता राग येऊ लागला आहे. माझ्याही मुलाचा खून झालाय. शहीद म्हणा किंवा देशद्रोही. काय फरक पडतो? तो माझा मुलगा होता. मला हे जाणून घ्यायचं आहे, त्या शेवटच्या क्षणी त्याच्या मनात कसला विचार होता? त्याला खूप वेदना झाल्या का? त्याला माझी आठवण आली का? ह्या सगळ्यासाठी मरण कवटाळण्याइतकं हे महत्त्वाचं होतं का, हा प्रश्न त्याला अखेरच्या क्षणी पडला का? जगणं आणि मरणं यांचा त्याच्या लेखी काय अर्थ होता? हे सगळं जाणून घ्यायचंय मला.

मला माझे अश्रू थोपवता येत नाहीत. मी हळूहळू रडायला लागलेय. उमुट मृत्यू पावला आहे हे सत्य पहिल्यांदाच इतक्या स्पष्ट ढळढळीतपणे मला सामोरं आलं आहे. त्याला खूप वेदना होत होत्या का, या प्रश्नाने माझ्याही मनाला असंख्य वेदना होत आहेत. त्याला माझी आठवण आली होती का, हा प्रश्न मला आतवर पोखरून काढत आहे. खूप त्रास होतोय, वेदना होत आहेत, खूप...

मी दूर गेले तेव्हा तो खूपच लहान होता. मी त्याच्याशी खोटं बोलले, डोकं हलवलं. तो असहायपणे, त्याच्या झोपायच्या पोशाखात, त्या दारात उभा राहून विचारत होता, 'ममा, तू पण पपांसारखी दूर चाललीस?' आणि आता मला जाणून घ्यायचंय की त्याला कोणी मारलं.

अचानक माझ्या ध्यानात येतं की मला इकडं का यायचं नव्हतं, मी ते का टाळत होते. मला ते जसजसं समजून येतंय, तसतशा मला खोलवर वेदना होत आहेत. मला त्या करकरीत, निर्भीड, स्पष्ट वास्तवाच्या सत्याला सामोरं जायला हवंय, माझ्या दुःखाच्या पडद्यामागे मला फार काळ लपून चालणार नाही. ह्या घराने माझीच माझ्याशी गाठ घालून दिली आहे. हजारो अनुत्तरित प्रश्न माझ्यासमोर उभे ठाकले आहेत : उमुटच्या मृत्यूला मीही तितकीच जबाबदार नाही का? माझ्या मुलाच्या मरणाच्या मार्गावरचा पहिला दगड मीच रोवला नाही का? इतक्या वर्षांनंतर तो माझ्याकडे आला तेव्हा आमच्या दोघांमध्ये बंध निर्माण करण्यासाठी मी काय केलं? मला खरंतर फक्त माझं व्यक्तिस्वातंत्र्य

जपायचं होतं, म्हणूनच तो जेव्हा तुर्कस्थानला परत जायचं म्हणाला तेव्हा मी अगदी आधुनिक, समजूतदार आईचा आव आणून त्याला त्याच्या त्या एकाकी आणि पोरक्या जगात जायला हसत परवानगी दिली.

खोलीतले सगळे असं दाखवत आहेत की जणू त्यांनी माझे अश्रू पाहिलेच नाहीत. माझ्या मनाविरुद्ध मी अश्रूंचा आसरा घेते आणि दुःखाचा निचरा करू पाहते.

"आम्हाला माहीत आहे तेवढं आम्ही नक्की सांगू तुम्हाला," वडील बोलू लागतात. मग मला देरिनचा आवाज येतो, "त्यांच्यावर गोळीबार करण्याचा आदेश कोणी दिला, हे तुम्हाला माहीत आहे का? आपल्याला त्या मोहिमेत सहभागी असलेल्या पोलिसांचा शोध घेता येईल का? आणि त्या वेळी त्या फ्लॅटमध्ये असणारी ती चौथी व्यक्ती. कोण होती ती?"

४.

ती मुलगी त्या विचित्र बाईबरोबर दारात येऊन उभी राहिली ते मला अजिबात आवडलं नव्हतं. त्या बाईच्या वयाचा नेमका अंदाज येत नव्हता. एखाद्या मेलेल्या माणसाबद्दल हेरगिरी करणारी माणसं मला मुळीच आवडत नाहीत. मेलेल्याला कुणी परत आणू शकत नाही. म्हणजे ती माणसं त्युर्किये चुम्होरीतसाठी काम करत असणार किंवा त्यांचा काही वेगळाच अंतःस्थ हेतू असणार. "बाबांना घेऊन येईपर्यंत त्यांच्याशी काही बोलायला तोंड उघडू नकोस," एवढं सांगून आईला सावध करण्याइतका वेळही माझ्या हाती उरला नव्हता.

खरंतर मला तिथून पळ काढायचा होता. पण मला भीतीही वाटत होती की आमच्या हातून सगळा ताबा निसटून जाईल की काय. मी कॉम्रेड सेक्रेटरीला सगळी गोष्ट सांगितली तेव्हा तो म्हणाला, "बरं झालं तू तिथेच थांबलास ते. क्रांतिकारकाने सावध राहायचं असतं पण विवेकही राखायचा असतो. ह्या बूर्ज्वा बायकांना मी चांगलाच ओळखतो. पण तू सांगतोस तशीच ती असेल आणि ती प्रौढ बाई खरंच आपल्या मेलेल्या कॉम्रेडची आई असेल तर बिचाऱ्या खरंच बोलत असणार. आणि त्या फारच धीट आणि धीराच्या वाटतात. कारण त्यांच्या सामाजिक वर्गावर त्यांचा विश्वास आहे. वर्गलढ्यापासून दूर राहणाऱ्या

किंवा नुसतीच हातमिळवणी करणाऱ्या प्रोलेतारियापेक्षा कामगारवर्गाच्या हिताचं काम करू पाहणारी बूर्ज्वा माणसं मला कित्येक पटींनी बरी वाटतात.''

कॉम्रेडच्या विद्वत्तेने मी नेहमीच प्रभावित व्हायचो. हे खरं क्रांतिकारक नेतृत्व! त्यांनी स्वतः त्या मुलीला आणि बाईंना भेटावं असं मी सुचवलं, पण त्यांनी नकार दिला. ''किती वर्षं उलटली त्या गोष्टीला. मला तर काहीच नीट आठवत नाहीय. पण मला वाटतं, तो विरोधी शाखेकडून आपल्याकडे आला होता. मी त्याच्याबरोबर कधीच काम केलेलं नव्हतं. तो आपल्या विचारांचा केवळ पुरस्कर्ता होता, पण कार्यकर्ता म्हणून कधी कसोटीला उतरला नव्हता. तुझ्या भावाच्या – केरेमच्या – सोबतीला आम्ही त्याला देऊ केलं होतं इतकंच. केरेम म्हणालाही होता, 'तो अगदी दुधखुळा दिसतोय, पण क्रांतिकारक बनण्याची क्षमता आहे त्याच्यात. त्याचे आईवडील दोघेही डाव्या विचारसरणीच्या चळवळीत काम करत होते आणि १९६८ च्या पिढीतले आहेत ते. फक्त ते बुद्धिवादी, संशोधक प्रवृत्तीचे आहेत. कारण काय ते माहीत नाही, पण प्रस्थापितांबद्दल उमुटच्या मनात जेवढा संताप ठासून भरला आहे, तितकाच द्वेष तो त्याच्या आईवडिलांचा करतो. सशस्त्र लढा हा एकमेव मार्ग असल्याबद्दल त्याची खात्री पटलेली आहे आणि तो पक्षाशी इमान राखून आहे. फक्त त्याला अजून थोडा अनुभव मिळवायला हवाय.' तू सध्या त्याच्या आईची आणि बहिणीची काळजी घे. त्या मुलीशी संपर्क ठेव. आपल्याला कदाचित तिचा उपयोग करून घेता येईल. आणि त्या बाईपासून सावध राहा. ती फार शांत आहे आणि अतिशहाणी पण, असं म्हणालास तू. ह्या संशोधनवाद्यांवर कधीही विश्वास ठेवू नये, आलं लक्षात?''

त्यांना काय हवं होतं हे आमच्या पहिल्या भेटीत मला नीटसं कळलं नव्हतं. माझ्या थोरल्या भावाबरोबर जो मारला गेला, त्या कॉम्रेडबद्दल त्यांना माहिती हवी होती. त्याच्याबद्दल आणि त्याचा मृत्यू नेमका कोणत्या परिस्थितीत झाला ह्याबद्दल त्यांना सविस्तर माहिती हवी होती. त्याची बहीण म्हणवणारी देरिन आणि त्याची आई दोघींनाही त्याच्या बाबतीत फारशी माहिती नव्हती हे पाहून मीही गोंधळात पडलो होतो. तो कसा होता ह्याबद्दल त्या आम्हालाच विचारत होत्या! उमुट आमच्या चळवळीचा सदस्य होता का आणि त्याच्या मृत्यूला कोण कारणीभूत होतं एवढंच त्यांना जाणून घ्यायचं होतं असं जरी त्या म्हणत होत्या, तरी त्यांचा मूळ हेतू काही वेगळाच वाटत होता.

माझ्या भावाची – केरेमची हत्या झाली तेव्हा मी सोळा वर्षांचा होतो. आमच्यात सात वर्षांचं अंतर होतं. तो माझा आदर्श होता, हिरो! तो शहीद झाला तेव्हाही मी रडलो नाही. त्याच्या कबरीवर मी शपथ घेतली की मी माझं जीवन क्रांतीला वाहून घेईन. त्युर्किये चुम्होरीतच्या पोलिसांनी दफनविधीच्या कार्यक्रमात व्यत्यय आणायचा प्रयत्न केला खरा, पण त्यांना त्यात यश आलं नाही. कबरीस्तानात आमचे पिवळा तारा असलेले लाल झेंडे फडकत होते. हे परंपरेला सोडून आहे वगैरे कुरबुर माझ्या आजोबांनी आणि वडिलांनी केली खरी, पण कॉम्रेड्सनी जेव्हा क्रांतिकारी परंपरेचं गुणगान केलं तेव्हा त्या दोघांना झुकण्याशिवाय पर्याय उरला नाही. पोलिसांचा कडक पहारा असतानाही दफनविधी दिमाखात पार पडला. डाव्या हाताच्या वळलेल्या मुठी उंचावून, लाल रंगाचे, पिवळ्या ताऱ्याचे मुखवटे लावून आणि लाल झेंड्यांसकट आम्ही इंटरनात्सिओनाले – क्रांतिकारी समाजवादी गीत – गात होतो तेव्हा शेवटी अगदी माझ्या वडिलांनीही वळलेली डावी मूठ उचलली. आम्ही तुमचा हिशोब चुकता करू, असं म्हणताना ते शब्द केवळ माझ्या ओठावरच नव्हते तर हृदयातून उमटत होते. माझ्या भावाचं नाव आता माझं होऊन गेलं होतं. आतापर्यंत मी फक्त अली होतो. आजपासून केरेम अली.

केरेम अली उंचापुरा, काळ्या वर्णाचा आणि देखणा होता. मितभाषी. तो हसायचा तेव्हा त्याचे डोळेही हसरे व्हायचे. ज्या वर्षी तो मारला गेला, त्याच वर्षाच्या सुरुवातीला त्यानं घर सोडलं होतं. तो वेगळ्याच पंथाला लागला आहे, कशाततरी गुंतला आहे हे आम्हाला सगळ्यांना समजत होतं, पण माझी आई सोडता कुणीही त्याला हटकलं नाही की परावृत्त केलं नाही. आई मात्र कायम दुःखी असायची आणि त्याच्यासाठी दुवा मागायची. त्याच्या सदसद्विवेक-बुद्धीवर सर्वांचाच विश्वास होता. तो जमेल तेव्हा घरी चक्कर टाकायचा. एक दिवस त्याने माझं मनगट धरलं आणि मला घरापुढच्या अंगणात घेऊन गेला. उजव्या बाजूला पुलावर चढायचा रस्ता होता, थोड्या दूरवर बैठी सुंदर टुमदार घरं आणि एतिलर आणि आकात्लरची रहिवासी संकुलं. बोस्पोरूसचं रमणीय दृश्य, समोरासमोर दोन किल्ले, जहाजं, समर हाउसेस. बार आणि डिस्कोमधून गाणी ऐकू येत होती. हे सगळं आम्हाला फक्त टीव्हीवरच बघायला मिळायचं. अर्धनग्न, सुबक लांब पाय असलेल्या त्या मॉडेल्स – ते शूटिंग श्रीमंतांच्या नाईट क्लबमध्ये केलं जायचं. उत्तरेकडच्या वाऱ्यावरून कधी कधी त्या क्लब्समधल्या गाण्याचे

सूर उडत उडत आमच्यापर्यंत पोहचायचे. कधी कधी मी माझ्या मित्रांबरोबर अक्मेर्केश शॉपिंग सेंटरला तो परिसर बघायला जायचो. आम्ही दुरून पाहायचो, लोक कॅफेमधे बसलेले असायचे. तिथे एक कोक आणि एक बर्गर यांची किंमत आमच्या संपूर्ण कुटुंबाच्या आठवडाभराच्या किराणामालाच्या खर्चाइतकी असायची. आम्ही काही आशाळभूतपणे किंवा केवळ एक अगोचरपणा म्हणून तिकडे जायचो नाही, तर समाजातल्या दोन वर्गांच्या जीवनमानातला फरक नीट तपासण्यासाठी, सर्वसामान्य जनतेला योग्य माहिती देण्यासाठी आणि आमची पुढची वाटचाल आखण्यासाठी आम्ही तिकडे जायचो. शिवाय आम्ही सर्वात कमी वेळ लागणारे रस्ते शोधून काढायचो – शॉपिंग सेंटरच्या आत नेणारे आणि पुन्हा बाहेर आणणारे.

"तुझ्या आजूबाजूला बघ," माझा भाऊ म्हणाला, "पलीकडच्या तीरावरच्या त्या घरांकडे नीट बघ. ती प्रासादासारखी घरं, त्या मोटारींच्या रांगा आणि काही पावलांवर आपली वसाहत. तुला एतिलरमधलं ते घर आठवतं? ते त्या घरातून काय ओरडायचे आठवतंय तुला? आज सकाळी आम्ही ब्रेड आणायला विसरलो, आम्ही घरातल्या नोकराकडून अमुक आणि तमुक मागवायला विसरलो, जरा त्याच्या पोराला पाठवून लगेच मागवून घ्या आणि आपण लगेच धावत सुटायचो आणि त्यांना हवं ते घेऊन यायचो. आपल्याच वयाची मुलं-मुली मनसोक्त खरेदी करून परत यायच्या तेव्हा न सांगता आपण त्यांच्या हातातून त्या गच्च भरलेल्या पिशव्या काढून घ्यायचो. काहीजण ओझी वाहतात आणि काहीजण त्यांना ती वाहायला लावतात. जगायचे नियमच असे होते की आपल्याला ते आपलं कर्तव्यच वाटायचं. तुला आपली अंधारी, ओलसर खोली आठवते? हे असलं जीवन चुकीचं आहे असं तुला वाटत नाही?"

"नक्कीच!" मी धडधडत्या हृदयाने उत्तरलो.

"एका इस्तंबूलमध्ये किती इस्तंबूल आहेत? आपलं आणि त्यांचं – वेगवेगळं इस्तंबूल. जगातही तीच परिस्थिती आहे आणि तुर्कीतही. एक जग श्रीमंतांचं, एक गरिबांचं. एक तुर्कस्थान श्रीमंतांचं, एक गरिबांचं. आपण इथे आणि ते तिथे, असं का? ते सारखे इथे येऊन आपले गेसिकोंदू पाडून टाकतात, पण त्या बोस्पोरूसच्या घनदाट झाडीतल्या बंगल्यांवर बुलडोझर चालवावा असं कुणालाच का वाटत नाही कधीच? तू कधी ह्यावर विचार केला आहेस?"

“हो, मी कधी कधी ह्यावर विचार करतो. प्राथमिक शाळेत मला वाटायचं की मुलांना त्यांच्या वडिलांच्या नोकरीप्रमाणे वर्गात विभागून बसवलं जातं. हो, मी त्यावर विचार केलाय. तू रागावणार नसशील तर एक सांगू? तुझ्या गादीखाली ठेवलेली काही पुस्तकं मी तुझ्या नकळत चाळली आहेत. मला नीटसं काही कळलं नाही, पण मला वाटतं त्यात असंच काही लिहिलेलं होतं, नाही?”

केरेम अली मनापासून हसला. “अरे वा! तू तर फार लहानपणीच सुरुवात केलीस! पण ती पुस्तकं तुझ्यासाठी जरा जड पडतील. मी तुला झेपतील अशी काही शोधून ठेवतो आणि तुझ्यासाठी घेऊन येतो. पण अगदी सुरुवातीचा मंत्र असा की एका हाताची पाच बोटं सारखी असतात का, ह्या उक्तीवर विश्वास ठेवू नकोस आणि लक्षात ठेव, जे आत्ताच्या राज्याचे सत्ताधारी आहेत, ते आपल्याला इतक्या सहजासहजी कुठलेही अधिकार देणार नाहीत. माणूस फक्त एकट्या स्वतःला स्वतंत्र करू शकत नाही. तुला जेव्हा वाटतं की तुझा तू स्वतंत्र झाला आहेस, तेव्हा तू खरंतर अजूनच गर्तेत गेलेला असतोस, माफिया किंवा असल्याच एखाद्या घातकी जाळ्यात अडकलेला असतोस. स्वातंत्र्य हे समाजातल्या संपूर्ण वर्गाला मिळतं, त्याच वर्गाच्याच मार्गदर्शनाखाली. हे शहर क्रांतिकारकांनी वेढलेलं आहे. बूर्ज्वाझी भांडवलशाही झोपडपट्ट्यांबद्दल नेहमीच तिरस्काराने बोलत असते, पण एक ना एक दिवस हेच पददलित आणि तिरस्कृत लोक शहरावर ताबा मिळवतील. आपल्या खास आवडीच्या त्या लोकगीतात म्हटलंय तसं : आम्ही आमची क्रांतिगीते घेऊन येतो आहोत, थांब, इस्तंबूल, थांब आमच्यासाठी!”

“थांब इस्तंबूल, थांब आमच्यासाठी!” मी भरल्या डोळ्यांनी म्हणालो. माझ्या अश्रूंचा अर्थ मलाच लागत नव्हता.

“छान!” माझा भाऊ म्हणाला, “मी ह्यापुढे फार वेळा घरी येऊ शकणार नाही. आईवडिलांना त्रास देऊ नकोस. कुणी माझ्याबद्दल विचारलंच तर सांग की तो वाया गेलेला होता, गेला पळून घरातून. कुठे गेलाय काही माहीत नाही.”

मी फार उत्तेजित झालो होतो. माझं हृदय गळ्याशी दाटून आल्यासारखं वाटत होतं. मी एखाद्या धार्मिक कार्यात भाग घेणार आहे असं वाटत होतं. मीही हझरत अलीप्रमाणे कपाळावर हौतात्म्याची पट्टी बांधून स्वतःला रक्त येईपर्यंत जखमा करून घेईन असं वाटत होतं. मी माझ्या भावाला मिठी मारली आणि

त्याच्या खांद्यात डोकं लपवलं. मी रडतोय हे मला त्याला कळू द्यायचं नव्हतं.

"रडायला काय झालं?" तो म्हणाला, "आपण पुन्हा भेटूच ना. रडणं काही वाईट नाही, अगदी क्रांतिकारकांसाठीसुद्धा. माणूस रडतो ह्यापेक्षा तो का रडतो हे जास्त महत्त्वाचं आहे."

मग तो गेला. माझ्या हृदयाला नुसता पीळ नाही तर भगदाड पडलं होतं. इतक्या वेदना मला कधी झाल्या नव्हत्या. मला आतून रिकामं वाटू लागलं होतं.

नंतरच्या दिवसांत मी त्याला अगदी मोजक्याच वेळा भेटलो. कधी कधी तो भल्या पहाटे उगवायचा किंवा अगदी मध्यरात्री, अगदी थोड्या वेळासाठी – आईवडिलांची चौकशी करायला किंवा नुसता त्यांना आनंद होईल म्हणून. मग तो अचानक नाहीसा झाला आणि मग कुणीतरी त्याचा मृतदेह आमच्याकडे आणून दिला. आम्हाला असं सांगण्यात आलं की पोलिसांच्या शरण यायच्या आवाहनाला त्यांनी प्रतिसाद दिला नाही आणि उलट गोळीबार सुरू केला. सरकारी वकील आणि पोलिसांचे रिपोर्ट्‌र्स यातल्या नोंदीनुसार ते गोळीबाराच्या चकमकीत मृत्युमुखी पडले. पण कुणाचाही त्यावर विश्वास बसला नाही. मी माझ्या भावाला ओळखत होतो. ज्यांनी जुलूम आणि अन्यायाने सत्ता काबीज केली त्यांच्याकडून वेळ पडली तर ताकदीचाच उपयोग करून सत्ता परत मिळवावी लागेल, ह्या मताचा तो होता खरा, पण म्हणून त्याने असा अंदाधुंद गोळीबार कधीच केला नसता. माझ्या भावाचं जगण्यावर प्रेम होतं, मृत्यूवर नाही. आणि उमुट त्यांच्या गटात नवीन सामील झाला होता. एक मात्र मला नक्की ठाऊक आहे : मागचा पुढचा विचार न करता इतक्या नवख्या, अननुभवी माणसाच्या हातात कोणीच शस्त्र देणार नाही. मी इतकी वर्षं ह्या चळवळीत लढाऊ फळीत आहे, पण माझ्या हातातसुद्धा अगदी आत्ता आत्ता शस्त्र देण्यात आलंय. वकील, बुद्धिवादी लोक आणि मानवी हक्क आयोग सगळेच ह्या केसमध्ये लक्ष घालत आहेत. आम्हालाही केसकडे अजिबात दुर्लक्ष होऊ द्यायचं नव्हतं. आम्ही पूर्ण ताकदीनिशी प्रयत्न करत होतो. पण ह्याचा काय परिणाम होणार होता? आमचं घर पाडण्याची धमकी आम्हाला दिली गेली होती, आम्ही नुकताच एक मजला चढवला होता, नवीन रंगरंगोटी केली होती. लेवेंतमध्ये माझे वडील जिथे घरकामाची व्यवस्था सांभाळत होते तिथून त्यांना काढून टाकण्यात येणार होतं. माझा पाठलाग केला जात होता, मला धमक्या दिल्या जात होत्या. आणि मग ते घडलं. माझ्या आईवडिलांना धडकी भरली आणि त्यांनी माघार

घेतली. मी पण त्यातून अंग काढून घेतलं, नाहीतर माझे चळवळीशी असलेले संबंध उघडकीस आले असते. चळवळीचं रक्षण करणं हे इतर कशाहीपेक्षा जास्त महत्त्वाचं होतं.

सगळी वस्ती माझ्या भावासाठी अश्रू ढाळत होती. मूकपणे, गाजावाजा न करता. सिमेवीमध्ये अजून एक शोकसभा आयोजित केली गेली. शहिदांच्या फोटोंच्या रांगेत त्याचाही फोटो टांगला गेला. मग पोलीस आणि सैन्य आलं, त्यांनी जमाव हटवला आणि सगळे फोटो फेकून त्यांनी पायदळी तुडवले. सगळं जमीनदोस्त करून ते वस्तीतून निघून गेले तेव्हा आम्हाला जणू मुक्ती मिळाल्यासारखं वाटलं, जणू एका फटक्यात सारा तणाव संपून गेला होता.

इथे धाडी पडत नाहीत किंवा इतर कारवाया होत नाहीत असा एकही दिवस इथे जात नाही. कधी ते गेसिकोंदूच्या वस्त्या उद्ध्वस्त करतात. आमच्या झोपड्या किंवा गरिबांची साधी बैठी घरं. टेकडीच्या पायथ्याशी गेसिकोंदू माफियांनी विनापरवाना उभ्या केलेल्या पाच मजली इमारतींच्या संकुलांना मात्र ते का कुणास ठाऊक कधीच हात लावत नाहीत : कधी ते उगीचच आम्हाला भीती दाखवायला येतात. तू जर क्रांतिकारक असशील, त्यातून पूर्वेकडचा आणि अलेवी असशील तर संपलंच. सुनावणी होण्याआधीच तू दोषी ठरवला जाशील.

त्या दिवशी प्रचंड पाऊस कोसळत होता. देरिन त्या बाईबरोबर आमच्याकडे आली होती. ती देरिनची आई आहे असा माझा तेव्हा समज झाला होता. मी माझ्या आईबरोबर एकटाच घरी होतो.

''दार उघड, मी पटकन हात धुऊन येते,'' आईने ओरडून सांगितलं. तिने पाहुण्यांच्या स्वागतासाठी तयारी केली होती. बिस्किटं आणि पिदा ब्रेड भाजले होते. घर स्वच्छ केलं होतं. मला मात्र हा प्रकार मुळीच आवडला नव्हता. कुणाला ठाऊक कोण बायका आहेत ह्या? मी तिथून पळ काढू शकलो असतो, पण मी गेलो नाही. माझे वडील बाहेर गेले होते आणि मला त्यांनी सांगितलं होतं की, ''त्या बायका आल्या की त्यांना कॉफी हाऊसमधून बोलवून आणायचं.'' त्या कोण आहेत असं मी विचारल्यावर ते म्हणाले होते, ''तुझ्या भावाबरोबर ज्याची हत्या झाली त्या मुलाची आई आणि बहीण. त्या मुलीने फोनवर खूप गयावया केली, अगदी भीक मागितली, की तिच्या आईला खरं काय ते जाणून घ्यायचं आहे.'' मला ते पटलं नाही हेही त्यांना कळलं असावं. ते पुढे म्हणाले, ''बळी गेलेल्या लोकांच्या कुटुंबाला मदत करणं हा आपला धर्म आहे. तिचा मुलगा तिने गमावलाय हे विसरू नकोस.''

त्या दोघी पोर्चमध्ये थांबल्या होत्या. त्या थंडीने गोठल्या असतील. अगदी ओल्याचिंब झाल्या होत्या. बहुतेक संपूर्ण चढावाचा रस्ता पायीच चढून आल्या होत्या. त्याच्या श्रीमंती उंची कोटाचे काठ चिखलाने माखले होते. पहिल्यांदा मी त्या तरुण मुलीकडे नीट बघितलंच नाही : खरं म्हणजे मी तिच्या नजरेला नजर देऊ शकलो नाही. उगीच तिचा गैरसमज झाला असता. कॉम्रेड्सची गोष्ट वेगळी आहे. तिथे मी एवढा जपून वागत नाही, त्या आमच्या बहिणीच आहेत. नशीब माझी आई वेळेवर तिथे आली. त्यांनी त्यांचे बूट बाहेर काढावेत हे सूचित करण्यासाठी तिने घरातल्या सपातांचे दोन जोड आणले होते. त्या निमित्ताने मी त्या मुलीकडे एक चोरटी नजर टाकली. ती सुंदर होती की नाही हे मला लगेच सांगता आलं नसतं. आमच्या वस्तीतल्या सुंदर मुलींपेक्षा ती वेगळी होती एवढं खरं. जुन्या पेंटिंगमध्ये जशा स्त्रिया असतात तशी ती दिसत होती. ती एका दुसऱ्याच जगातून आली होती. ती जरा हरवल्यासारखी वाटली. तिला आमच्याकडून काय हवं होतं ते तिचं तिलाच माहीत नसावं. तिच्याबरोबरच्या बाईचं वय समजणं जरा अवघड होतं. मात्र ती जरा दमलेली आणि दुर्मुखलेली दिसली.

त्या दिवशी फार बोलणं झालंच नाही. मी माझ्या वडिलांना घेऊन कॉफी हाऊसमधून परतलो तेव्हा त्या दोघी माझ्या आईशी गप्पा मारत होत्या. सुरुवातीचा संकोच गळून पडला होता. माझे वडील आल्यानंतर त्या जरा दबकल्या आणि शक्य तेवढ्या शालीनतेने उमुट आणि केरेमच्या मृत्यूबद्दल माहिती विचारू लागल्या. गोळी कुणाच्या बंदुकीतून सुटली होती? ज्यांची निर्दोष सुटका झाली होती ते पोलीस कुठे आहेत? गोळीबार करण्याची आज्ञा कोणी दिली होती? उमुट जागीच ठार झाला नाही, तर त्याने हॉस्पिटलच्या वाटेवर प्राण सोडला हे खरं आहे का? तो खरंच कुठल्या ऑर्गनायझेशनचा सदस्य होता की चुकीने, अपघाताने बळी गेला होता? माझ्या लेखी त्यांच्या असल्या प्रश्नांना काहीच अर्थ नव्हता. पण दोघींच्या प्रश्नांमध्ये जमीन-अस्मानाचा फरक होता. देरिनला उमुटची हत्या आणि तिच्या वडिलांवरचा प्राणघातक हल्ला यांची सांगड घालायची होती. मला नंतर कळलं की तिला उमुटशी काहीच देणं-घेणं नव्हतं, तिला तिच्या वडिलांच्या मृत्यूचा छडा लावायचा होता. त्या प्रौढ बाईला मात्र तिच्या मुलाबद्दल जास्त माहिती हवी होती. तिला त्याचा सहवास कधीच घडला नव्हता. काही आया नवजात मुलाला मशिदीच्या पायऱ्यांवर किंवा

पोलीस स्टेशनवर ठेवून जातात आणि काही वर्षं लोटल्यावर त्याचा शोध घेऊ लागतात, तशातली गत.

मी त्या संभाषणात भाग घेतला नाही. फक्त लक्ष देऊन ऐकू लागलो. संघटनेच्या मदतीने त्यांच्या प्रश्नांची उत्तरं सहज शोधता आली असती : अशी माहिती आमच्या लोकांना चुटकीसरशी मिळू शकते. पण त्या साऱ्याचा काय उपयोग? तो मुलगा मेला आहे. तो काही पहिलाच बळी नाही आणि शेवटचाही नसेल. म्हणजे वरच्या वर्गातून आमच्या वर्गात सामील होणाऱ्या लोकांचा मृत्यू जास्त महत्त्वाचा असतो असंच म्हणावं लागेल. ऐकता ऐकता मीही जरा सहज होऊन बसलो. कुठल्यातरी अनामिक कारणाने माझ्या हृदयात एक आपुलकी निर्माण झाली. माझ्या वडिलांनी न कळून विचारलं की, 'मृत्यूमध्ये जाणून घेण्यासारखं काय आहे?' तेव्हा ती बाई ठाम स्वरात उत्तरली, 'त्यात नक्कीच काहीतरी दडलेलं आहे. मला तो शेवटचा क्षण उमुटबरोबर वाटून घ्यायचा आहे. त्याला किती त्रास झाला हे मला जाणून घ्यायचं आहे आणि तीच वेदना मला स्वतः अनुभवायची आहे. त्याला शहीद म्हणा किंवा देशद्रोही, मला फरक पडत नाही. तो माझा मुलगा होता.'

ती रडत होती हे आम्हाला दिसत होतं. नाही, आम्हाला ते दिसलं नाही, आम्हाला ते जाणवलं. आम्ही माना खाली घातल्या. माझ्या आईलाही रडायला येऊ लागलं. अगदी पहिल्यांदाच माझ्या मनाला एक विचार चाटून गेला, सगळ्या आया त्यांच्या मुलांच्या मरणावर अगदी एकाच प्रकारे रडतात, मग त्या बूर्ज्वा असोत की प्रोलेतारिया, वर्गलढ्यात सामील असोत की पक्षबदलू. एकदा एका पूर्वीच्या कॉम्रेडच्या संशयास्पद वागण्याने त्याचा काटा काढायचं घाटत होतं. संशोधनवादी विरोधक आणि त्युर्किये चुम्होरीत यांना तो गुप्त माहिती पुरवत असल्याचा आरोप त्याच्यावर होता. ते काम माझ्यावर पडतंय की काय याची मला भीती वाटत होती. मला ते काम सांगितलं असतं तर मी त्याला गोळी घातली असती. तो पक्षद्रोही होता हे पटल्यामुळे नव्हे, तर केवळ भीतीपोटी. कारण मी ते करायला नकार दिला तर माझ्यावरही विश्वासघाताचा शिक्का बसला असता. माझ्या भावाच्या मृत्यूनंतर माझी आई किती व्याकूळ झाली होती, तिने किती आकांत मांडला होता हे मला नीट माहीत आहे. मी शत्रूशी संगनमत करणाऱ्या एखाद्या कोलॅबोरेशनिस्टला गोळी घातली असती तर त्याचीही आई अशीच धाय मोकलून रडली असती. खुदा ने खैर की! ती हत्या शेवटच्या क्षणी

टळली आणि माझी सुटका झाली. त्या बाईला रडताना पाहून ते सगळं मला आठवलं. मी उठलो आणि न विचारताच तिच्या कपात अजून चहा ओतला.

मी देरिनला पहिल्यांदा पाहिलं तेव्हा मी बावीस वर्षांचा होतो. तीन वर्षांपासून मी ऑर्गनायझेशनचा सदस्य होतो. मी नेत्यांचा विश्वास संपादन केला होता. मी खूप वाचायचो. फक्त आम्ही प्रसिद्ध केलेलं साहित्यच नव्हे तर अभिजात साहित्यदेखील. माझ्या भावाचं दफन झालं त्या दिवशी मी त्याचं नावच फक्त घेतलं नाही, तर मी त्याचा क्रांतिकारी आत्माही घेतला.

तोपर्यंत मी कधीच प्रेमात पडलो नव्हतो. कुठल्याही स्त्रीबरोबर साधी मैत्रीही केली नव्हती. स्त्री कॉम्रेड्सबरोबर असलं काही शक्यच नव्हतं. क्रांतीच्या लढ्याने आमचं जीवन असं काही व्यापून टाकलं होतं की त्यापुढे प्रेम वगैरे गोष्टींना दुय्यम स्थान होतं. आणि एके दिवशी अचानक ती भावनाहीन चेहऱ्याची बाई देरिनला सोबत घेऊन उगवली. असल्या गोष्टी कथा-कादंबऱ्यांत आणि चित्रपटात घडतात. नशीब काही कपाळावर लिहिलेलं नसतं, तर मानवी रूपातल्या एखाद्या फरिश्त्याच्या हातात ते असतं. त्यापासून सुटका करून घेता येत नाही.

''आम्हाला तुमची मदत हवी आहे,'' ती तरुण मुलगी म्हणाली. हे म्हणताना तिच्या डोळ्यांत जे कारुण्य होतं ते पाहून कुणाचंही हृदय द्रवलं असतं. ''आम्हालाही जास्त काही माहीत नाही,'' ह्या एका वाक्यात ते संभाषण संपवता आलं असतं, पण मला ते जमलं नाही. केवळ त्या नजरेमुळे.

जर संघटनेने मला सांगितलं असतं की तिच्याशी संपर्क ठेवू नकोस, तर मी ते ऐकलं असतं. उलट मला आदेश मिळाला, 'त्या बाईपासून अंतरावर राहा, पण त्या मुलीला आमच्यासाठी जिंकून घे.' फारच छान आहे हे काम, मला वाटलं. मी उयुल्कूपासून दूर राहावं असं संघटना का म्हणाली ते माझ्या ध्यानात आलं. उयुल्कू डाव्या चळवळीतली होती, पण रिव्हिजनवादी पंथाची. तिच्या काळच्या डाव्या विचारसरणीच्या इतर लोकांप्रमाणे तीही वेगळ्या आघाडीवर म्हणजे सोविएत सोशल इम्पेरिअलिझमच्या बाजूने होती. जेव्हा बर्लिनची भिंत कोसळली आणि रिव्हिजनवादी पंथ नामशेष झाला तेव्हा ती हताश झाली आणि तिच्या नवऱ्याला म्हणजे उमुटच्या वडिलांना मॉस्कोमध्येच सोडून पाश्चिमात्य देशांत आसरा शोधू लागली. उमुटचे वडील पक्षात मोठ्या जबाबदारीच्या पदावर होते. खूप वर्षं तिने फ्रान्समध्ये काढली, पत्रकारितेचं काम केलं आणि अत्यंत

चैनीत राहिली. शहरातून हिंडत उमुटच्या खुणा शोधताना मला हे सारं देरिनने नंतर कधीतरी सांगितलं. "मला तुला अंधारात ठेवायचं नाहीय. उयुल्कू माझी आई नाही आणि उमुट माझा भाऊ नव्हता. फक्त तुझ्या आईवडिलांचा विश्वास संपादन करण्यासाठी मी तसं सांगितलं." कॉम्रेड्सनी ते आधीच शोधून काढलं होतं आणि मला कळवलं होतं, पण इतकंच. कॉम्रेड उमुट आणि देरिनच्या वडिलांच्या हत्येबाबत मला काहीही माहिती देण्यात आली नव्हती. डीप स्टेटमध्ये त्याची काय भूमिका होती, हे कोणीही नीट सांगू शकत नव्हतं. त्याला कुणी आणि का मारलं हेही कुणालाच माहीत नव्हतं. त्याच्या हत्येची जबाबदारी घेतल्याचं कुठल्याही संघटनेने जाहीर केलं नव्हतं. सरकारी यंत्रणेनेच त्याचा काट काढला असण्याची शक्यता नाकारता येत नव्हती. कारण त्याला जरुरीपेक्षा जास्त गुपितं माहीत होती. ज्यांच्या वाटेत त्याने कधीकाळी अडसर उभे केले असतील अशा परदेशी गुप्तचर संघटना किंवा एखादा क्रांतिकारी गट यांच्यावरही संशय होताच. देरिनशी जसजशी ओळख वाढत गेली तसतशी माझी खात्री पटत गेली की तिचा ह्या गोष्टींशी काहीही संबंध नाही. तिच्या आयुष्याचं श्रद्धास्थान असलेल्या तिच्या वडिलांच्या हत्येचं कारण शोधताना तिची आणि उयुल्कूची गाठ पडली आणि त्या दोघींचा मार्ग माझ्या भावाकडे – केरेमकडे आणि पर्यायाने माझ्यापर्यंत येऊन ठेपला.

आमच्या प्रत्येक भेटीत मी तिच्याकडे जास्त जास्त ओढला जात होतो, ह्या गोष्टीचा मला त्रास होत होता. मी तिच्या प्रेमात आकंठ बुडालो होतो. सुरुवातीला मला वाटलं की ते काही दिवसांनी विरून जाईल. शेवटी ती काय, इतर मुलींसारखीच एक मुलगी आहे. माझ्या आईला तर ती सुंदरही वाटली नव्हती.

हे काही फार काळ टिकणार नाही अशी मी स्वतःची समजूत घातली. पण ते टिकलं. दिवसेंदिवस ती माझा जास्त जास्त ताबा घेऊ लागली. देरिनचा ठाम, निश्चयी, जरा बसका आवाज माझ्या डोक्यातून जाईना. तिचे पिंगट डोळे माझ्या मनात घर करून राहिले आणि तिचा सडपातळ, सुबक देह माझ्या स्वप्नातही माझा पाठलाग सोडेना, तेव्हा मी आधी घाबरून गेलो. पण मग मीच विचार केला, का नाही? मला थोडी लाजही वाटत होती की मला मनातून माझ्या देखणेपणाचा अभिमान होता आणि मी वेगवेगळ्या कल्पनाही रंगवत होतो. ती माझ्याबरोबर अंतर ठेवून वागत नव्हती, तिने मला कधी बारकाईने न्याहाळलंही

नव्हतं. पण मी तिच्यापासून दूर राहावं असंही तिने सूचित केलं नव्हतं.

उमुटच्या संदर्भातले दुवे शोधताना आम्ही झोपडपट्टीतून भटकलो. बेयो आणि ओर्ताक्योय इथली काही ठिकाणं आणि कॅफे यांना भेटी दिल्या. मी कधी तिला दगडांच्या ढिगावरून पलीकडे जायला हात दिला तर कधी एखादं थडगं ओलांडायला मदत केली. तिने ह्या काळात कधीच स्वतःची गाडी काढली नाही. मला कधीच टॅक्सीचे पैसे देऊ दिले नाहीत आणि तिला मिनीबस किंवा सार्वजनिक ट्रान्सपोर्टच्या बसमधून फिरायला आवडतं हे आवर्जून सांगायची. ती तिचा कोट उतरवायची, दार उघडायची, टॅक्सीत बसायची किंवा मिनीबसमध्ये चढायची तेव्हा मी हलकेच तिचा दंड धरायचो, किंवा नवऱ्याने बायकोला जपावं तसा तिच्या पाठीवर हलकेच हात ठेवायचो. दर वेळी माझा श्वास कोंडायचा, हृदयाची धडधड वाढायची. माझी अवस्था तिच्या ध्यानात यायची की नाही ते मला माहीत नाही.

उमुटच्या मृत्यूबद्दल अजून कुठून माहिती मिळवावी ह्याबद्दल आम्हाला काडीचीही कल्पना नव्हती. उलट आमच्या असल्या डिटेक्टिव्हगिरीमुळे संघटनेत आमच्याविरुद्ध संशयाचं वातावरण निर्माण होण्याचा धोका होता : कोणत्याही प्रकारचं कुतूहल असणं तिथे मान्य नव्हतं. पण ह्या शोधयात्रेमुळेच देरिन माझ्या जवळ आली होती. दुसऱ्याला मदत केल्याने त्याच्या अंतःकरणात जागा मिळवता येते ह्याची प्रचीती मला लहानपणापासून आली. कदाचित माझ्याकडे देण्यासारखं असं तेवढंच होतं.

माझं देरिनवर प्रेम बसलं होतं. मी जितका प्रेमाच्या विचारापासून दूर जाऊ पाहत होतो, तितकं ते सारं माझ्यासाठी अवघड आणि जिकिरीचं होत चाललं होतं. त्याचा माझ्या कामावर परिणाम होत होता. मी संघटनेचा सल्ला घ्यायचं ठरवलं. ह्या गोष्टी कॉम्रेड्सपासून लपवणं बरोबर नाही. विशेषतः एखाद्या तरुण मुलीबाबत किंवा बूर्ज्वाझीबद्दल. शेवटी आपल्यावर विश्वासघाताचा शिक्का बसण्याचा धोका असतो.

मी एक योजना आखली : मी देरिनला कायदेशीर पद्धतीने आमच्यात सामावून घ्यायचं ठरवलं. त्यामुळे संदिग्धपणा वाढला असता. कॉम्रेड्सना तिचं आमच्यात येणं नक्कीच आवडलं असतं, मुख्यतः तिच्या ओळखीपाळखी उच्चभ्रू वर्तुळातल्या होत्या. तिचे वडील किंवा उयुल्कू, दोघांची ऊठबस राजकीय आणि बुद्धिवादी उच्चवर्गात होती आणि आमच्यासाठी ते फायद्याचं होतं.

“आपल्या लढाईत तिचा फार उपयोग होईल,” मी युक्तिवाद केला. “तिच्या खूप ओळखी आहेत. ती आपल्याला मोठमोठ्या लोकांपर्यंत नेऊ शकते. दुसरं कोणीही इतकी चांगली मदत करू शकणार नाही.” खरं म्हणजे मला स्वतःला आणि संघटनेला पटवून द्यायचं होतं, की देरिनबरोबर संपर्क ठेवणं आम्हा सर्वांच्याच हिताचं होतं. शिवाय मला हेही म्हणता आलं असतं की मी काही हे केवळ स्वार्थापोटी करत नाहीय. केवळ क्रांतीच्या स्वप्नाला आकार देण्यासाठी मी एका बूर्ज्वा तरुणीच्या दिशेने पाऊल टाकायला माझ्या मनाविरुद्ध तयार झालोय. “एवढं अवघड जात असेल तुला, तर त्या मुलीचं आमच्यावर सोड तू,” कॉम्रेड सेक्रेटरी एक दिवस मला म्हणाला. माझा ढोंगीपणा त्याला कळला असावा. त्या क्षणी मला पुरेपूर कळलं की माझं देरिनवर प्रेम बसलं होतं. मी घाबरलो आणि संतापलोही. इतका की मी त्याला नकळत एक ठोसा ठेवून दिला असता. पण मी स्वतःला कसंबसं आवरलं. त्यानंतर मी कधीच देरिनचा उल्लेख ‘ती मुलगी’ असा केला नाही आणि इतर कुणी तसं म्हटलं तर मी लगेच आक्षेप घ्यायला लागलो. तिच्या नकळत आम्ही तिला एक टोपणनाव दिलं, इडा. सेक्रेटरीच्या नावातला इ – इब्राहिमचा, ड – देरिनचा आणि आ – अलीचा. तिच्या देरिन ह्या मूळ नावापेक्षा इडा हे नवीन नाव तिला जास्त शोभतं असं मला वाटलं.

देरिनचं पहिलं काम होतं पत्रकार आणि स्तंभलेखक तुर्गुत इर्सिनशी आमची भेट जुळवून आणणं. एरवी तो संघटनेच्या सभासदांशी किंवा कार्यकर्त्यांशी बोलायचा नाही. तिच्या वडिलांच्या एका मित्राच्या मध्यस्थीने तिने हे घडवून आणलं. मला कौतुक वाटलं. वाहवा, ही एवढीशी मुलगी खरंच फार मोठं काम करतेय आमच्यासाठी.

माझ्या प्रेमाचा मला नव्याने साक्षात्कार झाला, आम्ही त्या भेटीच्या निमित्ताने त्या बहुतारांकित लक्झरी हॉटेलमध्ये बसलो होतो तेव्हा. एखाद्या कॉन्झर्वेटरीप्रमाणे ते हॉटेल काचेच्या भिंतींचं होतं. टेबलांभोवती लिंबाची झुडपं, गुलाब आणि हिरवाई होती. तिथल्या फुलांची नावंही मी कधी ऐकली नव्हती. आम्ही तिथे पोचलो तेव्हा ते प्रोफेसर – तिच्या वडिलांचे बालमित्र – आणि तो पत्रकार दोघेही अजून आले नव्हते. मला अशा ठिकाणी फार अवघडायला होतं. मी सहसा तिकडे जायचं टाळतोच. असल्या मोठाल्या हॉटेल्समध्ये काम करणारा स्टाफ तुमचा आर्थिक–सामाजिक स्तर लगेचच ओळखून इतक्या दुष्टपणे वागतो

की ज्याचं नाव ते! तुमचा खिसा जड आहे की रिकामा हे एका नजरेतच ते समजून जातात. हे वातावरण तुमच्या सवयीचं नाही हे एकदा कळलं की वेटरपासून मॅनेजरपर्यंत, आचाऱ्यापासून दारावरच्या पहारेकऱ्यापर्यंत सगळेजण तुमच्याशी तुच्छतेने वागण्याची अगदी चढाओढच लावतात.

तर आम्ही त्या प्रोफेसर आणि पत्रकाराला भेटलो. नंतर तिथे तो टेओ नावाचा हेर आमच्या टेबलाशी येऊन बसला, तेव्हा उयुल्कू आणि देरिन आमच्या घरी येऊन गेल्याला तीन महिने उलटून गेले होते. त्या फ्लॅटमधून पळून जाण्यात यशस्वी झालेल्या त्या चौथ्या व्यक्तीचा शोध देरिनला घ्यायचा होता. ती घटना प्रत्यक्ष पाहणाऱ्या साक्षीदारांनीच तसं सांगितलं होतं. वर्तमानपत्रांतही तशी बातमी आली होती. पण बाकी पुरावा काहीच नव्हता. केरेमच्या मृत्यूमुळे शोकाकुल असताना आम्ही सुरुवातीला दुवे शोधायचा प्रयत्न केला होता, पण आमच्या ऑर्गनायझेशनने जास्त पाठपुरावा केला नाही. त्यांना त्यात फारसा रस नसावा. कदाचित आमच्या नेतृत्वाला काही गोष्टी उजेडात आणायच्या नसाव्यात. देरिनला मी विचारलं की, तिला उमुट आणि ती चौथी व्यक्ती ह्यांच्याबद्दल एवढी उत्सुकता का वाटते, तेव्हा ती म्हणाली, 'ह्या व्यक्तीमार्फत मी माझ्या वडिलांच्या खुन्यापर्यंत पोहोचू शकते आणि त्यांच्या खुनाचं कारणही जाणून घेऊ शकते.' देरिनवरच्या प्रेमाखातर मी पहिल्यांदाच संघटनेला न सांगता एक पाऊल उचललं. मला सांगण्यात आलं होतं, 'ह्या मुलीचा योग्य वापर कर.' मी उलट देरिनच्या डोक्यात घोळणाऱ्या गोष्टींवर प्रकाश पाडण्यासाठी ऑर्गनायझेशनचा वापर करणार होतो. उमुटबद्दलची माहिती मिळवणं आणि त्या अनामिक व्यक्तीचा शोध घेणं हा देरिनच्या जवळ येण्याचा एकमेव मार्ग होता. तिचा आवाज ऐकायला मिळावा, तिला स्पर्श करता यावा आणि तिच्या डोळ्यांत बघता यावं ह्यासाठी. माझ्या सच्च्या प्रेमाचा पुरावा म्हणून मला सगळी माहिती गोळा करून तिच्या पायाशी ठेवायची होती. त्यासाठी मी कायद्याच्या चौकटीबाहेर पाऊल टाकायला कमी केलं नव्हतं. मी भक्कम पुरावे शोधत होतो. माझ्या आजूबाजूच्या लोकांशी बोलून, वर्तमानपत्रांतून, वकिलांच्या नोंद न केलेल्या मजकुरांतून मी दुवे शोधत होतो. एकदा तिला हे सत्य कळल्यावर ती मला पुन्हा कधीच भेटली नसती ही भीती मात्र मला कायम वाटत होती.

त्या शीतल वसंत ऋतूमध्ये मी आणि देरिनने अगणित दुवे गोळा केले. मात्र ज्या फ्लॅटमध्ये केरेम अबी आणि त्याच्या सहकाऱ्यांना गोळ्या घातल्या गेल्या,

त्या फ्लॅटला मात्र आम्ही कधीच भेट दिली नाही. आम्हा दोघांनाही तिकडे जायचं नव्हतं.

एप्रिलच्या अखेरीस तो अनोळखी माणूस भेटला. कुठल्यातरी अज्ञात प्रवेशद्वाराचा शोध घेण्यासाठी तो इकडे आला होता. कदाचित तो आधीपासून तिथे येऊन बसला असावा. आमच्याकडे लक्ष ठेवून असावा. मला त्याची कहाणी सुरुवातीपासूनच पटली नव्हती. आम्ही हॉटेलमध्ये भेटलो तेव्हा त्याने प्रोफेसरला सांगितलं की तो काही तासांपूर्वीच इस्तंबूलला उतरलाय. कदाचित तो प्रोफेसर आणि पत्रकारही त्याच्या कटात सहभागी असतील. कदाचित नाही, नक्कीच. इतक्या योगायोगांवर विश्वास ठेवायला मी काही मूर्ख नव्हतो. देरिन मात्र नक्कीच निर्दोष होती. तिला ह्या सगळ्याची काहीच कल्पना नसणार. तीसुद्धा ह्या माणसाला पहिल्यांदाच भेटत होती. संघटनेच्या लोकांना मात्र मी हे पटवू शकलो नाही. कॉम्रेड्सचे सगळे संशय निराधार होते, पण दुरून बघणाऱ्याला हे सगळं संशयास्पद वाटणं साहजिकच होतं.

देरिनने ही मीटिंग ऑर्गनायझेशनच्या विनंतीवरून घडवून आणली होती. त्या दिवसांत क्रांतिकारक कैद्यांवरचे त्युर्किये चुम्होरीतच्या तुरुंगातले अत्याचार जास्तच वाढले होते. ते धुमसते तुरुंग म्हणजे आमच्या कार्यप्रणालीचे बुरुज होते; ती आमची प्रशिक्षणकेंद्रे होती. अगदी तळागाळापर्यंत पोहोचली नसली तरी नेतृत्वाच्या पातळीवर जनतेशी आमचे संबंध कसे असावेत ह्याबाबत चर्चा सुरू झाली होती. त्युर्किये चुम्होरीतच्या हातात मीडियाची मक्तेदारी होती आणि ते त्या मार्गाने हल्ला करायला सरसावले होते. आम्हाला सर्वसामान्य जनतेपासून तोडण्यासाठी प्रचारमाध्यमांनी मोहीमच उघडली होती : झोपडपट्ट्या ह्या शहरावरचं संकट आहे; दारिद्र्याने गांजलेली तिथली तरुण पिढी आक्रमक होते आहे; दरोडे घालते आहे; लोकांवर हल्ले करते आहे; तुरुंग हे कम्युनिस्ट लोकांचे बालेकिल्ले आहेत. आमच्या कॉम्रेड्सचे बुरखाधारी चेहरे अगणित वेळा टीव्हीवर झळकले. त्यांनी मोर्चात कसे लाल झेंडे मिरवले हे वारंवार दाखवलं गेलं. जळणाऱ्या मोटारी, दुकानांच्या खिडक्यांच्या फुटलेल्या काचा, शस्त्रे परजणारे हल्लेखोर ही चित्रं वरचेवर दाखवली जाऊ लागली – खास प्रचारमाध्यमांचा दहशतवाद, लोकांच्या मनात भीती निर्माण करण्यासाठी.

आमच्या नेतृत्वाने खास आदेश दिले होते की पुढील सारी कार्यवाही सनदशीर मार्गानेच करण्यात यावी आणि बुद्धिवादीवर्गाशी तातडीने संबंध

वाढवले जावेत. डाव्या विचारसरणीचे अनेक ज्येष्ठ पत्रकार आमच्याइतकेच त्युर्किये चुम्होरीतपासून अंतर राखून होते. सशस्त्र हल्ल्यांनाही त्यांचा मुळातच विरोध होता. आम्हाला त्यांचा पाठिंबा हवा होता, पण तो कसा मिळवायचा हे मात्र कळत नव्हतं.

ही अगदी योग्य वेळ होती. देरिनला संघटनेची समर्थक म्हणून आमच्याशी जोडायची. संघटनेला तिची कशी मदत होईल हे सांगताना देरिन म्हणाली की तिच्या वडिलांच्या आणि काकांच्या मित्रांमार्फत नामवंत पत्रकार आणि स्तंभलेखकांशी संपर्क साधणं तिला सहज शक्य होतं. मी तिला काही नावं सांगितली आणि हेही सांगितलं की, हे लोक लोकशाहीच्या लढ्यात आमच्या बाजूने उभे राहिले तर ते आमच्यासाठी फार महत्त्वाचं ठरेल. काही दिवसांनी तिने तिच्या नेहमीच्या शांत स्वरात सांगितलं की, तिने तुर्गुत इर्सिन ह्या इस्तंबूलच्या सर्वाधिक लोकप्रिय पत्रकाराबरोबर भेट ठरवली आहे तेव्हा मी आनंदाने केवळ बेहोष व्हायचाच राहिलो. लोकहो, ह्या मुलीवर माझं नितांत प्रेम आहे! ती असेल बूर्ज्वा, तिला तुर्कीबद्दल माहिती नसेल, तिला साम्यवादाचा गंधही नसेल. जरा बघा तिच्याकडे, तुम्ही सगळे मिळून जे करू शकला नाहीत, ते तिने सहजगत्या करून दाखवलं. माझ्या मनावरचं ओझं उतरलं. आमच्या गटातले काहीजण इडाचं नाव आलं की संशयाने नाक मुरडायचे आणि मिशीतल्या मिशीत कुत्सित हसायचे तेव्हा मला प्रचंड राग यायचा. पण मी सुरुवात तर केली होती, ती आमची खंदी समर्थक बनली होती. काही काळातच ती एक लढवय्या कॉम्रेड झाली असती.

तो विचित्र परदेशी माणूस आमच्यात येऊन बसायच्या आधीच आमचं सगळं महत्त्वाचं बोलून झालं होतं हे मात्र बरं झालं. देरिनने प्रोफेसर आणि तुर्गुत इर्सिनला माझी ओळख फक्त तिचा मित्र एवढीच करून दिली होती. मला वाटलं, मी त्यांना जरा विचित्र वाटलो. किंवा मी जरा जास्तच अविश्वास दाखवत असेन. मी नीटनेटका पोशाख केला होता आणि उच्चभ्रू दिसत होतो. आई नेहमी म्हणते की मी देखणा आणि राजबिंडा आहे आणि आमच्या मोहल्ल्यातल्या मुलींचं मतही काही वेगळं नाही. कुणीतरी म्हणालं होतं मी डेनिस गेझ्मिषसारखा दिसतो. मी एका सिनेस्टारसारखा दिसतो हे विधान मात्र मी जाणूनबुजून कानाआड करायचो. जेव्हा एखाद्या उच्चवर्गीय माणसाकडे काम असायचं तेव्हा संघटना सहसा माझीच निवड करायची. पण तरीही असं काहीतरी असतं, एक असा

घटक, ज्याची व्याख्या करता येत नाही, पण तो फरक असतोच. देरिन कधीच माझ्या थोरल्या बहिणीसारखी खास नटा-थटायची नाही. आठवड्याच्या बाजारात मिळतात तशा जीन्स आणि साधे टी-शर्ट्स हा तिचा नेहमीचा पोशाख. किंवा एक साधा, काळा ड्रेस. ती जर ग्रात्झी, अयुर्मानिए किंवा असल्याच एखाद्या ब्रँडचे कपडे घालून निघाली असती तर अनेक नजरा तिच्याकडे वळल्या असत्या आणि लगेचच कळलं असतं की ती उच्चभ्रू कुळातली आहे. मी हा विचार देरिनला सांगितला, तेव्हा ती म्हणाली, "ह्या सगळ्यामागे तू ज्याला वर्गभेद म्हणतोस तोच संदर्भ आहे. ही जगण्याची एक पद्धत आहे, रीतभात, दृष्टिकोण, एक पर्याय. जन्म होताक्षणी हे माणसाबरोबर येतं. एका उद्योगपतीचा मुलगा आणि एक झोपडपट्टीतला मुलगा – दोघांनीही तसेच कापडी बूट आणि एकसारख्या जीन्स घातल्या तरीही ते वेगळेच दिसतात आणि त्यांना आपण वेगवेगळ्या नजरेने पाहतो. त्यामुळे त्याचं आकलनही वेगवेगळ्या प्रकारचं होतं. अगदी ते एकसारखे दिसत असले तरी. वर्गभेदाच्या संदर्भात हे मुद्दे ओलांडून पलीकडे जाणं अवघडच जाणार आहे माणसाला.

तुर्गुत इर्सिनबरोबरच्या संभाषणाचे बाकी तपशील मी माझ्याजवळच ठेवले. ऑर्गनायझेशनला फक्त एवढंच सांगितलं की आमची मीटिंग अगदी योग्य रीतीने पार पडली, इडाने उत्तम कामगिरी बजावली आणि भविष्याच्या दृष्टीने एक मोलाचा माणूस आपल्या कक्षेत आलाय. त्याची एका विशिष्ट विचारसरणीशी बांधिलकी असली तरी त्यापलीकडे हा माणूस बुद्धिमान आणि खुल्या विचाराचा आहे. शिवाय मी हेही सांगितलं की प्रोफेसर अयुन्सालनचा एक अमेरिकन मित्र तिथे अचानक कसा उपटला, तो मूळ इस्तंबूलमधलाच, ऱ्ह्युम वंशाचा आहे आणि तो येण्याच्या आधीच आमची महत्त्वाची बोलणी आटपली होती. कदाचित मी हा उल्लेख टाळायला हवा होता. पण त्यांना ते कुठल्या ना कुठल्या मार्गाने कळलंच असतं आणि मग माझ्यावरचा संशय वाढला असता.

टेओ होता तरी कोण? इतकं सगळं घडून गेल्यानंतरही मला अजूनही माहीत नाही. आम्ही त्या दिवशी त्या हॉटेलमध्ये भेटलो, तो दिवस आम्हा सगळ्यांसाठीच निर्णायक होता. त्या संध्याकाळी मी देरिनचं पहिलंवहिलं चुंबन घेतलं. मी तिला सांगितलं, "मी तुझ्या प्रेमात आकंठ बुडालोय. बाकी सगळं माझ्या लेखी निरर्थक आहे. तुझ्यासाठी मी संघटनेचं काम सोडून द्यायला तयार आहे." मीच हे बोललो आहे ह्यावर माझाच विश्वास बसला नाही. त्या दिवशीच

टेओ आणि देरिनची ओळख झाली. उयुल्कू आणि टेओ यांच्यातला दुवा देरिननं सांधून दिला. उयुल्कूचं घर रिकामं आहे हे तिनंच टेओला सांगितलं. अशा तऱ्हेच्या योगायोगाचं अनाकलनीय जाळं पाहून कुणालाही वाटलं असतं की हे सगळं पूर्वनियोजित आहे.

अर्थातच मला तेव्हा वाटलंच नाही की माझ्या प्रेमाचा कबुलीजबाब हा माझ्या सच्चेपणाचा आणि निष्पापपणाचा अंत होता. मला असं एक आयुष्य हवं होतं, ज्यात क्रांती आणि प्रेम ह्यांना बरोबरीचं स्थान होतं. आपल्या प्रेयसीचं चुंबन घेणं हा किती सुखद अनुभव असतो हेही मला कळलं. क्षणभर माझा श्वास थांबला होता. मी त्या किमयेत इतका हरवून गेलो होतो की शारीरिक सुखाची वासना क्षणभरासाठीही माझ्या मनाला शिवली नाही. कित्येक रात्री मी स्वप्नदोष झाल्यावर अंतर्वस्त्र ओले झाल्याने जागा व्हायचो. स्वप्नात मी तिला विवस्त्र करून तिचा जबरदस्तीने उपभोग घ्यायचो. पण मी तिला प्रत्यक्ष मिठीत घेतलं तेव्हा मी अजिबात उत्तेजित झालो नाही. माझ्या चुंबनात जरा अनिश्चितपणा होता, मी जरा गोंधळलेलो होतो, पण तिने माझ्या चुंबनाला प्रतिसाद दिला. ती अगदी नवखी नव्हती हेही मला जाणवलं. निदान तिला ह्या बाबतीत माझ्यापेक्षा नक्कीच जास्त अनुभव होता.

मला जोरात टाहो फोडावासा वाटला. मी हे बोलूही शकलो नव्हतो आणि इतर काहीजण तिला स्पर्श करून मोकळे झाले होते.

जुदासवृक्षांबद्दल मी आधी ऐकलं नव्हतं. माझी आई नेहमी माझ्या वडिलांची थट्टा करायची. त्यांच्या लेखी सगळ्या भाज्या म्हणजे कोबी आणि सगळी फुलं म्हणजे गुलाब. ज्या गोष्टी पुरुषांना खाता येत नाहीत – हिरव्या पालेभाज्या वगैरे – त्यात त्यांना रस नसतो. जुदासवृक्ष कसा दिसतो हे देरिनने मला दाखवलं. मला आधी न सांगता एकदा ती टेओला आमच्या वस्तीत घेऊन आली होती, नाहीतर मी तिला येऊ दिलं नसतं हे तिला माहीत होतं. मला ती आमच्या भागात दिसायला नको होती आणि त्या चमत्कारिक माणसाबरोबर तर नाहीच नाही. काही दिवसांपासून संघटनेचं काम देशभर जोरात चाललं होतं आणि लढ्याला जोर आला होता. उन्हाळा कडक होण्याची चिन्हं होती, आमच्या टेकडीला वेढा घालण्यात आला होता. गेसिकोंदू वसाहतीत क्रांतिकारकांचा अड्डा होता. तिथे पोलिसांनी जागोजागी अडथळे उभे करून वाटा अडवल्या होत्या. सगळीकडे गणवेशधारी किंवा साध्या कपड्यातले अधिकारी फिरत होते.

आमचं घर जरा एका बाजूच्या उंचवट्यावर आहे. आम्ही त्याला आमच्या-आमच्यात गमतीने टेकडीचे प्रजासत्ताक राज्य म्हणतो. पूर्वी इथे एकदम शुकशुकाट असायचा. दाट जंगल होतं इथे आणि उतारावर कार्नेशन, स्ट्रॅबेरी, रास्पबेरीची झुडपं वाढायची. खाली नदीच्या तीरावर कॉन्झर्वेटरी होत्या. तिथे माझे काका आणि इतर काही कुटुंबे राहायची. पहिल्या टेकाडाच्या पठारावरून बोस्पोरूसचं मनोरम दृश्य दिसायचं. 'एका अर्थी आम्हाला पायोनिअर म्हणजे आद्य वसाहतकार म्हणता येईल' असं माझे काका म्हणायचे. त्यापुढची टेकाडं अजून मोकळीच होती. सत्तर सालानंतर जेव्हा ऑर्गनायझेशनने इथे पाय रोवले आणि कॉन्झर्वेटरी चालवणाऱ्या बागाईतदारांना आणि बाकी माफियाला हाकलून लावलं तेव्हा तिथे बांधकामं झाली आणि तुरळक वस्तीला सुरुवात झाली. बोस्पोरूसलगतच्या भागात आणि समुद्रकिनाऱ्यालगत जेव्हा दिमाखदार व्हिला आणि श्रीमंतांचे भपकेदार कॉम्प्लेक्स उभारले जात होते तेव्हा आजूबाजूच्या टेकड्यांवर गेसिकोंदू वसाहती निर्माण होत होत्या.

जेव्हा मला माझ्या भोवतालचं जग कळू लागलं, तेव्हा मला आमच्या घराच्या भोवतालचा परिसर आवडेनासा झाला. मला वाईट वाटायला लागलं, आपण त्या मध्यवर्ती टेकडीवर राहत नाही म्हणून जरासं अपराधीही. मला असंही वाटायला लागलं, की इथं राहण्याने आपल्याला काही खास सोयी-सवलती मिळाल्या आहेत. आपण लोकांपासून दूर होऊन जगतो आहोत. पण मग सगळं धुमसायला लागलं. तिकडची घरं संशयाच्या छायेत अडकली आणि पोलीस त्या वसाहतींवर वरचेवर धाडी टाकू लागले तसतसं मला आमचं घर पुन्हा आवडू लागलं. निदान ते इथे येऊन लुडबूड करत नव्हते आणि आमच्यावर दिवसभर नजर ठेवून नव्हते. तरीही देरिन त्या काफिर माणसाला इथे घेऊन आली हे चुकलंच. असे लोक लगेच डोळ्यांत भरतात. पोलिसांना संशय येतोच, पण क्रांतिकारकांनासुद्धा!

मे महिन्याच्या अखेरचे दिवस किंवा जूनच्या सुरुवातीचे. त्याच सुमारास ते आले. त्या दिवशी चांगली उन्हं पडली होती, प्रसन्न वाटत होतं. मी एकटाच होतो. आई आणि बहीण कामावर गेल्या होत्या. वडील कॉफी हाऊसमध्ये. घरासमोरच्या जागेत मी बसलो होतो. बाजूला लोखंडी कनिस्तर ठेवलेले होते. त्यात माझी आई फुलांच्या कुंड्या ठेवायची. मी उन्हात उघडा बसलो होतो आणि ऑर्गनायझेशनचं ताजं पत्रक वाचत होतो. मोटारीचा आवाज ऐकला तेव्हा

मी मान उचलून वर पाहिलं आणि लगेच देरिनची गाडी ओळखली. माझ्या हृदयाचे ठोके वाढले आणि शरीरातून एक सुखद शिरशिरी उठली. पण मग मला दिसलं की ती एकटी नाहीय. तो टेओ पण होता तिच्याबरोबर. माझा आनंद क्षणार्धात बुडबुड्यासारखा फुटून नाहीसा झाला.

"मी टेओला सगळं शहर हिंडून दाखवतेय. मग वाटलं त्याला हाही भाग दाखवावा," ती म्हणाली, "रागावला तर नाहीस ना, आम्ही असे न सांगता आलो म्हणून? तुला केरेम अली आठवतो ना, टेओ?"

मी तिचा आवाज ऐकला, तिचं सौम्य, शांत हसू पाहिलं आणि माझा राग क्षणार्धात नाहीसा झाला. मी मान डोलावली आणि घरात गेलो. मी दोन लाकडी स्टुल घेऊन परत आलो तेव्हा देरिन इंग्लिशमध्ये काहीतरी बोलत होती. मला पाहून तिने तुर्की भाषेत बोलायला सुरुवात केली.

"मी टेओला सांगत होते, की ह्या परिसरात किती सौंदर्य लपलेलं आहे. बघा, ही टुमदार घरं, त्यांच्या देखण्या कमानी, घरासमोरच्या चिमुकल्या बागा. त्यात सगळ्या प्रकारच्या भाज्या लावलेल्या. पत्र्याच्या डब्यातून उमलणारी फुलझाडं. कार्नेशन, गुलाब, ट्युलिप्स, गडद गुलाबी पीचची फुलं, चेरीचा पांढराशुभ्र बहर, रस्त्याच्या कडेला सरळसोट वाढणारी पॉप्लरची झाडं... फक्त जुदासची झाडं मात्र दिसत नाहीत इथे. बोस्पोरूसच्या आसपास सगळ्या टेकड्यांवर हवे तितके जुदासवृक्ष पाहायला मिळतील. बघा जरा तिकडे – सगळे कसे गर्द जांभळे! इकडे सगळ्या प्रकारची फळझाडं आहेत, पण जुदासवृक्ष मात्र कोणीही लावलेला दिसत नाही."

"गरीब लोक फळझाडंच लावणार," मी जरा अपमानित होऊन म्हणालो, "शोभेची झाडं आम्हाला माहीत नाहीत." हे बोलता बोलता मी विचार करू लागलो की तो कशा प्रकारचा वृक्ष असावा?

"आपण एक जुदासवृक्ष लावूया." देरिनने आग्रह धरला. अगदी एखाद्या लहान मुलासारखा हट्टी आवाज. मग कदाचित शेकडो वर्षांनंतर टेओसारखा कोणीतरी येईल आणि संशोधन करू लागेल, की इथे एवढी जुदासची झाडं कशी काय. पण खरं काय ते त्याला कळणारच नाही. त्याला कसं काय समजणार की शेकडो वर्षांपूर्वी देरिन नावाची एक मुलगी काही झालं तरी जुदासवृक्ष लावायचा हट्ट धरून बसली. मग केरेम अली नावाच्या एका तरुणाने त्याच्या बगिच्यात एक रोपटं आणून लावलं. मग त्या फुलांचा बहारदार रंग पाहून शेजाऱ्यांना उत्साह

आला आणि त्यांनीही सगळीकडे जुदासची झाडं लावली. त्याची फळं खाता येत नसली तरी.

"तुला एकदम काय हे जुदासवृक्षांचं वेड लागलंय?" मी खट्टू होऊन विचारलं.

"टेओनं सुचवलं मला. साथीच्या आजारासारखं आहे ते. टेओ इर्गुवनच्या शोधात आहे. प्राचीन बायझेंटाईन साम्राज्याचा पवित्र वृक्ष आणि पवित्र रंग. म्हणजेच जुदासवृक्ष-प्रवेशद्वार. ते नेमकं कुठे आहे ते कुणालाच माहीत नाही."

"हं. मग काय, चालू द्या तुमचा शोध. मी बापडा फक्त शुभेच्छाच देऊ शकतो..." मी म्हणणारच होतो पण थांबलो. त्याऐवजी मी म्हणालो, मी आता आपल्या सगळ्यांसाठी चहा करतो. स्वैपाकघरात जाण्याआधी मी माझ्या भावाच्या पुस्तकांच्या शेल्फमधून वनस्पतिशास्त्राचा ज्ञानकोश काढला आणि त्यात भरभर शोधू लागलो. "अरे, खरंच, हा फिकट जांभळ्या फुलांचा वृक्ष मला माहीत आहे. जांभळी फुलं – जुदासवृक्षाच्या फुलांचा रंग गर्द जांभळा असतो, पोरफ्युर वगैरे वगैरे."

मी चहासाठी पाणी ठेवलं आणि पुन्हा बाहेर गेलो. ह्या वेळी टेओ इंग्लिशमध्ये काहीतरी सांगत होता आणि मी येताच तोही लगेच तुर्की भाषेत बोलायला लागला. "ह्या इथे दूरपर्यंत पसरलेली कॉन्स्टँटिनोपलची खेडी होती. बोस्पोरूसच्या टेकड्यांवर राई आणि खडकांनी सुरक्षितपणे वेढलेले माठ होते."

"मठ, मठ." देरिनने त्याची चूक सुधारली.

"हं, बरोबर, मठ. प्राचीन बायझेंटाईन साम्राज्यातल्या सत्तेसाठीच्या लढाईत चिरडून गेलेल्या सरंजामशाहीसाठी उभारलेले मठ; धर्मश्रद्धा आणि देवाच्या दारी मुक्तीचा मार्ग शोधणाऱ्यांसाठी; अखंड कौमार्य किंवा ब्रह्मचर्याची शपथ घेऊन येशूला आयुष्य अर्पण करणाऱ्यांसाठी; दुःखीकष्टी, पीडित लोकांसाठी सर्वांना मुक्ती मिळवून देणाऱ्या ह्या धर्मसंस्था जमिनीवरच्या गजबजाटापासून जितक्या दूर आणि आभाळाच्या जितक्या जवळ, तितका त्यांचा धार्मिक दबदबा जास्त. उदाहरणार्थ, इथेच इस्तीयेमध्ये एक सिरियातून आलेला संत राहत होता. आकाशाच्या अगदी जवळ राहायचं म्हणून त्याने आपल्या जीवनाची तब्बल चाळीस वर्षं एका खांबाच्या टोकावर व्यतीत केली."

"काय सांगता! विश्वासच बसत नाही."

"बायझेंटाईनमधे अशी अनेक माणसं होती. तू स्वतःला जितके जास्त क्लेश

देशील तितकी तुझी श्रद्धा दृढ होईल आणि तू देवाच्या तितकीच नजीक जाशील. त्या खांबावर उभ्या राहणाऱ्या संताला स्टायलीटिस असं नाव होतं. खांब किंवा स्तंभ ह्यांसाठीच्या मूळ ग्रीक शब्दावरून हे नाव पडलं होतं. कुणास ठाऊक, कदाचित तो पवित्र स्तंभ इथेच, ह्या टेकडीवर उभा असेल!''

''असेलही तसं,'' विचारी मुद्रेने देरिन म्हणाली, ''लोक धार्मिक श्रद्धेपायी क्लेश करून घेतात, मरण कवटाळायला मागे-पुढे पाहत नाहीत, तर त्यामागे एखादी संस्कृती, परंपरा, सातत्य का असू नये? झाडा-झुडुपांसारखं?''

तिच्या शब्दात काही अनोळखी, अपरिचित आणि अस्वस्थ करणारं होतं. त्याने मी गोंधळून गेलो. माझ्या चार भिंतींत मला एक वेगळाच एकाकीपणा पहिल्यांदाच घेरून आला.

टेओला छेडण्यासाठी मी विचारलं, ''मग तुम्ही हे प्रवेशद्वार शोधून काढल्याने कुणाला तरी पोटभर अन्न मिळणार आहे का?'' त्याच क्षणी मला माझ्या रासवटपणाची लाज वाटली आणि मी देरिनची नजर चुकवायचा प्रयत्न केला.

''मीही स्वतःला बऱ्याचदा हाच प्रश्न विचारतो,'' टेओ विचारपूर्वक म्हणाला, ''पण कधी कधी आपण जे शोधतो ते महत्त्वाचं नसतं तर आपला शोध महत्त्वाचा असतो. आणि खरं म्हणजे आपण दुसरंच काहीतरी शोधत असतो. मुळापासून वेगळं. कदाचित जुदासवृक्षाचं प्रवेशद्वार शोधून मी फक्त माझी संशोधनाची महत्त्वाकांक्षा पूर्ण करत असेन. आणि त्यामुळे कुणाचंही पोट भरणार नाही हेही तितकंच खरं.''

मी स्वैपाकघरात जाऊन चहा गाळला. तो नीट मुरला नव्हता तरी. आमच्या भागात जुदासवृक्ष का नसावेत हा प्रश्न मला छळतच होता. लवकरात लवकर एक रोपटं मिळवून आमच्या बागेत लावायचा मी निर्धार केला – देरिनसाठी. आणि त्याची नीट काळजी घ्यायला हवी. कदाचित शेकडो वर्षांनंतर अजून एखादा टेओ इकडे येईल, असलीच अर्थहीन संशोधनं करून वेळ घालवायला.

मरण पावलेली मुलं

१.

मी ह्या कहाणीत नक्की काय गमावलं?

मी कोणालाच ओळखत नव्हतो. ना त्या मृत तरुणाला, ना देरिन नावाच्या त्या तरुण मुलीला, ना त्या स्त्रीला, जिचं घर मी भाड्याने घेतलं होतं. तो देश, तो काळ आणि ह्या सर्वांची मानसिक अवस्था काहीच माझ्या परिचयाचं नव्हतं. जर मला त्या लाकडी पेटीत ते फोटो सापडले नसते आणि त्या पिएत्तावरच्या पुस्तकात ते दुर्दैवी कात्रण मिळालं नसतं, तर मलाही त्या गोष्टीत रस निर्माण झाला नसता. 'क्युरिओसिटी किल्ड द कॅट' अशी एक म्हण आहे, ती किती खरी आहे!

जुदासवृक्षांचं प्रवेशद्वार शोधण्यासाठी मी झपाटल्यासारखा कॉन्स्टँटिनोपल पिंजून काढतोय, तेसुद्धा केवळ एका अपरिचित कवितेत उल्लेख आलाय म्हणून. त्या कवितेचा कवीही मला माहीत नाही. संशोधकांच्या वर्तुळात माझ्यावर नादिष्ट आणि चक्रम असल्याची टीका होत असेल, पण माझ्या शोधामागे एक तर्कसंगती होती. सगळेच मोठे शोध एखाद्या वायफळ गृहीतकावर आधारलेले असतात. पण माझं कुतूहल केवळ तो मृत मुलगा, त्याची आई आणि देरिन यांच्यापुरतंच मर्यादित का राहिलं नाही हे मात्र सांगता येणार नाही. त्या परक्या माणसांनी माझ्या हृदयात खोलवर स्थान मिळवलं होतं. जुदासवृक्ष माझ्यालेखी त्या शापित शृंखलेचा एक हरवलेला भाग होता का, ह्या सगळ्या माणसांना एकमेकांशी बांधून ठेवणारा? मला माहीत नव्हतं, एवढं मात्र पक्कं होतं की एकदा मी माझ्या ध्येयापर्यंत पोहोचलो की मला कळेलच की मला नक्की कशाचा शोध

घ्यायचा होता. कुठल्यातरी प्राचीन ग्रंथात असं वाचल्याचं मला आठवत होतं.

"आम्ही बाल्कनीमध्ये बसलो होतो. सहा-सात वर्षं झाली त्या घटनेला!" देरिन म्हणाली. लांबसडक बोटांनी टेबलावर पडलेल्या जुदासच्या फुलांच्या पाकळ्या कुरवाळत. तिला तो विषय शक्य तितक्या लवकर संपवायचा होता असं वाटलं. "उयुल्कूचा मुलगा पोलीस तपासादरम्यान एका तथाकथित संशयास्पद घरावर झालेल्या गोळीबारात मारला गेला. अधिकृत सूत्रांनी दिलेल्या माहितीनुसार तो एका दहशतवादी संघटनेचा लढाऊ सदस्य होता. त्या फ्लॅटमधल्या लोकांनी म्हणे लगेचच पोलिसांवर गोळ्या झाडायला सुरुवात केली आणि पोलिसांनी प्रत्युत्तर म्हणून केलेल्या गोळीबारात त्यांच्यातला एकही जण वाचला नाही. उयुल्कू तेव्हा तुर्कस्थानमध्ये नव्हती. उमुट त्याच्या आजीजवळ राहत होता. सगळ्या संबंधित कुटुंबांनी ह्या केसचा तपास व्हावा म्हणून खूप काळ अथक प्रयत्न केले पण ती मुलं खरोखरच एखाद्या दहशतवादी संघटनेशी जोडलेली होती का ह्याचा छडा अखेरपर्यंत लागला नाही. एक चौथी व्यक्ती त्या फ्लॅटमध्ये होती, ती पळून गेली आणि तिचा काहीच थांगपत्ता लागत नाही असं ऐकिवात आलं. तपासाअंती असं निदर्शनास आलं की फ्लॅटमधून गोळीबार झालाच नव्हता, तरीही त्या मृत तरुणांच्या कुटुंबीयांवर खूप दबाव आणण्यात आला. गोळीबारात सामील असणाऱ्या पोलिसांना पुराव्याअभावी सोडून देण्यात आलं. कायदेशीर कारवाईच्या आधीच देहदंडाची अंमलबजावणी करण्याची ही पद्धत त्या वेळी प्रचलित होती. क्रांतिकारी गटांना आटोक्यात ठेवणं अवघड होतं, त्यांना शरण आणण्याचा हा सोपा मार्ग होता. आजकाल ते जरा धूर्तपणे त्यांचा मार्ग निवडतात."

एकाच श्वासात तिने हे सगळं ओघवत्या इंग्लिशमध्ये भराभरा सांगून टाकलं. जणू तिने ह्या ओळी तोंडपाठ केल्या होत्या आणि फक्त त्या पुन्हा म्हणून दाखवत होती. फक्त देहदंडाची अंमलबजावणी आणि क्रांतिकारक गट ह्या शब्दांसाठी तिने तुर्की भाषेचा आधार घेतला. मग अचानक मूक होऊन ती माझ्या डोळ्यांत बघायला लागली. हे असं आहे. मिळालं का तुला तुझ्या प्रश्नाचं उत्तर? ती असं थेट म्हणाली नाही. तिच्यावर अगदी चांगले संस्कार झाले होते हे तिच्या एकूण देहबोलीवरून आणि वागण्यावरून हे स्पष्ट होत होतं. काही स्त्रिया त्याच्या अंतर्मनात काय चाललंय हे सहसा वरून दाखवत नाहीत, जर त्यांना त्यातून काही फायदा होणार असेल, तरच त्या व्यक्त होतात. देरिन त्यांच्यापैकीच एक होती.

जरा नाटकीपणे घाबरल्यासारखं दाखवून मी म्हणालो, "ओह माय गॉड! फारच क्रूर!" मी जणू मंचावर उभा राहून दोन जणांच्या ह्या नाटकात माझी भूमिका साकारत होतो. आमच्या आत्म्याला आणि हृदयाला स्पर्श न करणाऱ्या ह्या साचेबद्ध भूमिका करणं फारच सोपं होतं.

"हो, क्रूरपणाच आहे हा. आमचा देश त्याचीच मुलं गिळंकृत करतो. त्यांच्या रक्तावर तो फोफावतो."

मी शांतपणे तिच्याकडे बघत होतो. बारकाईने. मी जे पाहिलं आणि ऐकलं त्याच्यामागे काय दडलंय ह्याचा विचार करत. तिची अखेरची वाक्यं तिची नव्हती. ते शब्द तिनं कुणाकडून तरी उसने घेतलेले होते. तिचे डोळे मात्र पूर्वीसारखेच होते. तेजस्वी, ओळखीचे वाटणारे, रावेन्नाच्या मोझाईकमधल्या दरबारी दासीचे डोळे, सायकलवरच्या त्या लहानग्या मुलाचे डोळे, त्या मृत तरुणाचे डोळे.

"आणि माझी घरमालकीण?"

तिला माझा प्रश्न लगेच समजला.

"उयुल्कू आमची फॅमिली फ्रेंड आहे. माझ्या वडिलांची जुनी मैत्रीण. त्यांची पॅरिसमध्ये हत्या झाली तेव्हा ती तिथेच होती." ती अत्यंत निरागसपणे हसली. त्या हास्यात थोडं दुःखही मिसळलेलं होतं. "घ्या, अजून एक हत्या. आता तर तुम्ही घाबरून पळच काढाल इथून. माझे वडील परराष्ट्र खात्यात नोकरीला होते. सरकारने त्यांना खास कामगिरीवर पाठवलं होतं. त्यांच्या कामाच्या स्वरूपामुळे त्यांना अनेक काळ्या धंद्यांची माहिती होती. उमुटची हत्या होण्याच्या मागची कारणंसुद्धा त्यांना माहीत असतील कदाचित. त्यांना खूप गोष्टी माहीत होत्या आणि त्यामुळेच ते अस्वस्थ असायचे. कारण त्यामुळे काही विशिष्ट वर्तुळांसाठी ते धोक्याचे ठरू शकत होते. आणि ते स्वतःच एका कारस्थानाला बळी पडले. खुनी मारेकरी अर्थातच पकडले गेले नाहीत."

"हा देश त्याच्या लेकरांना गिळंकृत करतो!" मी तिचंच वाक्य पुन्हा उच्चारलं. मग मला अचानक आठवलं, माझे वडील असंच काहीसं म्हणायचे, 'हा देश त्याच्या लेकरांना गिळंकृत करतो, स्वतःचीच बोटं कापून टाकण्यासारखं आहे ते.'

अस्खलित ग्रीक भाषेत भरभर बोलत त्यांनी मला भीषण विध्वंसकांबद्दल सांगितलं होतं. माझे वडील त्या कृतींना भीषण विध्वंसक कृती म्हणायचे. मी ते

समजून घ्यायचा प्रयत्न करायचो. ते सगळं माझ्या जन्माच्या आधी चार-पाच वर्षं घडून गेलं होतं. फक्त काही शब्द त्यांनी तुर्की भाषेत जोर देऊन उच्चारले, ६ ते ७ सप्टेंबरच्या दरम्यान. माझ्या आईला वाटायचं की, 'मुलांना असल्या गोष्टी सांगू नयेत. जे घडलं ते घडून गेलं, आता हीच आपली मातृभूमी, मी सातव्या पिढीतली इस्तंबूलकरीण आहे.' ती म्हणाली. 'कॉन्स्टँटिनोपलकरीण' माझ्या वडिलांनी दुरुस्ती केली. 'ते घडून गेलं, पण खुणा मागे सोडून. १९५५ साली काय घडलं? आणि १९६२, १९६४? आपण विसरतो. कारण विसरणं आपल्या हिताचं असतं.' आणि मग त्यांचं ते वाक्य : हा देश त्याच्या लेकरांना गिळंकृत करतो, स्वतःचीच बोटं कापून टाकण्यासारखं आहे ते.'

माझे वडील जे सांगायचे, त्याचीच स्वप्नं मला रात्री पडायची. एकदा माझ्या स्वप्नात डाकूंची एक टोळी एका चर्चच्या दारासमोर घोळका करून ते दार तोडायचा प्रयत्न करत होती आणि एकीकडे त्या तरुण प्रीस्टला चिरण्यासाठी सुरे पाजळत होती. चर्चची बेल वाजवणाऱ्या माणसाच्या गळ्याभोवती त्यांनी बेलचा जाड दोर गुंडाळला होता आणि एखाद्या कुत्र्यासारखं ते त्याला ओढून नेत होते. दुकानं लुटली जात होती. बेयोग्ल्यूमधल्या भव्य दुकानांच्या सजावटीच्या खिडक्यांच्या काचा फोडल्या जात होत्या आणि स्टफ्ड चेंडू, बांगड्या, ब्रेसलेट, झुंबरं, काचेच्या, क्रिस्टलच्या उंची फुलदाण्या, फ्रिज, रेडिओ असं काहीही हवेत भिरकावलं जात होतं. जे शाबूत राहिलं होतं, ते लुटारूंनी बरोबर नेलं होतं.

मी हे सगळं माझ्या डोळ्यांनी पाहिलं, माझे वडील वर्णन करून सांगायचे. खरंतर त्यांचं अंतिम ध्येय आपण होतो. ऱ्हुम वंशाचे लोक. जे मुस्लीम नव्हते त्यांची घरं, दुकानं, कचेऱ्या आधीच शोधून काढण्यात आल्या होत्या. आम्ही तेव्हा कुर्तुलूसमधल्या तात्वलामध्ये राहायचो. वाडवडिलार्जित घरात. चार मजली प्रशस्त घर. एका रात्री त्यांनी आमच्या घराला वेढा घातला. 'साले ग्रीक हरामजादे!' त्यांनी गर्जना केली आणि खिडक्यांवर दगडफेक सुरू केली. आम्ही सगळे दिवे मालवले. माझी आई तेव्हा एकदम तरुण होती. तासुला, माझ्या काकूची नात आणि मी दिवाणखान्यात एका कोपऱ्यात अंगाची जुडी करून बसलो होतो. घट्ट हात धरून आणि थरथर कापत. आमच्यासमोर वासिलीको राहायचा. त्यांच्या मालकीचा एक बार होता. अचानक जोराचा आवाज झाला आणि वासिलीकोचा आवाज ऐकून मी चोरपावलांनी खिडकीपाशी गेलो, पडद्याची कडा उचलली आणि बाहेर पाहिलं. त्यांनी वासिलीकोला पकडलं होतं

आणि त्याला लाथाबुक्क्या घालत फरपटत नेत होते. दूरपर्यंत कोणीही पोलीस दिसत नव्हता. सैन्य दुसऱ्या दिवशी येऊन पोचलं. कुणीही तोंडातून विरोधाचा शब्द काढला नाही. कुणीही त्यांना दरडावून सांगितलं नाही, 'पुरे झालं आता. जरा लगाम घाला घोड्याला!' काही घरं सोडून इस्माईल द ह्युने राहायचा. तो आमचा जुना मित्र होता. म्हणजे आम्हाला तरी तसं वाटलं होतं. हे हल्लेखोर आता त्याचा खातमा करतील असं मला वाटलं, तेवढ्यात मी पाहिलं – इस्माईल द ह्युने हातात तुर्कस्थानचा झेंडा धरला होता आणि तो काही घरांकडे बोट दाखवत होता. रस्त्याच्या मधोमध गोमांसाचे मोठाले तुकडे जळत होते. आर्मेनियन खाटकाच्या दुकानातून त्यांनी ते पळवले होते. जळलेल्या मांसाची दुर्गंधी हवेत पसरली होती.

माझी आई आजारी होती. तिचा रक्तदाब वाढला होता. तिने छातीवर हात दाबून धरला होता. ती भीतीने अर्धमेली झाली होती. आधी आम्ही माझ्या धाकट्या बहिणीला एका पेटीत लपवून ठेवलं पण ती सारखी कुरकुर करायला लागली, 'मला इथं गुदमरायला होतंय, हवाच येत नाहीय.' तासुला मात्र घाबरून गप्पगार झाली होती. तिचे डोळे खोबणीतून बाहेर आल्यासारखे विस्फारले होते. मी मागच्या बाल्कनीत आलो. आमचे शेजारी मुस्लीम होते. आमचं एकमेकांकडे येणं-जाणं नव्हतं पण बाल्कनीत आल्यावर कधी कधी दुवा-सलाम होत असे. इस्टरला आम्ही त्यांना रंगीत अंडी आणि चॉकोलेट्स पाठवायचो. ते आम्हाला हलवा किंवा बाक्लवा पाठवायचे. आमची घरं एकमेकांना लागून होती. दर्शनी भाग अरुंद होता. त्यामुळे बाल्कनी अगदी चिकटून होत्या.

मी बाहेर पडलो तर मला आमचे शेजारीही बाल्कनीत आलेले दिसले. बहुतेक ते बराच वेळ तिथे वाट पाहत असावेत. त्यांनी ओठांवर बोट टेकवलं आणि दोन्ही हात पसरून मला स्वतःकडे बोलावू लागले. मी स्वतःला आवरलं नसतं तर नक्कीच त्यांच्या गळ्यात पडलो असतो. आधी आम्ही त्यांना काही किमती चीजवस्तू दिल्या, मग तिन्ही बायकांना त्यांच्याकडे पाठवलं आणि शेवटी मी त्यांच्या बाल्कनीत चढलो. अंधाऱ्या खिडकीतून आम्ही रस्त्याकडे पाहिलं. हल्लेखोर दार उघडून आमच्या घरात घुसले होते. आमच्या मुस्लीम शेजाऱ्याने आम्हाला एका शयनगृहात बंद केलं. आम्हाला सगळं ऐकू येत होतं. आमच्या घरातली झुंबरं फोडली जात होती. आम्ही सकाळ होईपर्यंत तसेच बसून राहिलो. त्या रात्री मी स्वतःच्या डोळ्यांनी पाहिलं, आमचा शेजारी त्या

हल्लेखोरांना शिव्याशाप देत होता आणि त्याच वेळी त्याच्या डोळ्यांतून अश्रू वाहत होते. भीतीने नाही तर शरमेने आणि असहायतेने. मी तर प्रचंड भयाने रडतच होतो.

लहानपणी मला अनेकदा त्या भयाण रात्रीचं स्वप्न पडायचं आणि मी ओरडत जागा व्हायचो. गोष्टीतल्या चाळीस चोरांसारखे दिसणारे रानटी, निर्दय लोक माझ्या स्वप्नात माझ्या वडिलांना नागडं करून एका दोरखंडाने बांधून ओढत न्यायचे. तो दोरखंड त्यांच्या लिंगाला बांधलेला असायचा. आकाशातून बिलोरी काचा आणि साखरेच्या पोती धाडधाड आवाज करत पडत असायची. लालभडक रंगात तळपणारा एक राक्षसी आकाराचा, शिंगे आणि लांबलचक शेपटीचा बोकड रस्त्याच्या मधोमध पडलेला असायचा.

जिथे माणूस जन्मला, मोठा झाला, त्याच त्याच्या जन्मभूमीत, त्याच्या देशात त्याला परकं मानलं जावं हे फार कटू आहे. ते इकडे आले तेव्हा आम्ही इथे स्थायिक होऊन दोन हजार वर्षं होऊन गेली होती. माझे वडील सांगायचे. मग माझ्या मावशीचा, इरेनेचा, आवाज ऐकू आला, 'लोक चांगले आहेत. आपण आणि आपले मुस्लीम शेजारी किती गुण्यागोविंदाने नांदत होतो. आपल्यात कसलाही बेबनाव नव्हता. अर्मेनियन, ग्रीक, मुस्लीम, सगळ्यांची घरं एकाच रस्त्यावर. पण जे अगदी वर आहेत, सत्तेच्या केंद्रस्थानी, त्यांनी हे सगळं घडवून आणलं आहे. ६ आणि ७ सप्टेंबरच्या कांडाला कोण जबाबदार आहे? थेसालोनिकीमध्ये त्या घरात कुणी बॉम्ब ठेवला हे प्रत्येकाला माहीत आहे.'

पण मला ते माहीत नव्हतं. आमच्या आजूबाजूच्या ग्रीक वंशाच्या इतर मुलांप्रमाणे मीही ग्रीक फेरीक्योय प्राथमिक शाळेत जायचो. मी ऱ्ह्युम होतो त्यामुळे मला काहीच अडचण आली नाही. इस्टरच्या निमित्ताने मी शाळेतल्या मुलांना सोनेरी वेष्टणातले चॉकलेटचे ससे, बडीशेप घातलेलं पुडिंग आणि रंगीत अंडी वाटायचो, हे एक कारण असेल किंवा डायरेक्टरच्या खोलीसाठी एक मोरोक्को लेदरची खुर्ची आणि बाकीचं उत्तम फर्निचर माझ्या वडिलांनी देणगी म्हणून दिलं होतं त्यामुळेही असेल, पण आज विचार केल्यावर जाणवतं की माझ्याशी कुणीच कधी उघड भेदभावाने वागलं नाही. कधी कधी काही मुलं मला माझ्या ग्रीक असण्यावरून चिडवायची आणि माझं नाव टेओ का आहे असं विचारायची तेव्हा मी सांगायचो की, 'ते टेओमानचं संक्षिप्त रूप आहे.' त्या काळातल्या कुठल्याही वाईट आठवणी माझ्याकडे नाहीत. फक्त माझे तुर्की

भाषेचे शिक्षक काही काही शब्द मी योग्य रीतीने उच्चारावे म्हणून माझ्या फार मागे लागायचे आणि ते मला जमलं नाही की माझ्यावर रागावून ताशेरे ओढायचे, इतकंच. पण माझ्याशी कधीच कुणी भेदभावाने वागलं नाही एवढं मात्र खरं. त्यानंतर मी परदेशी मुलांसाठी असलेल्या शाळेत जायला लागलो आणि तिथेही मी त्यांचा लाडका झालो.

माझ्या विचारांच्या राज्यात मी हरवून गेलो होतो हे माझ्या ध्यानात आलं आणि मी पुन्हा देरिनबरोबर बोलायला सुरुवात केली. ''माफ करा, तुम्हाला तुमच्या भूतकाळातल्या वाईट गोष्टींची आठवण करून द्यायचा माझा हेतू नव्हता. ह्या जुन्या फोटोंमुळे मी जरा प्रभावित झालो होतो. नव्या वातावरणाशी जुळवून घेण्याचं ओझं, नवं घर, संशोधनाचा विषय सगळं माझ्या डोक्यात घुमत होतं. शिवाय ते सगळे योगायोग – त्यांचाही मी अर्थ लावत होतो. जुदासवृक्षांचं प्रवेशद्वार, तुमची भेट, तुम्ही माझ्यासाठी घर शोधून देणं, पूर्वी जुदासवृक्ष मार्ग असं नाव असणारा हा रस्ता, तुमच्या वडिलांची आणि फोटोतल्या तरुणाची हत्या आणि तुमचं नुकतंच उच्चारलेलं वाक्य – हा देश त्याच्याच लेकरांना गिळंकृत करतो, स्वतःचीच बोटं कापून टाकण्यासारखं आहे ते. माझे वडीलही कायम हेच म्हणायचे : हा देश त्याच्या लेकरांना गिळंकृत करतो, स्वतःचीच बोटं कापून टाकण्यासारखं आहे ते. मला माफ करा. मी जरा गोंधळात पडलो आहे आणि जरासा दमलोयसुद्धा. शिवाय मला वाटतं, ह्या शहरातलं वातावरणही इतकं गूढ आहे, की त्याचाही परिणाम होतोच नाही म्हटलं तरी. प्रोफेसर मेते अयुन्सालन – तुमचेही मित्र आहेत ना ते – त्यांनी हे फार सुंदर शब्दांत मांडलं आहे. ह्या शहरात आख्यायिका आणि कल्पना ह्या वास्तवाइतक्याच वास्तविक आहेत.''

''तुम्ही तुमच्या संशोधनाला सुरुवात केली आहे का?'' तिने विचारलं, कदाचित तिला विषय बदलायचा होता.

''नाही, अजून नाही. मला काही हस्तलिखितं मिळवायची आहेत. काही गोष्टींच्या मुळाशी जायला हवं. मग त्यातल्या भाषेचा योग्य प्रकारे उलगडा करून अर्थ लावायला हवा. केर्किस ह्या शब्दाच्या अर्थावर अजूनही वाद चालू आहे. ह्या सगळ्या अशक्य गोष्टी नाहीत, पण त्यासाठी वेळ तर लागणारच. शिवाय मला ह्या शहराशी नीट ओळख करून घ्यायची आहे. आम्ही कलेतिहासाचे आणि स्थापत्यशास्त्राचे संशोधक जागा आणि अवकाश, त्यांचं सातत्य आणि

प्रयोजन ह्यांवर विश्वास ठेवतो. धार्मिक प्रार्थनास्थळं, रहदारीचे चौक, व्यापाराची केंद्रं आणि करमणुकीची स्थळं ही शतकानुशतकं एकाच स्थानी राहतात. थोडंसं आंतरिक ज्ञान आणि थोडी कल्पनाशक्ती यांच्या जोरावर योग्य दुवे सापडत जातातच. इतिहासकाराचा उत्कृष्ट मार्गदर्शक म्हणजे त्याची कल्पनाशक्ती. चोवीस वर्षांपूर्वी इस्तंबूल सोडलं तेव्हा मी फार लहान होतो. शिवाय आता हे शहर इतकं बदललं आहे की मला ते नव्याने शोधून काढायला लागणार आहे.''

''आपण दोघंही कसल्यातरी शोधात आहोत, टेओ,'' ती थकलेल्या सुरात म्हणाली. तिने आधीसारखं बे टेओ म्हटलं नाही. ''बघा, आपल्या सभोवती फक्त जांभळ्या रंगाची रेलचेल आहे. कदाचित हासुद्धा एक दुवा असेल. मी तुमच्यासाठी घर शोधलं आणि जे मला हवे होते ते दुवे तुम्हाला त्या घरात सापडले. आता फक्त तुम्ही एक चांगला संशोधक असणं महत्त्वाचं आहे.''

''आणि तुम्ही, देरिन? तुम्हाला कुठलं द्वार शोधायचं आहे?''

''उमुटकडे नेणारं. उयुल्कूचा मुलगा उमुट. ज्याची हत्या झाली तो उमुट. पण उमुट नक्की कोण होता? उमुटची आणि माझ्या वडिलांची हत्या ह्यात काय संबंध आहे? बरोबर आहे तुमचं. मीही एक दार शोधते आहे. तुमचं दार तुमच्यासाठी जितकं महत्त्वाचं आहे, तितकंच माझं दार माझ्यासाठी महत्त्वाचं आहे. मी ते उघडू शकले तरच कदाचित मला कळेल की मला काय शोधायचं आहे.''

मला अचानक आठवलं की हे शब्द माझ्या कसे काय ओळखीचे आहेत. दहाव्या शतकात लिहिल्या गेलेल्या एका प्राचीन हस्तलिखितात ह्या ओळी आहेत – संतांच्या जीवनाची कथा! ''जेव्हा ईश्वर आपल्याला शोधायचा मार्ग दाखवतो तेव्हाच आपल्याला कळतं, की आपण नक्की कशाच्या शोधात आहोत. माझं वाक्य नाहीय हं हे. मी ते फक्त उद्धृत केलंय.''

''मग तर आपल्याला ते कधीच कळणार नाही. कदाचित असंही असेल की आपण ज्याच्या मागे धावत आहोत त्यापेक्षा आपण जे शोधतो आहोत ते पूर्णतः वेगळं आहे.''

मी घरी आलो. मला आत्तापर्यंत जी काही माहिती मिळाली होती तिच्या आधारावर मी ते कात्रण, ते फोटो आणि पिएत्तावरच्या पुस्तकातली अर्पणपत्रिका पुन्हा निरखून पाहिली. पण ह्या वेळी मी एकदम मोकळ्या मन:स्थितीत होतो आणि शांतही. दुव्यांमधल्या रिकाम्या जागा भरून काढण्यात मी वेळ घालवू लागलो आणि ती कहाणी पुन्हा नव्याने लिहिण्याचा प्रयत्न करू लागलो. माझ्या

आजपर्यंतच्या संशोधनात ही पद्धत फारच उपयोगाची ठरली आहे. आधी आपण एक गोष्ट लिहायची, आपल्यापाशी असलेली सगळी माहिती गुंफून एक प्रवेश लिहायचा, मग काळजीपूर्वक एकेक मोकळी जागा भरत जायचं. एकेक विसंगती शोधून काढायची. मग जिच्या आधारावर सत्य परिस्थितीची एक नवीन रचना करणं शक्य होईल अशा नवीन माहितीच्या शोधात निघायचं. ही नवी रचना जरी परिपूर्ण असली तरी ही नवनिर्मित कथा म्हणजेच सत्य परिस्थिती नव्हे, ती सत्य परिस्थितीची केवळ एक कथित सावली असते, एक प्रतिमा. शास्त्राला काय हवं असतं? डेटा, माहिती, भक्कम पुरावे, कार्यकारणभाव! शास्त्रीय वृत्तीला वास्तवाशी देणंघेणं नसतं. वास्तव ही एक संज्ञा आहे आणि प्रत्येकजण स्वतःच्या कथेला हे नाव देत असतो.

देरिन, तिचे हत्येला बळी पडलेले वडील, माझी अपरिचित घरमालकीण आणि उमुट नावाचा तो तरुण मुलगा यांची दैवं एकमेकांत गुंतली होती. सर्वसामान्य माणसाच्या आयुष्यापेक्षा ती नक्कीच वेगळ्या दिशेने चालली होती. अगदी एका अशा देशात, जिथे राजकीय असंतोष माजलेला होता, समाजात अशांतता आणि दुही होती आणि सर्वत्र एक प्रकारची अनिश्चितता होती. तिथेसुद्धा त्यांच्या दैवाचा खेळ सामान्य म्हणता आला नसता. तरीही हे सगळे मला परके होते. मला त्यांच्या भावना स्पर्श करत नव्हत्या. त्या माझ्या अंतरंगात फक्त घबराट निर्माण करत होत्या, एक अपराधीपणाची भावना. हे असं का होत होतं, ते मला कळत नव्हतं. मी माझं आत्तापर्यंतचं आयुष्य अगदी सुरक्षित, निवांत आणि शांत जागी घालवलं होतं. त्याबद्दल शिक्षा म्हणून आपण काही दंड भरायला हवा अशी सुप्त भावना असेल कदाचित.

ह्या गोष्टींवर मुळीच वेळ घालवायचा नाही आणि संपूर्ण लक्ष संशोधनावर केंद्रित करायचं असं मी ठरवलं. ह्या सर्वथा अनोळखी माणसांच्या आयुष्यांच्या कहाण्या माझ्या स्वप्नात येऊ नयेत म्हणून तरी मला स्वतःला कामात झोकून देणं क्रमप्राप्त होतं.

मध्यंतरीच्या काळात घडलेल्या विचित्र घटनांमुळे त्या अनाम चिन्हांना आणि प्रतीकांना एक वेगळाच अर्थ लाभला होता. आता झडझडून कामाला लागायला हवं होतं आणि मीही उत्साहाने भारून गेलो होतो. ह्या शहराच्या हजारो रहस्यांमध्ये माझ्याही बाजूने अजून एक गुपित जोडलं गेलं होतं : एक रहस्यपूर्ण, भग्न प्रवेशद्वार. त्या द्वारातून त्या तारणहाराने प्रवेश केला होता, ह्या

शहराच्या हरवलेल्या आत्म्याला मुक्ती मिळावी म्हणून. ते द्वार मला सापडेल ह्याबद्दल माझा विश्वास दृढ होत चालला होता.

सरकारी आणि व्यक्तिगत संग्रहातली हस्तलिखितं, इतर कागदपत्रं आणि नकाशे पाहण्यासाठी ज्या परवानग्या लागतात त्या मिळवायला वेळ लागणार होता. मला काहीजणांशी संपर्क साधायला वेळ लागणार होता तो वेगळाच. ह्या रिकाम्या वेळात मी शहराच्या गल्लीबोळातून हिंडून शोध घ्यायचा असं ठरवलं. हजारो वर्षांपूर्वी वसलेली शहरं पाहायला मला फार आवडतं. त्यांच्याभोवती तटबंदीची भिंत असेल तर फारच. प्रत्येक जागेला एक आत्मा असतो. मनुष्याचा आणि ह्या अवकाशाचा आत्मा एकमेकांत वितळून जातात असं मला वाटायचं. इस्तंबूल हे एक वैशिष्ट्यपूर्ण शहर होतं. त्याचा कानाकोपरा आणि तिथला प्रत्येक क्षण ह्या विचाराला प्रत्यक्षात आणेल असा होता. तिथं माझं बालपण गेलं होतं आणि ते शहर मला अनेक वर्षांनी भेटणाऱ्या एखाद्या जुन्या घनिष्ठ मित्राप्रमाणे बोलावत होतं. पुढच्या दिवसांत माझ्यासमोर एक नवं जग उघडलं गेलं होतं आणि मला वाटू लागलं होतं की त्या द्वाराच्या शोधापेक्षा मला त्या अद्भुत शहराच्या आत्म्याचा शोध घ्यावासा वाटत होता. ह्या शोधयात्रेला अंत नसेल, ह्या शहराचा आत्मा हाती आला असं वाटेवाटेतो तो सुळकन निसटून जाईल हे मला तेव्हा माहीत नव्हतं. आणि एखाद्या छिन्नमनस्क माणसासारखे ह्या शहराला अनेक आत्मे होते, ते एकमेकांपासून स्वतंत्र होते आणि त्यांच्याकडे बघणारा माणूस त्यांच्यात प्रतिबिंबित व्हायचा.

देरिनचा फोन आला आणि मी जरासा वैतागलोच. ती म्हणाली, ''तुम्हाला चालणार असेल तर मी तुम्हाला काही वेळ गाडीने फिरवू शकेन. गाडी असली की ह्या प्रचंड रहदारीतून वाट काढत कुठेही जाणं जरा सोपं पडेल.'' मला माझ्या शहराबरोबर एकट्याने राहायचं होतं. पण ती इतक्या आर्जवाने बोलली की मला नाही म्हणताच आलं नाही.

दुसऱ्या दिवशी ठीक दहा वाजता ती दारात उभी राहिली. तिने आत येण्याचा आग्रह धरला तेव्हाच मला कळायला हवं होतं की त्या कधीच न पाहिलेल्या फोटोंसाठी ती आली होती. मी तिला येताना खिडकीतूनच बघितलं होतं, खरंतर आम्ही लगेच गाडीत बसून निघू शकलो असतो. तिने बेल वाजवण्याआधीच मी दार उघडलं. ''मी तयार आहे,'' मी म्हणालो, ''लेट अस गो!'' पण 'मला वाइन प्यायचीय,' असं म्हणत ती आत शिरली. ती सरळ

किचनकडे गेली आणि क्रोकरीचं कपाट उघडलं. ती इथे पहिल्यांदाच येत नव्हती हे दिसतच होतं.

"इथे काही म्हणजे काहीच बदललं नाहीय," असं म्हणत तिने दिवाणखान्यावर एक उडती नजर टाकली. अगदी छोटे घोट घेत ती वाईन पीत होती. तिला फार तहान लागल्यासारखं दिसत नव्हतं.

"इथे आधी कसं होतं हे मला माहीत नाही. मी काहीच हलवाहलव केली नाही. मी काय, फक्त माझी पुस्तकं आणि कपडे बरोबर आणले आहेत. सहसा बायकांनाच ही सवय असते, वस्तू हलवायच्या आणि त्या नव्याने मांडून आपला एक ठसा उमटवायचा. आम्ही पुरुष घर जसं असेल तसं स्वीकारतो."

"काही घरं कधीच बदलत नाहीत. माझ्या आईचं घर ही अशीच एक जागा आहे. प्रत्येक वस्तू तिच्या जागी खिळ्यांनी ठोकून बंदिस्त केल्यासारखी. स्वच्छ, नेटकं आणि सुबक सजावटीचं घर."

"आमचं इस्तंबूलमधलं घर पण असंच होतं. अवजड फर्निचर आणि प्राचीन वस्तूंनी ते गच्च भरलेलं होतं. त्या मौल्यवान वस्तूंना इजा पोहोचू नये ह्याची आम्हाला कायम काळजी घ्यायला लागायची. आमचं बियुकादातलं घरही तसंच शिस्तीत लावलेलं होतं. पण आम्ही अमेरिकेला गेलो आणि सगळंच बदललं. अमेरिकेमुळे माणसाचा दृष्टिकोण सरळ साधा होतो आणि आवडनिवडही. तिथं उपयुक्तता हा आयुष्यातल्या प्रत्येक गोष्टीचा एक मोठा निकष ठरतो."

माझ्या बोलण्याकडे तिचं पूर्ण लक्ष नव्हतं. तिच्या डोक्यात दुसरेच विचार चालले असावेत. अर्धा भरलेला ग्लास टेबलावर ठेवताना तिचं लक्ष मी काचेच्या तसराळ्यात ठेवलेल्या डेझीच्या हिमशुभ्र फुलांकडे गेलं.

"किती सुंदर!" ती म्हणाली, "कुठं मिळाली? माहिती आहे, उयुल्कूला पण खूप आवडतात ही फुलं."

मग तिने त्या अलमारीकडे पाऊल टाकलं. तिथे ती लाकडी पेटी ठेवलेली होती.

"तुम्ही ज्या फोटोंबद्दल सांगितलं ते ह्यातच आहेत का?"

मी मान हलवली. मूळ मालकाला न विचारता ते खाजगी फोटो तिसऱ्याच माणसाच्या हातात देण्याचा मला हक्क नव्हता. त्यामुळे मला जरा अस्वस्थ वाटायला लागलं. "ते ह्याच पेटीत आहेत हे तुम्हाला कसं कळलं?"

"तुम्हीच नाही का सांगितलंत?" तिने उत्तर दिलं, "असल्या सुबक

मांडणीच्या घरांत सगळं कसं जागच्या जागी ठेवलेलं असतं, तेव्हा या पेटीत काय असेल ह्याचा अंदाज बांधणं अवघड नाही.''

बोलता बोलता तिने ती पेटी उघडलीही होती आणि तिच्या लांबसडक, पारदर्शक वाटणाऱ्या बोटांनी आतले फोटो चाळायला सुरुवात केली होती.

काही वेळातच तिला उमुट आणि त्याच्या आईचा पॅरिसमध्ये स्टाईनउफरपाशी काढलेला फोटो सापडला. तो फोटो हातात घेऊन ती निरखून पाहू लागली. तिचा हात खरंच थरथरत होता की मलाच तसं वाटत होतं?

''उमुटचे डोळे!'' तिच्या ओठांवर एक विचित्र हसू होतं. मेरीच्या प्रतिमेसारखी स्वच्छ, शांत नजर. ''उमुटचे डोळे!'' ती पुन्हा म्हणाली.

''तुम्ही काही म्हणालात का?'' माझी अस्वस्थता लपवण्यासाठी मी विचारलं.

उमुटचा सायकलवरचा फोटो तिने हातात धरला.

''उयुल्कू कधी कधी तिच्या मुलाचा उल्लेख करायची पण तो दिसायला कसा होता ते मला माहीत नव्हतं. पण त्याचा चेहरा ओळखीचा वाटतोय एवढं खरं. कुठे बरं पाहिलंय मी त्याला?''

मी पुन्हा एकदा त्या फोटोवर नजर टाकली आणि मलाही तो चेहरा – नव्हे, ती नजर ओळखीची वाटली... आधी कुठेतरी पाहिल्यासारखी. कुठे? तो माझ्यासमोर उभा होता, त्याची नजर माझ्यावर खिळली होती आणि मी काही बोलेन ह्याची तो वाट पाहत होता. कोण? दोघांपैकी कोण? उमुट की देरिन? उमुटची नजर. देरिनची नजर.

काही न बोलता मी तिला तिचा फोटो परत दिला. ती क्षणभर थांबली. तो फोटो पेटीत परत ठेवावा की नाही म्हणून जरा घुटमळली.

''मी माझं पाकीट आणतो आणि आता आपल्याला निघायलाच हवं,'' मी म्हणालो आणि बेडरुममधे गेलो. खरंतर पाकीट माझ्या खिशातच होतं. पण तिला फोटोबाबत शांतपणाने निर्णय घेता यावा म्हणून मी तिला एकटं सोडलं होतं. मी दिवाणखान्यात परतलो तेव्हा तिने ती पेटी बंद करून टाकली होती. संध्याकाळी मी बघितलं – दोन्ही फोटो गायब झाले होते.

नंतरचे काही दिवस मी स्वतःला पूर्णतः देरिनच्या हाती सोपवलं. आम्ही तिच्या इस्तंबूलमध्ये फिरू लागलो. शहराचे ते भाग आणि ते गल्ली-बोळ... ते माझ्या मुळीच माहितीचे नव्हते. आमच्या ह्या प्रवासात मला जुदासवृक्षाचं प्रवेशद्वार सापडणार नव्हतं हे मला समजून चुकलं होतं, पण देरिनला नाही कसं

म्हणू? एका चिमुरडीच्या रेशमासारख्या मृदू आणि आर्जवी नजरेला तोंड कसं देणार?

तिच्या मनात काय होतं, तिचं ध्येय काय होतं हे मला माहीत नव्हतं. कदाचित तिला फक्त तिच्या डोक्यातले असंख्य प्रश्न कुणासमोर तरी मांडायचे होते. मला माझ्या शोधात मदत करणं हा तिचा खरा हेतू नव्हता. मी तिच्या शोधात सहभागी व्हावं हा तिचा खरा मानस होता. एका परक्या माणसाच्या तटस्थ भूमिकेचा तिला फायदा करून घ्यायचा होता. मी तिच्या जवळच्या वर्तुळातला नसल्याने ती तिच्या मनातली गुपितं मला मोकळेपणाने सांगू शकत होती.

मी तिच्या बाजूने झुकत होतो. तिचा काय हेतू असेल तो असो, पण तिच्याबरोबर आजचं शहर बघत बघत काही काळ प्रवास करायला काय हरकत होती? मला कसलीही घाई नव्हती, शिवाय ह्या मुलीबद्दल माझं कुतूहल वाढतच चाललं होतं – तिच्या अनपेक्षित आणि कोड्यात टाकणाऱ्या वागण्याने. तिची शब्दात पकडता न येणारी आकर्षणशक्ती नक्की कशात दडली होती? तिचे डोळे सगळ्यात प्रभावी होते हे तर खरंच. सां वितालच्या दरबारी दासीची प्रश्नार्थक नजर आणि रावेन्नाच्या मेरीच्या प्रतिमेतील झाकोळलेल्या डोळ्यांतली एक अनिर्वचनीय चमक ह्या दोन्हींचा संगम तिच्या नजरेत होता. तिच्याबरोबर हॉटेलमध्ये असलेला तो देखणा, अबोल, जरा गावंढळ वाटणारा तरुण तिचा कोण होता? अंगरक्षक? मित्र? प्रियकर? नाही, प्रियकर नक्कीच नसावा. आणि ही स्त्री-उयुल्कू. ह्या सगळ्या घटनांची मध्यवर्ती नायिका. आमच्यात उपस्थित नसली तरी. कडा मुडपलेल्या जुन्या फोटोंत पोझ देणारी, कधी लांब तर कधी छोट्या केसांत, पॅरिस स्टाईलच्या दिमाखदार वेशभूषेत तिच्या मुलाबरोबर स्टोन बँकवर... ह्या स्त्रीबरोबर आणि मुलाबरोबर देरिनचं असलेलं नातं. देरिनच्या वडिलांची हत्या आणि तिचा त्यांच्याशी असलेला संबंध. कवितेतला संदर्भ – आख्यायिका आणि वास्तवाबद्दलचा. एका बाजूला त्या कवितापंक्ती त्याच्या माथ्यावर जुदासच्या जांभळट पाकळ्यांचा मुकुट आहे, जांभळे वस्त्र अंगावर, त्याच्या जखमांनाही रंग आहे जांभळाच. तो निघाला आहे एका आध्यात्मिक ज्ञानप्राप्तीच्या वाटेवर. दुसऱ्या बाजूला ते शहर आणि जुदासचे वृक्ष यांच्यातलं नातं. जुदासचे वृक्ष आणि मी, आम्ही, आम्ही सगळे. ह्या प्रश्नाची आणि त्या शोधाची विलक्षण आकर्षणशक्ती.

मी देरिनच्या मागे जाऊ लागलो. शहरातली प्राचीन प्रवेशद्वारं शोधण्याऐवजी शहराच्या मधोमध आमची शोधयात्रा चालू होती. शहर अजून हजार वर्षांनी जुनं झालं होतं पण त्याच्या नावाइतकंच तेही मुळीच बदललं नव्हतं. उरल्या होत्या त्या आख्यायिका आणि काही गूढतम रहस्यं.

मे महिना संपला होता. ग्रीष्म ऋतू सुरू झाला होता. झाडांचा बहर सुकला होता. विस्टेरिया मलूल झाल्या होत्या आणि बागबगिच्यांमधून वसंत ऋतूतल्या फुलांऐवजी उन्हाळी गुलाब, कुई, आणि जिरेनिअम वाढू लागली होती. मक्याला कोवळी पालवी फुटत होती. आम्ही बोस्पोरूसच्या टेकड्यांवरच्या इमारती, बंगले आणि शहराचे उच्चभ्रू वस्तीचे भाग पाहिले. अनातोलूच्या बाजूला बगदाद स्ट्रीटवरच्या त्या भव्य इमारती, अभिरुचीपूर्ण, भपकेदार सजावटीसाठी प्रसिद्ध असलेली बुटिक्स. देरिनने मला महागड्या हॉटेल्समध्ये, कॅफेज् आणि डिस्कोथेक्समधे फिरवलं. अगदी अमेरिका किंवा इंग्लंडच्या शहरांत असल्यासारखं वाटलं. जरी ती पहिल्यांदाच अशा ठिकाणी येत होती, तरीही तिला ते सरावाचं असल्यासारखं वाटत होतं. कधी आम्ही एखाद्या गार्डन कॅफेमध्ये बसायचो तर कधी शहराच्या एखाद्या सामान्य भागातही फेरफटका मारायचो. तिथल्या ओबडधोबड, सुमार दर्जाच्या इमारतींच्या मधोमध एखाद्या साध्यासुध्या दारातून आत गेल्यावर आम्हाला अचानक एक उत्तमरीत्या सजवलेलं टेबल दिसायचं – हिरव्या झुडपांनी आणि फुलांनी वेढलेलं. तिने जणू ठरवलंच होतं, मला त्या शहरात फिरवून आश्चर्यचकित करायचं, मला मोहिनी घालायची आणि माझ्याबरोबर हिंडून तिलाही ते शहर नव्याने कळत होतं, तिच्यावरही एक प्रकारची जादू होत चालली होती.

आता गेसिकोंदू वसाहतींची पाळी होती. इस्तंबूलच्या आजूबाजूला ही वस्ती होती आणि मूळ शहराला गिळू पाहत होती. स्लम्स आणि घेटोज, जिथे अनातोलूच्या सगळ्या भागांतील लोक त्यांचं नेहमीचं रटाळ, नीरस आयुष्य जगायचे आणि त्यांच्यापासून दूर असलेल्या शहराकडे पाहायचे. ते भयावह शहर, त्याच्यातले विरोधाभास ती मला दाखवू इच्छित होती. जणू एखाद्या वाईट कथेवर बेतलेला जलद गतीचा चित्रपट ती मला दाखवत होती. ज्या जागांना ती आमचं इस्तंबूल म्हणायची तिथं ती अनामिक उत्साहाने भारलेली असायची आणि दुसऱ्या इस्तंबूलमध्ये ती आकसलेली, अवघडलेली आणि अस्वस्थ वाटायची. एकदा मी तिला विचारलं की, ती ज्याला दुसरं इस्तंबूल म्हणायची,

त्यात तिला इतका रस का होता? ''उमुटच्या शोधात मी तिथपर्यंत जाऊन पोचले,'' ती म्हणाली, ''शिवाय माझा एक टूर गाइड आहे, तो जिथे राहतो त्या टेकडीवर मी तुला एकदा घेऊन जाईन.'' बहुतेक ती त्या हॉटेलमध्ये भेटलेल्या मुलाबद्दल बोलत होती. ह्या उच्च कुळातल्या मुलींना बहुधा सामान्य पातळीवर जगणाऱ्या मुलांचाच मोह कसा पडतो? माझी बहीण, मारियाना सोळा-सतरा वर्षांची होती तेव्हा अशाच एका अनुभवातून गेली होती. एक देखणा, मिश्रविवाहातून जन्माला आलेला, अक्षरशत्रू मुलगा, आमच्या न्यूयॉर्कर व्हिलामधल्या बागेची देखभाल करायचा. त्याच्या प्रेमात ती पडली होती. तेव्हा घरात फार मोठं वादळ उठलं होतं.

आमच्या भटकंतीदरम्यान एके दिवशी आम्ही बेसिक्तासमध्ये भेटलो आणि एका बसमध्ये चढलो. गेसिकोंदू आणि गरीब वस्त्यांतून तिची गाडी न्यायला ती नाखूश असायची हे एव्हाना माझ्या लक्षात आलं होतं. जूनचा महिना होता. जरा ढग जमा झाले होते पण हवेत गारवा होता. ''आपण शेवटच्या थांब्याच्या थोडं आधी उतरूया.'' ती म्हणते. ''तिथे नेहमीच पोलीस असतात. कधी बॉम्ब सापडला म्हणून, तर कधी बॉम्बस्फोट झाला म्हणून.'' तिला काय सांगायचंय हे माझ्या नीट लक्षात येत नाही, पण मी तिचं ऐकून घेतो. मी तिच्याबरोबर का चाललोय हेच मला माहीत नाही. ह्या उदास, खिन्न गेसिकोंदू वसाहती हे माझं शेवटचं आशास्थान आहे, इथे तरी जुदासवृक्ष सापडतील का?

आम्ही ज्या कॉफी हाऊसमध्ये जातो तिथे काही मिशाळ बाप्ये बसलेले असतात, त्यांची गालफडं बसलेली आहेत. आम्ही बरेच लवकर आलोय आणि तिथे अजून वर्दळ सुरू व्हायची आहे. ध्वनिक्षेपकांतून जे गाणं चालू आहे, त्याचे शब्द माझ्या लक्षात येत नाहीत. आम्ही रस्त्याजवळच्या खिडकीपाशी असलेल्या एका टेबलावर बसतो. ती चहा आणि लिंबाची फाक मागवते. त्यांच्याकडे लिंबू नाहीय. काही हरकत नाही, मग लिंबाशिवायही चालेल.

ती जरा चिंतेत आहे. तिला खरंच बरं वाटत नसावं. तिचा चेहरा म्लान झाला आहे. डोळे निस्तेज आहेत. ती काल रात्रभर झोपली नसावी. उभट पेल्यातील चहा ती एकसारखी चमच्याने ढवळते आहे. तिने चहात साखरच टाकलेली नाही. छोट्या बशीतून वेगळी दिलेली साखर तिने काळजीपूर्वक बाजूला काढून ठेवलेली आहे. अंगालगत बसलेला काळा टी-शर्ट, काळी जीन्स, सरळ सोनेरी केस आणि गळ्यातली मोठी काळी पिशवी ह्या पेहरावामुळे

ती इस्तंबूलच्या मध्यवर्ती भागातल्या ह्या अनातोलूच्या परिसरातल्या कॉफी हाऊसमधे अगदी मिसळून गेली आहे.

अचानक मला जाणवतं की ह्या एकतानतेचं कारण ती नसून ते स्थान आहे. अशी जागा, जिथे कुणालाच परकेपणा वाटत नाही. कुणालाच दुसऱ्याच्या भानगडीत नाक खुपसायचं नसतं किंवा वरवर असं दिसतं तरी. एक असं ठिकाण, जिथे सगळ्या गोष्टी सगळ्यांच्या अंगवळणी पडून गेल्या आहेत, तिथे कुणालाच कधी कसलंच आश्चर्य वाटत नाही.

"तू काही पहिल्यांदा इथे येत नाहीयेस ना देरिन?" मी म्हणतो. "इथे काय सापडेल असं वाटतंय तुला?"

आमच्या नकळत आम्ही तुर्की भाषेत बोलू लागलो आहोत. एव्हाना आम्ही एकमेकांना नावानेच हाक मारायला सुरुवात केली आहे.

"खरंय तुझं. माझी इथे येण्याची ही पहिली वेळ नाहीय. मी केरेम अलीबरोबर काही वेळा इथे येऊन गेलेय. हा त्याचा मोहल्ला आहे. टेओ, मला सत्य जाणून घ्यायचंय. ह्यातून काहीही निष्पन्न होवो, उमुटबद्दल, माझ्याबद्दल, माझ्या वडिलांबद्दल. हे काही तुझ्या त्या प्रवेशद्वारासारखं नाही. जे मुळात अस्तित्वात होतं की नाही हेच माहीत नाही अशा द्वाराचा तू शोध घेतो आहेस की आणखी कशाचा? आणि जरी ते सापडलं, तरी त्यातून कुणी आत जातच नसेल तर ह्या सगळ्याचा काय उपयोग?"

मी उत्तर देत नाही. ती माझ्यावर अन्याय करतेय असं मात्र मला वाटून जातं. तिची असहायता ती माझ्यावरही लादते आहे. त्या सगळ्याशी माझा काय संबंध? माझं संशोधन शास्त्रीय स्वरूपाचं आहे. ते प्रवेशद्वार सापडलं काय आणि नाही सापडलं काय, काय फरक पडतो, असं जर कुणाला वाटत असेल तर शास्त्र ह्या संकल्पनेला काहीच अर्थ उरत नाही. पण तिचं बरोबर असेल तर? कॉन्स्टँटिनोपलच्या अनेक प्रवेशद्वारांत अजून एकाची भर पडली तर त्याने कुणाचं असं भलं होणार आहे?

"मी उमुटचे फोटो बरोबर घेऊन गेले," आपल्याला माफी मिळेल ह्याची खात्री असलेल्या एखाद्या लहान मुलाने स्वतःची चूक कबूल करून लाडीगोडी लावावी तशा सुरात ती म्हणाली.

"मला माहीत आहे."

"मला उयुल्कूने हे फोटो आधी का दाखवले नाहीत हे मला कळलं आहे. मला वाटतं, तुझ्याही लक्षात आलंच असेल."

"काय?"

"उमुटचे डोळे. नाही, खरंतर त्याची नजर... जेव्हा उयुल्कू म्हणाली की माझे डोळे उमुटच्या डोळ्यांसारखे आहेत तेव्हाच माझ्या हे लक्षात यायला हवं होतं."

माझा परिचय ज्यांच्याशी अगदी योगायोगाने झाला, त्यांच्या वैयक्तिक आयुष्याच्या अगदी आतल्या कोपऱ्यातली रहस्यं माझ्या मनाविरुद्ध माझ्यासमोर यायला लागली की मी कमालीचा अस्वस्थ होऊन जातो. आताही मला तसंच वाटायला लागलं. ही मुलगी इतकी वर्षं फक्त माझी वाट पाहत थांबली होती? तिच्या आयुष्यातलं नाट्य उलगडण्यासाठी, स्वतःच्याच ठाम विचारांवर मात करण्यासाठी, अनोळखी क्षेत्रात पाऊल टाकण्यासाठी आणि स्वतःबद्दलचं सत्य जाणून घेण्यासाठी? उमुट आणि देरिनच्या कहाणीचा माग काढण्यासाठी मी खूप वेळ घालवला होता आणि माझ्या संशोधनात मी एकही पाऊल पुढे टाकू शकलो नव्हतो ह्याबद्दल मलाच माझा राग आला. इतक्या दिवसांपासून आम्ही इस्तंबूलमधून वणवण करतोय, ती मला इस्तंबूलचा जो चेहरा दाखवतेय तो पाहण्यात मला मुळीच इंटरेस्ट नाहीय. मला माहीत आहे, कॉन्स्टँटिनोपलच्या काळापासून हे शहर म्हणजे विरोधाभासांचं एक जंजाळ आहे आणि प्रत्येक नवागताला ते आपल्यात ओढून घेतं आणि त्याच्यावर कबजा करतं. हजारो वर्षांपासून हे शहर इथे येणाऱ्या प्रत्येकाला आत घेतंय, गिळून टाकतंय असं म्हटलं तरी चालेल, पण ते कुणालाही आपलंसं करून घेत नाही. सगळे जण मोझाईकच्या तुकड्यांप्रमाणे वेगवेगळेच असतात. हे शहर आपलं मानण्याचा प्रत्येकाचा प्रयत्न असतो, पण खरंतर ते कुणाचंच नाही किंवा सगळ्यांचंच आहे. त्यामुळेच ते कदाचित कधीच कुणाचंच बनू शकत नाही...

"तुला काय कळायला हवं होतं, देरिन?"

मी तो प्रश्न पूर्ण विचारलाही नव्हता, तितक्यात मला जाणवलं की त्याचं उत्तर मला आधीच ठाऊक आहे.

"तुला ते फोटो मिळाले तो दिवस तुला आठवतो? तू मला फोन केलास आणि विचारलंस की उमुट नक्की कोण होता? कित्येक महिन्यांपूर्वी मी उयुल्कूला हाच प्रश्न विचारला होता. 'तुझे डोळे उमुटसारखे आहेत,' ती मला म्हणाली होती. टेओ, तपशिलांकडे लक्ष पुरवणं हा तुझ्या व्यवसायाचा भाग आहे. तुला तर हे साम्य लगेचच जाणवलं असेल."

थोडा वेळ मिळावा म्हणून मी एक टाळाटाळीचं उत्तर जुळवलं, पण पुन्हा विचार बदलला. त्याऐवजी मी म्हणालो, "फोटोंवर विश्वास ठेवायचा झाला तर तुमचे डोळे, बघण्याची पद्धत एकसारखे आहेत. पण ह्यातून काय सिद्ध होतं? मेरी आणि येशूच्या असंख्य चित्रप्रतिमांमध्ये मी अशाच नजरा पहिल्या आहेत."

"टेओ, नाटक करू नकोस. तुझा प्रश्नच सिद्ध करतो की मला काय म्हणायचंय ते तुला नीट कळलं आहे."

इतका वेळ ढवळून एव्हाना गार झालेला चहा तिने एका घोटात पिऊन टाकला आणि इतक्या रोमँटिक, तरुण वयाला न शोभणाऱ्या अजब युक्तिवादाचा आधार घेत ती म्हणाली, "हा पुरावा हे मानायला पुरेसा आहे की उमुट आणि मी बहुतेक बहीण-भाऊ आहोत."

मला हेही दिसलं की तिने हे वाक्य मोठ्याने उच्चारल्यानंतर तिला ह्या वाक्याचा खरा अर्थ कळला. ह्या क्षणापर्यंत एक कथा होती, दुसऱ्या कुणाचंतरी विधिलिखित होतं, तेच आता तिचं वास्तव, तिचं दैव बनलं होतं.

"माझा गैरसमज होतोय का, टेओ?" ती बोलत राहिली, "तुला काय वाटतं? तुला आतून काय वाटतंय? तुझी आंतरिक भावना, तुझी अंत:प्रेरणा? मला माहीत आहे, ह्या प्रश्नाचं उत्तर फक्त उयुल्कूच देऊ शकते. पण मला माझं काम दुसऱ्या माणसाकडे सुपूर्त करायचंय, पण मी लगेचच परत येईन वगैरे सांगून आणि असे अनेक बहाणे करून उयुल्कूने पॅरिसला पळ काढला आणि ती केव्हा परत येईल एक ईश्वराला ठाऊक. मी एक ना एक दिवस तिला हा प्रश्न विचारणार ह्याचा तिला अंदाज आला असावा, म्हणूनच तिने काढता पाय घेतला. शिवाय मला वाटतं की उमुटबद्दलचं सत्य ही फक्त सुरुवात आहे. त्या पृष्ठभागाखाली इतकं काही सुप्तावस्थेत खदखदतं आहे! अशा कित्येक गोष्टी, ज्यामुळे अखेर माझ्या वडिलांची हत्या झाली."

त्या क्षणी ती मॅडोन्नासारखी नाही तर एखाद्या प्रेमविव्हल स्त्रीसारखी दिसली. अगदी पहिल्यांदाच तिच्या सौंदर्याला स्त्रीत्वाची झळाळी चढली. निदान मला तरी तसं वाटलं. देरिन तिची बोटं पियानो वाजवल्याप्रमाणे टेबलावरून फिरवत होती. मला तिची ती लांबसडक, जरा पारदर्शक दिसणारी बोटं गोंजारायचा मोह झाला.

त्या दिवशी मी तिचा हात धरला असता तर आम्हाला एकमेकांच्या देहाची ऊब जाणवली असती. मी तिला काही सांगितलं असतं किंवा अगदी शांत

राहिलो असतो तरी नंतर सारं वेगळंच घडलं असतं. कधी कधी एखादा शब्द, एखादा क्षण, एखादी नजर किंवा एखादी हालचाल आपल्या आयुष्याची दिशा आणि आपलं दैव बदलून टाकू शकते. तिला स्पर्श करावा, तिच्या जवळ जावं असा मला मोह झाला. प्रतिमाचिन्हं, मेरीच्या प्रतिमा, रंगचित्रं, संत ह्या सगळ्यांची आपण भक्ती करू शकतो, त्यांच्याकडे आदराने पाहू शकतो, पण आपण त्यांच्या प्रेमात पडत नाही. तो एक उच्च प्रतीचा सौंदर्यानुभव असतो, ती श्रद्धेची प्रतीकं असतात, शारीरिक मोह किंवा भौतिक प्रेमाच्या वस्तू नव्हेत. माझ्यासाठी देरिन सान वितालेच्या चर्चमधल्या मोझाईकवर साम्राज्ञी थिओडोराच्या अंतर्महालातली एक राजदासी होती. इतकी दूरस्थ, ताठर आणि अवास्तव तरीही तितकीच प्रभावी आणि जादू करणारी... तिची कामना करावी, हाडामांसाच्या स्त्रीसारखं तिला उपभोगावं असलं काही मला सुचलंच नसतं. पण त्या दिवशी ती प्रतिमेसारखी भासली नाही. पहिल्यांदाच ती एका खऱ्याखुऱ्या स्त्रीसारखी दिसली. आमची बोटं एकमेकांत गुंतली असती तर ती माझ्याबरोबर नातं जोडायला तयार झाली असती, हे मला जाणवलं. पण माझ्या मनात काही सेक्शुअल टाबू होते. काही लैंगिक संबंध कुठल्यातरी निकषावर निषिद्ध ठरवणारे, शिवाय शीघ्रपतनाची भीती प्रत्येक संभोगाच्या वेळी माझा ताबा घ्यायची. माझ्या आईचा अर्धवट अंधारात हलणारा संगमरवरी देह मी इतक्या वर्षांनीही विसरू शकलो नव्हतो. माझी भीती इतकी खोलवर रुतलेली होती की इच्छा असूनही मी माझा हात तिच्या दिशेने पुढे करू शकलो नाही.

बोस्पोरूसच्या टेकड्यांवरच्या जुदासवृक्षांचा पुष्पसंभार ढळून गेला होता. बियुकादातली लाजरीची रोपटी कोमेजून गेली होती. जिप्सी लोकांची रंगीबेरंगी फुलांची दुकानं गुलाबी, जांभळट हायसिंथ किंवा नार्सिससऐवजी कार्नेशन्स, गुलाब आणि स्वीट विल्यमच्या फुलांनी भरून गेली होती. फळविक्रेत्यांच्या दुकानांत हिरवे आलूबुखार आणि ताज्या बदामांची जागा आंबट चेरी, जर्दाळू आणि पीचच्या फळांनी घेतली होती. निळ्या आकाशाची चमक हळूहळू निस्तेज होऊ लागली होती. मला वसंत ऋतू फार आवडायचा – रंग, बहर, मोहोर, पानं आणि वासंतिक वारे. मी कधी त्या शहराकडे झुकत होतो तर कधी देरिनकडे. मी माझ्या संशोधनकार्याला पूर्णपणे वेळ देऊ शकत नव्हतो. जरी मी उघडपणे मान्य करत नसलो तरी जुदासवृक्षाच्या प्रवेशद्वाराबद्दलचं माझं सुरुवातीचं औत्सुक्य विरत गेलं होतं. मी पुन्हा माझ्या कामाकडे वळण्यासाठी मला एखाद्या मोठ्या

प्रोत्साहनाची गरज होती. प्रोफेसर मेते अयुन्सालनशी ह्या विषयावर बोलायचं मी ठरवलं. 'आपण एकत्र काम करूया,' असं मी त्याला सुचवणार होतो. त्याच्या कल्पना नेहमीच उत्कृष्ट असायच्या आणि त्याची अंतःप्रेरणाही प्रभावी होती.

मला वाटलं त्यापेक्षा मेतेने माझ्या संशोधनात कांकणभर जास्तच रस दाखवला. "बघूया, कशी सुरुवात करायची ते. आधी आपल्याला त्या काळातली हस्तलिखितं विंचरून काढली पाहिजेत. कधी कधी एखाद्या संशोधकाचं नशीब फळफळतं आणि ध्यानीमनी नसताना एखादा नवीन पुरावा हाती लागतो." मग त्याने खास त्याच्या मार्मिक विनोदी शैलीत शेरा मारला – "ह्या सामान्य शहरात जुनी प्रवेशद्वारं, आशा आणि जीवनमूल्यं समूळ नष्ट केली जातात आणि सर्वांना फक्त खिसे भरायची घाई असते. तेव्हा आमच्यासारख्या मंदबुद्धी माणसांना निदान एखादं मुळीच ऐकिवात नसलेलं प्रवेशद्वार शोधण्याचा बहुमान मिळायलाच हवा!"

मी नीट विचार केल्यावर वाटतं, मेतेला ह्यात सामील करून घेण्याचं खरं कारण दुहेरी होतं : त्याचा आधार मला शास्त्रीय पातळीवर आणि नियोजनासाठी तर हवाच होता, पण त्याच्या मदतीनं देरिन, तिचे वडील, माझ्या मालकीणबाई आणि तिचा मुलगा ह्या सर्वांच्या आयुष्यावरचा रहस्यपूर्ण अंधार दूर करून वास्तव प्रकाशात आणायची माझी इच्छा होती. 'मेते अयुन्सालन आणि माझे वडील बियुकादातल्या शाळेत एकत्र होते, तेव्हापासून त्यांची मैत्री आहे,' देरिनने सांगितलं होतं. मी मेतेला विचारलं तेव्हा तो म्हणाला, "हो, मुरात आमच्या शेजारी राहायचे. मला आठवतंय त्याप्रमाणे त्यांचा समर व्हिला जेट्टीलगत होता आणि आमचा निझामच्या दिशेला."

"त्यांचा खून का झाला असावा?"

"काही शोध लागलाच नाही अजून त्या खुनाचा. त्यात नक्कीच काही बड्या धेंडांचा हात असावा."

"म्हणजे कोण?"

"अरे, ही एक बोलायची पद्धत आहे फक्त."

"मी मान खाली घालतो अबी, माझ्यासाठी जरा जड आहे हे समजायला. अधून मधून मी टीव्हीवर असली वाक्यं ऐकायचो."

"मग चांगलंच आहे. तुझी प्रगती होते आहे. उच्च राजकीय पातळीवरची गुपितं ह्यात गुंतलेली असतात, बाबा. आरीन मुरातच्या हाती फार मोठी

कामगिरी सोपवण्यात आली होती. असं ऐकलं की त्यांच्या हत्येच्या काही दिवस आधी एका पत्रकार परिषदेत अचानक त्याचं डोकं फिरलं आणि त्याने बऱ्याच सत्य प्रकरणांवर प्रकाश टाकला आणि ते वर्तन जाहीर वक्तव्य करण्याबाबतच्या सरकारी नियमांच्या विरुद्ध होतं.''

``कुठली सत्यं?''

``काळे धंदे. सरकारसाठी सुपारी घेऊन काम करणारे मारेकरी, राजकीय असंतोष आणि असंच बरंच काही. मला नीटशी कल्पना नाही पण आरीनला खूप गोष्टी माहीत होत्या. आम्ही त्याविषयी कधी बोलायचो नाही, पण थोडक्यात सांगायचं झालं तर बऱ्याच गुप्त कारवायांत, संगनमतांत आणि तसल्याच मामल्यांत तो गुंतलेला होता. अगदी प्रत्यक्षात आणण्यासाठी नसेल, पण त्या योजनांमध्ये त्याचा सहभाग नक्की होता.''

``आणि माझी घरमालकीण? तिचं आणि देरिनच्या वडिलांचं काय नातं होतं?''

``त्यात नातं म्हणता येण्यासारखं काही उरलं नव्हतं असं मला वाटतं. पेपरात आलं होतं की त्या चांदण्या रात्री तो तिच्याबरोबर जेवायला गेला होता आणि ती एका फ्रेंच वृत्तपत्रासाठी काम करायची. पूर्वी डाव्या विचारसरणीची कट्टर पुरस्कर्ती असलेली ही बाई १२ सप्टेंबरच्या फसलेल्या उठावानंतर युरोपला पळून गेली. अशा गोष्टी मीडियाला चवीने चघळायला आवडतात. मला विचारशील तर आरीनच्या हत्येशी ह्या बाईचा सुतराम संबंध नव्हता. ती म्हणजे त्याचं तरुणपणातलं कोवळं प्रेम. मला माहीत आहे, तिचंही जिवापाड प्रेम होतं त्याच्यावर. आरीनसारखी माणसं जरा विचित्र असतात. प्रेमासाठी वेळ काढण्यापेक्षा त्यांना मोठं व्हायची हाव असते. राजकीय मुत्सद्दी होण्यासाठीच त्याचा जन्म झालेला असावा. त्याची आई, मला नीट आठवतंय, आम्ही त्यांच्या शेजारीच राहायचो ना. त्याची आई म्हणजे महाआढ्यताखोर बाई. आपण अगदी पृथ्वीचा अक्ष असल्यासारखी वागायची. तिच्या महत्त्वाकांक्षेला अंत नव्हता. तिच्या मुलाने एखाद्या सामान्य मध्यमवर्गीय, त्यातून समाजवादी मुलीच्या प्रेमात पडावं हे तिला मुळीच मान्य होण्यासारखं नव्हतं. बिचारा आरीन अगदी गुणी मुलगा! तो तिच्या पॉवर गेमला बळी पडला. पण काय रे, तुला त्यांच्या आयुष्यातल्या घडामोडींत अचानक एवढा रस का बरं निर्माण व्हावा? की... देरिनमध्ये रस निर्माण झालाय तुला?

“मला देरिनमध्ये रस निर्माण झालाय खरा, पण तुला वाटतो तशा अर्थानि नाही.”

“आहा! असू दे. शेवटी आपण तुर्कस्थानमध्ये आहोत. एखाद्या सोम्यागोम्या ग्रीक माणसाच्या हाती आम्ही आमची मुलगी सोपवू असं तुला वाटलंच कसं?”

मग थोडा विचार करत, थोडा दुःखी होऊन तो म्हणाला, “गंमत सोड, खुशाल काळजी घे तिची. मलाही तिची काळजी वाटते. ती एवढीशी असल्यापासून मी तिला ओळखतो. तुला तो टवाळ मुलगा आठवतो? तो दळिद्री मवाली? आपण पाहिल्यांदा हॉटेलमध्ये भेटलो तेव्हा होता बघ? तो म्हणे हलक्या जमातीच्या प्रोलेतारियाच्या अतिरेकी गटांतील लढाऊ टोळीत आहे. त्याच्याबरोबर तिला काय भविष्य आहे? तुर्गुतशी भेट घडवून आणायची गळ तिने मला घातली, मी नाही म्हणू शकलो नाही. एवढं मी आरीनसाठी करायलाच हवं. ती ह्या प्रकरणात कशी गोवली गेली हे मला कळायलाच हवं.”

“माझ्या माहितीनुसार, माझ्या मालकिणीचा, उयुल्कूचा, मुलगा कसा मारला गेला ह्याबद्दल ती माहिती गोळा करतेय. तिला वाटतंय की तिला ह्या मार्गानि तिच्या वडिलांच्या हत्येबद्दल काही सूत्रं हाती लागतील. त्या मुलाचा भाऊ आणि उमुट एकाच ठिकाणी मारले गेले.”

“तू तिला बिनधास्त तुझ्या पदरात घे, तिची फार माया होती तिच्या वडिलांवर. तिची आई जरा चमत्कारिकच आहे. सध्या बाटलीच्या आहारी गेलीय असंही ऐकून आहे. आरीनच्या हत्येनंतर तिचं पिणं अधिकच वाढलंय. देरिनला तिच्या वडिलांची जागा घेणारं कुणीतरी हवं आहे, समजलं?”

कुठलीही कटू गोष्टसुद्धा मेते विनोदी पद्धतीने मांडायचा आणि तिचा विखार कमी करायचा. पण आज तो फार गंभीरपणे आणि विचारीपणे बोलत होता.

“आपण आपल्या द्वाराच्या शोधाला लागू,” तो म्हणाला, “ही भूमी, हा देश बायझेंटाईन साम्राज्याच्या काळापासून स्वतःच्या मुलांच्या रक्तावर पोसलेला आहे. विस्मरणाच्या गर्तेत लोटल्या गेलेल्या काही भिंतींचा शोध घेणं हे आपल्यासाठी चांगलंच आहे.”

मला पुन्हा माझ्या वडिलांचे आणि देरिनचे शब्द आठवले, ‘हा देश त्याच्या लेकरांना गिळंकृत करतो.’ माझ्या अंगावर एक थंड शहारा उमटला.

२.

एक पायरी. अजून एक पायरी... तीन पायऱ्या, एक पायरी, दोन पायऱ्या सत्तावीस पायऱ्या, पाच पावलं, परत पायऱ्या...

"एकूण दोनशे पंचाऐंशी पायऱ्या आहेत वरपर्यंत," तो म्हणाला होता. त्याने खरंच पायऱ्या मोजल्या होत्या की असंच म्हणाला तो?

कुठे कुठे सपाट जमीन आहे. मग ओबडधोबड दगडांवरून काही पावलं चालत गेल्यावर परत पायऱ्या लागतात. आम्ही अठ्ठ्याण्णवाव्या पायरीवर होतो. आम्ही एकतृतीयांश अंतर तोडलं होतं. दोनशे पंचाऐंशी पायऱ्या, अधलेमधले सपाट पृष्ठभाग धरून? नाही, तसं नसावं. मी दमलोय का? जरासा. आपल्याला ते नक्की सापडणार आहे का? अर्थातच.

त्याच्या हत्येच्या आधी उमुट कुठे गायब झाला होता? आम्ही कित्येक महिन्यांपासून शोध घेतोय, कुठे त्याचा कोणी जुना मित्र भेटतोय का, कुणाकडे तरी राहून गेलेल्या त्याच्या काही खाजगी गोष्टी सापडताहेत का? फक्त माझ्यासाठी तो त्या निषिद्ध दारांवर धडका देत होता. त्याला ते तितकंसं पटत नसलं तरी. त्या दिवशीही त्याने ते लपवायचा प्रयत्न केला नाही.

"खरं म्हणजे तुला इकडे आणणं चुकीचंच आहे," तो म्हणाला.

"का बरं? आणि तसं असेल तर तू मला इकडे आणलंसच कशाला?"

"तुला इकडं आणणं चुकीचं आहे कारण त्यामुळे लोकांचे मुखवटे फाडले जाऊ शकतात. आणि मी हे केलं कारण तुझी तशी इच्छा होती आणि माझं तुझ्यावर प्रेम आहे म्हणून."

मी त्याचा हात धरून जरा विनोद करण्याचा दुबळा प्रयत्न करते. "म्हणजे तू माझ्यासाठी संघटनेशी आणि क्रांतीशी गद्दारी करतो आहेस!"

त्याचा हात थरथरतो. त्याची पकड ढिली होते. "अशा गोष्टींवर विनोद करू नये."

"माफ कर, अगदीच अविचारीपणे बोलले मी. तुला हवं असेल तर आपण परत जाऊ. जर हे लोकांच्या, ऑर्गनायझेशनच्या, मुख्यतः तुझ्या हिताचं नसेल तर परत गेलेलं बरं."

"तू जरा सावधगिरी बाळगलीस तर काही होणार नाही. मी निघतो आता. काय बोलायचं हे तुला माहीत आहे, लक्षात ठेव, तू उमुटची बहीण आहेस,

त्याचं सामान आवरताना तुला एका चिठ्ठीत हा पत्ता सापडला वगैरे वगैरे...''

''काळजीच करू नकोस. अशा वेळी मी किती सहज खोटं बोलू शकते हे तुलाही चांगलंच माहीत आहे. जा तू आता, मला ते घर सापडेल. संध्याकाळी आपण ओर्ताकोयला भेटू. नीघ तू.''

केरेम अली कसा झरझर पायऱ्या उतरून जातोय हे मी पाहते. मधेच तो थांबतो, माझ्याकडे बघतो आणि हात हलवतो. मी त्या पायऱ्या चढत असतानाच माझ्या मनात येतं की उमुटसुद्धा तारुण्यसुलभ चपळपणे ह्या पायऱ्या अशाच चढून-उतरून गेला असेल. प्रेम आणि दुःख यांचं एक अजब मिश्रण माझ्या मनात दाटून येतं. ते उमुटसाठी की केरेम अलीसाठी हे मला समजत नाही. माझ्या मनात दोघांविषयी सारख्याच भावना आहेत.

ही गरिबांची घरं काहीशी एका बाजूला आहेत, गडद निळ्या, पिवळ्या किंवा पांढऱ्या रंगांत रंगवलेली. त्यांच्यामधून जात असताना मला माझे पाय अचानक प्रचंड दमून गेल्याचं जाणवू लागतं. फक्त पायच नाही तर माझं सगळं शरीर दमून गेलंय. टेओचा प्रश्न बरोबर होता. ह्या भागात, ह्या टेकड्यांवर माझं काय हरवलंय? मला इथे कसला शोध घ्यायचाय? मी एका मेलेल्या माणसामागे का धावते आहे? टेओला एक विशिष्ट गोष्ट हवी आहे : एक प्रवेशद्वार. टेओची त्याच्या शोधाशी तन्मयता शास्त्रीय स्वरूपाची आहे. एखादा शास्त्रज्ञ जेव्हा एखादे गणित किंवा प्रमेय सोडवण्यासाठी, एखादं भौतिकशास्त्रातलं समीकरण सोडवण्यासाठी, एखाद्या शिलालेखावरील प्राचीन ओळींचा अर्थ लावण्यासाठी, एखाद्या जुन्या ताऱ्याचं वय मोजण्यासाठी किंवा टेओचंच उदाहरण घ्यायचं झालं तर एखादं जुनं प्रवेशद्वार शोधण्यासाठी त्याचं आयुष्य पणाला लावतो तेव्हा ते समजून येण्यासारखं असतं. पण माझं काय? समजा मी काय शोधतेय ते अगदी मला मिळालं तरी त्याचा कुणाला काय उपयोग? माझ्याकडे ह्या प्रश्नाचं उत्तर नाही, मी आतून थकून गेले आहे, परत फिरावं, सोडून द्यावं... पण केरेम अलीचं काय होईल? मी त्याला सरळ असं सांगू का की माझ्या नाकी नऊ आलेत, मी आता इथेच थांबून तुझा निरोप घेईन म्हणते. केरेम अली हा फक्त माझ्या शोधयात्रेतला एक भाग आहे, माझ्या आयुष्याचा नाही. हा दिवसेंदिवस जास्तच निरर्थक ठरत चाललेला शोध थांबवणं म्हणजे केरेमकडेही पाठ फिरवण्यासारखं आहे. माझं डोकं, माझं हृदय, सगळं उलटंपालटं होऊन बसलंय.

वर पोहोचल्यावर मी डोळे चोळून पुन्हा नीट पाहिलं. मी एका गेसिकोंदूची,

गरीब वस्तीची कल्पना केली होती, पण माझ्यासमोर दोन मजली घरांची पलटण उभी होती, घरांसमोर लहान बागा. बहुमजली घरांच्या इमारती, त्यांच्या तळमजल्यावर दुकानं होती, एक काँक्रीटचा रस्ता, त्याच्या दोन्ही बाजूला गाड्या उभ्या केलेल्या होत्या आणि मिनीबसेसची रहदारी चालू होती. मला अचानक हसू फुटलं. जर केरेम अलीला हा पत्ता त्याच्या संघटनेकडून मिळाला असेल तर त्यांनी हा पत्ता अगदी व्यवस्थित खाणाखुणांसकट सांगितला होता! हेही बेकायदेशीर होतं का? टेकडीला वळसा घालून जाणारा एक रस्ता होता, त्यावर अनेक मिनीबसेस आणि गाड्यांची नेहमी वर्दळ असते आणि मला सांगितलं जातं दोनशे पंचाऐंशी पायऱ्या चढून जायला! क्रांतीचा मार्गसुद्धा असाच सांगितला जाणार असेल, तर कामगारवर्गाचं खरोखर कल्याण असो! केरेम अली, मी बदला घेईन ह्याचा!

एखाद्या क्रूर विनोदाला बळी पडल्याचं मला जाणवलं, पण ते रस्ते आणि ती वाहनं पाहून मला बरं वाटलं. जागोजागी खोदलेल्या आणि खड्डे पडलेल्या रस्त्यावरून मी निघाले. पत्त्यात सांगितल्याप्रमाणे संगमरवरी दगडात कोरलेल्या गुलाबाच्या फुलांची नक्षी असलेलं कारंजंही मला सापडलं. त्या दगडावर शेवाळ साठलं होतं तरीही त्याच्यावर कोरलेल्या ओळी अर्धवट वाचता येत होत्या : '१ म... लढ... विजय असो'. त्याखाली लाल अक्षरांत लिहिलं होतं, '...समाजवादींसाठी कबर ठरेल'. पण समाजवादींसाठी काय कबर ठरेल हे मात्र वाचता येत नव्हतं.

मी कारंजावरून डावीकडे वळले, घरं कमी कमी होत चालली होती, पण जास्तच सुबक आणि नीटनेटकी. 'डावीकडचं तिसरं किंवा चौथं घर,' तो म्हणाला होता, 'बागेने वेढलेलं, दुमजली, दारी तोंडल्याचा वेल.' तिसरं घर चारमजली होतं. अजून रंगरंगोटी व्हायची होती. बागेत अजून झाडं नव्हती आणि घरासमोर एक हिरवी कर्ताल उभी केलेली होती. मग एक मोठं पटांगण लागलं, त्यावर एक अर्धवट बांधकाम आणि पुढे एक मोठा हिरवळीचा पट्टा. त्यावर काही मुलं फूटबॉल खेळत होती. आपण रस्ता चुकलो की काय असं वाटायला लागलं तेवढ्यात मला ते घर दिसलं. बागेला सुकलेल्या विस्टेरियाचं कुंपण. तोंडलीचा वेल आणि विस्टेरिया ह्यांत त्याचा गोंधळ झाला असावा. बागेचं हिरव्या रंगाने रंगवलेलं लोखंडी दार अर्धवट उघडं होतं. मी सावधपणे आत गेले. घराच्या दर्शनी भागाच्या दोन्ही बाजूंना जर्दाळूसारख्या फिकट रंगाचे गुलाब होते. काही

पायऱ्या चढून गेल्यावर व्हरांडा होता. त्यात काही डब्यांमध्ये लाल–गुलाबी जिरेनिअम लावलेले होते. दाराच्या अगदी जवळ एका जुन्या टोपलीत एक काळ्या ठिपक्यांची मांजरी पिलांना पाजत बसली होती.

मला दिलेल्या पत्त्यावर अशा प्रकारचं घर पाहायला मिळेल असं मला वाटलंच नव्हतं. कदाचित मी चुकीच्याच ठिकाणी पोहचले होते. कारंज्यापाशी मी डावीकडे न वळता उजवीकडे वळायला हवं होतं का? एक रस्ता तिकडूनही जात होताच. शंभरशे साठ पायऱ्यांच्या नादात त्यांची चूक झाली असेल कदाचित. मांजरीची पिलं तिला लुचत होती. तिच्या पोटात पंजे खुपसून लुबूलुबू दूध पीत होती. मांजरीचे डोळे अर्धवट मिटलेले होते. ती सुखाने हलकेच गुरगुरत होती आणि तिच्या तोंडाजवळ असलेल्या पिलाला प्रेमाने हळूच चाटत होती. हिरव्या झाडांत दडलेलं घरकूल, विस्टेरियाचं कुंपण असलेली बाग, गुलाब, डब्यातली फुलं आणि दूध पाजणारी मांजरी हे एक किती शांततामय चित्र होतं. आणि तरीही इतकं जिवंत. माझा ताण उतरला आणि मी बेल वाजवायला हात पुढे केला.

एका पुरुषानं दार उघडलं. त्याच्या हातात एक पुस्तक होतं. वय असेल पन्नाशीच्या आसपास. चष्मा एका गोफावर मानेभोवती टांगलेला होता. त्याने गडद निळ्या रंगाचा ट्रॅक सूट घातला होता आणि कॅनव्हसचे शूज. उंचापुरा आणि स्वच्छ चेहऱ्याचा. केस आणि मिश्या जरा पांढऱ्या झालेल्या. त्यामुळे त्याला जरा भारदस्तपणा आला होता. पुस्तकांत गढून जाणाऱ्या एखाद्या निवृत्त शिक्षकासारखा वाटला तो. किंवा एखाद्या पूर्वकालीन राजकीय नेत्यासारखा. दगदगीचा कंटाळा आला म्हणून एकांतात जाऊन स्वतःच्या आठवणी लिहून काढणारा, कधीच प्रकाशित न करण्यासाठी.

‘‘बोला ना, कोण हवंय तुम्हाला?’’ त्याने धिम्या आवाजात विचारलं.

तिथलं वातावरण इतकं विश्वासार्ह होतं की अजिबात विचलित न होता मी म्हणाले, ‘‘मी उमुटची बहीण.’’ तो माझ्याकडे नजर न ढळवता बघत राहिला. त्याच वेळी मला दिसल्या त्याच्या चेहऱ्यावरच्या सुरकुत्या आणि त्याचे थकलेले डोळे. मला आतून कळलं की मी योग्य ठिकाणी आले होते.

‘‘तुमचं खूप साम्य आहे त्याच्याशी,’’ तो अगदी सहज म्हणाला. त्याच्या बोलण्यात संशयाची किंवा संदिग्धपणाची मुळीच झाक नव्हती. इतकं शांत, निर्लेप आणि अलिप्त होण्यासाठी माणसाला काय करावं लागत असेल?

"इथं जरा पसारा आहे," तो जरा दिलगिरीच्या सुरात म्हणाला, "पण मी काही दिवसांपासून इथे एकटाच राहातोय."

उघड्या दारातून संगीताचे सूर येत होते. पुस्तक वाचताना तो ते ऐकत असावा. पियानो कॉन्सर्ट. पाश्चिमात्य शास्त्रीय संगीत. बाखचे द इटालिअन कॉन्चेर्तो. बागेत एका पांढऱ्या टेबल-खुर्चीकडे त्याने निर्देश केला. व्हरांड्याच्या टोकाला, वंदाच्या फुलांत, चेरी लॉरेलच्या आड, बहर उतरलेल्या बाभळीमागे दडलेलं.

"बसा तुम्ही. मी अजून एक खुर्ची आणतो."

तो येईपर्यंत मी मांजरीबरोबर खेळण्यात वेळ घालवला. मी 'म्यांव म्यांव' म्हटलं की ती पंजे ताणून सुखाने जरा गुरगुरल्यासारखं करायची. बाभळीच्या फुलांचा मंद सुगंध हवेत पसरला होता आणि त्याच्या पाकळ्या माझ्या केसांवर आणि खांद्यावर पडत होत्या.

तो परतला हातात एक प्लॅस्टिकची खुर्ची आणि फुलाफुलाचे अभ्रे घातलेल्या दोन उशा घेऊन. तो नाराजीने पुटपुटत होता, "मिंकला पुन्हा चार पिल्लं झालीत. तुम्हाला आवडत असेल तर घेऊन जा एखादं. मी इतके दिवस टाळलं, पण आता एकदा तिच्यावर शस्त्रक्रिया करायलाच हवी. ह्या मांजरीची कूस इतकी सुपीक आहे ना!"

काय म्हणावं हेच मला कळेना.

"मी उमुटची बहीण. मी इकडे आलेय कारण..." मी बोलायचा प्रयत्न केला.

"पुस्तकांसाठी आणि इतर नोंदींसाठी, जी इथेच सापडतील असं तुला वाटतं, नाही का?"

मी काहीच उत्तर दिलं नाही. कारण त्याला लागेल किंवा अप्रिय वाटेल असं काही मला बोलायचं नव्हतं. मी फक्त होकारार्थी मान हलवली.

"तुम्हाला हा पत्ता कुठून मिळाला हे मी विचारणार नाही." तो बोलत राहिला, "ते फारसं महत्त्वाचं नाही. उमुट माझ्या मुलाचा मित्र होता. त्यांचे मार्ग भिन्न झाले होते. गेले काही दिवस, त्याच्या मृत्यूच्या आधी, मी त्याला बघितलंही नव्हतं. आधी तो बऱ्याच वेळा आमच्याकडे यायचा, रात्री राहायचासुद्धा. अयोझग्युर आणि उमुट बऱ्याच वेळा एकत्र अभ्यास करायचे. त्या वेळी अनेकदा त्याची वह्या-पुस्तकं इथंच राहायची. हो, माझ्या मुलाचं नाव

अयोझग्युर. १२ मार्चच्या आसपास जन्मलेल्या मुलांची नावं जवळपास सारखीच असायची डेनिझ, अयोझग्युर, सिनान, उमुट नाहीतर उलाश.''

''म्हणजे तुम्ही उमुटला ओळखता.''

''त्यांच्या युनिव्हर्सिटीच्या पहिल्या वर्षी, ते अठरा-एकोणीस वर्षांचे असताना. त्यांची अगदी घट्ट मैत्री झाली होती. तो त्याच्या आजीजवळ इस्तंबूलमध्ये राहायचा एवढं मला माहीत होतं. त्याचे वडील, म्हणजे तुमचे वडील, अयोमार होका, अंकारा युनिव्हर्सिटीपासून माझ्या ओळखीचे होते. तुमच्या आईशी माझी एकदाच भेट झाली होती, पण तिला मी आठवणार नाही बहुधा. त्याला बहीण असल्याचं उमुटने कधीच सांगितलं नाही.''

कारण त्याला ते माहीतच नव्हतं. मी बोलून जाणार होते, पण कसंबसं मी माझं खोटं बोलणंच पुढे रेटलं.

''तो माझ्यापेक्षा पाच वर्षांनी मोठा होता. माझे आईवडील परदेशात पळून गेले तेव्हा मी चार वर्षांची होते. आम्हा दोघांना सांभाळणं आमच्या आजीला जमणार नव्हतं, म्हणून त्यांनी मला त्यांच्याबरोबर नेलं. म्हणून आम्हा दोघांची तशी ओळख झालीच नाही. कदाचित त्याला माझा हेवा वाटत असावा. त्यामुळे मी त्याच्या खिजगणतीत नसेन.''

पिलांपासून आपली सुटका करून घेऊन मांजरी उभी राहिली आणि तिने आळोखेपिळोखे दिले. अगदी सावकाश ठामपणे पावलं टाकत ती माझ्याकडे आली आणि माझ्या मांडीवर येऊन बसली.

''मिंकला आवडलेल्या दिसताय तुम्ही!'' तो माणूस म्हणाला, ''मांजरांना लगेच कळतं कुणाला आपण आवडतो आणि कुणाला आवडत नाही ते. अरे हो, माझं नाव अत्तिल्ला. तुम्ही चहा घेणार? झालाच आहे.''

त्यानं माझं नाव विचारलंच नाही हे माझ्या लक्षात आलं. मी त्याला आपण होऊन माझं नाव सांगावं असंही मला एकदा वाटून गेलं. मग सुरक्षिततेच्या दृष्टिकोणातून मला ते टाळणंच योग्य वाटलं. केरेम अली आणि त्याचे मित्र माझ्यामुळे विनाकारण अडचणीत आले असते.

''आभारी आहे. चहा चालेल मला, तुम्हाला उगीच त्रास होणार नसेल तर. इथे हे सगळं किती रम्य आहे!''

माझ्या मांडीवर एव्हाना आरामात विसावलेल्या मांजरीचे कान आणि हनुवटी मी गोंजारायला लागले.

हातात चहाचा छोटा ट्रे घेऊन तो परत आला. म्हणाला, "हे माझं मुक्त क्षेत्र आहे. अज्ञातवासाचं ठिकाण. आमच्या पिढीतल्या अनेकांनी अपमानित होऊन सरकारकडे पाठ फिरवली आहे. ते त्यांच्या छोट्या जन्नतमध्ये जाऊन स्थायिक झाले आहेत बोद्रुम, दात्चा, अगाई आणि मेडिटेरेनिअन समुद्राच्या किनारी भागात. मला तिथवर जायची ताकद नाही. मला आपलं ह्या टेकडीवर पळून यायला जमलं."

"आणि तुमचा मुलगा? तो आता कुठे असतो?"

"खूप दूर. तो सध्या ऑस्ट्रेलियामध्ये जम बसवायचा प्रयत्न करतोय. इथे जगणं दिवसेंदिवस अवघड होत चाललंय आणि ऑस्ट्रेलियामध्ये त्याला निदान नोकरी तरी मिळाली. मी त्याला तिकडे राहायला उत्तेजनच दिलं. मला तो इथे राहायला नकोच आहे.

"उमुटची पुस्तकं आणायला आलेय मी. म्हणजे तुम्ही ती जपून ठेवली असतील तर आणि तुम्हाला फार त्रास होणार नसेल तर." मी पटकन बोलून गेले.

"मला त्रास कसा होईल? हो, मी ती पुस्तकं जपून ठेवली आहेत. ह्या घरात सगळं सुरक्षित असतं. भिंत कोसळल्यावर आणि कम्युनिझमचा अंत झाल्यावर कुणाला जुन्या वीरांबद्दल काही औत्सुक्य राहत नाही. आम्ही आता तेवढे धोक्याचे राहिलो नाही. आम्ही अगदी शिरा ताणून आमचं 'इंटरनात्सिओनाले – क्रांतिकारी समाजवादी गीत' गायला लागलो तरी कोणी आमची दखल घेणार नाही. किती वाईट वाटतं ना! आता ते कुर्दिश लोकांना आणि लहान मुलांना ठार मारत आहेत.

त्याच्या स्वरात आणि डोळ्यांत एक प्रकारचं अलिप्त, धूसर दुःख दाटलेलं होतं, स्वतःला शांत करण्यासाठी मी पुन्हा एकदा मनापासून त्या मांजरीला कुरवाळायला लागले.

"माफ करा, जरा उद्धटपणा वाटेल तुम्हाला, माझी संशयी वृत्ती समजा हवं तर," जरा शरमेने तो म्हणाला, "तुमच्या आईचं नाव काय? आणि उमुटचं संपूर्ण नाव काय? मला माहीत आहे, हे जरा वेड्यासारखं वाटतंय. कारण कुणा कुटिल माणसाला ही उत्तरं तयार ठेवणं तुमच्यापेक्षा जास्त सोपं जाईल, नाही का? तरी पण, ह्या जुन्या सवयी जाता जात नाहीत..."

मला कसंतरी व्हायला लागलं. ह्या दुःखी, चांगल्या माणसाला मी खोटं

बोलून फसवलं ह्याबद्दल मी स्वतःलाच बोल लावू लागले. पण आता मागे फिरणं शक्य नव्हतं.''

''बरोबर आहे तुमचं. तुम्ही इतका लगेच माझ्यावर विश्वास ठेवलात की मलाही जरा नवलच वाटलं. माझ्या आईचं नाव उयुल्कू आणि माझे वडील...'' मी आरीन मुरात हे नाव घेता घेता थांबले. मी लालबुंद झाले होते आणि माझ्या पाठीवरून घामाची एक थंडगार धार वाहत गेली. ''आणि तुम्हाला माहितीच आहे, माझ्या वडिलांचं नाव अयोमार,'' मी पुढे म्हणाले, ''अयोमार उलाश. परदेशात माझ्या आईवडिलांचा घटस्फोट झाला. उमुटला अजून एक आडनाव होतं ना? उमुट मुरात उलाश. आणि माझं नाव अयोझ्लेम.''

मी पुन्हा खोटं बोलल्याबद्दल मला जास्तच लाज वाटली. अयोझगुरशी असलेल्या संबंधामुळे मला अयोझ्लेम हे नाव सुचलं असावं. मी जरा अस्वस्थपणे चुळबूळ केली. मांजरीने जमिनीवर उडी मारली, अंग सपाटून ताणलं आणि ती तिच्या टोपलीकडे धावली. ह्या सहृदयी, कनवाळू, सज्जन माणसाला मी का फसवत होते? मी त्याला खरं सांगून टाकू का? उमुट, उयुल्कू, माझ्या वडिलांचा मृत्यू, केरेम अली, माझा शोध, माझी मानसिक रस्सीखेच, दोन जगांमध्ये माझी चाललेली ओढाताण? ज्या माणसावर उमुटने विश्वास टाकला, त्याच्यावर मी पण विश्वास ठेवू का?

''मांजरी तिच्या पिलांची काळजी घेतेय,'' तो म्हणाला, ''तशी भटकीच आहे ती, पण आपल्या पिलांची काळजी मात्र मायेने घेते! मी त्याच्या वस्तू घेऊन येतो, तुम्ही चहा घ्या तोपर्यंत. फार काही नाहीयेत, मी पिशवीत भरूनच आणतो.''

एका प्रसिद्ध बुटिकच्या दोन मोठाल्या कागदी पिशव्या भरून सामान घेऊन तो परतला तेव्हा मी मांजरीच्या टोपलीजवळ बसले होते. तो हलकेच हसून म्हणाला, ''तुम्ही नेताय का एखादं?''

''काय करू? मी आत्तापर्यंत कधीच मांजरं पाळलं नाहीय. मी कुठे राहायचं हेही मी अजून ठरवलं नाहीय. इस्तंबूल, अंकारा किंवा कदाचित मी स्वित्झर्लंडला जाऊन माझ्या स्टडीज संपवीन.''

''मांजरं त्यांना पाळणाऱ्या लोकांबरोबर सगळीकडे जातात. तुम्हाला मांजर बरोबर नेणं खरंच शक्य नसेल तर मला परत आणून द्या जाताना. गैरसमज करून घेऊ नका, मला तुमच्यावर जबरदस्ती करायची नाहीय. मला आपलं वाटलं की

तुम्हाला मांजरं आवडतात आणि एखादं आवडेल तुम्हाला घेऊन जायला...''

मी एखादं पिल्लू नेलेलं त्याला आवडलं असतं हे मला एव्हाना कळलं होतं. मला त्याचे आभार मानायचे होते, त्याला काही भेट द्यायची होती, त्याच्यासाठी काहीतरी करायचं होतं. उमुटच्या वस्तूंची परतफेड म्हणून नव्हे तर त्याच्या नजरेतलं दुःख आणि थकवा ह्यामुळे. तो इतका मनमोकळा होता, मला तो सहज आवडून गेला!

''चालेल,'' मी म्हणाले, ''मी ते पांढऱ्या पोटाचं काळं पिल्लू नेते, पांढऱ्या नाकाचं आणि पांढरेच पंजे असलेलं. हुबेहूब फेलिक्स. मला लहानपणी फेलिक्स बोक्याची कार्टून्स बघायला फार आवडायची.''

''बघितलंत, तुम्ही तर त्याचं नावसुद्धा ठेवलंत. फेलिक्स! मांजराचं एक आनंदी पिल्लू. जे कुणी त्याला बरोबर घेऊन जाईल, त्याला एक खास पिशवीसुद्धा भेट म्हणून मिळेल.''

मला काही बोलायची संधी न देताच तो पुन्हा आत गेला आणि गुलाबी रंगाची एक प्लॅस्टिकची बॉक्स घेऊन परत आला. त्या छोट्या बोक्याला त्याने हळुवारपणे आत ठेवलं.

''खरंतर अजून तो आईचं दूधच पितोय, पण तुम्ही त्याला पचायला हलकं अन्न देऊ शकता. दूध दिलंत तर त्याच्यात जरा पाणी घालून द्या. खरं सांगू का, तुम्ही त्याला बाजारातलं खाणं देऊच नका, तुम्ही खाता तेच त्यालाही खायला घाला. सदान्‌कदा मांडीवर बसवून लाडावून ठेवू नका त्याला. एक साधंसुधं, घरात सहजगत्या वावरणारं मांजर म्हणून वागवा त्याला. त्याला त्याच्या टॉयलेटचा वापर करायला लगेचच शिकवा, शिवाय त्याचं नीट निरीक्षण करत राहा. तो इकडे तिकडे उड्या मारू लागला आणि तिरतिरल्यासारखा फिरू लागला की समजा, त्याला शी किंवा शू करायची आहे. त्याला लगेच त्याच्या टॉयलेटपाशी घेऊन जा त्याने पंजांनी गवत उचकटलं की त्याला त्या खोक्यात ठेवा. काही वेळा असं केलं की त्याला सवय होईल. त्यानं दुसरीकडे कुठे घाण केली तर त्याला त्याचा वास घ्यायला लावा आणि त्याच्या पाठीवर किंवा पंज्यांवर मारा, त्याला इजा न करता. तो शिकेल लवकरच.''

मुलगी घर सोडून जाताना वडील जसे सैरभैर होतात तशी त्याची अवस्था झाली होती.

''काळजी नका करू,'' मी त्याला धीर देत म्हणाले, ''मला जमेल हे आणि

नाही कळलं तर एखाद्या व्हेटूला विचारेन. मला एक टॅक्सी लागेल हं मात्र. मागवता येईल का? मी इथे कशी पोहचले तुम्हाला माहीत आहे का? इथपर्यंत यायचा सरळ रस्ता मला माहीतच नव्हता. त्यामुळे मी दोनशे पंचाऐंशी पायऱ्या चढून आले!''

''तुम्हाला माझा पत्ता देणाऱ्या टवाळ लोकांच्या सुपीक डोक्यातून उगवलं असेल हे! क्रांतीचा खडतर मार्ग शोधण्याच्या नादात, सोपे सरळ रस्ते ते विसरूनच गेलेत. आम्ही इकडे राहायला आलो तेव्हा मुख्य रस्ता तयार व्हायचा होता. वळणावळणांची पायवाट किंवा त्या दोनशे पंचाऐंशी पायऱ्या हे दोनच मार्ग होते इथवर पोचायला. गेल्या पाच वर्षांपासून हा कॉंक्रीटचा रस्ता झालाय. क्रांतीलासुद्धा एवढा वेळ लागणार असेल तर कल्याणच आहे! चला, मी टॅक्सी बोलावतो.''

केरेम अलीला हा पत्ता कुठून मिळाला हे मला माहीत नव्हतं. अत्तिला बे ह्यांना मात्र हे ठाऊक होतं नक्की! मिस्टर अत्तिला मला त्यांना आम्जा किंवा आबी म्हणायला आवडलं असतं. काका किंवा दादा. ते तसे जुन्या पिढीचेच होते नाहीतरी.

एका हातात ते मांजराचं खोकं आणि दुसऱ्या हातात ठासून भरलेल्या त्या दोन कागदी पिशव्या घेऊन अखेर टॅक्सीकडे निघताना मी त्यांना म्हणाले, ''खरंच खूप आभारी आहे मी तुमची. तुमचा फोन नंबर द्याल का मला? जर मला काही माहिती लागली तर असू द्यावा म्हणून...''

''कशाबद्दल?'' ते स्मितहास्य करत म्हणाले.

''मांजराबद्दल. इतर कशाबद्दल?''

मी टॅक्सीत मागे जाऊन बसले आणि त्यांचा नंबर मनातल्या मनात घोकू लागले तेव्हा मला नीटच समजलं की माझ्या ओटीत आता एक फेलिक्स आहे आणि माझं हृदय भरूनच आलं. मी मांजराचं खोकं माझ्या शेजारीच ठेवलं होतं आणि उमुटच्या पिशव्या मात्र माझ्या पायाशी. मला स्वतःच्या वागण्याचं फारसं आश्चर्य मात्र वाटलं नाही.

उमुटच्या वस्तू... उमुटचे कागद... उमुटची पुस्तकं...

माझ्या प्रश्नांची उत्तरं शोधण्यासाठी मी ह्या सगळ्याचा कधी एकदा मुळापासून धांडोळा घेतेय असं मला झालं होतं. म्हणजे असं मला आधी वाटलं खरं, पण ते पिल्लू जास्त ताकदवान निघालं! पुस्तकं, कागद, फोटो, सगळं राहिलं

एका बाजूला कारण ते पिल्लू एकसारखं म्यांव म्यांव करत सुटलं होतं. आईपासून अचानक दूर झालेल्या निराधार लेकराचा अगदी तारस्वरातला विलाप...

आमची मोलकरीण हव्वा बी घाईघाईने माझ्या हातातलं सामान घेऊन मला मदत करू पाहते. मी तिला डोळे मिचकावून माझ्या कटात सामील करून घेते आणि मांजराचं खोकं तिच्या स्वाधीन करून म्हणते, ''हव्वा हनिम, हे खोकं माझ्या खोलीत नेऊन ठेव. माझ्या बाल्कनीत एखादं प्लॅस्टिकचं घमेलं शोध, किंवा मोठं तसराळं आणि त्यात तळाला रद्दीचे पेपर घालून ठेव. मी नंतर आवश्यक ते सामान घेऊन येईन. त्या मांजराने उगीच वाटेल तिथे घाण नको करायला...''

हातात ते खोकं घेऊन आपले मोठाले कुल्ले हलवत ती लगबगीने माझ्या पुढे पायऱ्या चढून जाते. फेलिक्स त्याचं पांढरं नाक आणि काळं तोंड खोक्याच्या जाळीतून बाहेर काढू पाहतो आणि म्यांव म्यांव करतो. हा झोपला तर किती बरं होईल! त्यांच्यामागे जाण्याआधी मी स्वयंपाकघरात जाते, एका उथळ भांड्यात दूध ओतते, त्यात पाणी मिसळून ते पातळ करते. अरे देवा! म्हणजे आता माझ्याकडे एक मांजर आहे, मांजर! दूध सांडू नये म्हणून मी अगदी जपून पायऱ्या चढू लागते.

हव्वा हनिम म्हणजेच हव्वा बीने एव्हाना ते खोकं खोलीच्या मधोमध जमिनीवर ठेवलं आहे आणि माझी वाट पाहते आहे.

''अरे अरे, फार कळवळलंय हो बिचारं पोर. आपण दार उघडूया का जरा?

''हो हो, उघड ना, पण खोलीचं दार लावून घे, नाहीतर ते पळूनबिळून जायचं! बाल्कनीभर घालू दे रिंगण हवं तेवढं.''

बाल्कनीच्या एका कोपऱ्यात मी दुधाचं भांड ठेवते. पिल्लू आता खोक्यातून निसटतं आणि झर्रदिशी पलंगाखाली लपतं.

''त्याला सगळं नवीन आहे ना. सवय होईपर्यंत लपून बसेल ते. भूक लागली की आपसूक बाहेर येईल. काही काळजी नका करू. पलंगाखाली घाण नाही केली म्हणजे मिळवलं!''

''हव्वा बी, मी स्वच्छ करून टाकेन सारं,'' मी अगदी मऊ स्वरात म्हणते.

''नाही हो बाई, असं कसं म्हणेन मी? ते काय तुमचं काम आहे का?''

''अग का नाही? मीच ही ब्याद लावून घेतली ना आपल्यामागे?''

''मग मी ते घमेलं घेऊन येते जरा,'' ती म्हणते आणि खाली जाते.

त्या पिल्लाची खुसपूस मला पलंगाखाली जाणवते, तसंच त्याला इथे सुरक्षित वाटतंय हेही जाणवतं आणि लगेचच मला माझ्या आवडत्या लिस इन वंडरलँड-मधल्या मांजराचं कानापर्यंत पसरलेलं हसू आठवतं. लहानपणी ह्या पुस्तकाची मी पारायणं केली होती. त्या अनोळखी प्रदेशात वाट फुटेल तिकडे भटकत असताना ती एका दुभाजकावर येऊन उभी राहते आणि तिला एक मांजर भेटतं. त्याला ती विचारते, 'मी कुठल्या दिशेला जाऊ?' 'तुला कुणीकडे जायचंय ह्यावर ते अवलंबून आहे,' ते मांजर उत्तरतं. त्याच प्रकरणात ते मांजर सारखं हसत असतं का? की दुसऱ्या? मला ते आठवत नाही. ते मांजर तरी होतं का? की ससा? जाऊ दे. लिसच्या प्रश्नाचं उत्तर जास्त महत्त्वाचं होतं. मला कुणीकडे जायचंय? केरेम अलीचं माझ्यावर किती प्रेम आहे ह्याची कल्पना असताना त्याच्यावर गोड दबाव टाकून मी जो पत्ता मिळवला होता, तिथं जाऊन मला काय शोधायचं होतं? उमुटचे दुवे की मांजराचं पिल्लू? टेओ म्हणतो तसं, आपण नक्की काय शोधत आहोत हे एखादी गोष्ट मिळाल्यावरच आपल्याला खरं कळून येतं का? त्या पिशव्या माझ्या समोर आहेत. त्या खुर्च्यांवर पुस्तकं, कागद, इतर लहानसहान वस्तू. मला त्यांच्याबद्दल कसलीच माहिती नाही. आणि मी ह्या मांजराच्या पिल्लाबरोबर खेळण्यात वेळ घालवते आहे.

मांजर हे एक केवळ निमित्त होतं का? मला त्या वस्तू शोधायची भीती वाटत होती का? उमुट आणि मी भावंडं आहोत अशी माझी खात्री पटत गेल्यावर आणि मी टेओला तसं सांगितल्यानंतर माझा शोध हा काही खेळ उरला नव्हता. मी अस्वस्थ झाले होते, मला असुरक्षित वाटत होतं. मला लहानपणी ज्वराच्या गुंगीत जी स्वप्नं पडायची तीच भावना मला घेरून आली – मी एका खोल अंधाऱ्या विहिरीत बुडते आहे, माझ्या घशात एक बोळा अडकला आहे आणि माझा श्वास कोंडतोय आणि तिथपर्यंत कुठल्याही प्रकारचा उजेड आणि हवा पोहोचत नाहीय... अजून तो त्या पलंगाखालीच लपलेला होता. माझ्याकडून लाड करून घ्यायला अजून तो माझ्या मांडीवर येऊन विसावला नव्हता तरीसुद्धा इवलासा फेलिक्स मला अमृतासारखा गोड वाटला.

तो पलंगाखालून सावकाश बाहेर सरकला. दुधाच्या भांड्याच्या दिशेने नाक उंचावून वास घेत तिथपर्यंत पोचला आणि आपल्या गुलाबी जिभेने लपालपा दूध पिऊ लागला. फारच छान! हेही जमलं आम्हाला! आमचं चिमुकलं मांजर उपाशी नक्कीच नाही राहणार! फेलिक्स, तू फार हुशार बोकोबा आहेस!

मांजर घाबरू नये म्हणून पाय न वाजवता मी बाल्कनीत जाते तेव्हा माझी दृष्टी त्या ठासून भरलेल्या पिशव्यांवर पडते. काय कमाल आहे! फेलिक्सच्या नादात मी उमुटच्या वस्तूंबद्दल सगळं विसरून गेले. मी इतके दिवस ज्या रहस्याच्या पाठी जीवाचं रान करतेय ते मला कदाचित ह्या पिशव्यांतच सापडेल. पण मी त्या वस्तू पाहायला मुळीच उत्सुक नाही.

मी ह्या गोष्टी जशाच्या तशा उयुल्कूच्या स्वाधीन केल्या तर? खरंतर त्या वस्तू तिने सांभाळून ठेवायला हव्यात, मी नाही. शेवटी तो तिचा मुलगा होता. माझा कोण होता तो? भाऊ?

फेलिक्स पुन्हा गायब झालाय. नक्कीच कुठेतरी दडून बसलाय. त्याला इथली सवय व्हायला अजून वेळ लागेल. मग हळूहळू त्याला धरून, गोंजारून त्याचे लाड करणं मुळीच अवघड नाही. मी माझ्या खोलीत उगाचच वस्तूंची आवराआवर करत इकडे तिकडे करतेय. हव्वा बीने खरंतर सकाळीच साफसफाई केलीय. मी बाहेर बाल्कनीत येते. संधिप्रकाश पसरू लागला आहे. माझ्या काळजात आतवर एक रखरखीत एकाकीपणा दाटून येतो. त्या इवल्या मांजरामुळेसुद्धा दूर न होणारा. एकटेपणाची आणि अर्थहीनपणाची एक भावना. लहानपणापासून माझ्या ओळखीची आहे ती. असहायपणे मी उमुटकडे परतते. माझ्या मते मला जो शोध घ्यायचाय, त्यासाठीच.

मुलींना पझल्स आवडत नाहीत असं म्हणतात, पण मला लहानपणापासून आवडतात ती. उमुटचे दुवे शोधण्यासाठी अगदी थोडे तुकडे जुळवायची गरज होती. फरक इतकाच होता, की त्यांतले काही तुकडे हरवले होते. कदाचित कळीचा दुवा ह्या कागदांत आणि पुस्तकांत लपलेला होता. मी त्या पिशव्यांतून सगळ्या वस्तू काळजीपूर्वक बाहेर काढल्या आणि त्या लिहिण्याच्या टेबलावर पसरू लागले. मी पुस्तकांचे दोन ढीग करून शेजारी शेजारी ठेवले. प्रथमदर्शनी सगळी अभ्यासाची पुस्तकं वाटत होती. विद्यापीठाच्या प्रवेशपरीक्षेसाठी मार्गदर्शक, इलेक्ट्रॉनिक्स, इन्फॉमटिक्सशी तोंडओळख, इंग्लिश आणि फ्रेंच भाषा शिकण्यासाठी काही पुस्तकं, विसाव्या शतकातील कला-इतिहास, मायकेल अंजेलो, पिकासोची ब्लू इअर्स, प्राचीन इजिप्शिअन कला... स्पॅनिश गिटारवरचं पुस्तक, द लिटिल प्रिन्स, इसाक असिमोव्हची एक विज्ञानकथा. अशाच तऱ्हेची पंधराएक पुस्तकं. एका तरुण मुलाची फिरती लायब्ररी. लेक्चर्स आणि सेमिनार्समध्ये खरडलेल्या नोट्सनी भरलेल्या दोन गलेलठ्ठ फाइल्स.

दोन मोठे पिवळे लिफाफे. त्यांत चिठ्ठ्याचपाट्या, पत्रं, हाताने लिहिलेली पोस्टकार्ड्स, निरोप, काही फौंटन पेन्स, काही डिस्क्स्, एक छोटी टेलीफोन डायरी, बाकी काही मजकूर खरडलेले सुटे कागद. हे सगळं मी एकत्र करून बाजूला ठेवलं. पिशवीच्या तळाशी वॉल्ट डिस्नेचे तीन प्लॅस्टिकचे नायक मी चुकून पिशव्यांबरोबर फेकूनच दिले असते – टॉम, जेरी आणि बोकोबा फेलिक्स!

ती पुस्तकं, पत्रं, त्या वह्या, पोस्टकार्ड्स किंवा डिस्क्स् मला कशातही रस वाटला नाही. दिवसभर वणवण करून थकलेली मी ती तीन छोटी रंगीत खेळणीवजा चित्रं पाहून अस्वस्थ झाले आणि खुर्चीत बसून हमसाहमशी रडू लागले.

नेमकं त्याच क्षणी ते इवलंसं पिल्लू बाहेर आलं आणि माझ्या खुर्चीकडे येऊ लागलं. माझं त्याच्याकडे पहिल्यांदा लक्षच गेलं नाही, पण मग त्याने माझ्या पायांना धरून चढायचा प्रयत्न चालवला. त्याला माझ्या मांडीवर येऊन बसायचं होतं. मांजरांना जात्याच एक जाणीव असते. त्याला कळलं होतं की मीही त्याच्याइतकीच असहाय आणि एकाकी आहे. ते मला एक प्रकारे सहानुभूती दाखवत होतं. एक बंध निर्माण होत होता. मी फेलिक्सला माझ्या छातीशी दाबून धरलं. त्याच्या हृदयाचे वेगाने पडणारे ठोके मला ऐकू येऊ लागले. त्याच्या आईचे स्तन तो जसे धरायचा, तसंच त्याने त्याच्या इवल्याशा पंज्यांनी माझा स्तन चाचपला आणि लाडीक गुरगुर करत माझ्या ब्लाउजच्या बटणांशी लुचायला लागला. मी त्याला सांभाळत हळूच उठले आणि लिहिण्याच्या टेबलाशी आले. मी एक पिवळा लिफाफा उघडला आणि त्यातले सगळे कागद बाहेर काढले. एका मृत आयुष्यात प्रवेश करताना माझ्या छातीशी लपेटलेला तो उष्ण लोकरीचा गोळा माझ्यासाठी जणू परीकथेतल्यासारखा अमृताचा कुंभ वाटत होता.

आधी मी जुन्या, पिवळट पडत चाललेल्या कागदांची एक जाडजूड वही हातात घेतली. त्यावरच्या बॉलपेनने केलेल्या नोंदी आता फिकट झाल्या होत्या. बरेच दिवस ती ओलसर जागी पडून असावी. पहिल्या पानावर लहान मुलाच्या अक्षरात उमुटची रोजनिशी असं लिहिलं होतं. प्रत्येक अक्षर एका वेगळ्या रंगात, मोठ्या आकारात आणि वेलबुट्टीने सजवलेलं, काळजीपूर्वक रेषांनी तयार केलेल्या छटांचं. ती रोजनिशी नेहमीसारखी कातडी बांधणीची नव्हती. राजवाडा, पक्षी, फुलं, फुलपाखरं आणि फुलांच्या वेलींची नक्षी असलेले कोपरे वगैरेही

नव्हते. अगदी साधीसुधी आणि कसलीही सजावट नसलेली. रोजनिशी लिहिणारा एकही शाळासोबती मला माहीत नव्हता. उलट, आम्ही जागजागी काळजीपूर्वक लपवून ठेवलेली गुपितं शोधून काढून त्यांचं थट्टेच्या सुरात जाहीर वाचन करण्यात त्यांना कमालीचा आनंद व्हायचा. माझ्या वडिलांच्या आईने मला हिरव्या कातडी बांधणीतली एक महाग डायरी भेट दिली होती. त्यावर सोनेरी अक्षरांत 'माझी रोजनिशी' असं लिहिलं होतं. त्याच्या पहिल्या पानावर मी माझ्या वडिलांकडून लिहून घेतलं होतं, 'माझ्या लाडक्या मुली, तू ह्या रोजनिशीत सदैव चांगल्या गोष्टी लिहीत जावेस, कायम यशस्वी आणि आनंदी राहावीस ह्याच सदिच्छा! – तुझ्यावर प्रेम करणारा तुझा बाबा.' नुसतंच प्रेम करणारा तुझा बाबा का बरं? तुझ्यावर प्रेम करणारा फक्त तुझाच बाबा असं का नाही?

उमुटच्या रोजनिशीचं माझ्या रोजनिशीशी काहीच साम्य नव्हतं. ती आता कुठे गडप झालीय ते तर मला ठाऊकच नव्हतं आणि मी ती किती दिवस लिहिली हेसुद्धा मला आठवत नव्हतं. निळ्या बॉलपेनाने वळणदार अक्षरांत त्याने लिहायला सुरुवात केली होती खरी, पण पहिल्या दोन पानांनंतर ते अक्षर बिघडत गेलं होतं. गिचमिड, किरट्या अक्षरांत, घाईघाईत लिहिलेला मजकूर, पण ओघवता मात्र नक्कीच. कधी पेन्सिलीने लिहिलेलं, कधी एका हलक्या रंगाच्या शाईने, कधी कधी अक्षरं इतकी जवळ जवळ गिचमिडलेली की वाटावं, त्याला जागेची बचत करायची आहे. पण पहिली पंधरा-वीस पानं सोडता ती रोजनिशी पूर्ण रिकामीच होती. शेवटी शेवटी एखाददोन पानं फ्रेंचमध्ये लिहिलेली होती, त्याच व्यक्तीने, मात्र ह्या वेळी अक्षर जास्त रुळलेलं, धावतं आणि बोलकं.

मी सगळ्यात पहिली नोंद वाचू लागले :

प्रिय रोजनिशी, मला एकही मित्र नाही, म्हणून आता तुझ्याशीच माझी सगळ्यात घट्ट मैत्री. माझ्याकडे फक्त मिकीच आहे आणि तो तर मांजर आहे आणि मांजरांना सगळंच समजतं असं नाही.

बाहेर बाकीची मुलं फुटबॉल खेळत आहेत. मला त्यांनी खेळायला घेतलं तर मीच जास्तीत जास्त गोल करू शकेन. पण आजी मला खेळायला बाहेर जाऊ देत नाही आणि ती मुलंही मला त्यांच्यात घेत नाहीत. 'तू लिंबूटिंबू आहेस, तुला नीट खेळता येत नाही, शिवाय तुझे वडील कम्युनिस्ट आहेत आणि तुझ्या आईचं काय चाललेलं असतं तेही कुणाला धड माहीत नाही,' कापड दुकानदाराचा तो लठ्ठ, मूर्ख मुलगा मला म्हणाला. कम्युनिस्ट असणं म्हणजे काय? काहीतरी

वाईटच असणार नक्की. तो मुलगा ज्या स्वरात बोलला आणि बाकीचे माझ्याशी जसं वागतात त्यावरून कळतंच की. कम्युनिस्ट म्हणजे एखादी शिवीच वाटते.

आधी अयोमार बाबा आम्हाला सोडून गेले. आई आणि मी त्यांना विमानतळावर सोडायला गेलो, मग आम्ही टेरेसवर गेलो आणि विमान हवेत चढेपर्यंत हात हलवत राहिलो. विमान दिसेनासं झाल्यावर आम्ही आईसक्रीम खाल्लं आणि मग आम्ही टॅक्सीत बसलो. आईने माझ्यासाठी एक झागोर आणि एक लकी ल्यूकचं पुस्तक खरेदी केलं होतं. 'आजीला दाखवू नकोस', आई म्हणाली होती. घरी आल्यावर आम्ही दोघं व्हरांड्यातल्या झुलत्या खुर्चीवर बसलो आणि आईने मला छातीशी घट्ट धरलं तेव्हा मला सगळ्यात छान वाटलं. 'कित्ती मोठा झाला आहेस तू बाळा. पण तरीही माझ्यासाठी तू माझा छोटा मिकीच असशील कायम.' तिच्या मिठीत मी कितीतरी वेळ होतो. त्या दिवशी मी खूप आनंदात होतो. अयोमार बाबा दूर गेले म्हणून मला मुळीच दुःख वगैरे होत नव्हतं. माझी आणि त्यांची फारशी भेटही व्हायची नाही. माझी आजी नेहमी त्यांना बोल लावत असायची. त्यांच्यामुळेच माझी आई चांगली वाट सोडून कम्युनिस्ट बनली. त्यांनीच ते खूळ तिच्या डोक्यात भरवलं. मला माझी आई फार आवडते.

दुसऱ्या एका पानावर त्याने पेन्सिलीने काही ओळी खरडल्या होत्या :

आज मी आजी आणि आईच्या भांडणाच्या आवाजाने जागा झालो. आई म्हणत होती की तिला काही दिवस कुठेतरी जायला लागणार होतं आणि ती मला बरोबर नेऊ शकत नव्हती. 'जर ते आले आणि त्यांनी आईची चौकशी केली तर ती परदेशात असल्याचं सांग,' असं ती आजीला म्हणत होती. मी उठलो आणि खोलीचं दार उघडलं. माझी आई घाबरल्यासारखी दिसत होती. 'आता तू पण माझ्या बाबांसारखी मला सोडून जाणार?' मी तिला विचारलं. 'काहीतरीच काय? अरे फक्त महत्त्वाची कामं असतील तेव्हा मी अधूनमधून काही दिवसांसाठी घरी नसेन एवढंच. काळजी नको करू बाळा, मी माझ्या लाडक्या मिकीला कधीच एकटं सोडणार नाही, कधीच नाही.' पण तिनं नेमकं तेच केलं... मला एकटं टाकलं.

सुरुवातीला ती अधूनमधून का होईना घरी यायची, पण ती पुन्हा केव्हा येईल ते मात्र सांगायची नाही. 'द लिटल प्रिन्स'मधला कोल्हा कसा म्हणतो, 'तू नेहमी ठरलेल्या वेळीच परत आलास तर किती छान होईल? म्हणजे समजा, तू दुपारी

चार वाजता येणार असशील तर मला तीन वाजल्यापासूनच आनंद व्हायला लागेल. जसजशी वेळ जवळ येईल तसतसा माझा उत्साह वाढत जाईल. चार वाजता तर मी कासावीस होईन, भाग्याची किंमत काय असते ते मला कळेल.'

हे वाक्य मी तोंडपाठ केलं होतं. एखाद्या दिवशी माझ्या आईला म्हणून दाखवण्यासाठी. पण ते मला कधीच जमलं नाही. मी तिला सांगायचो, की 'इथल्या मुलांना मी आवडत नाही आणि ते माझ्याशी दोस्ती करत नाहीत. बाबा आणि तू, तुम्ही दोघं कम्युनिस्ट आहात. तुम्ही गुन्हा केला असेल तर ते तुम्हाला पकडतील. तू कम्युनिस्ट नको राहूस आई, पकडली पण जाऊ नकोस...' मी तिला म्हणायचो.

'तू आता मोठा झाला आहेस. तुला सगळं कळायला लागलंय,' माझी आई म्हणाली. मोठ्या लोकांना आपल्यासारखी माणसं आवडत नाहीत. कारण आम्हाला असं वाटतं की फक्त श्रीमंत लोकांनीच नव्हे तर सगळ्यांनीच ह्या जगात सुखाने जगावं, सगळ्या मुलांना पोटभर जेवायला मिळावं, शाळेत जायला मिळावं, खेळणी मिळावीत आणि कुणाचेच आईवडील तुरुंगात जाऊ नयेत किंवा त्यांना कोणी मारू नये. कुणावरही कामाची सक्ती केली जाऊ नये, इकडची काडी तिकडे न करता दुसऱ्याच्या जिवावर ऐशआराम करणाऱ्या लोकांवर आमचा राग आहे. आम्हाला युद्ध व्हायला नको आहे. आम्हाला युद्धात कुणी जीव गमवायला नको आहे. शस्त्रं आणि स्फोटकांसाठी सरकार जो पैसा खर्च करतंय, तो खरंतर आमच्या मुलांच्या कल्याणासाठी व्हायला हवा.'

दुसऱ्या बाजूला मांजराचा एक सुंदरसा फोटो होता. काळ्या-पांढऱ्या रंगाचं मांजर. उमुटने त्या मांजराला हिरव्या-लाल फुलांची नक्षी असलेल्या एका उशीवर बसवलं होतं.

माझ्या मांजराचं नाव मिकी आहे. माझी आई नेहमी मला 'माझा मिकी' म्हणते. मी माझ्या मांजराला 'माझा मिकी' म्हणतो. आजकाल मी बाकीच्या मुलांना सांगायचं सोडून दिलं आहे, की माझे आईवडील चांगलंच काम करत आहेत, ते कुणी फालतू माणसं नाहीत, वगैरे. त्या मुलांना ते कळणारही नाही. पण मिकीला हे कळतं. मी त्याला सांगतो, की 'अयोमार बाबाचे हात कसे भलेमोठे आहेत, ते किती उंचेपुरे आहेत, सगळ्या मुलांना खेळणी मिळावीत, त्यांच्या वडिलांवर अन्याय होऊ नये किंवा ते मारले जाऊ नयेत ह्यासाठी ते कसे रात्रंदिवस काम करतात, ते कसे दुष्ट लोकांच्या विरुद्ध सुपरमॅनसारखे लढतात, ते

कसे अजिंक्य आहेत, सध्या ज्वाळांनी वेढलेल्या एका गुप्त किल्ल्यावर ते राहत आहेत आणि सगळ्या दुष्ट लोकांचा नायनाट करण्यासाठी ते एक ना एक दिवस परत येतीलच...'

ती नोंद इथंच संपली होती. पानाच्या खाली उजव्या बाजूच्या कोपऱ्यात अगदी कोरून लिहिलं होतं : उमुट मुरात उलाश. प्रत्येक शब्द एका वेगळ्या रंगात, केशरी, हिरवा आणि जांभळट, त्याच्याशेजारी लालभडक रंगात एक छोटंसं हृदय काढलेलं, त्याच्या आत काळ्या अक्षरांत ममा असं लिहिलेलं आणि दोन्ही एका वेलबुट्टीदार रेघेने जोडून टाकलेलं.

काही पानांवर रेखाचित्रं काढलेली होती एका लहान मुलाच्या मानाने जरा जटिल वाटणारी : कार, विमान, अंतरिक्षयान, वेगवेगळ्या काल्पनिक मशीन्सची चित्रं; ज्यांत दातेरी चाकं, बेल्ट, साखळी, इलेक्ट्रिकल नळ्या आणि वायरी आणि लहान-मोठी चक्रे एकमेकांशी जोडलेली होती. मग परत पेन्सिलीने काढलेली चित्रं उमुटच्या आठवणींतली. निष्काळजीपणे लिहिलेली काही तुटक वाक्यं, काही मोजके शब्द. हे परिच्छेद बहुतेक नंतर कधीतरी लिहिले गेले असावेत. काही वर्षं ही डायरी विस्मरणात गेली असणार आणि परत कुठूनतरी अचानक पुढ्यात आली असणार. हस्ताक्षर अजून धावतं झालं होतं, पण ते वाचणं जास्तच अवघड झालं होतं.

'असं नको बघू,' माझी आजी म्हणते. मी कसं नको बघू? हेच मला कळत नाही. तिचं नाक सुरसुरत असताना, ती गुपचूप रडत असताना ती ते का लपवू पाहते? 'खूप काम पडतंय आधीच मला, अजून त्रास देऊ नकोस' असं सरळ सरळ न सांगता मला आवडणारे पॅनकेक्स आणि जर्दाळूचं सॉस का बनवत बसते? आणि मी पोट फुटेपर्यंत ते खात बसतो तेव्हा ती मला थांबवत का नाही?

माझ्या आईला दूर जाऊन चार वर्षं सहज झाली असतील. सुरुवातीला ती मला छोट्या छोट्या भेटी पाठवायची. देखाव्याची पोस्टकार्डे, त्यावर 'माझ्या लाडक्या मिकी' असं लिहिलेलं, किंवा लहान लहान पत्रं, पण काही दिवसांपासून काहीच मिळालं नाही तिच्याकडून.

मी आईवडिलांविना वाढणारं एक मूल आहे. शाळेत अशा मुलाबद्दल बोलताना सहसा म्हणतात की त्याचं कुटुंब परदेशात आहे किंवा माझे शाळासोबती मला 'आजीचा लाडोबा' असंही म्हणतात. मी मोठ्या दर्जाच्या

ब्रँडचे कपडे वापरत नाही, मुलींना फारसा आवडत नाही आणि मला कुणी पार्टीलाही बोलावत नाही. सकाळी मुली शाळेत येतात तेव्हा जवळ जवळ प्रत्येक मुलाच्या गालाचा मुका घेतात. फक्त मी सोडून. मी अदृश्य आहे का? की मी चांगला परफ्युम वापरत नाही म्हणून? सगळ्या मुलांकडे खास पुरुषांनी वापरण्याचे परफ्युम्स आहेत. मी पण माझ्या पॉकेटमनीतून पैसे वाचवीन आणि डाव्हिडॉफ किंवा बर्बेरी फॉर मेन खरेदी करेन. त्याने काही उपयोग होईल का?

पुढच्या पानावर फक्त काही छोटी वाक्यं : मला आईची खूप आठवण येते. कदाचित ती मला पुन्हा कधीच भेटणार नाही. मला तिला भेटायचंच नाहीय. मला इतकं एकटं वाटतंय! मी एकटा असेन, पण सुपरमॅन इतका शक्तिवान आहे मी!

मग परत लहान लहान नोंदी, वेगवेगळ्या रंगांतल्या. काही ठिकाणी तारीख घातलेली आहे, काही ठिकाणी नाही.

आज मला ते दिसले. ते घोषणा देत होते, त्यांनी हातात पुठ्ठ्यांचे फलक धरले होते आणि वळलेल्या मुठी त्यांनी हवेत उंचावून धरल्या होत्या. आम्ही शाळेतून परत येत होतो. मी बुराकबरोबर ताक्सिम मैदानाच्या दिशेला इस्तीक्लाय रस्त्यावर पळालो. सिनेमागृहात नुकताच ई. टी. लागला होता आणि आम्हाला साडेचार वाजताचा शो बघायचा होता. अचानक मला पाठीमागून एक जोरदार लाथ बसली आणि मी जमिनीवर पडलो. माझं दप्तर ट्रामच्या रुळांवर पडलं. माझी वह्या-पुस्तकं गोळा करण्यासाठी मी उठून उभा राहू पाहत होतो, तेवढ्यात मला ती तरुण मुलं दिसली. त्यांचा पळून जायचा प्रयत्न चालला होता आणि ते वाटेत येईल त्याच्यावर अंदाधुंद गोळीबार करत होते. हेल्मेट घातलेले, हातात ढाली घेतलेले पोलीस त्यांचा पाठलाग करत होते. मी घाईघाईने एका दुकानाच्या दारात आसरा घेतला. काय चाललंय हे बघायला तो दुकानदार बाहेर आला आणि म्हणाला, 'ही तरणीताठी पोरं पुन्हा परवानगी नसताना मोर्चे काढत आहेत. देव करो आणि काही वेडंवाकडं न घडो.'

मला खूप भीती वाटत होती आणि त्याच वेळी मला ते सारं कुठेतरी आवडतही होतं.

आज रात्री माझ्या स्वप्नात माझी आई आली. स्वप्नात मी अगदी लहानसा होतो. मला तिच्या स्तनांतून दूध प्यायचं होतं, पण ती म्हणाली की, 'मी आता मोठा झालो आहे.' मी तिचा चेहरा आठवू पाहतो आहे, पण मला आता मुळीच काही आठवत नाही.

कदाचित त्यांनी मला दत्तक घेतलं असेल. आजी म्हणते की, मी आई किंवा बाबा, कोणासारखाच दिसत नाही. मग मी तिच्या नवऱ्यासारखा, माझ्या आजोबांसारखा, दिसत असेन, असं मला वाटतं.

तिने मला त्यांचे फोटो दाखवले. काडीचंही साम्य मला दिसलं नाही. आई कशी दिसते हेही मी एव्हाना विसरून गेलो आहे. माझ्याकडे तिचा एकही फोटो नाही आणि आजीने घरातले सारे फोटो एकत्र करून ठेवले आहेत. पोलीस आले आणि त्यांनी तपासणी सुरू केली तर? वाट्टोळं होऊ दे त्यांचं!

पुढे एका पानावर एक तारीख आणि एक नोंद, जवळ जवळ पान भरून : ३ जुलै १९८७. आईकडून निरोप आलाय. तिने मला तिच्याकडे बोलावलंय. जरा उशीर झालाय का आता ह्या सगळ्याला?

नंतर डझनावारी रिकामी पानं, त्यानंतर फक्त फ्रेंच भाषेत लिहिलेला मजकूर. पाच ते दहा ओळी, नंतर काही टिपा अभिजाततावाद, स्वच्छंदतावाद, निराशावाद आणि साहित्याच्या नवीन दिशांबद्दल : फ्रेंच साहित्याबद्दल वर्गात काढलेल्या नोट्स, किंवा खरंतर फक्त काही महत्त्वाचे शब्द, चिठोऱ्यांवर लिहिलेले. ही सगळी पानं माध्यमिक शाळेच्या अभ्यासक्रमातली होती, म्हणजे तो त्याच्या आईकडे पॅरिसला होता तेव्हाचं हे लेखन.

दुसऱ्या एका पानावर मजकूर आडवा लिहिलेला होता, तुर्की भाषेत :

मी तिच्याशी मैत्री करू पाहतो आहे, पण काही उपयोग नाही. तिचा चेहरा आणि तिचा गंधसुद्धा बदलला आहे. ती बारीक झाली आहे, खूप दमल्यासारखी आणि निस्तेज दिसतेय. फ्रेंच फिल्म्स्मधल्या थंड अभिनेत्रींसारखी. तिला माझ्याशी जवळीक साधायची आहे, पण तिला शब्द सापडत नाहीत. मी कितीही प्रयत्न केला तरी मला तिच्याबद्दल आपुलकी वाटत नाही. मी तिच्यापासून दूर राहत होतो तेव्हा मला वाटत होतं की मला तिची खूप आठवण येतेय. पण इथे मात्र मी घरातून बाहेर पडतो किंवा अभ्यास आहे असं सांगून माझ्या खोलीत जाऊन बसतो. आमच्यात खरंखुरं संभाषण होतंच नव्हतं. कधी कधी आम्ही बोलल्यासारखं करतो म्हणा : शाळा कशी काय चाललीय? तुला मित्र मिळालेत का? तुला फ्रेंच नीटसं कळत नसेल तर तुला आपण शिकवणी लावू शकतो. तुला हवं तर आपण शनिवारी सहलीला जाऊया शहराबाहेर. तुला तुझा पॉकेटमनी पुरतो का? तुला अजून काही हवंय का? तुला खायला काय करू? फ्रेंच फ्राइज बनवू?

माझ्या उत्तरांत तिला फार स्वारस्य होतं असंही वाटत नाही. हे उघडच आहे, कारण मी आजीकडे कसा होतो हेही ती मला कधी विचारत नाही. फक्त एकदा तिने मांजराच्या पिलाविषयी विचारलं. निघण्याआधी तिने मला ते भेट दिलं होतं. मी तिला सांगितलं की ते पळून गेलं होतं आणि खूप शोधलं तरी सापडलंच नाही. तिने मला त्याचं नाव विचारलं. मी खोटंच सांगितलं : बोन्जुक.

मी म्हणजे तिच्या लेखी तिची एक जबाबदारी, एक काम आहे. गृहपाठ केल्यासारखं ती मला करायला बघते. ती कष्ट घेते, तिला ते जमवून आणायचं आहे, अगदी चांगल्या प्रकारे! पण आम्हा दोघांनाही हे काही केल्या जमत नाही.

आई, तू कोण आहेस? मी कोण आहे? मला एक वडील होते. होते का? कुठे आहेत ते? मॉस्कोमध्ये, तू म्हणाली होतीस ना जगातली सगळी मुलं दुःख, यातना आणि युद्ध यांशिवाय वाढावीत, त्यांच्या आईवडिलांबरोबर राहावीत, म्हणून तुम्ही दोघं काम करत होतात ना? खरं ना? छान. मग कुठे आहेत माझे आईवडील?

पुढच्या एका पानावर परत एक अवतरण. हट्टाने अगदी किरट्या लहान अक्षरांत खरडलेलं. कोंबडं पानावर नाचल्यासारखं : तू एखादी गोष्ट आपलीशी करून घेतली असशील तर ती तुझी आयुष्यभराची जबाबदारी ठरते. तुझ्या गुलाबाची जबाबदारी सर्वस्वी तुझ्यावरच असते... तू मला 'द लिटल प्रिन्स' वाचायला दिलंस. पण गुलाबाची जबाबदारी घ्यायला तुला जमलं नाही. तुम्ही मला फसवलंत.

आणि मग एकदम बदललेल्या, बटबटीत हस्ताक्षरात : मला माझ्या ग्रहावर परत जायचं आहे. मला स्वतःला शोधून काढायचं आहे. माझा मित्र तो साप ठरल्याप्रमाणे वाळवंटात मला भेटायला येणार आहे. माझ्याकडे गुलाब नाही हे खरं, पण एखादा कोल्हा किंवा एखादं मांजर तरी भेटेलच मला. वाळवंटाने त्याच्या आत कुठेतरी एक विहीर दडवलेली असते. त्यामुळे ते खरं सुंदर ठरतं.

मी रोजनिशी बंद केली. जास्त वाचायची माझ्यात शक्तीच उरली नव्हती. मला उमुटचा शोध घ्यायचा होता. तो इथे होता. मेलेला नाही, जिवंत. दुखावलेला, एकाकी, तिरस्कृत. प्रेमाच्या मागावर निघालेलं एक मूल. ह्या वहीत एक छोटा राजपुत्र दडला होता, द लिटल प्रिन्स, त्या सगळ्या चित्रांत, फोटोंत, नोंदींत, मजकुरात... त्याच्या गुलाबाने त्याला फसवलं होतं, कोल्हा त्याला सोडून गेला होता आणि त्याचं मांजरसुद्धा. तो त्याच्या आईच्या ग्रहावर आला

होता, वाळवंटाने पोटात दडवलेली विहीर शोधायच्या आशेने, पण एकत्र जाऊन पाणी शोधण्यासाठी मुळात दोघांची भेटच झाली नाही. आणि मग तो आपल्या स्वतःच्या ग्रहावर परत आला.

दुसरा लिफाफा मी बंदच ठेवला. पहिल्या लिफाफ्यातले फोटो आणि पत्रं मात्र मी पहिली. टेओला उयुल्कूच्या घरात सापडला तसाच लहानपणीचा, सायकलवरचा एक फोटो. काही मित्रांबरोबर इस्तंबूलच्या गलाता पुलावर, अजून एक उयुल्कू बरोबर नोत्रे-दामसमोर, पॅरिसमध्ये. आणि खूप एन्लार्ज केलेला एक पासपोर्ट आकाराचा फोटो.

मी उठले आणि पलंगावर फेकलेल्या माझ्या पर्समधून माझं ड्रायव्हिंग लायसन्स धुंडाळून बाहेर काढलं. आमचे दोघांचे फोटो मी शेजारी शेजारी ठेवले. उजव्या हाताने मी डोळ्यांखालचा भाग झाकला. मी प्रश्नार्थक दृष्टीने अंदाज घेत होते आणि ती दोघंही एकाच नजरेने माझ्याकडे पाहत होती.

माझ्या ब्लाउजची बटणं चोखून कंटाळलेला फेलिक्स एव्हाना टेबलावर पसरला होता. अचानक त्याने एक विचित्र खेळ सुरू केला. तो स्वतःची शेपटी पकडू पाहत होता. स्वतःच्या अक्षाभोवती फिरत असल्यासारखा तो त्या कागदांत आणि फोटोंच्या ढिगाऱ्यात गरागरा फिरत होता. वृत्तपत्रांची कात्रणं, चिठ्ठ्या, वह्यांची पानं इकडे तिकडे उडू लागले. आणि त्या मांजराने एक दिव्य घडवून आणलं. एक चौकोनी चिठोरा त्याच्या पंजांतून हवेत उडाला आणि जमिनीवर येऊन विसावला. मी वाकून ते चिठोरं उचललं. त्यावर मधोमध एक ७ बाय ७ चं कोष्टक मांडलेलं होतं आणि सगळ्या चौकटीत आकडे लिहिलेले होते. एखाद्या अंककोड्यासारखं – ज्यात डावीकडून उजवीकडे, आडव्या, उभ्या, तिरक्या रकान्यांची बेरीज एकच असते तशा प्रकारचं. मला आठवतं, आमच्या गणिताच्या शिक्षकांनी आम्हाला माध्यमिक शाळेत असा एक गृहपाठ दिला होता – पाच आकड्यांचं कोडं. बरेच श्रम घेतल्यावर अखेर मला ते कसंबसं जमलं होतं. मला आधी वाटलं की ते चिठोरं म्हणजे पण असंच काहीतरी कोडं आहे. वरच्या बाजूला डाव्या कोपऱ्यात ८ हा आकडा लिहिलेला होता. मी सगळ्या रकान्यांची बेरीज करून पाहिली. नाही, ती सारखी येत नव्हती. वरून खाली, डावीकडून उजवीकडे. नाहीच. मला कोडी सोडवायला आवडतात. ह्या कोड्यामागेही काहीतरी दुसरा तर्कशास्त्रीय दुवा असणार. एखाद्या कंटाळवाण्या दिवसानंतर उमुटने शोधून काढलेला. ह्या ४९ आकड्यांमागे नक्कीच एखादं रहस्य

दडलेलं आहे. मला माहीत होतं की हे निरर्थक आहे, पण तरी मी शेवटच्या ओळीतले आकडे खालून वर मोजू लागले. खालच्या डाव्या कोपऱ्यात ४ लिहिलेलं होतं. तिथून सुरुवात करून मग मी एकेक आकडा वाचत गेले मग मी ती सात अंकी संख्या मोठ्याने वाचली. आणि माझ्या डोक्यात वीज चमकली! ही संख्या मी अशीच कितीतरी वेळा मोठ्याने घोकून म्हटली आहे : आमच्या अंकारामधल्या घराचा हा नंबर होता. टेलिफोनबुकमध्ये न छापलेला, फक्त जवळच्या लोकांनाच माहीत असलेला.

मला ते सात रकान्यांतल्या अंकाचं रहस्य उलगडलं होतं. वरून खाली, खालून वर, डावीकडून उजवीकडे, उजवीकडून डावीकडे, तिरक्या रकान्यांत फक्त वेगवेगळे टेलिफोन नंबर्स लिहिलेले होते. त्यांतले तीन नंबर्स माझ्या खास ओळखीचे होते. माझ्या घराचा आणि माझ्या वडिलांचा, परराष्ट्र खात्याचा. आणि तिसरा नंबर, जो खालून उजव्या कोपऱ्यात ४ ने सुरू होत होता आणि ८ ने संपत होता, तो माझ्या परिचयाचा होता पण कितीही प्रयत्न केला तरी मला आठवेचना. त्याच वेळी माझी नजर फेलिक्सवर पडली. तो माझ्या पलंगावर चढू पाहत होता. माझ्या डोक्यात प्रकाश पडला. तो त्या घराचा नंबर होता. मी आज त्या घरी जाऊन आले होते. टॅक्सीत बसल्यावर मी तोच नंबर विसरू नये म्हणून काही वेळ घोकला होता.

३.

त्या छोट्या बेडरूममध्ये मी विद्यार्थिदशेत वापरत असलेल्या एका अरुंद पलंगावर माझा आणि टेओचा प्रणय चालला आहे. घट्ट लावून घेतलेल्या खिडकीच्या लहान लहान हृदयाकृती खाचांमधून येणारा प्रकाश आरशावर पडून छतावर परावर्तित होतो आहे.

मला किती गोष्टी आठवतात अजून! लहानपणी सुट्टीच्या दिवसांत सकाळी उठायची घाई नसायची तेव्हा खिडकीच्या लाकडी झरोक्याच्या भोकांतून भिंतीवर झिरपणाऱ्या प्रकाशाचे हे खेळ बघण्यात मी कितीतरी वेळ घालवला आहे. कडाक्याच्या थंडीत, बाहेर हिमवृष्टी होत असताना मी खिडकीच्या हिमाच्छादित काचांवर चित्रं काढली आहेत. तारुण्याच्या उंबरठ्यावर बंद दारामागे आम्ही मैत्रिणींनी एकमेकींना आपल्या प्रेमकथा ऐकवल्या आहेत. मी

पलंगावर मांडी ठोकून आरीनला लिहिलेली प्रेमपत्रं, ते बहिष्कृत प्रकाशित साहित्य, क्रांतिकारी पत्रकं आणि मासिकं – ते सगळं भिंतीतल्या कपाटाच्या मागच्या बाजूला मी लपवून ठेवलं होतं. मला उमुट आठवतोय. त्याचं ते हृदयाला भिडणारं बालपणीचं निरागस हास्य, जागा झाल्यावर त्याच्या मिकी माऊसची चित्रं असलेल्या ड्रेसमध्ये दारात उभा राहिलेला उमुट... नाही. मला हे आत्ता आठवायचं नाहीय. मला ते चित्र विसरून जायचंय आणि बागेच्या स्मृती जाग्या करायच्या आहेत.

मी उठल्यावर खिडकी उघडायचे तेव्हा ज्या त्या ऋतूनुसार फुलणाऱ्या फुलांचा सुगंध खोलीत दरवळायचा. मधुचूष, निशिगंध, मोरवेल, कटोरी जास्वंद, तुळस. खिडकीच्या समोरच माझ्या वडिलांनी लावलेली पांढऱ्या लिलीची रोपं बहरून यायची. दुपार सरताना शाळेतून घरी आल्यावर माझे वडील त्या रोपांची पानं आणि कळ्या रोज मोजायचे. तारुण्याच्या उंबरठ्यावर माझ्या हृदयात कसलीतरी अनाम हुरहूर, ओढ दाटायची, भावना उचंबळून यायच्या. संधिप्रकाशात नाहून अधिकच शुभ्र दिसणारी ती लिलीची फुलं पाहून मला जरा शांत वाटायचं. आमच्या बागेच्या ह्या भागात स्ट्रॉबेरिजच्या झुडुपांची दाटी होती. कशी कोण जाणे पण ती इथे कायम वाढत राहायची. वर्षाच्या सुरुवातीला लहान लहान पांढरे फुलोरे आणि जून महिना येता येता काळसर हिरव्या पानांमध्ये दडलेल्या अर्नावूतकोयच्या प्रसिद्ध स्ट्रॉबेरिज! खिडकीतून खैराची झाडं दिसायची. वसंत ऋतूत त्यांचा तीव्र सुगंध घरात घुसायचा. मला किती लहान लहान गोष्टी आठवताहेत. आठवणी दाटून येणं हे वय वाढण्याचं लक्षण असावं का?

माझ्या आईवडिलांच्या घरी नैतिकतेच्या कल्पना अगदी पक्क्या होत्या. रिपब्लिकन विचारसरणीचं, लैंगिक गोष्टींबाबत कायम मूग गिळून गप्प राहणारं एका शिक्षकाच्या घरातलं वातावरण. अशा घरात टेओबरोबर शृंगार करत असताना माझ्या वासनेला जरा अपराधी छटा येतेय आणि आमच्या शृंगाराची खुमारी अजूनच वाढतेय. आम्ही फार सावधपणे जवळ येतो. एक बुजरी, संकोचाच्या आवरणातली प्रणयक्रिया. तिला बुद्धिवाद, स्मृती आणि शरीराचे अडथळे ओलांडणं सहज जमत नाहीये. एक असा प्रणय, ज्यात एकमेकांच्या मिठीतल्या दोन व्यक्ती दुसऱ्या शरीराला एक परकं शरीर मानत आहेत; स्वतःची अस्मिता स्वतःच्या शरीरापासून दूर करू शकत नाहीयेत. एक केवळ वैषयिक

पातळीवरचं मीलन, माझ्या आत धगधगणारी शारीरिक सुखाची वासना किंवा माझं कल्पनारंजन आणि माझ्या अपेक्षांशी त्याचा मेळ बसत नाहीय.

भावनांना दाबून टाकण्याची गरज त्याला का भासावी? माझ्या वाढत्या वयामुळे? माझं शरीर तितकं तरुण राहिलेलं नाहीय. माझे स्तन ओघळले आहेत. मी उताणी असेन तर ते तसं जाणवत नाही म्हणा! माझी त्वचा रुक्ष होतेय, सुरकुत्या पडू लागल्या आहेत. चेहऱ्यावर रेषा उमटू लागल्या आहेत, हातही रखरखीत झालेत, त्यांवर तपकिरी डाग पडू लागलेत... तो अतिशय बुजरा आहे, तो भिडस्तपणे वागतोय, समाजाच्या दृष्टिकोणातून हे निषिद्ध वाटतंय का त्याला? परंपरेने हेच शिकवलंय. त्याच्यापेक्षा वयाने मोठ्या असलेल्या बाईबरोबर झोपणं! कदाचित त्याच्या मिठीतल्या या देहाचं ओसरतं तारुण्य त्याला जाणवत असेल. त्याच्या ओठांना माझे ओठ शुष्क वाटत असतील. की आमच्या अवतीभोवती घोटाळणाऱ्या जिवंत आणि मृत स्मृतींच्या भुतांमुळे तो अवघडला असेल?

हे असंच चालू राहिलं तर आमच्या नग्न शरीरांचं एकत्र येणं म्हणजे केवळ शारीरिक संभोग ठरेल. शरीरसुखाची परिसीमा गाठण्यासाठी केलेला केविलवाणा अट्टहास. एकमेकांची लाज राखण्यासाठी... असं असेल तर मला तोच काय, दुसऱ्या कोणाच्याही कधीच जवळ जावंसं वाटणार नाही. ही टोचणी मला स्वस्थ बसू देणार नाही. आरीन, देरिन आणि टेओचीसुद्धा मी अपराधी आहे. आत्तापर्यंत माझं लैंगिक जीवन मला हेच शिकवून गेलंय की एकमेकांबरोबर झोपण्याच्या पलीकडेही ह्या शारीरिक क्रियेला अर्थ आहे. ते एका तऱ्हेचं द्वंद्व आहे. सगळे दोषारोप आणि खेद, खंत, आत्मग्लानी ह्यांपलीकडेही त्याचं एक स्पष्टीकरण देता येतं. संभोगादरम्यान स्त्री आणि पुरुष एकरूप वगैरे होतात असल्या फालतू साचेबंद कल्पना हलक्या दर्जाच्या कथा-कवितांत दिसतात. मला हा अनुभव कधीच आलेला नाही.

शरीराच्या पलीकडे जाणारी संभोगक्रीडा, अगदी अलीकडच्या काळात सर्वतोमुखी झालेला शब्द ऑगझम, ह्या प्रक्रिया खरंतर स्त्री-पुरुष दोघंही आपापल्या परीने पूर्णत्वाला नेत असतात. आपल्यापुरतं जमवून घेत असतात. एखादा आस्तिक कसा श्रद्धेच्या आधारावर स्वतःला परिपूर्ण करू पाहतो, त्या श्रद्धेच्या मदतीने स्वतःची अस्मिता शोधू पाहतो, तसंच हे.

देरिनच्या आग्रहामुळे असेल, पण मला खरंतर नको असून, जरा भीती

वाटत असूनही मी परत आले हा खरंतर दैवाचाच खेळ असावा असं मला आता वाटतंय. एक असा खेळ, जिथे एका दाराच्या शोधातला टेओ आणि कशाच्याच शोधात नसलेली एक स्त्री यांचे देह जवळ यायचे होते... इस्तंबूलला न परतण्यासाठी मी अनेक कारणं शोधून ठेवली होती. पॅरिसमधल्या घराची व्यवस्था लावायचीय, स्वेच्छानिवृत्ती घेतल्यावर माझ्या निवृत्तिवेतनाबद्दलचे व्यवहार पुरे करायचेत वगैरे. खरंतर मला कुठेतरी नव्यानं सुरुवात करायची, स्थायिक व्हायची भीती बसली होती. मला भटकंती आवडत होती, जिप्सीसारखं जगणं आवडत होतं. मृत्यूशी जाऊन संपणाऱ्या एखाद्या प्रवासासारखं आयुष्य. पण देरिन मुलखाची हट्टी. सुरुवातीला मी हताश झाले आणि मग त्या हट्टाला शरण गेले. मी शक्य तितक्या लवकर परत यावं असा धोशा तिने लावला होता.

ती पुन्हा जिंकली. मी लगोलग माझी कामं उरकली. आता हा शेवटचा प्रवास असावा ह्या इच्छेने मी परत आले. ती मला विमानतळावर न्यायला आली. 'आपण भेटायला हवं' असं सारखं सांगत राहिली.

"मी तुला आमच्या घरी नेते," ती म्हणाली, "तुला माहीत आहे, त्या छोट्या घरात सध्या एक भाडेकरू आहे, पण तुला हवं असेल तर तो जागा सोडून जाईल. तू काय करायचं ते नक्की ठरवलंस की आपण टेओला कळवू तसं."

"आज रात्री मी एका मैत्रिणीकडे उतरते. मी इतक्या घाईघाईने जागा भाड्याने द्यायलाच नको होती. मी इतक्या लवकर परत येईन हे मला ठाऊकच नव्हतं."

"मलाही तसंच वाटलं. पण तुझा भाडेकरू अगदी समजूतदार आहे. अगदी सुसंस्कृत. पक्का ज्यू्म वंशीय नाही की पुरा अमेरिकनसुद्धा नाही. एक वैश्विक नागरिक, किंचित तुर्की छटा असलेला, पुष्कळसा बायझेंटाईन. विचित्र मिश्रण आहे ना? बघशीलच तू. माझी खात्री आहे की घराच्या बाबतीत तो काहीच त्रास देणार नाही. पैशाचाही प्रश्न नाही, हवं तर तो दुसरं घर शोधेल किंवा हॉटेलमध्ये राहायला जाईल. तसाही तो क्वचितच घरी सापडतो. दिवसभर भटकतच असतो. विंटर सेमेस्टरला तो त्याच्या अमेरिकन युनिव्हर्सिटीला परत जाईल. काळजी नको करू. मी टेओशी बोलून ठेवलंय. हवं असेल तर लगेच जाऊ या त्याच्याकडे. ओळखही होईल अनायासे. तसं पाहायला गेलं तर तुम्ही दोघंही काही दिवस त्या घरात राहू शकाल. अर्थात आमच्याकडे आलीस तर आम्हाला हवंच आहे."

“मग आधी छोट्या घरी जाऊ चल. एका अनोळखी माणसाबरोबर एकाच छताखाली राहायची कल्पना मला मुळीच आवडत नाहीये. पण एखाददोन दिवस चालवून घेईन मी.”

मला तिचा राग आला होता. कारण तिनेच मला इतक्या घाईने इकडं यायला भाग पाडलं होतं. मी टेओबरोबर एकत्र राहावं हा विचार तिच्या मनात फार आधीपासून खेळत असणार. आता मला प्राप्त परिस्थितीला तोंड देणं भाग होतं. मी गप्प झाले. माझा चेहरा गंभीर झाला.

आम्ही त्याच्याकडे पाहुण्या गेल्यासारखं टेओने आमचं स्वागत केलं. त्याने काही शीतपेयं, फळं आणि काही हलकंफुलकं खायला आणून ठेवलं होतं. म्हणजे आम्ही येणार हे त्याला माहीत होतं. देरिन आणि माझ्यापेक्षा तो मला फारच मोकळा आणि साधासुधा वाटला. ‘तो लवकरच घर सोडेल, अगदी आज संध्याकाळी, काहीच अडचण नाही’ असंही तो म्हणाला. नाहीतरी तो म्हणे प्रोफेसर मेते अयुन्सालनच्या शिहान्गीरच्या घरातच त्याचं काम करायचा. तिथेच त्याचे संदर्भग्रंथ होते आणि तीच त्याची कचेरी. कधी कधी सोयीचं पडतं म्हणून तो रात्रीही तिथंच राहायचा.

त्या छोट्या घरातलं वातावरण विचित्र होतं. तिथे काळ जणू गोठून थांबला होता आणि स्मृतींनी वर्तमानाला हद्दपार केलं होतं. माझी मरगळ, कंटाळा आणि ह्या माणसाचा उत्साह आणि नैसर्गिक साधेपणा ह्यांची सांगड जुळली आणि त्या घरात त्याच्याबरोबर राहण्याची कल्पना मला कुठेतरी स्वीकारार्ह आणि थरारक वाटू लागली.

“ती लहान खोली रिकामीच आहे. मी अजून दारसुद्धा उघडलेलं नाही.” माझे विचार वाचल्यासारखं टेओ म्हणाला. त्याचा आवाज सौहार्दपूर्ण होता. मी पहिल्यांदाच त्याला नीट निरखून पाहिलं. तो पस्तीस किंवा जास्तीत जास्त चाळीस वर्षांचा असावा. त्याचं व्यक्तिमत्त्व फार उठावदार नव्हतं. तो फार देखणाही नव्हता. त्याच्याकडे एक वेगळंच पुरुषी आकर्षण होतं. लैंगिकतेच्या परिघाच्या पलीकडे. स्त्रीच्या अस्तित्वाची दखल न घेणारा पुरुष. कूल असल्याचा आव न आणता खरोखर कूल असणारा. बऱ्याच काळापासून मी पुरुषाच्या संपर्कात आले नव्हते. मला फक्त भीती टाळायची होती. शारीरिक सुखाची कामना माझ्यासाठी पुन्हा मृगजळ ठरू नये ही भीती. मला फक्त शारीरिक सुखासाठी उपभोग्य वस्तू म्हणून वापरलं जाईल की काय ही भीती.

अनुत्तरित राहिलेली वैषयिक सुखाची तीव्र वासना, कणाकणाने तळमळणारं माझं स्त्रीत्व... थोड्या वेळासाठी का होईना पण एखाद्या पुरुषाच्या शारीरिक जवळिकीनेच माझ्या आतली पोकळी भरून आली असती. माझ्या आयुष्यात वेदना, दुःख आणि पराभव ह्यामुळे माझी विषयसुखाची लालसा कमी होण्याऐवजी जास्तच तीव्र होत असते. एक पाशवी, स्वयंस्फूर्त प्रतिक्रिया! शारीरिक आनंद कायम राहावा म्हणून सुळावर चढताना किंवा फाशी जाताना पुरुषाचं लिंग ताठर होतं तशीच माझी विषयवासना उत्तेजित व्हायची.

माझ्या आयुष्याची पन्नास वर्षं उलटून गेली आहेत. मी एवढं मात्र शिकले आहे की आपण कुणाच्या प्रेमात आहोत ह्यापेक्षा आपल्याला कुणाच्या तरी प्रेमात असण्याची गरज असते. धार्मिक श्रद्धेसारखंच आपण प्रेम करण्यासाठीही आपल्या गरजा, ध्यास, तळमळ आणि भावना ह्यांच्या निकषांवरच आपलं प्रेम घडवतो. लोहचुंबकाप्रमाणे मी दुर्दैव खेचून आणलं होतं. आता मी एका वळणावर येऊन उभी राहिले होते. हा उंबरा मी ओलांडू शकेन का? काळाचं चक्र तर मागे फिरवता येत नाही, ही लखलखीत जाणीव झाल्यावर माझ्या मनात तीव्र विषाद आणि दुःख दाटून आलं. इच्छा नसताना कुणाचा खून करावा लागला तर कसं अपराधी वाटेल तसं काहीसं! ह्या वळणावर मला माझा आधार होऊ शकणाऱ्या एका भावनेची, एका उमेदीची गरज होती. मग मी ठरवू शकले असते की उरलेला चित्रपट मला पाहायचा आहे की नाही. प्रेमाच्या नावाखाली स्वतःची शारीरिक भूक शमवणं हेच सगळ्यात सोपं होतं.

त्याच्या मनाविरुद्ध मी त्याला भुलवलं आणि ह्या नात्यात गुंतवलं, हे मला कबूल करायला हवं. त्याच्या तटस्थपणामुळे माझी उत्सुकता वाढली होती. जे पाऊल खरंतर एका पुरुषानं उचलणं अपेक्षित असतं ते मी, एका प्रौढ स्त्रीच्या बनचुकेपणाने स्वतःच केलं. आधी त्याने विरोधच केला होता. त्याला भीती पण वाटत होती. पण माझा अवमान न करता त्याने माझा मी पुढे केलेला हात स्वीकारला.

ही प्रणयक्रीडा अशीच चालू राहायला नकोय. खिडकीच्या लहान लहान हृदयाकृती खाचांमधून येणारा, आरशावर पडून छतावर परावर्तित होणारा प्रकाश, लिलीची पांढरी फुलं, गतकाळातल्या स्ट्रॉबेरिज, दारात उभ्या असलेल्या माझ्या आईचा चेहरा, मिकी माऊसच्या डिझाइनचा नाइट सूट घातलेला उमुट, ह्या खोलीत घडलेल्या कुठल्याही गोष्टी आमच्या मधे अडसर म्हणून उभ्या राहायला

नको आहेत. तो माझ्या स्तनांवर डोके टेकवतो आणि स्तनांची बोंडं चोखू लागतो तेव्हा मी एखाद्या बाळासारखे त्याचे तोंड अलगद धरते. कुठला अनावर मोह, कुठला आवेग, कुठली धास्ती, आशंका मला घेरून आली माहीत नाही. पण मी आवेगाने पुटपुटते, 'माझं बाळ ते!' मी पुन्हा पुन्हा म्हणते आणि दुसरा स्तन त्याच्या पुढे करते. वैषयिक सुखाशी जोडलेली अपराधी भावना आणि निषिद्धपणा ह्यांचा सल कमी करण्यासाठी हा सांकेतिक शब्द आहे हे मला माहित नव्हतं.

मी ज्या क्षणी हे दोन शब्द उच्चारते, तो इवलासा क्षण एखाद्या सिनेमातल्या स्थिर चित्राप्रमाणे कैद होऊन जातो. मला वाटतं आता तो उठेल आणि गोंधळलेल्या अवस्थेत काढता पाय घेईल आणि मी माझ्या ह्या शाब्दिक अगम्यागमनाची शरम वाटून एकटीच इथे पडून राहीन. पण तेवढ्यात माझ्यावरचं ते शरीर उठतं आणि पुन्हा माझ्यावर झुकतं. तो ग्रीक भाषेत काहीतरी म्हणतोय, 'ममा, मानुला मू, पोली ओरेयासे ममा...' मला कसंसंच व्हायला लागलंय, किळस वाटल्याने नाही तर ह्या सर्वाधिक मोठ्या लैंगिक अपराधातून मला जे परमसुख मिळालंय त्यामुळे. छतावर किंवा आमच्या शरीरांवर आता प्रकाश नाही. लज्जा नाही किंवा अवरुद्धता नाही आम्ही दोघे मिळून विकृत वासनेच्या पाताळापर्यंत गडगडत जातो. प्रेमाने नाही तर अपराधभावनेने आम्हाला एकमेकांशी जखडून ठेवलं आहे. मी जे शोधत होते किंवा मला ज्याची अपेक्षा होती, त्यापेक्षा हे कितीतरी जास्त आहे. ही शारीरिक उन्मादाची परमावधी. कॅज्युअल सेक्सपेक्षा वरच्या दर्जाची.

आम्ही दोघे थकून आणि शिथिलगात्र होऊन एकमेकांशेजारी पहुडलोय. तेव्हाच तो दिलगिरीच्या सुरात म्हणतो, "जेव्हा मी माझ्या आईला स्टुडिओतल्या त्या गुप्त खोलीत आजूबाजूला पसरलेल्या सगळ्या शिल्पाकृतींच्या आणि रंगचित्रांच्या मधे त्या तरुण, देखण्या सुताराबरोबर रममाण होताना पाहिलं तेव्हा मला वाटलं की भीती, उत्तेजना आणि लालसा ह्या भावनांखाली दडपून मी मरून जाईन."

तो इंग्लिशमधे बोलतोय. प्रकाशात आलेला गुन्हा त्याला एका परक्या भाषेत व्यक्त करावासा वाटतो हे मला समजतं. तो असं का करतोय हे मला लगेचच उमगतं. तो परदेशी आहे. माझ्या कुठल्याच स्मृतींशी त्याचा काहीच संबंध नाही. आमच्या चिंताही एकसारख्या नाहीत. आमची भाषा, पूर्वेतिहास किंवा आमची

वैचारिक बैठक काहीच समान नाही. शिवाय तो मला माझ्या भूतकाळाविषयी, माझ्या अनुभवांविषयी, देरिन किंवा उमुटविषयी काहीच विचारत नाही. मी त्याला निवडलं कारण तो कुठल्याच मातीत रुजलेला नाही. कुठल्याच श्रद्धेने बांधला गेलेला नाहीय आणि जगभर फिरून अजूनही सर्वत्र परकाच राहिलेला आहे. त्याला त्याचं म्हणावं असं गाव नाही, मातृभूमी नाही.

''माझं माझ्या आईवर प्रेम बसलं होतं. मी एखाद्या दैवताप्रमाणे तिची भक्ती करायचो. मी तिचा गुन्हेगार पुत्र होतो. माझी आई एक विलक्षण देखणी स्त्री होती. पण ती शुक्राची चांदणी नव्हती, ती होती द ब्लेस्ड व्हर्जिन मेरी. आमची पवित्र आई. ह्या अपराधाला क्षमा नव्हती. प्रत्यक्ष व्हर्जिन मेरीची रतिक्रीडा चोरून बघणं! मी झपाटलो गेलो होतो, मला त्यापासून सुटका हवी होती. म्हणूनच हे वेड उजेडात यायला हवं होतं. ते अनुभवून त्याच्या पलीकडे जाणं मला आवश्यक होतं.''

मला एक विचित्र भावना घेरून येते. मी विषण्ण होते. मी टेओबरोबर झोपायचं ठरवलं तेव्हा मला खरंच शरीरसुख हवं होतं का? की त्यामागे दुसरीच कुठली भावना होती, जी मी स्वतःशी कबूल करत नव्हते? मला आधार वाटू शकतील अशा सगळ्या फांद्या तुटून गेल्या होत्या आणि अचानक माझ्यासमोर ही कोमल पण ठिसूळ डहाळी आलीय, जिला मी शेवटच्या क्षणी धरून ठेवलंय : एक हिवाळी प्रेमकथा! तिला हरवून गेलेल्या, भूतकाळात जमा झालेल्या कथांची जागा घ्यायची आहे. टेओने नकळत माझ्या हातात सोनेरी चौकटीत मढवलेली मानसशास्त्राची पदविका ठेवली आहे. मला मानसोपचारतज्ज्ञ ही उपाधी बहाल केली आहे. परिचितांच्या घोळक्यात तर माझी अशी शिफारस नक्कीच करता येईल.

''मला लैंगिक सुखाच्या लालसेबद्दल काहीच कल्पना नव्हती. मी त्या दिशेला का वळलो हेही मला माहीत नाही. कदाचित हे असंच माझ्या तोंडून निघून गेलं असावं. कारण माझ्या वयामुळे मला हे सगळं जास्तच अस्वस्थ करून टाकत होतं. आता विचार केला की वाटतं की आपण एकमेकांबरोबर झोपायला नको होतं.''

''इतका विचार नको करूस. तू न शोधताही तुला किल्ली सापडली आहे. तू माझ्या आतलं कुलूप उघडलं आहेस.''

तो माझा हात प्रेमाने कुरवाळतो. माझ्या छातीत दडून राहिलेला एक

वळवळता खेकडा रेंगसत वर येऊन माझ्या तोंडातून बाहेर पडायच्या तयारीत आहे...

आम्ही स्वतःच आमच्या भावनांशी झुंजत होतो आणि घडणाऱ्या घटनांची संगती लावू पाहत होतो आणि नेमका त्याच वेळी जुदासवृक्षांच्या प्रवेशद्वाराचं गुपित आणि ती रहस्यमय कविता गाठीला घेऊन टेओ आमच्या आयुष्यात येऊन दाखल झाला होता.

त्या ओळी कधी लिहिल्या गेल्या हे कुणालाच माहीत नव्हतं, त्यांची ऐतिहासिक विश्वासार्हता अजूनही संदिग्ध होती, पण त्या ओळींमध्ये एक मोहिनी होती. टेओने केलेलं भाषांतर कितपत बरोबर आहे हे मला माहीत नव्हतं. देरिनप्रमाणेच टेओला काही सापडण्यापेक्षा त्या शोधयात्रेतच जास्त रस होता. म्हणूनच शोधाचं स्थान महत्त्वाचं होतं, शोधाची वस्तू नव्हे. तो ज्या शहरात जन्माला आला होता, लहानाचा मोठा झाला होता, त्या शहराचं वर्णन करताना तो मला म्हणाला होता, 'ह्या शहराला जिंकून घेणारे आणि तिथे राज्य करणारे हजारो वर्षांपासून परकीय होते, हे शहर इथे येणाऱ्या प्रत्येकाला परकं करून टाकतं.'

आम्ही दोघं ऐवनसरायला गेलो तो दिवस मला आठवतोय. ब्लाशार्नेन पॅलेसवरून पुढे जाऊन शहराच्या भिंतीला लागून असलेल्या चढाच्या रस्त्याला आम्ही लागलो. तिथून उतारावर असलेल्या अनेमाच्या बुरुजाकडे जात असताना तो मला म्हणाला, "हे इथलं सगळं एका युगाचं साक्षीदार आहे. ह्या भिंती, ही तटबंदी, बुरूज, ह्या इमारती, मंदिरं, इथली माणसं. तुला इथं जे दिसतंय त्याचं खऱ्या इतिहासाशी काहीच नातं नाही." मग तो विचारात गढून म्हणाला, "कदाचित हे शहर कुठल्याच विशिष्ट ऐतिहासिक काळात जगत नसेल. ह्या शहराचं एक स्वनिर्मित कालपरिमाण असावं. इथे मशिदी चर्चेससारख्या आहेत, मठ कबरस्तानासारखे, राजवाडे तुरुंगांसारखे, द्वारं जोडमार्गासारखी. कशालाच काही शाश्वत अस्तित्व नाही, चिरंतन वैशिष्ट्य नाही, अस्सलपणा नाही. अगदी श्रद्धासुद्धा नाही."

त्या दिवशी आम्ही झपाटल्याप्रमाणे कोरा-चर्चमधली मोझाईक्स, भित्तिचित्रं आणि पॉर्फिरी ताम्राच्या नाजूक नक्षीची कामं पाहिली. माझ्या प्रकर्षाने लक्षात राहिल्या त्या चार स्त्रिया! अंगभर काळा बुरखा लपेटलेल्या. जवळच्या थडग्यांपाशी असलेल्या हिरव्या रंगाच्या प्रांगणात त्या आल्या होत्या. उंचनिंच,

सडपातळ आणि खानदानी. संत अवलियांच्या चित्रांमधल्या बुरखाधारी स्त्रियांचीच आठवण झाली मला, किंवा कलेच्या पुनरुज्जीवनाच्या काळातल्या रेनेसान्समधल्या रंगचित्रांची, व्हर्जिन मेरीच्या बायझेंटाईन मोझाईकची. सगळं एखाद्या नाटकातल्या प्रवेशासारखं वाटत होतं. आम्ही थडग्याच्या लोखंडी गजांसमोर उभे राहून काही वेळ त्यांचं निरीक्षण करत होतो. त्यांच्या हातात इबादतची पुस्तकं होती. कदाचित कुराणही असावं आणि ओठांनी काहीतरी पुटपुटत त्या अगदी श्रद्धापूर्वक त्या थडग्याला प्रदक्षिणा घालत होत्या. आम्ही त्यांना बघतोय हे खूप नंतर त्यांच्या लक्षात आलं. आधी त्या काय करावं हे न कळल्यासारख्या नुसत्याच खांबासारख्या उभ्या राहिल्या. मग जमिनीवर लोळणाऱ्या काळ्या पोशाखात लपून त्या बॅलेरीनासारख्या हलक्या पावलांनी मंचावरून अदृश्य झाल्या. सोनेरी गजांच्या प्रवेशद्वारातून पुढे जाण्याआधी त्यांनी जरा मागे वळून आमच्याकडे पाहिलं. ते चार प्रतिमांचं एक सुंदर चित्र होतं. त्या हळूहळू दूर निघून गेल्या आणि अखेर रस्त्याच्या वळणावर दिसेनाशा झाल्या.

"माणूस कुणावर श्रद्धा ठेवतो आणि कुणाची प्रार्थना करतो ह्याला फारसा अर्थ नाही," त्यांच्याकडे बघत टेओ म्हणाला, "सगळ्यात महत्त्वाचं आहे ते श्रद्धा असणं!"

"तुझं बरोबर आहे, प्रेमाचंही तसंच आहे. पण तू हे आत्ता ह्या क्षणी का सांगतो आहेस?"

"ऐवनसरायमध्ये सहबेंच्या कबरी आहेत, इथे त्यांना शहिदाचं मरण आलं होतं."

"कुणाच्या कबरी?"

"सहबे, सहबे. तुला माहीत आहे, कधी कधी मला सोपे सोपे तुर्की शब्द आठवत नाहीत, पण असे शब्द माझ्या चांगल्या परिचयाचे आहेत, माझ्या व्यवसायामुळे. प्रेषिताचे सैनिक म्हणजे सहबे, प्रेषिताला ओळखणारे, त्याच्याशी नातं असणारे. सातव्या शतकात कॉन्स्टँटिनोपलवर मुस्लीम राज्य होतं तेव्हा इथे जोरदार युद्ध झालं. सर्वाधिक मुस्लीम सैनिक इथे मारले गेले. त्यांची थडगी इथं आसपास असावीत असं मानलं जातं. त्यांना सहबेच्या कबरी किंवा सहबेची थडगी असं म्हटलं जातं. बायझेंटाईन बांधकामाचं ऐतिहासिक वय ह्या थडग्यांच्या अनुसार सहाव्या शतकांइतकं मागे जातं. हे इथलं सगळं बायझेंटाईन अधिपत्याखाली होतं हे लक्षात घेतलं की अभ्यास जरा अवघड होत जातो.

एकोणिसाव्या शतकाच्या सुरुवातीला ही थडगी प्रकाशात आली आणि त्यांचा जीर्णोद्धार करण्यात आला. असं म्हणतात की धर्मगुरूंना खूश ठेवण्यासाठी तत्कालीन सुधारणावादी सुलतानाच्या आदेशावरून हे करण्यात आलं.''

"मला मात्र दुसरा तर्क अधिक सुसंगत वाटतो की कोराच्या आवारातल्या कबरस्तानातल्या त्या कबरी ख्रिश्चन संतांच्या आहेत. सातव्या शतकात ते कॉन्स्टँटिनोपलमधलं धार्मिकदृष्ट्या महत्त्वाचं ठिकाण होतं. म्हणजे मला असं म्हणायचंय की पिढ्या, धर्मश्रद्धेचे पंथ आणि लोक येतात आणि जातात, पण धार्मिक स्थळं असतात तिथेच राहतात. आनुवांशिक संकेतांप्रमाणे धर्मश्रद्धेची गरज आणि संतप्रवृत्तीची ओढ माणसाच्या रक्तातच असते. हजारो वर्षांपूर्वी बायझेंटाईन साध्वींनी अशाच काळ्या पोशाखात त्यांच्या एखाद्या संताचं भजनपूजन केलं असेल, आणि मनुष्यप्राण्यासारखे इतर काही जीव येत्या कित्येक हजार वर्षांत अशीच भक्ती करत राहतील.''

टेओला इस्तंबूलचं आकर्षक रूप बघायचं होतं आणि मलाही दाखवायचं होतं. टेओच्या शब्दात इस्तंबूलचा हरवलेला आत्मा! देरिन आणि तिचे वायफळ शोध ह्यांत वेळ घालवण्यापेक्षा हे फारच रोमहर्षक होतं. हे रहस्यांनी भरलेलं शहर मला टेओने दाखवलं तेव्हा मला तर स्वप्नलोकात गेल्यासारखं वाटलं. त्याच वेळी माझ्या मृत मुलाबद्दलच्या सत्यकथेबद्दल मला आंतरिक भय वाटू लागलं.

इस्तंबूल हे एक बंदिस्त विश्व होतं. आम्ही त्या मृत्युगोलात गोल गोल फिरत होतो. त्या विश्वात आमच्यातलं कोण कसल्या शोधात आहे ते खरंतर ज्याचं त्यालाच माहीत नव्हतं. हजारो वर्षांचा इतिहास असलेलं शहर, त्यात टेओने बुडी मारली होती. माझ्या वैयक्तिक इतिहासातल्या काही दशकांची पानं निसटून गेलेली होती आणि देरिन आम्हाला तिच्या वर्तमानकाळात ओढून नेऊ पाहत होती. ह्या साऱ्यांचा एक जादुई परिणाम आमच्यावर होत होता; आम्हाला बदलून टाकत होता; आम्हाला एकमेकांशी बांधून टाकत होता. दिवस असे होते, की आम्ही ह्या शहराच्या किमयेत गुरफटून जाऊन वास्तवाकडे पाठ फिरवून बसलो होतो; उद्याची वाट पाहणं आम्ही सोडून दिलं होतं आणि मुलं शाळा बुडवतात तसं आम्ही आयुष्य बुडवू लागलो होतो.

शहराच्या त्या भागांतून नुसता फेरफटका मारणं टेओला नक्कीच रुचणारं नव्हतं. त्याचं संशोधन करत असताना तो कायम विजेने भारल्यासारखा कार्यरत असायचा. पुरातत्त्व विभागातल्या संग्रहालयात आणि भांडारांत जाण्याची

परवानगी मागण्यासाठी तो वेगवेगळ्या सरकारी अधिकाऱ्यांची दारं ठोठावत असायचा आणि एकीकडे कुरकुरत असायचा की बायझेंटाईन काळापासून इथे काहीच कसं बदललं नाही, सरकारी यंत्रणा कशी कुचकामी आहे वगैरे. पण दुसरीकडे प्रोफेसर मेते अयुन्सालन आणि तो मिळून नवनवीन हस्तलिखितं आणि त्यांचे मूलस्रोत ह्यांचा शोध लावत होते, त्यांचा अर्थ लावत होते. एवढं पुरेसं नव्हतं की काय म्हणून तो म्हणे एका दैवी प्रेरणेचा आदेश मानून ते शहर विंचरून काढत होता आणि मलाही त्यात सामील करून घेत होता. मी त्याच्याबरोबर भटकंती करत असताना इस्तंबूलचं रूप टप्प्याटप्प्याने माझ्यासमोर उलगडत गेलं. एकेक भाग, एकेक युग, एकेक आख्यायिका. नंतर आम्ही घरी जायचो, खिडक्या बंद असलेल्या त्या छोट्याशा खोलीत स्वतःला कोंडून घ्यायचो आणि प्रणय करण्यात गुंतून जायचो. फक्त आमच्या देहाचा आवाज ऐकत, तळमळ समजून घेत. माझ्या अनावर देहाला टेओचं सान्निध्य आवडत होतं. त्याला वयामुळे थोडं अवघडल्यासारखं व्हायचं खरं. मात्र माझ्या चाकोरीला विटलेल्या मनावर त्या शहराने फुंकर घातली होती.

माझ्या दृष्टीने ह्या जगात शोधण्यासारखं काही उरलंच नव्हतं. त्यामुळे एका रहस्यमय प्रवेशद्वाराचा शोध हा एक आशेचा संकेत होता. मला टेओ आवडायचं हेही एक कारण होतं. काहीही आधार नसताना उभा असलेला त्याचा आशावाद त्याच्या आयुष्याला खचीतच एक अर्थ देत होता. आणि आम्ही जरी त्याबद्दल बोललो नसलो तरी मला माहीत होतं की ते प्रवेशद्वार, जे तो सुरुवातीला जीवाच्या कराराने शोधत होता, ते हळूहळू एका वेगळ्याच शोधाचं कारण आणि अवजार बनत चाललं होतं – एक वेगळंच प्रतिक!

वेगवेगळ्या मंचांवर आमच्या आयुष्याचे वेगवेगळे खेळ चालले होते. आम्ही एकमेकांबरोबर शृंगार करत होतो. टेओच्या आख्यायिकेतील शहरातून भटकत होतो आणि देरिनच्याही सान्निध्यात तिच्या एका वेगळ्याच परीकथेतील विश्वात रमत होतो.

आम्ही दोघे एकमेकांबरोबर झोपतोय हे तिला केव्हा कळलं? त्या दिवशी, आम्ही येदिकुलेच्या भागात सुरू होणारी प्रवेशद्वारं एकेक करून बघायला, त्यांच्याबद्दल माहिती गोळा करायला निघालो तेव्हा?

टेओच्या भाषेत सांगायचं झालं तर आम्ही येदिकुलेला गेलो ते सुवर्णद्वाराचा अनुभव घेण्यासाठी.

सप्टेंबरच्या अखेरचा एक सुंदर दिवस. हवेत सुखद उष्मा. कामाचा दिवस, सकाळची वेळ. बुरुजाच्या परिसरात फारशी गर्दी नव्हती. उन्हात आळसावलेली मांजरं भिंतीवर बसली होती. काही कुत्री इकडेतिकडे फिरत होती. काही विदेशी प्रवासी, लहानमोठी दुकानं, त्यातल्या वस्तू बदलल्या होत्या तरी त्यांची सजावट आणि तिथले विक्रेते पूर्वीसारखेच होते. लाहमाजून, टोस्ट आणि काशारचीज आणि सुजूक विकणारे काही धाबे, पिदे विकणारे ठेले, येदिकुलेसमोरच्या पोलीसचौकीपाशी उगवलेले गुलाब, जुनी पडीक, लाकडी घरं, त्यांच्या तुटक्या-फुटक्या खिडक्या, जुन्यापुराण्या वस्तूंचा व्यापार करणारे भटके जिप्सी तिथे मुक्काम ठोकायचे. त्या घरांच्या अंतर्भागात लुटीचा माल आणि सटरफटर वस्तू पडलेल्या होत्या. आणि त्या घरांच्या अगदी पुढ्यात लोहमार्गाचे रूळ.

मी ह्या शहरात अनेक वर्षं काढली होती. ह्या शहरातल्या भिंती, बुरूज, स्मारकं, देवळं, टेकड्या, शहराचे विभाग, रस्ते माझ्या लहानपणापासून परिचयाचे होते. त्याच शहराबद्दल टेओकडून सत्यकथा आणि दंतकथा ऐकणं खरंच रोमांचक होतं. सत्यकथांना परीकथेचं रूप यायचं आणि परीकथा सत्य वाटू लागल्या होत्या. त्याच्या संगतीत ते शहर केवळ वसतिस्थान उरलं नव्हतं. त्याला एका आत्म्याचं स्वरूप आलं होतं. माणसाचं नशीब घडवणारा, आमच्या आयुष्याचा ताबा घेणारा आणि आमच्या भूतकाळाप्रमाणेच आमच्या वर्तमानाला आकार देणारा. तो प्रोफेसर असल्याने ती त्याची सवयच होती की त्याला खरंच असं वाटत होतं की तो फक्त वरवर तसं दाखवत होता, हे मला माहीत नाही. हे पाहा बायझेंटाईन काळातलं सुवर्णद्वार! दिमाखदार पोर्ता ऑरिया, पश्चिमेकडून आपल्या जवळ येऊ पाहणाऱ्या परकीयांना दुरूनच कॉन्स्टँटिनोपलच्या ऐश्वर्याची आणि अभेद्यपणाची जाणीव करून देतंय. हे बोलतानाचे त्याचे शब्द, आवाज, चेहरा आणि आविर्भाव पाहूनच त्याचा प्रचंड उत्साह ताडता यायचा. गव्हाचं आणि इतर रानटी गवत, नेचाची रोपटी, आग्याची झुडपं, तेजस्वी फुलांची झाडं, रानटी अस्पारेगस अशा विविध रानटी झुडपांनी आच्छादित भव्य प्रांगणात आम्ही गेल्यानंतरचे त्याचे ते शब्द मी कधीच विसरणार नाही. इथेच होतं ते विजयद्वार!

"टेओ, तू जे द्वार शोधतो आहेस, ते इथेच जवळपास आहे का?"

"नाही, मला नाही वाटत. त्या कवितेत उल्लेख असलेल्या ज्या द्वारातून शहराचा आत्मा शोधायला एक अर्चक आत शिरला, ते द्वार आठव्या किंवा

नवव्या शतकातच भग्न झालं होतं. शहराच्या तटबंदीच्या भिंतीचा हा भाग मात्र त्याच काळात पुन्हा बांधून काढण्यात आला होता.''

''ह्याचा कालखंड कसा काय मोजला जातो?''

''ही हस्तलिपी कागदावर लिहिलेली नसून भूर्जपत्रावर लिहिलेली आहे. अक्षरांचा आकार आणि धाटणी, कवितेत वापरलेली भाषा असे अनेक निकष लावले जातात. बायझेंटाईनमध्ये सातव्या शतकात प्रामुख्याने भूर्जपत्रे वापरली जायची. इजिप्त गमावल्यानंतर. मोठ्या अक्षरांपासून लहान अक्षरांपर्यंतचा प्रवास पाहिला की आठव्या किंवा नवव्या शतकाच्या आसपास त्यांची कालनिश्चिती करता येते. भाषा आणि तिचा घाट बघितला तर असं म्हणता येईल ही बायझेंटाईन कवितेचं पुनरुज्जीवन झाल्यानंतरच्या काळात ही कविता लिहिली गेली. कारण ह्या कवितेवर बोलीभाषेचा स्पष्ट ठसा आहे. शहराचा हरवलेला आत्मा, असं लिहिलंय त्या कवितेत. कदाचित ह्याचा संदर्भ मूर्तिभंजनाशी असेल किंवा हे फक्त एक रूपक असेल. जुदासची फुलं, केर्किस, जांभळा रंग, जांभळे रेशीम, पॉर्फिरी ताम्र, राजघराणी, सत्ता, भपका आणि झगमगाट... मला वाटतं की वरवर हा सगळा एक सावळा गोंधळ वाटतोय; लॅटिन, ग्रीक, पर्शिअन, तुर्की, ओस्मानी भाषांमधील शब्दांचा. पण त्यामागे काही विदारक सत्य लपलेलं आहे. केवळ ते द्वार, त्या द्वाराचं अस्तित्व आणि त्याचं रूपक ह्यापेक्षा जास्त काहीतरी.''

अशा प्रसंगी त्याच्या ओठांवर सहजी येईल त्या भाषेत तो बोलायला लागायचा. ग्रीक आणि तुर्की शब्द मिसळलेलं उत्तम इंग्रजी. एखाद्या श्रद्धाळू धर्मोपदेशकाप्रमाणे किंवा अभिनेत्याप्रमाणे अत्यंत तळमळीने तो त्याची भूमिका पार पाडायचा. जेव्हा तो अशा अनोळखी, जादुई जगात रममाण व्हायचा तेव्हा तो मला अधिकच आवडून जायचा. मला त्या क्षणी तो सर्वात जास्त हवासा वाटायचा. अचानक माझ्या मनात त्याची ओढ दाटून आली. देरिन तिथं असल्याचंही मी विसरून गेले आणि मी अगदी सहजपणे त्याचा चेहरा हळुवार कुरवाळला. माझ्या बोटांनी त्याच्या ओठांना स्पर्श केला आणि त्यानेही माझ्या बोटांचं हलकेच चुंबन घेतलं. त्याचे ओठ उष्ण होते. भावना आणि वासना क्षणभरच ओसंडून वाहिल्या पण देरिनच्या नजरेतून ते सुटलं नाही. मला ते तिच्या नजरेतून कळलं आणि मी मान झुकवली.

एखाद्या तेलकट डागासारखं आमच्या संभाषणातलं अंतर वाढत चाललं

त्यासाठी इतर अनेक गोष्टींप्रमाणेच ही घटनाही कारणीभूत होती. देरिन कुठल्यातरी दुसऱ्या जगात खोलवर शिरत चालली होती, एका दुसऱ्याच शहरात. आजकाल ती अगदी साधा, जरा बेंगरूळ पोशाख करू लागली होती.

तिच्या मित्रमैत्रिणींपासून ती हळूहळू अलग होत होती. आधी आधी अंकारामधल्या दूतावासातल्या अधिकाऱ्यांची मुलं प्रामुख्याने तिच्या मित्रमंडळात सामील असायची. अंकारातल्या कंटाळवाण्या वातावरणाला कंटाळून हे राजपत्रित अधिकारी इस्तंबूलमधे स्थायिक झाले होते. तिने इस्तंबूलच्या प्रसिद्ध डिस्कोथेक्स, नाइट क्लब्स आणि कॅफेजमध्ये जाणं सोडून दिलं होतं. ती खूप वाचायला लागली होती. मोटारीचा वापरही कमीच झाला होता. एखादी योग्य नोकरी शोधत असल्याचंही तिने जाहीर करून टाकलं. तिचे हात आणि पाय जास्त मजबूत झाल्यासारखे दिसत होते. तिची चाल आणि नजर, दोन्हींमधून नाजूकपणा नाहीसा झाला होता. एखादं लाडाकोडात पाळलेलं मांजर कुठेतरी अचानक सोडून दिल्यावर कसं दिसतं तशी तिची अवस्था झाल्यासारखी वाटत होती. घरगुती मांजराचं प्रेमळ आणि लाडीगोडीचं वागणं हळूहळू बेवारशी मांजरासारखं कठोर आणि कोरडं होतं, तशी तिची रेशमासारखी मऊ नजर कठीण होत गेली होती.

आमच्या पहिल्या भेटीपासूनच मी साशंक होते. मला तिच्या जवळिकीची भीती वाटत नव्हती पण तिला गमावण्याची भीती मात्र खचीत वाटत होती. देरिन ही एक किमयागार होती. तिने मला आरीनपर्यंत नेऊन सोडलं होतं; त्याला मृत्यूच्या जगातून बाहेर खेचलं होतं आणि माझ्या आयुष्यातला सर्वाधिक मौल्यवान घटक म्हणून त्याचं अस्तित्व माझ्यात अजून जिवंत राखलं होतं. बराच वेळ शांत असलेला टेलिफोन अचानक वाजला तेव्हा माझं हृदय आनंदाने उचंबळून गेलं!

"तू मला फोन का करत नाहीस, उयुल्कू? टेओ आल्यापासून तुला फक्त तोच दिसतो."

पुन्हा तीच धीट पण गोड वाटणारी बेफिकिरी.

"मला केरेम अलीला त्रास द्यायचा नव्हता." मी लहान मुलासारखा तिचा वार परतवला पण लगेचच मला स्वतःचाच राग आला. एका मोठ्या बाईला हे वागणं शोभत नव्हतं. "तुला हवं तेव्हा भेटू आपण," मी पुढे जोडलं.

"आत्ताच भेटूया मग, तुला दुसरं काही काम नसेल तर... माझ्याकडेच ये

ना तू. घरी कोणीच नाहीये, आपण अगदी आरामात एकमेकींशी बोलू शकतो.''

एक तासानंतर आम्ही दोघी देरिनच्या घरात एमिर्गन व्हिलाच्या वरच्या मजल्यावर चहाचे घुटके घेत बसलो होतो. मांजराचं पिल्लू एका आरामखुर्चीवर अगदी उबेत विसावलं होतं आणि डुलक्या घेत होतं. किती गोंडस होतं ते!

''तुला मांजरं आवडतात हे मला माहीत नव्हतं.''

''आत्तापर्यंत मला मांजरांचा फारसा अनुभव नव्हता. ज्याचा अनुभवच नाही ते आवडणार तरी कसं? पण आता मी ह्या पिल्लाच्या अगदी प्रेमात पडलेय. कधी कधी तर वाटतं की फेलिक्सशिवाय कशी जगेन मी!''

''पण मांजर आणायचा विचार कुठून सुचला तुला?''

''ही माझी कल्पना मुळीच नाही. दैवाने सूत्रं हलवली आणि माझ्या ओटीत हे मांजर येऊन पडलं.''

ती त्याला उचलून मांडीवर घेते. ते त्याच्या इवल्या पंज्यांनी तिच्या ब्लाऊजची बटणे चाचपते आहे आणि ती चोखायचा प्रयत्न करते आहे.

''परीकथेतलं मांजरच म्हणायचं! तुला किल्ली तरी मिळाली का मग?''

''हो मिळाली. म्हणजे ज्या पेटीत किल्ल्या सांभाळून ठेवल्या जायच्या, त्या पेटीची किल्ली मिळाली.''

ती थेट माझ्या डोळ्यांत पाहते. खोलीतून एक थंड झुळूक वाहत जाते. मांजर देरिनच्या मांडीवरून खाली उडी मारतं. मी अचानक शहारते. का कुणास ठाऊक.

''उयुल्कू, मी तुला विचारलं होतं, उमुट नक्की कोण होता? आठवतंय तुला?''

''मी कशी विसरेन ते!'' मी हलकेच मान हलवली.

''तू म्हणाली होतीस की माझी दृष्टी उमुटसारखी आहे. हेही आठवतं का तुला?''

हे संभाषण कुठल्या दिशेला चाललंय ह्याचा मला अंदाज येऊ लागला आहे. परतून हल्ला करण्याची तीव्र इच्छा टाळण्यासाठी मी तिच्या, उमुटच्या डोळ्यांत डोळे घालून बघते.

''मला आता कळलंय, उमुट कोण होता ते,'' ती म्हणते आणि नजर झुकवते, ''उमुट आरीन मुरातचा मुलगा होता.''

'माझा भाऊ' असं ती म्हणाली नाही. मी गप्प बसले आहे. नाहीतरी तिला

माझ्याकडून कुठलं उत्तर किंवा समर्थन अपेक्षित नाही.

"टेओ तुझ्या घरी राहायला गेला तेव्हा त्याला तिथल्या फोटोंमध्ये उमुटचे लहानपणीचे फोटो सापडले. वृत्तपत्राच्या फोटोशी असलेलं साम्य बघून त्याला धक्काच बसला. आमच्यासाठी हे सगळं नित्याचंच झालंय. पण त्याला ते एखादं दुःस्वप्न असल्यासारखं वाटलं. मला अजूनही तो दिवस आठवतो. तो त्याच्या घरातून धावत-पळत निघाला आणि धापा टाकत माझ्याकडे येऊन पोहचला. तेव्हा आमची नीट ओळखही नव्हती. तुझं घर भाड्याने द्यायचं आहे असं मी त्याला ओझरतं सांगितलं होतं. तुला माहीत आहे, मला त्याने त्या दिवशी काय विचारलं? हु वॉज उमुट रियली? अगदी मी तुला विचारलं तसंच. तू मला त्याचे फोटो दाखवायचं टाळलंस, उयुल्कू."

"काही खास कारण नाही. मला ते तुला दाखवायची गरज वाटली नाही. खरं म्हणजे मी स्वतःसुद्धा जुने फोटो बघत नाही. कदाचित माझ्या आईने ती कात्रणं आणि फोटो जपून ठेवले असतील. तुला हे कळत का नाही? मला कशातच स्वारस्य नाहीय उमुट, आरीन, अयोमरची भुतं, जिवंत किंवा मृतावस्थेत पुरलेल्यांची भुतं, भूतकाळाची किंवा अवकळेची भुतं!"

माझा आवाज किती चढलाय ह्याचं मलाच नवल वाटतं. मला इतका कसला राग येतोय? पण मी स्वतःला आवरू शकत नाही आणि त्याच सुरात पुढे बोलत राहाते. "ठीक आहे, आता तुला हे कळलं आहे. आतातरी शांत हो. डीएनए टेस्ट केल्याविना, फक्त फोटोंची छाननी करून डोळे आणि नजरेतलं साम्य उजेडात आणलंय तुम्ही, डिटेक्टिव्ह बाई! तुला अजूनही ह्यात रस असेल तर सांगते, आरीनला ह्यातलं काहीही माहीत नव्हतं. त्याला एवढंच माहीत होतं, की मला अयोमर उलाशपासून उमुट नावाचा एक मुलगा झाला होता आणि एका संशयास्पद घरावर पोलिसांनी केलेल्या गोळीबारात त्याचं मरण ओढवलं होतं, बस्स. उमुटचा मृत्यू झाल्यावर आरीनने त्यात लक्ष घालायला सुरुवात केली होती. त्याची हत्या होण्याआधी आमच्या शेवटच्या भेटीत त्याने मला सांगितलं होतं की सरकारी शक्तींच्या कारभारावर प्रश्नचिन्ह उठवायला सुरुवात केली होती. उमुट त्याचा मुलगा होता हे त्याला कधीच कळलं नाही."

"पण कदाचित उमुटला माहीत असेल, की आरीन मुरात त्याचा बाप होता म्हणून." देरिनने अखेरचा वार केला.

"हे त्याला माहीत असणं केवळ अशक्य आहे."

“तुझं बरोबर असेलही, पण जरा हे टेलिफोन नंबर बघ. मला त्याच्या सामानात सापडले ते. त्याने त्याच्या एका मित्राकडे काही सामान ठेवलं होतं. हे नंबर कुठून आले असावेत उमुटकडे?”

ती उभी राहते. तिच्या टेबलवरून एक लिफाफा उचलते. त्यातून एक लहानशी चौकोनी घडी घातलेली चिठ्ठी बाहेर काढते आणि माझ्या हातात कोंबते. “अंकांचं कोडं वगैरे असावं ते...”

“ह्यात भरपूर टेलिफोन नंबर्स आहेत,” ती म्हणाली, “वरून खाली, खालून वर, डावीकडून उजवीकडे, कर्णरेषेत तिरके. माझ्या लक्षात न आलेल्या अजूनही काही वेगळ्या रचना असू शकतील. पण मला माहीत असलेले तीन नंबर्स मी शोधून काढलेत : माझ्या वडिलांचा खाजगी नंबर, तो कुणालाच फारसा माहिती नव्हता, आमच्या अंकारातल्या घराचा दुसरा नंबर, हाही कुठल्याच डिरेक्टरीत नोंदवलेला नव्हता. आणि तिसरा नंबर त्या घराचा, जिथून मला हे सगळं सामान मिळालं.”

मला चक्करल्यासारखं होतंय, मला काही सुचत नाहीय, मी काय करू? मी खरंच खूप थकून गेले आहे. हे सहन करायच्या पलीकडे गेलंय. मला इथून दूर जायचंय. मला भीती वाटतेय.

“मला माहीत नाही, देरिन,” मी म्हणते, “आणि मला ते माहीतही करून घ्यायचं नाहीय. माझं आयुष्य कधीच चाकोरीतून गेलं नाहीय. मला त्याचा खेद आहे. मी मेलेल्यांना परत आणू शकत नाही ना माझ्या मुलाला, ना माझ्या प्रियकराला. मला आता सगळंच नकोसं झालंय. अगदी माझं स्वतःचं अस्तित्वही.”

तिच्या चेहऱ्यावर एक कुत्सित हास्य उमटतं. “मरण पावलेले सगळे पुरुष अगदी सद्गुणांचे पुतळेच असतात, नाही का उयुल्कू? टेओला तुझ्या मृतांच्या संग्रहालयात मांडायची तयारी झाली की नाही अजून?”

मेलेल्या पुरुषांचं कबरस्तान... माझ्या आयुष्याचा जमाखर्च इतकाच आहे का? तिचं बरोबर असेल तर? आणि त्या टेलिफोन नंबर्सचा अर्थ काय? उमुटला आरीन मुरातबद्दल काही माहीत असणं शक्यच नाही. अगदी मुरात ह्या नावाची संगती लावणंही त्याला जमणार नाही. रोमँटिक भावनेच्या भरात वाहवत जाऊन मी त्याच्या नावाशी जोडलेलं नाव. सगळ्या स्मृती एखाद्या घृणास्पद सर्पासारख्या, विसविशीत धाग्यासारख्या माझ्या स्मृतिपटलावर, माझ्या

हृदयातून सरपटत आहेत. नुसते हे विचारसुद्धा मला हादरवून सोडतात.

''उमुट त्याच्या खऱ्या वडिलांना शोधत होता असं वाटतं का तुला? की आरीन मुरात नावाच्या सरकारी अधिकाऱ्याला? की आरीन मुरात त्याच्या मित्राच्या मृत्यूला कारणीभूत होता असं त्याला वाटत होतं? तुला हे जास्त चांगलं माहीत असणार, शेवटी तो तुझा मुलगा होता.''

तो माझा मुलगा होता. अंकारामध्ये तीव्र हिमवर्षाव होतोय. 'तुम्हाला मुलगा झालाय.' बाळंतपणाच्या वेदना सोसून गलितगात्र झाल्यानंतर माझ्या मनात काळजी आणि दुःख दाटून आलंय. शिवाय सदैव तत्पर असलेला माझा प्रियकर अयोमार होचा – क्रांतिकारी, कट्टर कम्युनिस्ट. तो म्हणतो तो माझाही मुलगा आहे. त्याचं नाव उमुटच ठेवायचं. आमच्या श्रद्धा आणि स्वप्नं अधोरेखित करणारी आमच्या मुलांची नावं : उमुट, इनांच, देनिझ, उलाश, देव्रीम, अयोझग्युर, एलम, एकिम... अंकाराहून एस्कीशेहीरला जाणारी रात्रीची गाडी. त्याच्यावर लादलेलं पितृत्व समजूतदारपणे निभावून नेणारा तो पुरुष. मांडीवर गाढ झोपलेलं मूल. एक लहानसा मुलगा. त्याच्या डोळ्यांत भीती. नजरेत एक प्रकारचा आरोप. 'तू पण बाबांसारखी मला सोडून जाणार?' लाजराबुजरा, आजीचा लाडोबा.

बाकीच्या मुलांना तो आवडत नाही. शाळेत, गल्लीतल्या बाकीच्या मुलांना तो अजिबात नको असतो. ह्या विस्तीर्ण जगात अगदी एकटा आणि असुरक्षित. एकाकी मुलगा. त्याचं दुःख आणि भीती लपवण्यासाठी तो वरवर अगदी बेफिकीर आणि निष्काळजी असल्याचा आव आणतो. पिएत्ताचा दाखला देऊन स्वत्वाचा त्याग आणि समर्पण अशा विषयांवर बोलणारा एक किशोरवयीन मुलगा. परिचारिकेचा आनंदी चेहरा. 'तुम्हाला मुलगा झालाय!' माझा मुलगा. एखाद्या पापाचं प्रायश्चित्त न करता आल्याची भावना मनात निर्माण करणारा.

मी म्हणते, ''त्याला 'पिएत्ता' फार आवडायचं, हेच माझ्यासाठी फार महत्त्वाचं आहे. मी माझ्या मुलाला ओळखत नाही. वरवरच्या गोष्टी सोडता मला त्याच्याविषयी एकच गोष्ट नक्की ठाऊक आहे ती म्हणजे तो स्वातंत्र्यासाठी लढणाऱ्या लोकांच्या बाजूने उभा होता.''

तिला माझं बोलणं कळतंय की नाही ह्याने मला काहीच फरक पडत नाही. 'पिएत्ता' हे एका वैश्विक मातेचं तिच्या पुत्रासाठी रचलेलं शोकगीत आहे.

मानवतेच्या सुटकेसाठी स्वतःला समर्पित करणारा पुत्र. पिएत्ताच्या माध्यमातून त्याला मला हेच सुचवायचं होतं, पण मला हे आत्ता कुठे कळतंय. तुझं खरंच बरोबर असेल, मी भूतकाळातल्या मृत माणसांना मागे टाकलं आहे. प्रत्येक माणसाच्या आयुष्यात एक असा दैवी क्षण येतो, जो त्याच्या आणि त्याच्या भोवतालच्या भवितव्यावर त्याची मोहोर उठवतो. माणसाला सारखं त्या क्षणाकडे परतून जावंसं वाटतं. त्याला तो क्षण विवाद्य वाटतो. पण तुला कालचक्र उलटं फिरवता येत नाही. आपला जन्मच व्हायला नको होता, हे म्हणण्याइतकं हे निरर्थक आहे. मला तो क्षण अगदी स्पष्ट आठवतो.

मला तो क्षण आठवतो : बियुकादामधलं लाकडी घर, बागेत लाजाळूच्या फुलांचा बहर दाटलेला, मुसळधार पाऊस पडतोय. फुलं ओलीचिंब झाली आहेत. चरचरत जळणाऱ्या लाकडाचा धूर चिमणीतून बाहेर पडतोय. लोडोसचे वारे वाहत आहेत. जॅक ब्रेलचे सूर – न म कीते पा – मला सोडून जाऊ नकोस... लाल वाईन, माझ्या केसांची क्लिप, विवस्त्र मी, एरवी थंड, पण आमच्या शरीरांनी उष्ण झालेला बिछाना. आम्ही उद्या एकमेकांपासून विलग होणार. न बोलले गेलेले शब्द. शारीरिक ओढ, अद्वितीय समाधान – वेदनेने झाकोळलेलं. मला ती रात्र आठवते, त्या रात्रीपासून उमुट माझ्या शरीरात वाढू लागला होता.

ती रात्र इतकी सुंदर होती, आमच्या श्रद्धा, आमच्या मनातल्या काल्पनिक स्वर्गाइतकी. मला एक क्षणभरही त्याबद्दल पश्चात्ताप वाटला नाही. कदाचित त्यामुळेच मी अजून जगू शकतेय, जीवनाशी लढा देऊ शकतेय. देरिन, टेओची काळजी करू नकोस. मला त्याच्याबद्दल काही वाटतं, कारण त्याने ह्या विद्रूप शहरातून एक परीकथा निर्माण करून दाखवली आहे. ह्या रसातळाला चाललेल्या शहरात सौंदर्यावर कुरूपतेने मात केली आहे आणि टेओने मात्र ह्या शहराचं एका सुरम्य कहाणीत रूपांतर केलं आहे. हे तिरस्कारपूर्ण, कुरूप वास्तव त्याने इतिहासाच्या मोहिनीने, बायझेंटाईन जांभळ्या रंगाने वेढून टाकलं आहे. वास्तव स्वीकारण्याचं बळ माझ्यात आत्ता तरी नाहीय. त्यामुळे मला तरी हे सगळं सुखद वाटतंय. घाबरू नकोस, मी काही तुझी प्रतिस्पर्धी नाही. लवकरच तो इथून दुसरीकडे राहायला जाईल, किंवा इस्तंबूलकडे कायमची पाठ फिरवून माझ्या आयुष्यातून कायमचा नाहीसा होईल. माझ्यावर असा दबाव आणू नकोस. मी आता संपल्यात जमा आहे.

उमुटरूपी शस्त्र वापरून तिने निर्दयपणे माझ्या छातीवर मर्मभेदी जखम केली

आहे, त्या ठिकाणी एका दुर्लक्षित पापाचं ओझं मला गुदमरून टाकतंय. एका प्रश्नाची विवश करणारी संदिग्धता जड होत चालली आहे आणि त्या प्रश्नाच्या उत्तराची मला भीती वाटते आहे. उमुट आरीन मुरातच्या मागावर असण्याचं कारण काय?

तिने एक भलीमोठी कागदी पिशवी आणून माझ्या पायाजवळ ठेवलीय; वह्या, लिफाफे, कागद आणि पुस्तकांनी भरलेली. ''मला ह्या सगळ्याची आता गरज नाही. उमुटच्या माहितीतून माझ्या वडिलांच्या मृत्यूचं गूढ उलगडू शकेल अशी मला आशा होती. पण आता मला अजून कुठलीही माहिती मिळवायची नाहीय. एकेक कळत जाणारी गोष्ट मला अधिकाधिक वेदना देऊन जातेय. मी हा शोध थांबवतेय.''

तिचा शत्रुभाव अचानक हवेत विरून गेला आहे. ती माझ्या खांद्याभोवती हात टाकते.

''उयुल्कू, आपण एकमेकींना टोचून अजून दुःख नको द्यायला. मला माझं जुनं झपाटलेपण सोडून द्यायचंय, स्वतःचा शोध घ्यायचाय आणि काहीतरी अर्थ आणि दिशा असलेलं आयुष्य जगायचंय. खरोखरच. माझीही परिस्थिती कठीण आहे, मला मदत हवीय तुझी.''

ती लिहिण्याच्या टेबलावरून काहीतरी उचलते आणि माझ्या हातात ठेवते, हसण्याचा प्रयत्न करते. प्लॅस्टिकची तीन रंगीत खेळणी : टॉम, जेरी आणि बोकोबा फेलिक्स! मला ती खेळणी आठवतात आणि मला तीव्र वेदना होते. उमुट एवढासा होता. मिकी माऊसची चित्रं, टॉम, जेरी आणि मांजरं त्याला फारच आवडायची. एका स्टेशनरीच्या दुकानाच्या खिडकीत शोभेसाठी मांडून ठेवलेली ती चित्रं मला विकत मिळावी म्हणून मी त्या दुकानदाराचं भरपूर डोकं खाल्लं. मी ती चित्रं घरी घेऊन आले तेव्हा उमुट म्हणाला, 'आईने माझ्यासाठी एक मिकी आणलाय.' जेव्हा त्याला आनंद व्हायचा तेव्हा त्याचे डोळे ओलसर होऊन चमकायचे. देरिनचे डोळेही आत्ता तसेच...

मला भरून येतं आणि मी त्या मुलीला जवळ घेते. ''तुझ्याजवळच ठेव ती. मला सहन नाही व्हायचं.''

मी ते टाळायला पाहिजे होतं. उमुटच्या मागे उरलेल्या गोष्टी, त्या चिठ्ठ्याचपाट्या, ते फोटो आणि रोजनिशी, सगळं तिथेच ठेवून द्यायला हवं होतं. मी तुर्कीला परत यायला नको होतं. पन्नाशीच्या वर वय असताना मला

टेओबरोबर झोपायची गरज नव्हती. मी त्या लहान घराच्या माळ्यावर चढायला नको होतं. जुन्या गोष्टींवरची धूळ झटकायला नको होती. एका टेबलाच्या खणात बंद करून ठेवण्याच्या स्मृती चिवडायला नको होत्या. मी देरिनच्या मनात तिच्या वडिलांच्या मृत्यूबद्दल संशयाचं वादळ निर्माण करायला नको होतं आणि एका सर्वस्वी निराळ्या जगात जाण्याचा रस्ता मी तिला दाखवायला नको होता. केरेम अली हा झोपडपट्टीचा क्रांतिकारक राजपुत्र आहे हे मी विसरायला नको होतं आणि त्याचं महत्त्व मला कळायला हवं होतं. माझे स्वतःवरचे आरोप वाढत चालले होते. कधी कधी मला मुळीच अपराधी वाटायचं नाही. मला स्वतःला कितीही त्रास झाला असला तरीही हे सगळं माझ्या अस्तित्वाचा अटळ भाग होतं. ह्या गोष्टींनी मला घडवलं होतं. मरणाच्या दारी उभ्या असतानाही जी माणसं म्हणू शकतात, मला जर पुन्हा जीवनाची सुरुवात करायला मिळाली तर मी पुन्हा सगळं काही असंच करेन अशी माणसं मला आवडायची.

देरिनने शोधून काढलेल्या त्या पत्त्यावर जाण्यासाठी मी त्या दोनशे पंचाऐंशी पायऱ्या चढून गेले नाही. मी मुख्य रस्त्याला लागले. मिनीबसमधून उतरून मी मध्यवर्ती चौकातून विहिरीच्या दिशेने वळले आणि रस्त्याला लागले. मला ते घर इतकं परिचयाचं वाटलं की मी बागेच्या दारातून सरळ आत गेले. मी घराचा नंबरसुद्धा बघितला नाही. जरा उंचावर घराचा व्हरांडा होता. त्यात एक मांजर आणि तिची दोन पिल्लं होती. ग्रीष्मातल्या सुखद उन्हात ती तिच्या पिलांना चाटत होती, त्यांच्याशी खेळत होती. येणाऱ्या-जाणाऱ्यांकडे तिचं लक्षही नव्हतं. व्हरांड्यातले गुलाब पूर्ण फुलले होते. चांगल्या हवेत ते डिसेंबरपर्यंत टिकले असते. पत्र्याचे काही रंगवलेले डबे शेजारी शेजारी ठेवलेले होते. काही डब्यांत जिरेनिअमची कोमेजलेली रोपं होती. काही डब्यांत मरगळलेली गुलबट कार्नेशनची रोपं आणि फ्युशियाची जरा उशिरा फुललेली रोपं होती.

त्याला दार उघडायला फारसा वेळ लागला नाही. तो माझ्याच वयाचा होता. उंचापुरा, केस पांढरे झालेले, करड्या रंगांच्या कॉर्डूरॉयमध्ये. त्याचा सौम्य चेहरा आणि मनमोकळं हसू पाहून मला अगदी शांत वाटलं.

जणू मी एखाद्या जुन्या मित्राला बऱ्याच वर्षांनी भेटायला आले होते.

मी दारातच खोळंबून उभी राहिले आणि हात पुढे करून त्याला म्हणाले, "अत्तिला बे? मी उमुटची आई. मी तुम्हाला फोन केला होता."

"मला माहीत आहे, या आत या उयुल्कू, तुम्हाला आठवत नसेल, पण

आपली जुनी ओळख आहे. जग तसं लहानच आहे, पण पन्नासेक वर्षांपूर्वी कार्यरत असलेल्या अंकाराच्या क्रांतिकारकांचं जग त्यापेक्षाही लहान आहे.''

तो मला ज्या खोलीत घेऊन जातो त्या खोलीत पुस्तकं, म्युझिक कॅसेट्स, सीडीज आणि रेकॉर्ड्स ठासून भरल्या आहेत.

''जरा पसारा आहे हं,'' तो जरा दिलगिरीच्या सुरात म्हणाला, ''हा माझा स्वतःसाठीच निर्माण केलेला स्वतंत्र विभाग आहे. माझी बायको जेव्हा इस्तंबूलला येते तेव्हा नेमकी ह्या खोलीचा ताबा घेते आवराआवर करायला. हल्ली ती जास्त काळ बोद्रुमलाच राहते. पण आजकाल बोद्रुमसुद्धा फार गजबजलंय. सगळ्या जगातले लोक तिकडे येत असतात. मला तरी तिथला गोंगाट आवडत नाही. काय सांगत होतो मी? तर माझी बायको म्हणाली की इथे आता इतकं आवरायला झालंय की मला मुळात पसाराच दिसत नाही. उलट पसारा आवरल्यावर मी मांजरासारखा इकडे तिकडे आपटतो. मांजरांचा विषय निघाला म्हणून आठवलं – तुमच्या मुलीला आवडतोय का तो बोका? अ्योइ्लेम नाव ना तिचं?''

''देरिन,'' मी कोरडेपणे म्हणते. अरे बापरे. माझा पुन्हा गोंधळ झालाय काहीतरी.

''नाही, मला नाही तसं वाटत. देरिन माझी मुलगी नाही. पॅरिसमध्ये मारल्या गेलेल्या आरीन मुरातची ती मुलगी.''

''ती उमुटच्या वस्तू घ्यायला इकडे आली तेव्हा तिने मला सांगितलं की ती उमुटची बहीण आहे.''

मी ते वाक्य ऐकून न ऐकल्यासारखं करते. जास्त वायफळ न बोलता मुद्याला हात घालायचं मी ठरवते. ''आरीन मुरात माझा जुना मित्र. तुम्हाला आठवत असेल, गुप्तचर यंत्रणा आणि राष्ट्रीय संरक्षण विभागाशी जवळचे संबंध असलेला एक उच्चपदस्थ राजकीय मुत्सद्दी. त्या वेळी मी पॅरिसमध्ये एका वृत्तपत्रात काम करत होते. ज्या संध्याकाळी तो मारला गेला तेव्हा आम्ही आधी जेवायला भेटलो होतो आणि बराच वेळ गप्पा मारत होतो. त्याला एकूणच अनेक गोष्टींबद्दल जरा जास्तच माहिती होती. त्याला राज्याचा कारभार कसा चालतो हे नीट माहीत होतं आणि जसजशी त्याला जास्त माहिती मिळत चालली होती तसतशी त्याला त्याला त्या सगळ्याची किळस येऊ लागली होती. त्यात त्याचे हातही रंगलेले होते हे त्याला माहीत होतं. त्या दिवशी आरीनने त्याच्या

भूतकाळाला अलविदा म्हटलं होतं आणि त्याचं जुनं अस्तित्वही त्याने पुसून टाकलं होतं. जुनं सगळं काही मागे टाकून नव्याने डाव मांडायचा असं त्याने ठरवलं होतं. आणि काही तासांनीच त्याची हत्या करण्यात आली.''

''हो, मला आठवतंय. दोन-तीन वर्षांपूर्वी घडलं ना हे? त्याला सर्वात शेवटी भेटलेली व्यक्ती म्हणून सगळ्या वृत्तपत्रांनी तुमचाही फोटो छापला होता. म्हणूनच मी त्याबद्दलच्या बातम्यांकडे जरा विशेष लक्ष दिलं. मी तर म्हणेन की ह्या हत्येमागे डीप स्टेटचा नक्कीच हात आहे.''

''तिच्या वडिलांच्या मृत्यूमागे कोणाचा हात आहे हे देरिनला शोधून काढायचंय. आणि मीच तिच्या डोक्यात हे भूत घातलं. कुठल्यातरी अतःप्रेरणेने तिने उमुट आणि तिच्या वडिलांच्या हत्येचा संबंध जोडला. तिला वाटलं की उमुटबद्दल माहिती मिळवली की तिच्या वडिलांच्या मृत्यूवरही प्रकाश पडेल. ती इतक्या गांभीर्याने ह्या गोष्टीकडे बघेल असं मला वाटलंच नव्हतं. पण अनपेक्षित दुवे, संकेत, पत्ते आणि माणसं शोधून काढण्यात तिला खरोखरच फार यश मिळालंय. आणि अखेर ती तुमच्यापर्यंत येऊन पोहचली. मला माहितीय, आम्ही तुमच्या आयुष्यातली शांतता नष्ट केली, आम्हाला माफ करा.''

''मला शोधून काढणं फारसं अवघड नव्हतं. उमुट आणि माझा मुलगा एकाच युनिव्हर्सिटीत एकाच वर्गात होते. तो नाहीसा झाला तोपर्यंत तो अगदी नेमाने आमच्याकडे यायचा. मी हे तुमच्या मुलीला सॉरी – मला म्हणायचंय, देरिनला, सांगितलं नाही, पण उमुट माझ्याशी विश्वासाने बोलायचा. शेवटी आपण सगळे क्रांतिकारकच ना! फारच गुणी मुलगा होता. बोट ठेवायला जागा नव्हती. द लिटल प्रिन्स! जगाकडे अचंब्याने, गोंधळून आणि विचारपूर्वक बघणारा लिटल प्रिन्स असंच म्हणायचो मी त्याला. एकदा त्याने मला सांगितलं, माझ्या आईलाही 'द लिटल प्रिन्स' फार आवडायचं. लहानपणी ती मला ह्या पुस्तकातून गोष्टी वाचून दाखवायची. देरिनने त्याची बहीण असल्याचं सांगितलं त्यावर माझा पटकन विश्वास बसला. त्यांच्या डोळ्यांत, नजरेत विलक्षण साम्य आहे.''

माझ्या अंगावर शहारा आला. माझ्या डोक्यात एक उष्ण लहर उठली.

''खरंच?'' मी घाईने म्हणाले, ''माझ्या लक्षात नाही आलं असं काही.''

माझ्या बोलण्यातला खोटेपणा माझ्या स्वरातून जाणवतोय. मी पुन्हा सगळी शक्ती एकवटून म्हणते, ''उमुटच्या वह्या-पुस्तकांत मला काही टेलिफोन नंबर्स

सापडले. त्यातच तुमचाही नंबर होता. पण त्यात त्याने आरीन मुरातचे खाजगी नंबर्ससुद्धा खरडले होते, ते कुठून मिळाले त्याला? त्याला ना ते नाव माहीत होतं ना त्याच्याबद्दल काही माहिती होती. तुम्हाला काय वाटतं...''

तो त्याच्या जुन्या आरामखुर्चीतून उठतो. त्या खुर्चीवर बोद्रुमच्या भरतकामाचा खास नमुना असलेली चादर घातलेली आहे. तो उठून कोपऱ्यातल्या एका फडताळाकडे जातो. त्यात अर्ध्या भरलेल्या मद्याच्या बाटल्या आहेत. ''उयुल्कू, काहीतरी पिऊया आपण. काय आवडेल तुम्हाला? कोन्याक, व्हिस्की की वाईन?''

''काहीही चालेल, तुम्ही घ्याल तेच घेईन मी.''

''मी हिशोब लावलाय, गेली सत्तावीस-अठ्ठावीस वर्षं आपण एकमेकांना भेटलेलो नाही,'' ग्लासमध्ये कोन्याक ओतण्याआधी तो म्हणतो. मला ग्लास देण्याआधी तो सराईतपणे जरा हलवतो. आधी मी ऐकलं की इथे सगळं ढासळल्यानंतर अ्योमार होचा मॉस्कोला गेला आणि तिथेच स्थायिक झाला. उमुट तुमच्याबद्दल फार आत्मीयतेने बोलायचा. त्याचं तुमच्यावर अतोनात प्रेम होतं. एक मुलगा आईवर जितकं प्रेम करू शकतो तितकं. पण एक प्रकारचा रागही त्याच्या मनात ठासून भरलेला होता. त्याच्या वडिलांचा – अ्योमार होकाचा उल्लेख मात्र त्याने कधीच केला नाही. मुलं त्यांच्या वडिलांचा आदर्श डोळ्यांसमोर ठेवतात पण त्यांचं भावनिक नातं मात्र आईशी असतं. हेच कारण असेल कदाचित.''

''अयोमार आणि मी वेगळे झालो होतो,'' मी उत्तरते, ''काही काळ उलटून गेल्यावर आपले रस्ते बदलतात आणि श्रद्धा आणि तत्त्वेसुद्धा. मग नात्यात जीव उरत नाही. असं नातं टिकवणं अवघड होऊन बसतं. ह्या ढोंगी वाक्यामागे दडलेले असंख्य अनुभव आणि अनेक वर्षांचा इतिहास ह्याबद्दल मला विचारही करायचा नाहीय.''

''ह्या शतकातल्या महासंकटाने आपण सगळेच पोळलो गेलो होतो,'' माझं मन वाचल्यागत तो म्हणतो. मग तो पुन्हा त्या जुन्या, कापडाने झाकलेल्या खुर्चीत बसतो.

''तुम्ही आत्ताच विचारलेल्या प्रश्नाचा मी विचार करतोय. एकोणीसशे नव्वदच्या सुरुवातीला काहीही करून जहाल क्रांतिवादी संघटनांचा नायनाट करायचं सरकारने पक्कं ठरवलं होतं. 'दहशतवादाच्या विरोधात सरकारी

दहशतवाद' अशी त्यांची घोषणा होती. एकही दिवस असा गेला नाही, ज्या दिवशी त्यांनी शहराच्या कुठल्या ना कुठल्या भागात एखाद्या घरावर छापा घालून तरुण मुलांना बंदुकीचा धाक दाखवला नसेल. रस्त्यावर उभं राहून टाळ्या पिटणाऱ्या आणि उन्मादाने ओरडणाऱ्या घृणास्पद गर्दीच्या डोळ्यांसमोर त्यांना गोळ्या घातल्या जायच्या. सगळ्याच संघटना अगदीच निरपराधी नव्हत्या.''

''गटांतल्या सभासदांना चिथावणी देणाऱ्यांची मुळीच वानवा नव्हती. हिंसा हे त्यांच्या नेत्यांच्या मते महत्त्वाचं शस्त्र होतं. विरोधकांना त्यांच्या भागात जाऊन मारण्याइतकी त्यांची मानसिक तयारी होती.''

''सरकारपाशी आणि हिंसक संघटनांपाशी लिक्विडेशनच्या लांबलचक याद्या तयार होत्या. त्यांच्याच जोरावर दोन्ही यंत्रणा टर्मिनेटरची भूमिका करायला सज्ज होत्या. उमुटला आरीन मुरातचा शोध का घ्यायचा होता, ह्याचं उत्तर त्यांच्याजवळ असेल, उयुल्कू. डाव्या संघटनांविरुद्ध सरकारी यंत्रणांनी आखलेल्या दहशतवादी योजनांशी आरीन मुरातचा थेट किंवा दूरन्वयाने संबंध होता असं तुम्हाला वाटतं का?''

मी कसं सांगू आता त्याला? त्या रात्रीचे आरीनचे शब्द. पंचवीस वर्षांनंतर आम्ही एकमेकांना त्या रेस्तराँमध्ये भेटलो. आमच्या भोवतीच्या अक्वेरिअममध्ये गोल्डफिश लवलवत होते आणि आयुष्यात कदाचित पहिल्यांदाच त्याचा हात थरथरला असावा. त्याने माझ्या दिशेने हात पुढे केला आणि म्हणाला, ''कधी कधी आपलं ध्येय गाठण्यासाठी माणसाला नीतिमत्तेला मुरड घालून निर्णय घ्यावे लागतात. शेकडो किंवा हजारो माणसांचा जीव वाचावा म्हणून मूठभर माणसं बळी द्यायला लागतात. नव्वदीच्या दशकाच्या सुरुवातीला माझ्यावर एक अत्यंत नाजूक कामगिरी सोपवण्यात आली होती. दक्षिणपूर्वेत युद्ध सुरू झालं होतं. शहरांमध्ये डाव्या विचारसरणीची दहशत होती. ह्याचा काटेकोरपणे अर्थ लावून गोगलगायीच्या गतीने चालणाऱ्या न्यायसंस्थेकडे दाद मागण्याइतका वेळ कुणाकडेच नव्हता. जशजशा घटना घडत गेल्या तसतशी माझ्या पायाखालची जमीन सरकू लागली. ज्या व्यवस्थांच्या परिघात राहून मला निर्णय घ्यायचे होते, त्याच व्यवस्था आणि माझ्यात एक अंतर तयार होऊ लागलं. प्रत्येक घटनेनंतर मला असं वाटू लागलं की मी रक्तामांसाच्या दलदलीत रुतत चाललोय. जेव्हा मला ते दारुण सत्य कळलं, की पोलिसांच्या गोळीबारात तुझ्या मुलाचाही मृत्यू झाला, तेव्हा मी मुळापासून हादरलो. त्या क्षणी मला लख्ख जाणवलं की माझे

हात आता कधीच स्वच्छ होणार नाहीत. बाकी सगळा शुद्ध दांभिकपणा होता.''

''आरीनला वाटायचं की काही संशयास्पद कारवायांची जबाबदारी अप्रत्यक्षरीत्या त्याच्यावरच आहे. त्यामुळे त्याला अपराधी वाटायचं. त्याने हे सगळं मला त्या रात्री सांगितलं. पण त्याचा त्या गोष्टींशी थेट संबंध होता असं मात्र मला वाटत नाही.''

''म्हणूनच त्यांना त्याचा संशय आला असावा. उमुटने जरी स्वतः बंदुकीचा चाप ओढला नसला तरी त्याने कदाचित ती हेरगिरीची कामगिरी स्वीकारली असावी. मला काहीच माहीत नाही आणि मला तुम्हाला दुखवायचंही नाही. कधी कधी सत्य अज्ञानापेक्षा जास्त वेदनादायक असतं.''

''आपण जुन्या जखमेची खपली काढायला नको'' मी म्हणते, ''पण तुम्हाला काही खात्रीशीर माहिती असेल तर मला कृपया सांगाच. फक्त मलाच नाही, सत्य कळलं तर देरिनलासुद्धा फायदा होईल.''

''मला वाटतं की तुम्हाला माहीत नसलेलं काहीतरी सांगून मी तुम्हाला एका बाबतीत निराश करणार आहे. उमुटला आरीन मुरातची माहिती होती.''

''म्हणजे? काय म्हणायचंय तुम्हाला?''

''ते दोघं एकमेकांना ओळखत होते असं मी म्हणालो नाही. पण एकदा मी वृत्तपत्रातला एक लेख वाचत होतो, त्यात आरीन मुरातने तुर्कस्तानबद्दल आपलं मत मांडलं होतं. अमेरिका का इंग्लंडमध्ये कुठल्यातरी ऑफिशिअल भेटीचा हा वृत्तान्त होता. तेव्हा मला उमुटने काही प्रश्न विचारले : 'अत्तिलाअम्चा, तू आरीन मुरातला ओळखतोस? त्याची आणि माझ्या वडिलांची ओळख होती का? तो पण म्युल्कीये युनिव्हर्सिटीत होता का, काका?' मी त्याला सांगितलं की माझी त्याची वैयक्तिक ओळख नव्हती आणि अयोमार होकाचीही नसावी बहुतेक. त्यावर तो उत्तरला, 'मला वाटतं माझ्या आजीची आणि त्याची ओळख होती. जेव्हा त्याच्याबद्दल वर्तमानपत्रात काही छापून यायचं तेव्हा तेव्हा माझी आजी सांगायची की तो किती मृदुभाषी आहे, किती बुद्धिमान आहे आणि तरुणपणी कसा तो माझ्या आईच्या मागे लागला होता. त्याचं कुटुंब प्रतिष्ठित आणि खूप श्रीमंत होतं आणि त्याला नकार देऊन माझ्या आईने कशी एक सुवर्णसंधी गमावली होती.' तेव्हा मला हे सगळं फार महत्त्वाचं वाटलं नाही, पण आता तुम्ही विचारल्यानंतर मला आता सगळं पुन्हा आठवतंय.''

''माझी आई! माझ्या लक्षातच आलं नव्हतं!'' एकदम मला जाणवलं की

माझ्याकडे बघताना अत्तिलाच्या चेहऱ्यावर जरा वेगळेच भाव उमटले आहेत. त्याच्या डोक्यात एकदम काहीतरी चमकून गेल्यासारखे. मी मान खाली घालून त्याची नजर चुकवते.

"उमुट १९९२ साली मारला गेला. आरीन मुरात त्यानंतर पाच वर्षांनी. एका राजकीय कटाचा बळी ठरला." तो विचार करत बोलू लागला, "तुर्कस्तानमधल्या मला माहीत असलेल्या डाव्या जहाल संघटनांकडे एवढं कौशल्य आणि संयम नक्कीच नाही. आमच्याकडे सगळं घडतं ते अगदी उत्स्फूर्तपणे आणि योगायोगाने. आणि उमुट जर आरीन मुरातबद्दल हेरगिरी करत असता, तर त्याने ते तुमच्यामार्फत केलं असतं. त्याला तुमच्यातल्या नात्याची माहिती होती. कदाचित तो दुसरं काहीतरी शोधत होता. काहीतरी खाजगी तपशिलाचं, वैयक्तिक."

माझ्या छातीत धडधड झाली. माझं हृदय वेगाने उडायला लागलं. माझ्या आत प्रचंड उलघाल होऊ लागली. मी एका घोटात माझी कोन्याक पिऊन टाकली. आईने काय काय सांगितलं असेल उमुटला? तिला काय माहीत होतं? मी तर आता तिला काही विचारूही शकत नाही. मृतांजवळ आठवणी उरलेल्या नसतात.

"तुमचं बरोबरही असेल म्हणा. उमुटच्या आत्म्याला आहे तसंच शांत राहू दे."

एक दीर्घ शांतता. त्याला काहीतरी बोलायचंय, पण त्याला धीर होत नसावा. अचानक तो बोलायचं ठरवतो. "आपल्या सगळ्यांच्या आयुष्यात काही ना काही गुपितं असतात. काही वेदनादायक असतात, तर काही प्राणघातक. आपल्यापैकी कुणीच अगदी निष्पाप नसतं. अगदी मुलंसुद्धा. साठाव्या, सत्तराव्या दशकातली निष्पाप आणि आशावादी पिढी आता परतून येणार नाही. आपली मुलं कॉम्रेड्स होती, मित्र होती. त्यांच्या त्या उपद्रवकारी संघटनेत फूट पडली तेव्हा ते वेगवेगळ्या दिशांना पांगले. त्या दिवशी त्या हल्ल्यातून सुखरूप वाचलेली चौथी व्यक्ती म्हणजे माझा मुलगा. मला हेही नीटसं माहीत नाही, की माझ्या मुलानेच संघटनेविरुद्ध फितुरी केली होती की काय, तो खबऱ्या होता की काय? आपल्या देशात बळी जाणारे अपराधी ठरतात आणि आरोपी ठरलेल्यांचे बळी जातात. उयुल्कू, माझी शोकांतिका तुमच्यापेक्षा फार वेगळी नाही. मीही पराकोटीचा संशयखोर आहे! कदाचित माझी शोकांतिका

तुमच्यापेक्षा अजून गहन आहे, खूप खोलवर आघात करणारी..."

उरलीसुरली कोन्याक संपवून मी उठते. तो माझा हात हातात घेतो आणि जरा दाबतो. "आपले मार्ग नकळत एकत्र आले आहेत. आपलं आयुष्य, आपली मुलं, जी आपण या ना त्या कारणाने गमावून बसलो आहोत... पंचवीस-तीस वर्षांपूर्वी आपल्याला कल्पना तरी होती का, की आपण अशा परिस्थितीत भेटू? आपली गुपितं कधी कधी आपल्याला मारक ठरतात आणि इतरांनाही. आपण ती विसरून गेलो आहोत असं भासवणं हेच बहुतांशी हिताचं ठरतं."

आम्ही बाहेर व्हरांड्यात येतो. तो माझ्या पुढे चालत असतो. ह्या ऋतूत चुकून फुललेल्या गुलाबाच्या फुलांतलं सगळ्यात सुंदर फूल तो तोडतो आणि मला फूल देताना विचारतो, "तुम्हाला फॉल्कनर आवडतो का, उयुल्कू?"

"हो, खूप आवडतो. सगळ्यात जास्त, लाइट इन ऑगस्ट!"

"तो पत्रकारांना शक्यतो दूरच ठेवायचा. एका तरुण संपादकाला बऱ्याच मिनतवाऱ्या केल्यानंतर अखेर संधी मिळाली. तो फॉल्कनरला भेटायला गेला तेव्हा तो बागेतले गुलाब तोडत होता. अगदी आनंदी आणि प्रसन्न. 'तुमचं काय चाललंय?' त्यानं विचारलं. 'तुम्ही बघताय की. मी गुलाबाची फुलं तोडतोय. फक्त गुलाबाची फुलं तोडतो मी.' काही दिवसांनी त्यानं आत्महत्या केली. किंवा आत्महत्या वाटेल असा तो मृत्यू होता. बागेत काम करताना माणूस नेहमीच विचारात गढलेला असतो. अगदी नेहमीच."

मी काही बोलावं का ह्यावर? काय बोलावं? "...पण तुम्ही काही आत्महत्या करणार नाही, असलं काही? गुड हेवन्स!"

तो अजून एक पांढरी कळी तोडतो. बर्फामुळे तिच्यावर थोडे ठिपके उमटले आहेत. "ही देरिनसाठी. फॉल्कनरबद्दल मी बोललो त्याचा चुकीचा अर्थ लावू नका हं. मी जगण्यासाठी गुलाबाची फुलं लावतो. मरण्यासाठी नाही. देरिनला सांगा, आमच्या मांजराची नीट काळजी घ्यायला. काळजी घ्या, उयुल्कू. असंच म्हणतात ना हल्ली? आणि माझी मदत लागली तर फोन करा. मी इथेच असतो."

४.

"ह्या वर्षी क्विन्सेसचं अमाप पीक आलंय, हिवाळा अगदी कडक पडणार

म्हणायचा,'' काकांनी शेजारच्या खेड्यातून आणलेली क्विन्सेसची फळं एकेक करून निरखून बघत माझी आई म्हणाली, ''मी थोडासा मुरंबा करते, तुम्हाला सगळ्यांना आवडतोच नाहीतरी. तू पण तुझ्या त्या पोरीसाठी बाटलीभर मुरंबा घेऊन जा.''

ती ज्या मिस्कील प्रेमळपणे तुझ्या त्या पोरीसाठी म्हणते, तेव्हा मला अगदी आतून छानसं काही वाटतं. आई, तुला वाटतं तसं नेहमी घडलं तर किती छान होईल! ''कोणासाठी ग?'' तिनं ते तसं पुन्हा म्हणावं म्हणून मी लटकेच विचारतो. ''नाटक पुरे हं. जसं काही तुला काही ठाऊकच नाही.'

ती एक गाणं म्हणू लागते, देरिन किती खोल आहे समुद्राचे पाणी! ट्रलालाला... मला आवडते ती सुंदर शहरी तरुणी, ट्रलालाला!

मी उठून तिच्या गळ्याभोवती हात टाकतो. ती आंबट चवीची फळं जमिनीवर घरंगळत जातात. मी खाली वाकून तिच्या दोन्ही गालांची पापी घेतो.

''पुरे रे, ए वेड्या, अरे बास कर आता. मला गुदगुल्या करू नकोस. मी आता म्हातारी झाले बाबा, माझं अंग सगळं दुखून येतं आता. पुरे रे, सांगतेय ना...''

ती एक हात पाठीवर ठेवते, एक हात माझ्या खांद्यावर ठेवते आणि उठायचा प्रयत्न करते. ''बाळा, जेव्हा तुला एखादी चांगली मुलगी भेटेल तेव्हा तू कसा अगदी नीटनेटका आणि झकपक दिसायला हवास,'' ती म्हणते, ''अरे, समानधर्मी एकमेकांच्या लगेच जवळ येतात असं म्हणतात. पण असंही म्हणतात की हृदयाला कोणी आज्ञा देऊ शकत नाही, त्याचे कायदे वेगळेच असतात. इन्शाल्लाह, ह्या सगळ्याचा शेवट गोड व्हावा एवढीच दुवा मागेन मी. जर त्या मुलीने तुला प्रतिसाद दिला आणि तुला तिच्याबरोबर युरोप किंवा जर्मनीला घेऊन गेली तर! तुम्ही दोघं बरोबरच निघून गेलात तर माझ्या हृदयाची घालमेल तरी थांबेल रे!''

माझा भाऊ केरेम अली मारला गेला तेव्हापासून माझ्या आईच्या हृदयात सारखी घालमेल चालू असते. आमच्या गेसिकोंदूवर रोजच पोलिसांच्या लढाऊ तुकड्या येतात, अडथळे लावून नाकाबंदी करतात, पेट्रोल बॉम्ब टाकतात. एकही दिवस याशिवाय जातच नाही. काही तरुण पोरं रंगांच्या बादल्या घेऊन रात्री भिंतींवर घोषणा रंगवायला किंवा पोस्टर्स चिकटवायला निघतात. सकाळी ती मुलं त्याच भिंतींसमोर रक्ताच्या थारोळ्यात सापडतात. रात्री कामगिरीवर

आलेलं कोणी घरी परतलं नाही तरी कोणीही पोलिसांकडे तक्रार घेऊन जात नाही. जास्तीत जास्त आम्ही म्हाताऱ्या माणसांना पाठवतो. त्यांना सहसा कोणी डांबून ठेवत नाही. टेकडीवरून संध्याकाळ लुप्त होते तेव्हा नंतरही फार काही वेगळं आणि चांगलं घडेल अशी अपेक्षा रात्रीला उरलेली नसते. शस्त्रास्त्रे त्यांच्या गुप्त ठिकाणी लपवलेली असतात. दगड-धोंडे गोळा केले जातात आणि रस्त्याच्या कडेला व्यवस्थित ढीग करून ठेवले जातात. लहान मुलं नाकाबंदीच्या लोखंडी बॅरिकेड्समधून, खाटांच्या चौकटीतून, सुट्या दारांच्या आगेमागे आणि जुन्या मोटारीच्या सांगाड्यांच्या आतबाहेर नाचत पोलिसांवर दगड मारायचा खेळ खेळत असतात. रांगणं संपवून नुकतीच धडपडत चालायला शिकलेली ही लहानगी. टेकडीच्या पायथ्याशी उन्हाळ्यात धुळीचं साम्राज्य असतं आणि हिवाळ्यात प्रवाहाने वाहून आणलेला गाळ तिथं साठलेला असतो. जेव्हा तिथे फूटबॉल खेळणं चालू नसतं तेव्हा तिथे इन्तिफाडाचा सराव केला जातो. पडक्या तटबंदीच्या भिंतीपलीकडे लिबरेटेड झोन्स आहेत. तिथे काही ओबडधोबड घरं आहेत. काही दिवस ताज्या चहाच्या सोबतीने उजाडेपर्यंत तिथे गस्त चालू असते. दुसऱ्या दिवशी सकाळी सकाळी आमच्या आयाबहिणी एतिलेर आणि उलूशमधल्या बेबेक्सच्या वसाहतीत किंवा बोस्पोरूसच्या परिसरातल्या व्हिलामध्ये घरकामासाठी निघून जातात तेव्हा आम्ही लाल रंगाचे, पिवळा तारा असलेले कपाळावर बांधायचे पट्टे, झेंडे आणि वाटलंच तर आमचे काळे मुखवटे टी-शर्ट्सखाली लपवतो. आमची पत्रकं जाकिटांच्या खिशांत कोंबतो आणि खाली शहराच्या दिशेने धावत सुटतो, तिथल्या रस्त्यांवर आमची कामं सुरू करायला.

एका शहिदाच्या प्रेतयात्रेत मुठी उंचावून क्रांतिकारी घोषणा देत आम्ही रस्त्यावर येतो तेव्हा त्यात आमचा क्रांतिकारक संताप ठासून भरलेला असतो; आमची बलिदानाची प्रतिज्ञा असते; आमच्या आशा, अपेक्षा आणि आमच्या आयांची भीती.

"आम्ही जाणार तरी कुठे आई!"

"कुठेही जा, मला नाही माहीत. जा कुठेतरी, पण इथून दूर जा. तेच महत्त्वाचं आहे. माझ्या हृदयाचे तुटून तुकडे होण्याआधी निघून जा."

"ते नाही जमणार, आई. कुणावर विश्वास ठेवायचा हे कसं कळणार? कदाचित ती लहानगी तुझी सून होईलही. आपण मोठ्या परिश्रमाने आणि कष्टाने

छप्पर दुरुस्त केलंय पण छत अजून होतं तसंच आहे. आपण आपल्या लोकांना बोलवूया. आपल्याकडे भरपूर कामगार आहेत. आपण त्यांना जरा कामाला लावू. तुझा मुलगा आणि सून तुझ्या बाजूला उभे राहतील, मग तुझ्या थकलेल्या कुडीला जरा आराम दे तू.''

''काहीतरी मूर्खासारखं बोलू नकोस. युरोपमध्ये, आया आणि ढीगभर नोकर असलेल्या राजवाड्यात वाढलेली ती मुलगी इथे गेसिकोंदूत येऊन कशी काय राहील? जा जा लवकर, मला आवरून घेऊ दे इथलं. आणि स्वतःला जरा लगाम घाल, नाहीतर नंतर उगाच हिरमोड होईल तुझा.''

मी घरातून निघणारच होतो तेवढ्यात मला एक एसएमएस आला. काही दिवसांपूर्वी मला संघटनेकडून हा मोबाइल मिळाला होता. कॉम्रेड सेक्रेटरीला लगोलग मला भेटायचं होतं. मी वैतागलो, कारण मला देरिनला भेटायचं होतं. मी तिला सांगितलं नव्हतं पण मी तिच्याबरोबर सिनेमाला जायच्या विचारात होतो. अंधारात मी तिचा हात हातात घेतला असता, कुरवाळला असता. तिने तो नक्कीच माझ्या हातातून काढून घेतला नसता. मग नंतर कदाचित आम्ही एखाद्या कॅफेमधे बसू. अलेवी जिथे भेटतात तिथं नाही, देरिनला अशा जागा आवडत नाहीत.

मी तिला जेव्हा फोन केला आणि भेट होणं शक्य नसल्याचं सांगितलं तेव्हा ती फार थकल्यासारखी वाटली. ''फोन केलास ते बरं झालं. पण मला आज घरातून बाहेर पडावंसं वाटत नाहीय,'' ती म्हणाली.

मला दुःख झालं. मग अचानक मला जाणीव झाली की बाहेर कडाक्याची थंडी आहे. आणि देरिन तर कमालीची नाजूक आणि सुंदर! ''तू आजारी तर पडली नाहीस ना?''

''नाही नाही, काळजी करू नकोस. जरा उत्साह वाटत नाहीये इतकंच. उद्या नक्की बरं वाटेल मला.''

त्याच वेळी मला अजून एक आवाज ऐकू आला. कुणीतरी काहीतरी बोलत होतं. तुर्की भाषा नव्हती ती. किंवा फक्त टीव्ही चालू असेल, मला भास झाला असेल. ''मी नंतर फोन करते तुला,'' कोंडलेल्या आवाजात ती म्हणाली.

''ओके'' असं म्हणून मी फोन ठेवणार होतो तेवढ्यात मला वाटलं की काहीतरी चुकतंय. तिच्याकडे कुणीतरी आलं होतं. कुणी मित्रही असू शकतो किंवा मोलकरीण, कुणी नातेवाईक अर्थातच. नाही, मी विचारायला नकोय. काय

त्रास आहे, मी कायम हीच चूक करतो. मला तिच्यावर अजिबात दबाव आणायचा नाहीय तरी.

"कुणी आलंय का तुझ्याकडे?"

तिने फोन ठेवून दिला होता. कदाचित तिने माझा प्रश्न ऐकला नसावा. माझ्या मनात मोठं वादळ उठलं होतं. मी तसाच घरून निघालो आणि मला एकदम उलगडा झाला. तिच्या घरातलं ते कुणीतरी इंग्लिश बोललं होतं. म्हणजे तो तोच होता! तो अमेरिकेहून आलेला विचित्र माणूस. अस्तित्वातही नसलेल्या कुठल्यातरी प्रवेशद्वाराची कथा सांगून आम्हाला भुलवायला निघालेला. गोंधळलेल्या मन:स्थितीत मी शेवटच्या स्थानकावर उतरलो आणि तिथून पहिली बस घेतली. काही स्थानकांनंतर मी पुन्हा उतरलो, एका मिनीबसमधे उडी घेतली. मला जिकडे जायचं होतं त्याच्या अगदी विरुद्ध दिशेला. मग मी परत काही स्थानकांनंतर उतरलो आणि अजून एका मिनीबसमध्ये चढलो. संघटनेकडून एखादी कामगिरी स्वीकारण्यासाठी आम्ही निघायचो तेव्हा आम्ही असाच उलटापालटा प्रवास करायचो.

मी खाली उतरलो, इकडे तिकडे पाहिलं आणि इमर्जन्सीच्या मदतस्थळाकडे निघालो, तेवढ्यात माझ्या खांद्यावर कुणाचीतरी घट्ट पकड बसली. मी अंग आकसून घेतलं आणि क्षणभर मला भोवळल्यासारखं झालं. मी डोळे घट्ट मिटून घेतले. मी कुठे चुकलो होतो? चालयानला पोचण्यासाठी मी इस्तंबूलला फेरा घातला होता, किती वाहनं बदलली होती. अगदी पुरेपूर काळजी घेतली होती मी. माझा पाठलाग होत असता तर मला लगेच कळलं असतं.

मी भित्रट नाहीय, पण मला ती भीती माहीत आहे. केरेम अबे नेहमी म्हणायचा, 'शूर होण्यासाठी भीतीचा परिचय असायलाच हवा. फक्त बर्फासारख्या थंड आणि मूर्ख लोकांना भीती म्हणजे काय हे माहीत नसतं.' त्यानेच मला शिकवलं होतं की भीतीवर मात करणं हेच वीर असण्याचं खरं लक्षण. त्या अनोळखी हाताने जेव्हा माझा दंड पकडला, तेव्हा माझ्या हृदयाचे ठोके थांबल्यासारखे झाले. मला ना संघटना आठवली ना आमचा लढा, ना माझी आई, ना पुढे काय वाढून ठेवलंय हा विचार. मनात फक्त एकच विचार आला, 'आता बहुतेक देरिनची भेट कधीच होणार नाही.'

"अरे घाबरू नकोस. कसा दिसतो आहेस तू! भीतीने चेहऱ्याचा रंग अगदी उडून गेलाय!" एक ओळखीचा आवाज म्हणाला.

मी मागे वळून त्याच्याकडे पाहिलं. एक वरच्या श्रेणीतला कॉम्रेड. एरवी सहसा नजरेस न पडणारा. काहीतरी नक्कीच घडलं होतं.

"आपण नेहमीच्या जागी जाणार नाही आहोत," त्याने स्पष्ट केलं. काहीही न बोलता आम्ही एकमेकांबरोबर चालू लागलो. एका गल्लीत फूटपाथला लागून पार्क केलेल्या एका जुन्या काळ्या कार्तालमध्ये आम्ही बसलो. मग जरा वेळ त्या परिसरातून फिरल्यानंतर पुन्हा एका गल्लीत आम्ही उतरलो आणि चुपचाप चालत राहिलो. शहराच्या या भागात जास्त करून मुस्लीम वस्ती होती आणि ती वाढतच चालली होती. हिजाब आणि चादरमधल्या स्त्रिया दोघी-तिघींचे घोळके करून चालत होत्या, खरेदी करत होत्या. त्या परिसरात खूप मशिदी दिसल्या आणि कुराणचे कोर्सेससुद्धा. काही वर्षांपासून अशा गुप्त भेटी मोठमोठ्या श्रीमंती घरांत किंवा उच्चभ्रू परिसरात होत नसून असल्या भागातच आम्ही भेटत असतो. इथे वेषांतर बेमालूम होऊ शकतं म्हणून असेल किंवा संघटनेची आर्थिक परिस्थिती ढासळल्यामुळे असेल. आम्ही जिथे गेलो ते तीनमजली घर अगदीच सामान्य होतं. आजूबाजूच्या चार घरांत ते इतकं मिसळून गेलेलं होतं की त्याच्याकडे कुणाचं लक्षच गेलं नसतं.

आधी कॉम्रेडने सावधगिरी बाळगून चोहीकडे पाहिलं आणि खिशातून किल्ल्यांचा जुडगा काढून घराच्या दाराचं कुलूप उघडलं. तळमजल्यावर आम्हाला एक लांबलचक बोळ दिसला. जमिनीवर रंगीत पट्ट्यांचे लांबलचक गालिचे घातलेले होते. जुन्यापान्या चिंध्या जमवून माझी आई पण असे गालिचे बनवायची. मी त्यांच्यावर पाय टेकण्याआधी माझे चिखलाने माखलेले गमबूट काढू लागलो.

"असू देत बूट," कॉम्रेड म्हणाला, "अशा घरांत बूट काढत नसतात. घाईघाईने पळ काढावा लागला तर?"

बोळाच्या शेवटी एक लहान दार होतं. ते एका मोठ्या खोलीत उघडत होतं. आमच्या घरी बैठकीची खोली जशी सजवलेली असायची तशीच होती ही खोली. फक्त भिंतीवर तलवार परजणाऱ्या खलीफ अलीचं रेशमी वॉल हँगिंग तेवढं नाहीय. त्या चित्राखाली एका लांब, अरुंद पट्टीवर अरबी भाषेत एक ओळ लिहिलेली आहे : ला युक्ताल मुस्लिम बी-काफिर. लहान असताना एकदा मी त्याचा अर्थ विचारला होता.'नो मुस्लिम शॅल बी स्लेन फॉर ॲन अनबिलिव्हर' माझ्या वडिलांनी सांगितलं होतं. 'पण कोणताही माणूस काफिर आहे की नाही हे

आपल्याला कसं कळणार?' माझी आई, बाबा, काका सगळेच हसायला लागले होते. मग आई म्हणाली, 'खरं म्हणजे कुणालाच न मारणं हे सर्वांत चांगलं!'

छापील नक्षीची चादर घातलेल्या त्या दिवाणाशेजारी एका खुर्चीवर एक मध्यमवयीन माणूस बसला होता. त्याला मी आजवर कधीच भेटलो नव्हतो. त्याच्या ओठांवर मिशी नव्हती. तो इथला वाटत नव्हता, परदेशी असावा. त्याने तोंडात सिगरेट धरली होती. त्याच्या शेजारच्या घडवंचीवरचा ॲश-ट्रे सिगरेटच्या थोटकांनी भरून गेला होता. आम्ही आत गेलो तेव्हा दिवाणच्या एका टोकाला बसलेला कॉम्रेड सेक्रेटरी उठून उभा राहिला.

"कॉम्रेड आपल्या परदेशातील ऑफिसमधून आले आहेत. वरच्या पातळीकडून काही महत्त्वाचे आदेश आले आहेत. तुझ्यासाठीही एक कामगिरी आहे. अर्ध्या तासात तुला घेऊन जायला कुणीतरी येणार आहे." एवढं म्हणून तो निघून गेला. मला त्या माणसाने खुणावल्याप्रमाणे मी दिवाणाच्या एका कोपऱ्यात टेकलो. मी जरा फुशारलो होतो, मला काहीतरी मान मिळाल्यासारखं वाटत होतं पण किंचित अस्वस्थही वाटत होतं.

"तू कॉम्रेड केरेमचा भाऊ आहेस तर!" त्याने बोलता बोलता सिगरेट पेटवली. "आम्ही त्याच्याबरोबर काम केलं होतं. निधड्या छातीचा आणि बलिदानाला तयार असणारा एक आदर्श क्रांतिकारक. त्याची बुद्धी आणि भावना, दोन्हींना तो योग्य न्याय द्यायचा. शिवाय त्याचा निर्धार म्हणजे काळ्या दगडावरची रेघ!"

बोलत असताना तो माझ्या डोळ्यांत पाहत नव्हता. मला ते सुरुवातीला आवडलं नाही, पण अशा वागण्याची माणसाला हळूहळू सवय होते. विशेषतः बेकायदेशीरपणे जगत असताना. त्याचा आवाज थंड आणि परका वाटला. तो माझ्या भावाला मुळीच ओळखत नसावा असंही मला वाटून गेलं पण नंतर माझी मलाच लाज वाटली. एका वरिष्ठ कॉम्रेडबद्दल माझ्या मनात संशय आणि शत्रुत्वाची भावना निर्माण झाली म्हणून. एका लढवय्या कॉम्रेडसाठी हे लज्जास्पद होतं, नेतृत्वावर विश्वास न ठेवणं ही सगळ्यात मोठी कमजोरीच म्हणावी लागेल.

"कॉम्रेड्स तुझं खूप कौतुक करत असतात. तुमच्या कुटुंबात सगळेच जण क्रांतीसाठी जीव द्यायला तयार आहेत. आम्ही सगळीकडे नीट चौकशी केली आहे. १९९२ साली तुझा भाऊ आणि आणखी दोन कॉम्रेड्स मारले गेले, त्या हल्ल्याविषयी संघटनेने कसून चौकशी चालवली आहे. शिवाय कॉम्रेड सेर्देनबद्दल

चौकशी करणाऱ्या त्या दोन स्त्रियांबद्दल आम्ही बरीच माहिती गोळा केली आहे. तू त्याला उमुट ह्या नावाने ओळखतोस. त्यातली एक त्याची आई आहे आणि दुसरी तुला वाटतेय तशी त्याची बहीण नाहीय. ती तुर्कस्तान सरकारच्या एका वरिष्ठ अधिकाऱ्याची मुलगी आहे.''

माझ्या हातापायांतलं रक्त जणू गोठल्यासारखं वाटलं मला. संघटनेचा विश्वासघात करणाऱ्याला क्षमा नव्हती. खरं सांगायचं तर, देरिनशी संबंध ठेवायला ते मला सक्त मनाई करतील आणि मी तिला गमावून बसेन अशी कमालीची भीती मला वाटत होती. माझं शरीर लुळं पडल्यागत झालं आणि ती बधिरता पार माझ्या छातीपर्यंत आली. मला चक्कर यायला लागली. मोराचं चित्र असलेल्या उशीवर मी हात दाबून धरला आणि मी बेशुद्ध पडू नये म्हणून माझी सारी शक्ती पणाला लावू लागलो.

''मला माहीत नव्हतं,'' मी कसाबसा म्हणालो. संघटनेचा सभासद होताना केलेली प्रतिज्ञा माझ्या कानांत घोळू लागली : तू संघटनेपासून काहीही लपवणार नाहीस. तुला जी जी माहिती मिळेल ती तू संघटनेपर्यंत पोचवशील. संघटनेबद्दल मात्र तू गुप्तता बाळगशील आणि मौन पाळशील. तुला दोन डोळे आणि एक बुद्धी आहे, संघटनेकडे हजारो डोळे आणि अमाप बुद्धी आहे...

''तुला हे माहीत नाही असा कॉम्रेड्सचा कयास होताच. पण आता तुला ते कळलंय.''

एक क्षणभर मला वाटलं की तो पुढे आज्ञा सोडेल, तिच्यापासून दूर रहा. एका झटक्यासरशी मला जाणवलं, की माझी घाबरगुंडी उडण्याऐवजी मला जरा रागच येऊ लागला होता. फक्त हे सगळं सांगण्यासाठी नक्कीच त्यांनी मला इथवर आणलं नव्हतं. आमचा सेक्रेटरीसुद्धा मला हे सांगू शकला असता. वरच्या नेत्यांशी थेट संपर्क असणारा हा परदेशी माणूस माझ्याशी दुसरंच काही बोलायला आला होता. माझ्यावर एखादी कामगिरी सोपवण्यासाठी आला होता. ह्या विचाराने मला बळ आलं. मी सर्व शक्ती एकवटली आणि विचारलं, ''माणूस मूळचा कुठला आहे ह्यापेक्षा व्यक्ती म्हणून त्याचं क्रांतीशी काय नातं आहे, ह्यावरून माणसाची परीक्षा करायला हवी, नाही का कॉम्रेड?''

''तेच म्हणायचं होतं मला. तू त्या मुलीला चांगला ओळखतोस. त्यामुळे सगळी जबाबदारी फक्त तुझीच आहे. तुला चांगलंच माहीत आहे, संघटना आणि क्रांती ह्यांचा विश्वासघात करणाऱ्याला कदापि क्षमा केली जात नाही. तरीही

काळजी घे आणि भावनांच्या आहारी जाऊ नकोस. तू तरुण आहेस, तुला ती आवडणं साहजिक आहे. तिच्या कौटुंबिक पार्श्वभूमीमुळे बूर्ज्वाझी वर्तुळाबरोबर तिचे निकटचे संबंध आहेत. एका स्तंभलेखकाबरोबर तिने आधीच तुझी भेट घडवून आणली आहे. आपल्या संघटनेला एक महत्त्वाचा निर्णय घ्यायचा आहे. गेली पाच वर्षं आपण दोन आघाड्यांवर लढत आहोत. एका बाजूला त्युर्कीये चुम्होरीत टी सी स्टेट आणि दुसऱ्या बाजूला आपल्याच संघटनेतले विरोधी फुटीर गट. आपण खूप माणसं गमावली आहेत. आपल्यातले काहीजण मारले गेले, काहीजणांना अटक झाली. आपल्या पार्टीच्या कार्यकर्त्यांनी बूर्ज्वाझी तुरुंग भरून गेले आहेत. पण शरण जाण्याचा विचारही आपल्या मनाला कधी शिवला नाही. आपण तुरुंगांचं रूपांतर शैक्षणिक केंद्रांत आणि शाळांमध्ये करून टाकलं. आपल्या गटांतली माणसं सुधारावीत, सर्वांची मनं आतून स्वच्छ व्हावीत म्हणून आपण प्रयत्न केले आणि आपली एकजूट पक्की केली. येणाऱ्या दिवसांत फक्त लढाऊ फळीचं पाठबळ पुरेसं नसेल, आपल्याला सर्वसामान्य जनतेचा विश्वासही जिंकायला हवाय. निर्णय नंतर कळवले जातील. आत्ता फक्त एवढंच सांगेन — जुलूम, अत्याचार, भेदभाव आणि दडपशाहीविरुद्ध आपण उठाव करणार आहोत. अशा वेळी मृत्यूसुद्धा येऊ शकतो. ह्या घडीला सर्वसामान्य जनतेबरोबरच बुद्धिवादीवर्गाचा पाठिंबाही फार महत्त्वाचा ठरणार आहे. थोडक्यात काय, तुझी ती मैत्रीण, नाव काय म्हणालास त्या मुलीचं?''

''देरिन.''

''ते फार महत्त्वाचं नाही. तिला एक टोपणनाव दे.''

''इडा हे नाव शोभून दिसेल तिला...''

''ठीक आहे. त्याचाही विचार तू केलाच आहेस तर. आपण तिचा वापर कायदेशीर कार्यवाहीसाठी करू. महत्त्वाच्या लोकांशी तिच्या ओळखी आहेत आणि तिची वागणूकही एखाद्या बूर्ज्वा मुलीला साजेशी आहे. त्यामुळे तिचा कुणाला संशय येणार नाही. पण तुला हे माहीत आहे, म्हणून अखेर ही तुझी जबाबदारी ठरते. एखाद्या क्रांतिकारकाची प्रतिष्ठा काही त्याच्या वडिलांवरून जोखली जात नाही, पण तरीही एक प्रश्नचिन्ह उरतंच. इडाने तुझ्याबरोबर काम करायचंय, तिची आणि दुसऱ्या कुठल्याही कॉम्रेडची ओळख होता कामा नये. निदान आपण तिची चाचणी घेईपर्यंत नक्कीच नाही.''

त्यांनी आमचे संबंध तोडायला सांगितले नाहीत म्हणून मला फारच हायसं

वाटलं. मग सगळे प्रश्न आणि किंतू मागे पडले. नंतर तो जे काही बोलला ते मी जेमतेमच ऐकलं. मी जरा आश्वस्त झालो होतो, पण त्या भावनेची जागा दुसऱ्याच भावनेने घेतली होती भीती? आशंका? तणाव? राग? की अभिमान?

"आपले सर्वोत्तम योद्धे स्वल्पतंत्र राज्याच्या तुरुंगांमध्ये लढत आहेत. आपल्या मानसिक बळावर त्या भिंती उल्लंघून जाण्याचा प्रयत्न ते करत आहेत. बलिदानाची मानसिक तयारी असलेली नवी पिढी आता पुढे यायला हवी. कडक शिस्त कुठेही ढिली पडायला नकोय आणि उदारमतवादी प्रवृत्तीच्या गटांचं लक्ष तरुण मुलांकडे वळायला नकोय. महत्त्वाच्या मोहिमा आपली वाट पाहत आहेत. फितूर दगाबाजांना शिक्षा ही होणारच. फुटीर गटाचा एजंट असलेल्या, तुझ्या भावाच्या आणि कॉम्रेड सेर्देनच्या मृत्यूला जबाबदार असलेल्या त्या गद्दाराने आता तुर्कस्तानच्या भूमीवर पाऊल ठेवलंय. लिक्विडेशनची कामगिरी तुझ्यावर सोपवण्यात आली आहे. कॉम्रेड सेक्रेटरी तुला सगळं तपशीलवार सांगेलच."

माझी जणू शिळा झाली होती. माझ्या डोक्यात एकही विचार स्पष्ट उमटत नव्हता. मी पळून जाऊ का कुठेतरी? पण कुठे? संघटनेची आज्ञा न पाळणं हे द्रोहाच्या दिशेने टाकलेलं पाहिलं पाऊल. हे अगदी स्पष्ट होतं की माझ्या भावाच्या हत्येला कारणीभूत असणाऱ्या त्या एजंटला शिक्षा देण्याची जबाबदारी माझ्यावर येऊन पडलेली होती. पण त्या क्षणी माझ्या मनात ना बदल्याची भावना होती ना क्रांतीचा उन्माद. मला फक्त एका सापळ्यात अडकल्यासारखं वाटत होतं.

"हा आदेश तुला कॉम्रेड सेक्रेटरीनंसुद्धा दिला असता, पण मला स्वतःला तुझ्याशी ओळख करून घ्यायची होती," तो म्हणाला. ह्या वेळी त्याचा आवाज मैत्रीपूर्ण, मृदू होता. "काही कामं महाकठीण असतात. लोकांच्या जीवनाचं रक्षण करणं हे आपलं, क्रांतिकारकांचं कर्तव्य आहे, त्यांचं अस्तित्व नाहीसं करणं हे नव्हे. क्रांती घडून जाईपर्यंत आणि सामान्य जनतेला सत्ता मिळेपर्यंत क्रांतिकारी दहशतवादाचं अवलंबन करणं आपल्याला भाग आहे, हे दुर्दैवच आहे."

तो उठून उभा राहिला. मलाही उठायचं होतंच, पण माझ्या पायांत बळ उरलं नव्हतं. मला वाटतं, त्याला माझी अवस्था कळली असावी. माझ्या खांद्यावर हात ठेवून तो म्हणाला, "आपलं वागणं योग्य आहे आणि ह्या परिस्थितीमुळे इतिहासात आपली प्रतिमा नक्कीच उजळ राहील. आपलं ध्येय उच्च आहे, म्हणून आपली साधनंही न्याय्य आहेत. हवं तर पुन्हा एकदा विचार कर, पण संघटनेने हे

काम तुझ्यावर सोपवलंय हे मात्र विसरू नकोस.'' नंतर अगदी सहज बोलल्यासारखं तो म्हणाला, ''तो अमेरिकन माणूस म्हणजे अजून एक संकट. ते प्रकरण जरा गुंतागुंतीचं आहे. त्याचं त्या मुलीशी, तुझ्या इडाशी, काय नातं आहे? त्याला नक्की कसला शोध घ्यायचाय? तुझ्या सभोवतालच्या वातावरणात काहीही संशयास्पद असता कामा नये, कॉम्रेड. सगळे किंतू दूर करणं आणि त्या अमेरिकन की ग्रीक माणसाचा पर्दाफाश करणं ही आता सर्वस्वी तुझी जबाबदारी आहे. आपल्या आजूबाजूचं वातावरण स्वच्छ असेल तर आपणसुद्धा स्वच्छ राहतो.''

धमकी आणि ताकीद यांचं मिश्रण असलेली ही सूचना मला नीट समजली होती. 'हवं तर अजून विचार कर' ह्या वाक्याला तसा काहीच अर्थ नव्हता. त्यांना माझ्यासारखी माणसं हवी होती आणि परतीचे दोर कापले गेलेले होते.

मला ह्या ओसाड घरात घेऊन येणारा कॉम्रेड दारात उभा राहिला. मी त्याच्याकडे जाणारच होतो, तेवढ्यात त्याने दुसऱ्याच एका दाराकडे बोट दाखवलं. तेव्हाच माझ्या लक्षात आलं, की जाड पडद्याच्या पाठीमागे असलेली ती खिडकी म्हणजे खरंतर अजून एक दार होतं आणि ते उघडल्यावर तो रस्ता लतामंडपाकडे जात होता आणि त्याच्या एका बाजूला एक उंच भिंत होती.

बाहेर हिमवृष्टीला सुरुवात झाली होती. ओलसर बर्फाचे मोठाले गोळे वेगाने पडत होते. वर्षातला पहिला नवा हिमवर्षाव. मी माझी कॉलर उलगडून उंच केली आणि त्या अंगणाकडे हलकेच नजर टाकली. एका कोपऱ्यात एक जुनाट झोपडी होती. कोळशाच्या कोठारासारखी. त्या अंगणाच्या पुढे बरीच रिकामी जागा होती आणि एक पायवाट. इथे येताना आम्ही आमची गाडी तिथे ठेवली होती. आम्ही तिथून पुढे निघालो तेव्हा मी स्वतःशी म्हणालो, 'बेटाजी, आता सावध हो, हळूहळू सगळं अवघड होत जाणार आहे!' मी घरी येऊन पोचलो आणि एका क्षणात ठरवून टाकलं. संघटनेशी निगडित असलेल्या सगळ्या वस्तू मी ताबडतोब नष्ट करून टाकणार होतो! वृत्तपत्रं, मुद्रित पत्रकं, कॅसेट्स, सगळं काही.

मी ह्या टेकाडावरच लहानाचा मोठा झालो आहे. हे अवघड चढाचे रस्ते आणि त्या दऱ्या, ते वळणावळणाचे रस्ते, उन्हाळ्यात इथे धुळीचे ढीग साचतात आणि हिवाळ्यात बर्फ. त्यामुळे त्यातून मार्ग काढणं दुरापास्त होतं. निवडणुकीच्या आधी त्यांवर सिमेंट ओतलं जातं, पण त्यामुळे काहीच उपयोग होत नाही. जिथे आम्ही सकाळ-संध्याकाळ फूटबॉल खेळतो त्या मोकळ्या

बखळी, विटांची अस्वच्छ बैठी घरं, कधीतरी वर एखादा मजला चढवला जाईल ह्या आशेने त्या घरांच्या छतांतून वर तशाच उघड्या सोडलेल्या सळया, निळ्या, पिवळ्या किंवा भडक गुलाबी रंगात रंगवलेल्या झोपड्या आणि त्यांच्या मधेच उपटलेल्या काही इमारती. त्या भागाचं दारिद्र्य आणि गावंढळपणा झाकायचा केविलवाणा प्रयत्न करणाऱ्या, पण अखेर तेच सारं पुन्हा अधोरेखित करणाऱ्या. आमच्या भागातले पुरुषच सहसा जिथे जातात ते कॅफेज, तिथली हिरव्या कापडाने आच्छादलेली टेबलं, सिगरेटी, कोंदट, दमट हवा आणि कधी कधी त्यात मिसळलेला हशीशचा वास असा संमिश्र गंध, स्वच्छतेची कुठलीच परिमाणं लावता न येणारे रसोईखाने, रस्त्याच्या कडेची दुकानं, घरगुती यंत्रं विकणारे दुकानदार, गाड्या दुरुस्त करणारी गॅरेजेस, जुन्या डोगन, कार्ताल किंवा सेर्शेस गाड्या, पक्ष्यांच्या नावांनी वर्गीकरण केलेल्या तुर्की फिॲट्स, गेसिकोंदूमधल्या काही लोकांच्या श्रीमंतीचं द्योतक.

आयव्हीच्या दाट झुडपांनी गजबजलेल्या कमानी, त्यांच्यामागे आलुबुखार, बदाम किंवा तुतीची झाडं, अकेशिया आणि सावरी, त्यात दडलेले गेसिकोंदू. इथे सगळीकडे पुस्तकं पडलेली पलंगाखाली, टीव्हीच्या कपाटात किंवा खिडकीपाशी. गॉर्कीचं 'आई', ग्लाद्कोवचं 'सिमेंट', दिमोफचं 'टोबॅको', निहत बेहरामचं 'दारागाशिंदा उयुक फिदान', ग्राब्तशेवचं 'इन द नेम ऑफ पीपल आय कंजेम्न यू', चे गव्हेराचं चरित्र, त्याचं 'अर्बन गुरिला', नझिम हिक्मेतच्या कविता... ती गाणी आणि लोकगीतं माझ्या परिचयाची आहेत, पुरुषांच्या कॅफेमधून आणि उन्हाळ्यात घराघरांच्या उघड्या दारांतून ते सूर कानावर पडतच असतात. आणि ते वेगवेगळे गंध! जिरेनिअम, रानटी ऑलिव्ह, वुडबाईन, जेनिस्टा, शेण, गवत, कुजणारी फळं, कडकडून तापलेलं तेल, इंधनाचा धूर, ताजा भाजलेला पाव, कचरा, उकिरडा आणि ती बेवारशी कुत्री! त्यातल्या प्रत्येकाला एक नाव आहे, प्रत्येकाची एक गुरगुरण्याची पद्धत आहे आणि प्रत्येकाची एक ओळख आहे. जेव्हा कुत्र्यांना विष घालण्यासाठी सरकारी माणसं येतात तेव्हा गेसिकोंदूमधले सगळे लोक त्यांच्या रक्षणासाठी उभे ठाकतात. आपल्या मधाच्या रंगांच्या डोळ्यांनी मदतीची याचना करत ती कुत्री ओलसर, मऊ नजरेने बघत राहतात. शिवाय ती लुकडी, अगदी बिचारी दिसणारी खेचरं, त्यांचा फार उपयोग होतो म्हणून नव्हे तर खेड्यातल्या जीवनाचं अविभाज्य अंग म्हणून त्यांना सांभाळलं जातं. मासे खायचे सोडून उकिरड्यावरच्या कचऱ्यावर

ताव मारणारे समुद्रपक्षी आणि काही लोकांनी आवडीने पाळलेली कबुतरं आणि कोंबड्या.

मी ह्याच टेकाडावर लहानाचा मोठा झालोय. इस्तंबूलला सात टेकड्यांवर वसलेलं शहर असं म्हणतात हे मला देरिनकडून कळलं तेव्हा मला वाटलं की सातच का, कदाचित सतरा किंवा सत्तावीससुद्धा असतील! पण मला स्वतःचं हसं करून घ्यायचं नव्हतं म्हणून मी काहीच बोललो नाही. नंतर एका सामान्य दर्जाच्या हॉटेलमध्ये, जिथे गरीब पण रसिक परदेशी प्रवासी यायचे, अझरबैजान आणि तुर्कमेनिस्तानचे व्यापारी जिथे उतरायचे आणि जिथे गणिका त्यांचा धंदा करायच्या, तिथे मला कळलं की त्या सात टेकड्या शहराच्या तटाच्या आतच होत्या. जुन्या इस्तंबूलवासीयांना टेकडी म्हणजे काय हेच माहीत नसावं असं मला वाटलं.

माझ्या मते मला त्या टेकड्या माहीत होत्या. देरिन येईपर्यंत मला असंच वाटत होतं. ती इकडे राहायला आली तेव्हा मी तिच्या नजरेने हा परिसर नव्याने पाहू लागलो आणि मी आधी जे पाहिलं नव्हतं तेही मला दिसायला लागलं. देरिनबरोबर मी किती सुंदर ठिकाणं पाहिली. आजपावेतो त्यांचं सौंदर्य माझ्या नजरेत भरलंच नव्हतं. पण मी आमच्या परिसरातली कुरूपताही पाहिली आणि गलिच्छपणाही. आमच्या अतिपरिचयाचं असलेलं, मोठ्या झपाट्याने उलटत चाललेल्या आमच्या आयुष्याचं रसरंगहीन कृष्णधवल रूपसुद्धा मी पाहिलं. आयुष्य हे वेगळंच असू शकतं हेही मला जाणवलं. इथल्या वसाहतीतल्या सगळ्यांचं आयुष्य आम्ही एकाच मापाने मोजत होतो, पण प्रत्येकाच्या चिंता वेगळ्या, नशिबं निरनिराळी आणि आनंदही वेगळेच हे मला आत्ता कळलं. मी आश्चर्यचकित झालो आणि अजून काही जाणून घ्यायला मी कचरायला लागलो. माझ्या मनात एकच गोंधळ उडून गेला होता.

लहानपणी मला गाणी गायला फार आवडायचं. मी जेव्हा डुम डुम बंदुकीचं गाणं म्हणायचो तेव्हा सगळे शेजारी फार कौतुक करायचे. 'नवा इबो आपल्या वस्तीतून तयार होणार!' असं म्हणायचे. मग मी क्रांतीची गीतं आणि कवायतीची गाणी गायला शिकलो, ती पण मी अगदी स्वतःला झोकून देऊन आणि वरच्या सुरात म्हणायचो. पण आता मला दुसरा इबो व्हायची महत्त्वाकांक्षा उरली नव्हती. मन:स्थिती चांगली असेल तेव्हा मी झोपडपट्टीतला क्रांतिकारक राजपुत्र हे गाणं म्हणायचो, तेसुद्धा, जरा थट्टामस्करीच्या उद्देशाने.

मग ती आली. तिला पाहिलं आणि मला फक्त गाण्यातलाच नाही तर खराखुरा राजपुत्र व्हावं असं वाटू लागलं. मी सगळी भीती आणि भीडभाड झुगारून दिली आणि मी तिच्या अर्धनग्न देहाला कवळलं असताना सरळ तिला ते सांगून टाकलं. तिने माझ्या गळ्याभोवती हात टाकले आणि एखाद्या बाळासारखं माझं डोकं तिच्या छातीवर झुकवलं. 'तू माझा बेडूक झालेला राजपुत्र आहेस, परीकथेतला,' ती म्हणाली, 'मी तुझं चुंबन घेईन तेव्हा तू चेटकिणीच्या शापातून मुक्त होशील आणि खराखुरा राजपुत्र बनशील.' मग तिने आधीपेक्षाही जास्त असोशीने माझं दीर्घ चुंबन घेतलं. पण शाप उतरलाच नाही. मी होतो तसाच राहिलो. ती मात्र खरीखुरी राजकन्या होती. तिने मनोऱ्यावरून तिचे केस खाली सोडले होते आणि तिची सुटका करायला येणाऱ्या राजपुत्राची ती वाट पाहत होती. ही परीकथाही तिनेच मला सांगितली होती. मी ती आधी कधीच ऐकली नव्हती ह्याचं तिला आश्चर्य वाटलं होतं. आमच्या टेकड्यांसारखंच आमच्या परीकथांचं जग अगदी वेगवेगळं होतं. आम्हाला दोघांना हे जाणवलं होतं पण आम्ही हे कधीच बोलून दाखवलं नाही. कारण आम्हाला भीती वाटत होती की आमचं वास्तव हे एक अभेद्य भिंत बनून आमच्या दोघांमध्ये उभं राहील.

मला आठवतंय. ती गाडी चालवत होती. मी अगदीच नालायकासारखा वागत होतो. जेव्हा बेडकाचा राजपुत्र झाला नाही आणि प्रेम पुरे पडेना तेव्हा मी तिला एका अपराधीभावनेने माझ्याशी जोडून ठेवायला बघत होतो. तिला हे कळलं होतं का? त्याबद्दलही आम्ही कधीच बोललो नाही.

"मी आज रात्री घरी झोपू शकत नाही आणि मला सुट्टी आहे म्हणून मी ज्या हॉटेलात काम करतो तिथेही झोपता येणार नाही," असं मी तिला सांगितलं तेव्हा तिने मला कारणही विचारलं नाही.

"माझ्या घरी कोणीच नाहीय. माझी आई तिच्या मैत्रिणींबरोबर स्कीइंगला गेलीय. हव्वा बीला आज सुट्टी आहे," ती शांतपणे म्हणाली, "तुला हवं तर आज तू माझ्याकडे राहू शकतोस."

"पण कोणी आलं तर? किंवा काही झालं तर? ते बरोबर दिसणार नाही. शिवाय तुमच्या कॉलनीतली ती संरक्षक भिंत, ते गस्त घालणारे सुरक्षारक्षक ह्या सगळ्याने मला अगदी दबल्यासारखं होतं," मी जरा कां कू करत म्हणालो.

"ते काय करणार आहेत तुला?"

"नाही ग, रागावू नकोस." असंच माझ्या तोंडातून निघून गेलं चुकून. "पण तुला माहीत आहे, माझ्यासाठी शहराचा हा भाग अनोळखी आहे."

त्या रात्री मला एक सुरक्षित आसरा हवा होता. आवश्यक सूचना आणि शस्त्रे ताब्यात घेण्यासाठी दुसऱ्या दिवशी मी निघणारच होतो. कुणी मला पाहू नये, माझा पाठलाग करू नये हे महत्त्वाचं होतं. माझ्याबद्दलचा सगळा संशय मी दूर करायला हवा होता. थोडक्यात काय, मी एकटं रहाणं सोयीचं नव्हतं. जणू माझे विचार वाचल्यागत तिने मला हे सुचवलं. बाकी सगळं मला नीट आठवतंय. आठवडाभर थांबून थांबून पडत राहिलेलं बर्फ एव्हाना वितळायला लागलं होतं. पण थंडी अजूनही कायम होती. अंधार लवकरच पडू लागला होता. आम्ही गाडीने त्या रानातून चढणीच्या रस्त्याला लागलो तेव्हा फांद्यांवर साठलेलं बर्फ अंधूक प्रकाशात जास्तच चमकत होतं. काळ्या हातमोज्यांनी तिची बोटं अर्ध्यापर्यंत झाकली होती. तिने गाडीचं स्टीअरिंग व्हील घट्ट धरलं होतं आणि बर्फाने गुळगुळीत झालेल्या रस्त्यावर तिची दृष्टी खिळलेली होती. जेव्हा गेटवरचे दिवे दिसायला लागले तेव्हा ती मला म्हणाली, "बरं झालं तू आज आलास ते. मला आज एकटं राहायचं नव्हतं." मीच तिच्यावर उपकार केल्यासारखं तिला वाटत होतं हे माझ्या आधीच लक्षात आलं होतं. उच्चभ्रू लोकांमधलं एक खास मार्दव असतं ते तिच्या बोलण्यातून मला जाणवलं.

त्या रात्री सुरक्षारक्षकांनी काही खास तपासणी केली नाही. एकाने फक्त गाडीच्या आत एक उडती नजर टाकली आणि मला 'गुड नाइट' म्हणत गेट खुलं केलं. मला वाटतं, त्याने मला नीट बघितलंही नाही. मला वाटलं त्यापेक्षाही ते घर जास्तच साधं होतं. सिनेमा किंवा टीव्हीवर दाखवलं जातं तशा एखाद्या प्रासादासारख्या घराची कल्पना मी केली होती. लाकडाचं कोरीव काम, संगमरवरी पुतळे, भिंतींवर मोझाईक, खिडक्यांवर उंची रेशमी पडदे. आणि माझ्यासमोर होतं एक अभिरुचीपूर्ण पण जास्त न सजवलेलं एक घर. देरिन ज्या पद्धतीने वेशभूषा करायची तसंच काहीसं. घराच्या दारात आणि वरच्या मजल्यावर दिवे लागलेले होते.

व्हिलाच्या संगमरवरी पायऱ्या ओल्या आणि निसरड्या झाल्या होत्या. शेवटच्या पायरीवर देरिन घसरणारच होती. ती पडू नये म्हणून मी तिला घट्ट पकडून सावरलं. तिच्या जाड कोटातूनही तिच्या हृदयाचे वाढलेले ठोके मला जाणवले. त्याच क्षणी मला जाणीव झाली, की ती आज रात्री माझी असणार

होती. कुठलीही गोष्ट मला त्यापासून रोखणार नव्हती. तिने अगदी सावधपणे आणि आवाज होऊ न देता घराचं दार उघडलं. मोलकरीण अजून घरातच असली तर? पण नाही, घरात कुणीच नव्हतं. मी गमबूट काढणार तेवढ्यात ती म्हणाली, "इथे नको काढूस, इथे फक्त पाय आपटून जरा स्वच्छ कर आणि वर माझ्या खोलीत गेल्यावर काढ ते." मला अचानक आमच्या केंद्रीय कार्यालयातला कॉम्रेड म्हणाला ते वाक्य आठवलं, 'इथे पादत्राणं काढत नाहीत.'

इतकी मोठी खोली मी कधीच पाहिली नव्हती. खरंतर तो एक भव्य दिवाणखाना होता. त्याचे दोन भाग केले असावेत. एक भलंमोठं काचेचं दार बाल्कनीच्या दिशेला उघडत होतं. घराच्या दर्शनी भागी ती बाल्कनी होती. झाडांच्या मधून बोस्पोरूस आणि समोरचा किनारा दिसत होता. मी देरिनच्या पाठोपाठ खोलीत गेलो तेव्हा मला ते दिसलं नाही. दुसऱ्या दिवशी सकाळी जाग आल्यावर ते दृश्य मी पाहिलं. त्या रात्री माझ्या स्मरणात ठसलं ते पांढरं नाक, छाती आणि पंजे असलेलं ते मांजर आणि पलंगाच्या वर टांगलेलं एक चित्र. मी आणि देरिन लव्हेंडरचा मंद गंध असलेल्या त्या चादरीत गुरफटलेले असताना मला दिसलेलं ते चित्र. त्यात एक हसणारा पुरुष एका पाच-सहा वर्षांच्या मुलीला मांडीवर घेऊन बसला होता. त्यांची दृष्टी एकसारखी होती, त्यांचे डोळेही अगदी एकमेकांसारखे होते. ते तिचे वडील होते.

आमचे कोट काढून ठेवल्यानंतर मी तिला आवेगाने जवळ घेतलं तेव्हा तिने अजिबात विरोध केला नाही. मला स्वतःबरोबर खेचून नेत तिने अर्धवट उघडं राहिलेलं दार बंद करून टाकलं. मग तिने माझ्या मिठीला तितकाच तीव्र प्रतिसाद दिला. तिच्यातही कामेच्छा धगधगत होती. तिला माझी ओढ वाटत होती, की तिला फक्त एका पुरुषाची गरज वाटली होती? मला माहीत नव्हतं आणि मी त्याचा फार विचारही केला नाही. सुरुवातीला आम्ही दोघं जरा संकोचलेले होतो, अननुभवी आणि नवखे. पण हळूहळू आमच्या तरुण देहांना कसलंच बंधन उरलं नाही. आम्ही एकमेकांच्या स्वाधीन झालो आणि एका आवेगाने प्रणयक्रीडेत मशगूल होऊन गेलो. नंतर मी अगदी थकून, घामाने थबथबून तिच्या बाहुपाशातच हळूहळू भानावर आलो तेव्हा माझ्या मनात आलेला पहिला विचार हाच, 'की खोलीत खूप अंधार आहे हे बरं आहे.' मी पूर्ण विवस्त्र नव्हतो. माझा जुना, गळ्यापर्यंतचा बनियन माझ्या अंगात होता. माझी जुनीपुराणी, भोकं पडलेली चड्डी मी कोपऱ्यात फेकली होती. आणि चमत्कारिक म्हणजे माझ्या

पायातले लोकरी मोजे अजून तसेच होते. ती कुमारिका होती का? संततिप्रतिबंधक साधनं ती वापरत होती का? कारण तिच्या योनीतच माझं वीर्यस्खलन झालं होतं. मोकळा झाल्यावर मी तिच्यापासून वेगळा झालो तेव्हा नेहमीसारखं अपराधी किंवा रितं रितं वाटलं नाही. एका प्रकारच्या समाधानाने, आनंदाने आणि जीवनाच्या ओढीने माझं मन भरून गेलं होतं.

त्या रात्री आम्ही फार कमी बोललो. जवळ जवळ नाहीच. आम्ही सकाळी जागे झालो तेव्हा पुन्हा बर्फ पडू लागलं होतं. जागे होताच तिने तिच्या शेजारच्या घडवंचीवरचा फोन उचलला आणि तिच्या मोलकरणीला फोन केला आणि तिला सांगितलं की, 'आज तिला फारसं काम नसेलच. त्यामुळे ह्या हवेत तिने कामाला येऊ नये.' मग तिने स्वतःला त्या चादरीत गुंडाळून घेतलं आणि जवळच्या न्हाणीघरात शिरली. तिने दारातूनच एक मोठा टॉवेल माझ्या अंगावर फेकला आणि ओरडली, ''आधी मी, मग तू!''

मीही अंघोळ करायला हवी हेच तिने मला सुचवलं.

चादरीत गुंडाळलेली देरिन अजिबात एखाद्या लुटल्या गेलेल्या स्त्रीसारखी दिसत नव्हती. ती चादर तिच्यावर कफनासारखी न दिसता एखाद्या नववधूच्या वस्त्रासारखी दिसत होती. माझी नववधू, पांढऱ्या पोशाखातली!

गडद काळी, हिवाळ्यातली रात्र. माझ्या कोटाच्या खिशात ब्राउनिंग एच पी ३५ चं वजन मला जाणवत होतं. माझ्या हातात लेदरचे हातमोजे. एका सुनसान रस्त्यावर मोकळ्या मैदानासमोर किती वाजले हे विचारण्यासाठी मी त्याच्या दिशेला गेलो तेव्हाची त्याची ती शांत नजर. मी त्याचे डोळे कधीच बघितले नसते तर बरं झालं असतं. जेव्हा दोन नजरा मिळतात, म्हणजे जेव्हा माणूस फक्त बघत नाही, तर दोन माणसं एकमेकांना पाहतात तेव्हा काहीतरी घडतं. विशेषतः त्यांच्यातला एकजण निर्भयपणे, आत्मविश्वासाने आणि मैत्रीपूर्ण दृष्टीने पाहत असतो तेव्हा... त्याच्या नजरेत एक आत्मविश्वास होताच पण एक निर्मळपणाही होता. तो सगळं काही विसरला होता, नाहीतर मला त्याच्या डोळ्यांत भीती दिसली असती. कुणास ठाऊक, तो कदाचित बदललाही असेल!

पिस्तुलातून सुटलेली एक गोळी. मृत्यूला मूक करून टाकणारं कुशन. कुणालाही तो बार ऐकू आला नाही. कुणीही काही पाहिलं नाही. रात्र बरीच उलटून गेलेली. कडक हिवाळा, बर्फाळ थंडी. शहराच्या ह्या निर्मनुष्य भागात

काही जमिनीचे तुकडे आहेत आणि काही अर्धवट पडलेली बांधकामं. तुरळक घरं. त्यातली सगळी माणसं गाढ झोपेत.

तो जमिनीवर कोसळला. काम एकदम सफाईदार झालं होतं! कपाळाच्या मधोमध घुसलेली गोळी... दुसरी गोळी झाडावीच लागली नाही. ते मला जमलंही नसतं. माझ्या जाड पुलोव्हरच्या खाली लपलेल्या पट्ट्यात मी ते पिस्तूल खोचून ठेवलं. गुरुत्वाकर्षणशक्तीचा अचानक ऱ्हास व्हावा तसा मी माझ्या अंतरिक्षातल्या चित्रपटाप्रमाणे संथ गतीने धुक्यातून तरंगत निघालो. मला भीती वाटत नव्हती किंवा तणावही जाणवत नव्हता. फक्त एक रितेपणा, शून्यत्व, शरीर, वस्तुमान, आत्मा... मला काहीच उरलं नव्हतं. सगळी शक्ती शोषून घेतल्यासारखा मी तिथून निघालो होतो. जणू मी खुनी नसून माझाच खून झाला होता. हळूहळू मी दोनशे पंचाऐंशी पायऱ्या उतरून खाली आलो. दुसऱ्या बाजूला पक्का रस्ता बांधून झाल्यानंतर ह्या पायऱ्यांवर काहीच रहदारी नसायची. रस्त्याच्या दोन्ही बाजूंना उभी असलेली साधीसुधी घरं पाडून टाकण्यात आली होती. कदाचित तिथे आता एखादी नवीन वसाहत उभारली जाईल. अर्ध्या पायऱ्या उतरून आल्यावर मी मागे वळून पाहिलं. औषधालासुद्धा कोणी दिसलं नाही. शेपूट हलवत एक भटका कुत्रा मात्र माझ्या मागे जरा वेळ आला आणि काही वेळाने त्याने ते सोडून दिलं. मी कॉलर उलगडून उंच केली. गळ्याभोवती शाल नीट गुंडाळून घेतली आणि किनाऱ्याकडे धाव घेतली. किती मिनिटे, किती तास उलटले मला माहीत नाही. 'ते शस्त्र अगदी स्वच्छ आहे. आजपर्यंत त्यातून गोळी झाडली गेली नाहीय. आम्हाला ते परत हवंय.' ते म्हणाले होते. मला ते पिस्तूल एक क्षणभरही स्वतःजवळ बाळगायचं नव्हतं. त्या माणसाचे डोळे मी विसरू शकत नव्हतो. त्या मृत्यूशी माझा एकमेव दुवा असलेलं ते शस्त्र मला माझ्याजवळ मुळीच ठेवायचं नव्हतं. त्यामुळे मी काळाचे हात मागे फिरवू शकलो असतो का?

मी जरा वेळ किनाऱ्यावर उभा राहिलो आणि एका ठिकाणी पाण्यात ते पिस्तूल फेकून दिलं. तिथे पाणी जरा खोल होतं आणि प्रवाहही वेगाचा होता. थंडी इतकी कडक आणि बोचरी होती. की मी गोठून गेलो होतो.

'मी कुणाचा खून केला असावा?' हा विचार तेव्हा कुठे पहिल्यांदा माझ्या मनात आला. उमुटच्या वस्तू देरिनने जिथून आणल्या ते घर इथंच जवळपास कुठेतरी होतं. ज्या माणसाला गोळ्या घालायच्या होत्या त्याचा फोटो त्यांनी

मला दिलेला होता. आणि तो कोणत्या वेळी कुठे सापडेल हेही मला सांगण्यात आलं होतं. शिवाय मला असंही सांगितलं गेलं होतं की त्याने संघटनेबद्दल माहिती पुरवल्यामुळेच माझ्या भावाची आणि उमुटची हत्या झाली होती. देरिनने उल्लेख केलेल्या त्या सद्गृहस्थाच्या मुलाचं नाव काय होतं बरं? अयोझग्युर म्हणाली का देरिन? मला नीट आठवत नव्हतं. आणि क्रांतिकारी लोकांत ऊठबस असणारा त्या वस्तीतला तो काही एकटाच नव्हता. आणि क्रांतिकारक म्हटले की फितुरीही आलीच. मी गोंधळात पडलो आणि ते निराशावादी विचार झटकून टाकायचा प्रयत्न करू लागलो. मी त्यांत अडकून पडलो असतो तर माझं वाटोळंच झालं असतं. मला संघटनेवर विश्वास ठेवायलाच हवा होता, नाहीतर माझा अंत ठरलेला होता.

मी जिथे काम करत होतो त्या हॉटेलमध्ये मी परतलो तेव्हा रात्रीचे दोन वाजले होते. हिवाळ्यात हॉटेल तसं रिकामंच असायचं. त्यामुळे मी चार तास गायब झाल्याचं कुणाच्या लक्षात आलं नव्हतं. मी टीबॅग घेऊन माझ्या आवडीचा चहा बनवला आणि स्वागतकक्षातल्या एका खुर्चीत स्वतःला झोकून दिलं. त्या खुर्च्यांवर रंगीबेरंगी केलीम पद्धतीची कशिदाकारी केलेल्या कापडाचं आवरण होतं. खुर्चीत बसलो मात्र आणि तेव्हा कुठे मला जाणवलं की मी प्रचंड दमलो होतो. माझी शक्ती संपून गेली होती. आधी मला हलके हुंदके फुटले आणि मग मी ढसाढसा रडायला लागलो.

संघटनेने त्या हत्येची जबाबदारी घेतली नाही. एका फितूर माणसाची हत्या घडवून आणल्यानंतर इतर वेळी जे जबाबदारी स्वीकारल्याचं निवेदन जारी केलं जातं, तसं काहीच ह्या वेळी घडलं नाही. काही दिवस लोटल्यावर नगण्य दैनिकांमध्ये छोटीशी बातमी आली इतकंच. त्यात एवढंच लिहिलं होतं की, 'पोलिसांनी ह्या घटनेमागील राजकीय पार्श्वभूमीचा शोध लावण्याचा प्रयत्न केला आणि मृत माणसाच्या गतायुष्यावर लक्ष केंद्रित केलं.' ही व्यक्ती बरीच वर्षं परदेशात राहत होती. मला माझी फसवणूक झाल्यासारखं वाटलं. जर ह्या कृत्याची जबाबदारी संघटनेला घ्यायची नव्हती तर त्या माणसाची हत्या का घडवून आणली गेली? दुसरीकडे मला जरा मोकळंही वाटत होतं, मी कुठलेच पुरावे मागे ठेवले नव्हते. त्यामुळे जोपर्यंत संघटना काही निवेदन जारी करत नव्हती तोपर्यंत ह्या खुनाशी माझा संबंध जोडला जाण्याची शक्यता फारच कमी होती. कॉम्रेड सेक्रेटरी कधीतरी ह्याबद्दल काही विधान करतील ह्याची मी उगीचच

वाट पाहत बसलो होतो. त्या मृत माणसाचा पुन्हा कुठे उल्लेखही झाला नाही. ते नीतिनियमांना धरूनच असावं.

त्या दिवसांतच देरिनने मला सांगितलं की तिला आमच्या टेकडीवरच्या वस्तीत राहायला यायचं होतं. मला आधी वाटलं की ती गंमत करतेय. नाही म्हणायला एखाददोन विद्वान लोक इकडे राहायला आलेले होते एक जरा उलट्या डोक्याचा कवी होता. त्याच्या साहित्यिक वर्तुळामधून तो फुटून निघाला होता. चंगळवादी संस्कृतीच्या विरोधात जाऊन गेसिकोंदूच्या नैसर्गिक वातावरणात त्याला प्रेरणेचा शोध घ्यायचा होता. जो जसा अचानक आला तसाच तो अचानक नाहीसाही झाला. दुसरा एकजण संघटनेचा कार्यकर्ताच होता हे आम्हाला नंतर कळलं. अजून एकजण क्रांतीच्या ध्येयाने भारून जाऊन इकडे आला होता. सगळ्यांशीच त्याची लगोलग मैत्री जुळली आणि तो आमच्यातलाच एक होऊन गेला. तेव्हा इमारती पाडण्याची मोहीम सुरू झाली नव्हती. क्रांतिकारी विरोधाचं आंदोलन सुरू झालं नव्हतं आणि पोलिसांची गस्त आणि नाकाबंदीही इथल्या नकाशावर उमटली नव्हती.

कधी कधी देरिन मला गंमतीने 'झोपडपट्टीचं लेकरू' असं चिडवायची. मग मी तिला म्हणायचो, ''ते बूर्ज्वा तुणतुणं थांबव आधी. तिकडून दिसतं तसं इथलं वास्तव नाहीय. सुंदर प्रतिष्ठित स्त्रियांची वाट बघत ते थांबले होते असं काही नाही. इथे येणाऱ्या प्रत्येकाकडेच संशयाने बघितलं जातं, फक्त पोलिसांकडेच नाही.''

''तू कशाला आहेस मग? संघटना तरी कशासाठी आहे? बघशील रे तू. पोलिसांकडून मला काहीच त्रास व्हायचा नाही. शिवाय मी अगदी सविस्तर विचार केलेला आहे. मी माझ्या स्वित्झर्लंडमधल्या प्रोफेसरशी बोलून ठेवलंय. शहरातल्या 'झोपडपट्टीतील सामाजिक बांधणीत घडून येणारे बदल' ह्या विषयावर पीएच.डी. करण्यासाठी त्यांचा तत्त्वतः काहीच विरोध नाही. पुढच्या महिन्यात मी लुसानला जाईन आणि काही आवश्यक परीक्षा देऊन येईन. त्या निमित्ताने माझ्या प्रोफेसरशी बाकी सगळं तपशिलात बोलताही येईल. मग लगेचच प्रबंध लिहायला सुरुवात करता येईल. काळजी नको करूस. त्युर्कीये चुम्होरीत टी सी स्टेट माझ्या केसालाही धक्का लावू शकत नाही.''

आमच्या वस्तीत राहायला येण्याची देरिनची कल्पना मला मुळीच आवडली नव्हती. माझी मनःस्थिती फार वाईट होती. मला आतून अमंगळ वाटत होतं.

"मी तीन खून केलेले आहेत!" आमच्या भागातली मवाली मुलं मोठ्या फुशारकीने सांगायची. पण माझ्या नावावर एव्हाना खरोखर एक खून जमा झालेला होता. बाकी कुणाला माहीत नसलं तरी मला ते माहीत होतं. त्या माणसाची निष्पाप, निःशंक नजर इतर कुणी पाहिली नसली तरी मी ते डोळे पाहिले होते. खुनी माणसाचं पाप कशाने धुऊन निघतं? संघटनेसाठी, क्रांतीसाठी, उच्च ध्येयासाठी हत्या केली की खलनायकाचा महानायक होतो का? मी संघटनेच्या मदतीची वाट पाहत होतो. मला वैचारिक आणि नैतिक पाठिंबा हवा होता. पण काहीच घडलं नसावं अशा तऱ्हेने आयुष्य पुढे सरकत होतं जणू तो खून घडलाच नव्हता. कॉम्रेड सेक्रेटरीने एकदाच माझ्या खांद्यावर हळुवार थोपटलं, माझं मन वाचल्यासारखं आणि ते म्हणाले, "होईल तुला सवय हळूहळू." त्यांचं म्हणणं किती खरं आहे हे मला पुढच्या काळात कळणारच होतं.

मी माझ्या पापाच्या ओझ्याखाली दबून गेलो होतो, एखाद्या एकाकी कुत्र्यासारखा स्वतःच्या जखमा चाटत बसलो होतो आणि नेमकं तेव्हाच देरिनच्या डोक्यात टेकडीवरच्या वस्तीत राहायला यायचं भूत शिरलं. मी माझ्या आईशी ह्याबद्दल बोललो. तिच्या अनुभवी शहाणपणावर माझा खूप विश्वास आहे आणि मोठ्या विवेकबुद्धीने तिने ह्याही वेळी ह्या परिस्थितीवर अचूक तोडगा काढला. "तिला एवढं वाटत असेल तर येऊ दे वस्तीत राहायला, पण काही झालं तरी आपल्या घरी मात्र तिला जागा नाही. एकतर आपले शेजारी हे असे आणि जेंडार्मींचा आपल्यावर आधीपासून संशय आहेच. पोलिसांचंही बारीक लक्ष असतं आपल्यावर, त्यात आणखी भर नको. खालच्या भागात उतारावर ग्युल्दालीची झोपडी आहे, तिथे राहता येईल हवं तर. तिचा नवरा डोंगरभागात परागंदा झाल्यापासून तिचं आणि तिच्या लहान मुलाचं भागतच नाहीय नाहीतरी, तिलाही मदत होईल जरा. तिचा गेसिकोंदू जरा मोठा आहे आणि नीटनेटकासुद्धा. तीन खोल्या आणि एक लहानसं न्हाणीघर. त्यांनी आधीच जरा प्रशस्त घर बांधलं होतं. पुढे आपलं हे असं होईल ह्याची तेव्हा त्यांना तरी काय कल्पना असणार? ती मुलगी नक्की येणार असेल तर बोलेन मी ग्युल्दालीशी."

मला जरा हायसं वाटलं, पण माझं पूर्ण समाधान झालं नव्हतं. ही बातमी संघटनेला कळवणं मला भाग होतं. आणि कदाचित मला त्याचीच भीती वाटत होती. जर त्यांना तिचा संशय आला आणि त्यांनी मला त्या सगळ्या प्रकरणातून अंग काढून घ्यायला सांगितलं तर?

पण माझी भीती खोटी ठरली.

"चांगली आहे तुझी ती पोरगी. असले पाच ते दहा कार्यकर्ते अजून असते तर आपली कायद्याची बाजूही भक्कम झाली असती. येणाऱ्या काळात विचारवंतांची साथ मिळणं आपल्यासाठी फार महत्त्वाचं आहे. त्यासाठी तर ह्या मुलीची मदत जास्तच महत्त्वाची ठरेल," कॉम्रेड सेक्रेटरी म्हणाला, "पण तिचं तिकडे तुमच्या जवळ राहायला येण्याचं काय कारण हे मात्र मला अजूनही उमगत नाहीय. ती तिच्या श्रीमंती वर्तुळात राहणं आपल्या दृष्टीनं अधिक फायद्याचं ठरेल."

"तिच्या पीएचडीच्या प्रोफेसरनं तिला 'शहरातल्या झोपडपट्टीतील सामाजिक बांधणीत घडून येणारे बदल' असा विषय सुचवला आहे. तिचं म्हणणं आहे की तिथे राहिल्यामुळे ह्या विषयावर काम करणं जास्त सोपं जाईल."

खरंतर देरिन काय म्हणाली होती ते मी त्याला सांगितलंच नाही. मला स्वतःलाच ते नीट कळलं नव्हतं, तर कॉम्रेड्सना काय कळणार होतं कपाळ? दोन दरडींवर पाय ठेवून उभं राहिलं की माणूस सहज धारेला लागतो. ती म्हणाली, "तिकडे राहून मी अगदी उबून गेलेय, मला इकडे यायचंय. मी सगळे बंध तोडून टाकणार आहे."

"तसं बरोबर वाटतंय हे, पण तरीही सावध राहा. हे असलं रत्न तुझ्या हाती कसं लागलं अशी शंका लोकांना येणारच. तू कितीही देखणा असलास तरी काही प्रश्न उरतातच. शिवाय तो संशयित माणूस आणि ती अनोळखी बाई तिच्याभोवती पिंगा घालत असतातच. त्यांच्यावरही नजर ठेव, कॉम्रेड, बाकी सगळं तुझं तू ठरव."

'टेओचं इथे नक्की काय चाललंय,' हे मी देरिनला विचारलं तेव्हा ती चिडली आणि मला मधेच तोडून म्हणाली, "संशोधनाचं काम चाललंय त्याचं आणि उयुल्कू त्याच्यासोबत सगळं इस्तंबूल पालथं घालतेय. मला ते फारसे भेटतही नाहीत. तुला टेओबद्दल एवढी उत्सुकता का वाटते पण?"

संघटनेला तो सीआयएचा एजंट असल्याचा दाट संशय आहे आणि त्याचा पाठलाग करणं हे माझं काम आहे हे मी तिला कधीच सांगू शकलो नसतो. त्याऐवजी मी म्हणालो, "मला असूया वाटते त्याची म्हणून." आणि हे अगदीच खोटंही नव्हतं.

गाइडशी चर्चा करण्यासाठी आणि दुसऱ्या सहामाहीसाठी आवश्यक

असलेल्या परीक्षा देण्यासाठी फेब्रुवारीच्या मध्यावर देरिन लुसानला परत गेली. आईने कधीच ग्युल्दालीशी बोलून ठेवलं होतं. देरिनने काही महिन्यांचं आगाऊ भाडं रोख देऊन ठेवलं होतं. माझा एक भाऊ बांधकामाच्या व्यवसायात होता. त्याला पैसे देऊन घराची डागडुजी करायला सांगितली होती. जाण्याच्या आदल्या दिवशी आम्ही ओर्ताक्योयमध्ये आमच्या नेहमीच्या कॅफेत भेटलो. "मी परत येईन तेव्हा तू पाहशीलच, घरात सगळं अजून सुंदर झालेलं असेल." ती उत्साहाने सांगत होती, "ग्युल्दालीचा गेसिकोंदू फारच सुंदर जागी आहे. समोर मोकळी जमीन, बागेत कोवळी रोपं आणि झाडं, घरासमोर जांभळट फुलांनी वेढलेली कमान. वसंत ऋतू सुरू होऊ दे, मग बघ आयव्हीच्या वेली आणि झाडं कशी बहरतात आणि माळरानं कशी रंगीबेरंगी होऊन जातात ते."

ग्युल्दालीशी माझी जुजबी ओळख होती. तिचा नवरा ह्युसेईन हा अलेविट, म्हणजे शिया होता आणि ती सुन्नी होती. धर्मसंमत शिस्तीचे नियम तोडून, स्वतःचं कुटुंब आणि गाव सोडून ती त्याच्याबरोबर आली होती. लैला-मजनूसारखी प्रेमकहाणी. मग कधीतरी ह्युसेईन आबी नाहीसा झाला. तो म्हणे कडेकपारीत गायब झाला होता आणि कुठल्यातरी संघटनेसाठी काम करत होता. आपल्या तरुण बायकोला तिच्या तान्ह्या बाळासकट असहाय अवस्थेत असं वाऱ्यावर सोडून तो निघून गेला म्हणून माझे आईवडील नेहमी त्याला बोल लावायचे. ग्युल्दाली कधीच त्याच्या बाबतीत वाईट बोलत नाही. एक ना एक दिवस तो नक्की परत येईल एवढंच फक्त ती म्हणते. ह्यालाच प्रेम म्हणत असावेत. ते नवलाने म्हणायचे.

माझी प्रियतमा गेली तेव्हा माझ्या पोटात तुटलं. तिच्या विमानाची वेळ झाली तेव्हा मी आकाशाकडे बघत राहिलो. बर्फाच्या वादळाची चाहूल घेऊन जोरदार वारा सुटला होता. त्या खुनी रात्रीसारखी माझी छाती पुन्हा भरून आली. देरिनची आणि माझी ताटातूट झाली तर...

पण ती परत आली. ठरल्यापेक्षा कितीतरी आधी.

"ग्युल्दालीचं घर तयार झालं असेल तर मी ह्याच आठवड्यात तिकडे राहायला जाईन," ती फोनवर म्हणाली, "उयुल्कू आणि मी आधी येऊन बघून जाऊ."

मला तिची किती आठवण येत होती! मी आनंदाने वेडावून जायला हवं होतं, पण लगेचच माझ्या मनात एक खिन्नपणा दाटून आला. ती इथे नसताना मी

आनंदातच होतो. ती माझी आहे ह्यावर माझा विश्वासच बसत नव्हता. पण ती माझ्याबरोबर असताना पुन्हा ते अनुत्तरित प्रश्न, तो संदिग्धपणा, आश्चर्यकारक निर्णय, लहरीपणाने उचललेली पावलं आणि मी तिला कोणत्याही क्षणी गमावू शकेन अशी आंतरिक भीती. खालच्या वर्गाचे कोते विचार मी आता टाकून दिले होते. क्रांतीच्या पोलादी नीतिमत्तेचं कवच मी धारण केलं होतं. माझ्या भावनांवर आता माझं नियंत्रण होतं आणि देरिन येऊन माझं हे चिलखत भेदून टाकेल अशी भीती नेमकी आत्ता मला वाटायला लागली होती. हळूहळू आमच्या नेत्यांचा विश्वास मी कमावला होता. संघटनेत माझी उन्नती होत होती आणि देरिनचं विक्षिप्त वागणं, चिकित्सकपणा आणि बूर्ज्वा विद्वत्ता ह्यामुळे माझ्या वाटचालीत अडथळे निर्माण होऊ शकत होते.

उयुल्कू आणि देरिनला भेटायला मी ग्युल्दालीच्या घरी गेलो तेव्हा त्या आधीच येऊन कमानीखाली बसल्या होत्या. वेली जांभळट फुलांनी डवरून आल्या होत्या. वसंत ऋतू थोडा आधीच अवतरला होता आणि कोपऱ्यातल्या सप्ताळूच्या झाडाच्या भरघोस गडद गुलाबी बहराने तर मीही क्षणभर भारावलो. गंज चढलेल्या साध्यासुध्या पत्र्याच्या डब्यात ग्युल्दालीने जे गुलाब लावले होते, त्यांनाही कळ्या फुटल्या होत्या आणि उतारावर हिमशुभ्र गुलबहार फुलली होती.

"अगदी स्वर्गीय बहर आहे हा, नाही?" देरिन म्हणाली.

"हो ना. फुलांच्या वेली आणि सप्ताळूची गुलाबी जादू! मलाही इकडेच राहायला यावंसं वाटायला लागलंय," उयुल्कू म्हणाली.

"हिवाळ्यात हे दृश्य वेगळं असतं हं. तेव्हा खूप अवघड होऊन जातं सगळं." तिला त्या विचारापासून परावृत्त करण्यासाठी मी घाईने म्हणालो.

"हिवाळ्याची पण स्वतःची एक आगळीच शान असते. आपण काय अपेक्षा करतो ह्यावर सगळं अवलंबून असतं."

"बरोबर आहे," ग्युल्दाली म्हणाली, "माझा ह्युसेईन इथे होता तेव्हा हिमवर्षावाचं सौंदर्य पाहून आमचे डोळेच निवायचे नाहीत. आमचा मुलगा स्केटिंग करत दरीतून खाली जाईल आणि त्याच्यामागे धावताना ह्युसेईनची दमछाक होईल असं स्वप्न तो रंगवायचा."

"इन्शाल्ला, तसं होईलही!" उयुल्कू म्हणाली, "किती महिन्यांचा झाला आता तुझा मुलगा?"

"इथे भूकंप झाला होता त्या महिन्यात जन्माला आला तो. म्हणूनच आम्ही

त्याचं नाव उमुट ठेवलं. त्या सगळ्या धावपळीत तो जरा लवकरच जन्माला आला. एक महिनाभर इस्पितळातच ठेवावं लागलं बिचाऱ्याला. काचेच्या पेटीत. तो जगेल की नाही हेही कळत नव्हतं. डॉक्टरला विचारलं तर ते म्हणायचे की आम्ही आशा सोडलेली नाही. माझ्या मेव्हण्याच्या मुलासारखं त्याचंही नाव अयोझग्युर ठेवायचं होतं, पण मग माझ्या नवऱ्याने उमुट हे नाव सुचवलं. उमुट म्हणजे जगण्याची उमेद, चांगले दिवस येतील अशी आशा.''

थोडा वेळ तिथे शांतता पसरली. समुद्राच्या दिशेने येणारा वारा फुलांच्या मंद मोहक सुगंध वाहून नेत होता. दूध पिऊन अगदी संतुष्ट झालेला उमुट बोळके पसरून त्याचे इवले उघडे पाय हवेत नाचवत होता.

ग्युल्दालीची परवानगी घेऊन देरिनने उयुल्कूला घर दाखवलं. माझ्या भावाने सगळ्या आवश्यक दुरुस्त्या केल्या होत्या. रसोई आणि न्हाणीघर फारच देखणं झालं होतं. देरिनने रंग निवडल्यावर जमिनीला टाइल्स बसवून घेणं बाकी होतं.

''सगळं तयार झालं की माझा कॉम्प्युटर, लिहिण्याचं टेबल आणि माझा पलंग मी इकडे घेऊन येईन,'' देरिन मोठ्या उत्साहाने म्हणाली, ''उमुटलासुद्धा एक छोटा बेबी बेड हवा आहे आता.''

''ते मी बघते,'' उयुल्कू घाईघाईने म्हणाली.

बायकांना समजून घेणं सोपं नाही. शहरातली बाई असो वा खेड्यातली, कामगारवर्गातली किंवा बूर्ज्वा, म्हातारी वा तरुण, नवीन जबाबदारी मिळाली की उत्साहाने सळसळत कामाला भिडणार. 'स्त्री गर्भ धारण करते, जीवनाची निर्मिती करते आणि संगोपनही. म्हणूनच ती पुरुषापेक्षा जास्त समर्थपणे आणि सहनशीलपणे आयुष्याला सामोरी जाते.' माझी आई म्हणायची आणि तिचं बरोबरही होतं.

एका आठवड्यानंतर देरिन ग्युल्दालीच्या घरात राहायला आली. तिनं तिचं मांजरही बरोबर आणलं होतं.

''मी फेलिक्सला बरोबर घेऊन आलेय ह्याचाच अर्थ असा की आता ह्यापुढे मी इथेच राहणार आहे.''

''व्हिलामधली खोली अजून सोडली नाहीय मी. मी कायमची निघाले म्हटल्यावर सगळ्यांनी विरोध केला असता. काही दिवस इकडे, काही दिवस तिकडे असं करून राहीन मी. शिवाय मला माझा प्रबंध लिहायचा आहे आता.''

मला माहीत होतं, एकदा तिने मनाशी काही पक्कं ठरवलं की ते तडीस न्यायला ती शक्य ते सगळं करणार ही काळ्या दगडावरची रेघ होती.

निष्ठा आणि त्याग

१.

"टेओ, तुला आठवतंय? आपण पॅरिसच्या सिम्पोझिअममध्ये पहिल्यांदा भेटलो होतो. बायझेंटाइन कलेवर इस्लामचा प्रभाव. दहा वर्षं लोटली त्याला. तू तेव्हा सांगितलं होतंस, त्या काळी बायझेंटिअमचं नाव वेगळंच होतं. अनेक शतकांनंतर ह्या मिथकांनी विणल्या गेलेल्या, अनेक दंतकथांचा स्रोत असलेल्या मानवी संस्कृतीला हे गूढ नाव मिळालं त्या दिवशीच मी स्वतःशी म्हटलं, 'ह्या माणसात काहीतरी खास आहे एवढं नक्की.' तुझं म्हणणं खरं होतं, बायझेंटीअम आणि कॉन्स्टँटिनोपल ह्या दोन्ही स्थानांच्या बाबतीत सत्य आणि कल्पना अशा रीतीने एकमेकांत बेमालूम मिसळून गेल्या आहेत, की तथाकथित सत्य वास्तव शोधून काढणं अशक्यच आहे. बाकीच्या शहरांचा इतिहास हा नटवून थटवून, त्यांची आख्यायिका बनवून समोर आणला जातो, पण ह्या शहरात आख्यायिकांचा इतिहास बनत जातो. सत्तावीसशे वर्षांपासून इथे अधिराज्य आहे ते परीकथा, कल्पित कथा, श्रद्धा, अस्वीकृती, काव्यात्मकता आणि रहस्यमयता ह्यांचं. आजही इथे प्रत्येक श्रद्धेला अनुयायी सापडतोच. श्रद्धेविना आख्यायिका टिकत नाही, आख्यायिकेविना श्रद्धा निर्माण होत नाही. इस्तंबूल हे शहर तर्कशक्तीवर चालणारं नाही. इथे श्रद्धेचं प्राबल्य आहे. म्हणूनच प्रत्यक्षवादी प्रबोधनकार इस्तंबूलपासून बराच काळ दूरच राहिले आणि इस्तंबूलबद्दल जरा साशंकही राहिले. कागदावर आराखडा बनवून, सहा खांबांवर उभारणी करून राज्यकारभार करायला इस्तंबूल म्हणजे काही अंकारा नाही. इस्तंबूलचा आत्मा ह्याला कधीच मंजुरी देणार नाही."

ह्या शहराबद्दल माहिती देताना मेते काव्यात्मक, प्रतिमात्मक भाषा वापरत होता. तिला राजकीय संदर्भ वापरून रोचक बनवत होता. माझ्याइतकं त्याचंही ह्या शहरावर प्रेम होतं. पश्चिम पुरातत्त्व विभागात मिळू न शकलेली काही खास कागदपत्रं दुसरीकडे मिळण्याची शक्यता निर्माण झाली होती. त्या लेखागारात प्रवेश मिळवण्यासाठी, तिथल्या उच्च अधिकाऱ्याची सही मिळवण्यासाठी आम्ही ताटकळत होतो. प्रतीक्षेचा वेळ सुसह्य व्हावा म्हणून आम्ही पुन्हा हेजीया सोफियाकडे बघू लागलो. राजधानीमधील तीन धर्मश्रद्धांचं सर्वांत उंच मंदिर, पवित्र ज्ञानाचा मेरुमणी.

ह्या शहरात तीन धर्मांचे अनुयायी एकमेकांविरुद्ध लढत असतात. प्रत्येकाच्या तिरस्काराचं मूळ म्हणजे दुसऱ्याच्या ईश्वरी संकल्पनेबद्दल अनादर. म्हणूनच परधर्मीयांना मुळापासून नष्ट करायची तयारी असते प्रत्येकाची. सामान्य जनतेला ह्याबद्दल काडीची माहिती नसते. ज्यांना काही माहिती असतं ते लगेचच विसरून जातात आणि सत्ताधारीवर्ग पुन्हा त्यांची शस्त्रं, दहशत आणि मृत्युदंडाच्या आधारे त्यांच्या धर्माचा पाया मजबूत करतो. सहिष्णुता ही केवळ परीकथेतली संकल्पना आहे. आपण प्रबोधनवादी फार कौतुकाने ऐकतो त्याविषयी, पण त्यात फार काही तथ्य नाही. सत्तेत वर्चस्व मिळालेला तो गट राष्ट्रावर कबजा करतो आणि इतर धर्माच्या लोकांचं अस्तित्व नष्ट करण्यासाठी आकाशपाताळ एक करतो. पराभूत लोक मात्र पराभवाच्या वेदनेने होरपळून निघतात आणि मानसिकरीत्या नकळत एकमेकांच्या निकट येतात. सहिष्णुतेचा अंगीकार करण्यासाठी लागते एक आत्मविश्वासू आणि परिपक्व अस्मिता. ह्या शहरात प्रत्येक क्षणी प्रत्येक जण परका, अज्ञात, अपरिचित म्हणूनच जगत असतो. हे शहर प्रत्येकाला आकर्षित करतं, त्याला आपल्यात सामावून घेतं आणि त्याच वेळी त्याचं स्वरूप अपरिहार्यपणे बदलून टाकत असतं.

आम्ही एकत्र काम करायला सुरुवात केली तेव्हापासून मी त्याच्या तोंडून ह्या आणि अशाच प्रकारची वाक्यं ऐकत होतो. ही खास मेतेची पद्धत, आपलेच विचार पडताळून पाहण्याची. मोठ्याने बोलत विचार करण्याची ही पद्धत सगळ्यांच्या पचनी पडतेच असं नाही.

मी इथल्या वातावरणात खरंतर तत्त्वतः कुणी दुसरा, इतर, भिन्न आहे. माझं विचारमंथन चाललं होतं. जितका मी इस्तंबूलमध्ये परकीय आहे, तितकाच इतरही अनेक शहरांत, देशांत. अमेरिका असो की ग्रीस किंवा फ्रान्स.

प्रत्येक वेळी मेते अगदी निरागस हास्य करायचा. ह्याही वेळी त्याचं ते हसू हेजीया सोफियाच्या घुमटाखाली घुमलं. ''तू खऱ्या अर्थाने पालीकार्या आहेस, टेओ. दुसरं कोणीतरी असणं हीच तुझी अस्मिता आहे. तुझ्या अंतरात एक परकं व्यक्तिमत्त्व दडलं आहे. तू तुझ्यातल्या भिन्नत्वाशी स्वतःला जोडून घ्यायला हवंस आणि खराखुरा स्व शोधायला हवास.''

''आपल्याला तो दरवाजा सापडेल का रे, मेते?'' मी अगदी अचानक विचारून टाकलं.

त्याच्या तैलबुद्धीने ह्या दोन गोष्टींमधला दुवा लगेचच ओळखला. ''माझ्याबद्दल खात्री नाही मला, पण तुला मात्र नक्की सापडेल तो. मी फक्त तुला मदत करेन, जास्त काही मी करूच शकणार नाही. ते द्वार उघडल्यानंतर त्या झाडांच्या पाठीमागे तुझ्यासाठी काय वाढून ठेवलंय हे मला माहीत नाही. पण ह्या शोधात काही अर्थ आहे का, असं तू मला विचारलंस तर त्याचं उत्तर मी निश्चितपणे हो असंच देईन.''

त्याने माझा दंड पकडला आणि मला एका दुसऱ्या कोपऱ्यात नेलं. तिथे ते प्रसिद्ध मोझाईक होतं बालयेशूला मांडीवर घेऊन सिंहासनावर बसलेल्या मदर मेरीला कॉन्स्टँटिन आणि जस्तिनिअन हे दोघं हेजीया सोफिया आणि कॉन्स्टँटिनोपल अर्पण करत होते.

''ही सगळी फक्त संकेतचिन्हं आहेत. विचार करणाऱ्या माणसाचं आयुष्य म्हणजे चिन्हांनी बनलेली एक सुघड रचना. हे तुकड्यातुकड्यांनी बनलेलं मोझाईक जरा नीट बघ. ह्या संपूर्ण चित्रामध्ये एक सांकेतिक संगती आहे, पण मोझाईकमधला प्रत्येक दगड, प्रत्येक तपशील दृश्य संगतीपेक्षा काहीतरी वेगळंच सांगू पाहतोय. श्रद्धेची कितीही रूपं असू देत, एकेश्वरवादी धर्म किंवा ईश्वराची विविध रूपं मानणारे मूर्तिपूजक धर्म, बौद्ध धर्म किंवा शमेनिझम, मार्क्सिझम असो की नाझीझम, राष्ट्रवाद किंवा आंतरराष्ट्रवाद, सगळेच चिन्हांच्या माध्यमातून व्यक्त होत असतात. चित्रप्रतिमांद्वारे ते आपला प्रभाव टाकतात आणि त्या चिन्हांसाठी लोक एकमेकांचे गळे पकडतात. श्रद्धा प्रतीकांची निर्मिती करते आणि मग ही प्रतीकंच श्रद्धेची जागा बळकावतात. श्रद्धा जपण्यासाठी युद्धे होत नाहीत, ती होतात प्रतीकांसाठी. मनुष्य हा एक इतका मूर्ख प्राणी आहे.''

मेतेला स्वतःच्या विचारांनी उचंबळून आलं होतं. त्याने माझा हात घट्ट पकडला आणि बाहेर जायच्या दिशेने जायला सुरुवात केली. ''वर बघ, बघ ते

मोझाईक. जांभळ्या रेशमी कफ्तानातला तो माणूस, त्याच्याभोवती ते तेजस्वी दैवी वलय. जीझसच्या समोर गुडघे टेकून बसलेला तो माणूस म्हणजे प्रत्यक्ष सम्राट आहे. तुला माहीतच आहे, फक्त त्यालाच जांभळे रेशमी कपडे घालायचा हक्क होता. हा विशेष हक्क फक्त पॉर्फीरोगेनेतोसूला देण्यात आला होता. जांभळ्या वस्त्रांत जन्मलेले ते पॉर्फीरोगेनेतोस्. द पर्पल बॉर्न! सम्राट आणि त्याच्या कुटुंबास. नीच कुळातल्या सामान्य लोकांनी ते वस्त्र अंगाला लावलं तर त्यांना जीव गमवावा लागायचा. ज्या जीवनपद्धतीत सत्याला थारा नसतो आणि चिन्हांची महती सर्वाधिक असते, त्या पद्धतीचं द्योतक हे जांभळं रेशीम. बाकी सगळं समजून घ्यायला पुरेसं आहे.''

''जांभळं रेशमी वस्त्र परिधान करून गुडघ्यावर शरण आलेला हा सम्राट आहे सहावा लिऑन. प्रकांडपंडित. मर्त्य मानवाची सत्ता दैवी सत्तेपुढे विनम्र होते ती अशी. मूर्तिभंजकांचा काळ आठव, मूर्तिपूजकांना जबरदस्तीने त्यांच्या श्रद्धा नाकारायला लावण्यात आल्या. कल्पनाही करता येणार नाही इतके अत्याचार केले गेले त्यांच्यावर. अमानुष पद्धतीने त्यांना ठार मारण्यात आलं. धर्मवेत्ते, तत्त्ववेत्तेसुद्धा या सुडाच्या चक्रातून सुटू शकले नाहीत. पण प्रत्येकाच्या हृदयात एक दैवी प्रतिमा अढळ होती आणि अखेर विजय त्या प्रतिमांचाच झाला. माझं स्पष्ट मत आहे, की माणूस हा विचार करणारा प्राणी नसून चिन्हे आणि प्रतिमा ह्यांत जगणारा प्राणी आहे.''

चित्रातल्या सम्राटाच्या वस्त्राचा जांभळा रंग खरोखर दिपवून टाकणारा होता. निदान मेतेच्या शब्दांच्या प्रभावामुळे मला तो तसा वाटला. त्याला स्पर्श करणं मला शक्य नव्हतं. रंग आणि आकार, दोन्ही अगदी तेजस्वी आणि ठसठशीत. ती चिन्हे आणि माणसाची अढळ श्रद्धा ह्यांतला दुवा अगदी मजबूत होता...

''तुझ्या त्या द्वाराबद्दल म्हणशील तर अखेर ते सापडण्याइतकंच त्याच्यासाठी चाललेल्या शोधाची प्रक्रियासुद्धा तितकीच महत्त्वाची आहे, किंबहुना जास्तच,'' तो म्हणाला, ''ते द्वार कुठल्या दिशेला घेऊन जातं हे सगळ्यात निर्णायक आहे. माझ्या मते, ह्या प्रकरणात सगळ्यात रोचक अशी हीच गोष्ट!''

ह्या सर्व मोहिमा, माझ्या पाश्चिमात्य विचारसरणीला छेद देणारी मेतेची परिणामकारक भाषणं, त्या चिन्हांचा अर्थ लावण्यातली माझी प्रगती सगळंच

फार छान होतं. पण माझ्या संशोधनात मी एकही पाऊल पुढे टाकू शकलो नव्हतो.

माझ्या कराराला जागून मी काही सेमिनार्ससाठी पुन्हा न्यूयॉर्कला माझ्या विद्यापीठात परतलो. जुलैच्या मध्यावर मी पुन्हा इस्तंबूलला आलो. जुदासवृक्षांच्या बहराचा ऋतू ओसरला होता. रहस्यमय चिन्हं जणू अंतर्धान पावली होती आणि ती जादूही भंग पावली होती. उकाडा वाढला होता. शहरात कोरडी धूळ उडत होती आणि माणसांचा महापूर आला होता. काळ्या चादरबुरख्यातल्या, काळे गॉगल्स घातलेल्या बायका, जीन्सवर लांबलचक कोट घालून स्नीकर्स घातलेल्या बुरखाधारी तरुणी, तलम कपडे घालून पोट उघडे टाकलेल्या, तोकडे स्कर्ट घातलेल्या युवती, घामाघूम झालेले, अर्ध्या उघड्या शर्टातले, बाह्या दुमडलेले मिशाळ तरुण, जीप्स आणि गाड्यांतून आरामात फिरणारे किंवा स्वतःच्या बोटींतून बोस्पोरूसच्या सफरीवर निघालेले श्रीमंत आणि प्रतिष्ठित लोक, पाठीवर प्रवासी पिशव्या टाकून निघालेली तरुण मुलं, एकमेकांच्या मिठीत हरवून गेलेली जोडपी आणि अनातोलीनच्या सगळ्या भागांतून शहराकडे येणारे गरीब शेतकऱ्यांचे लोंढे, त्यांच्या मळलेल्या विजारी आणि घामाने पाठीला चिकटलेले जुनाट सदरे. माणसं अशी आणि तशीही! एक अविश्वसनीय गोंधळ! रंग, गंध, बोली यांचं अभूतपूर्व मिश्रण! रस्ते, बगिचे, किनाऱ्याला लागून असलेल्या वाटा, टेकड्या ह्या सर्वांवर त्याचा ठसा उमटलेला होता. यदृच्छया एकत्र फेकले गेलेले हे विविधरंगी लोक मला बोस्पोरूसच्या आजूबाजूला असलेल्या वस्त्या, घरांची संकुलं आणि प्रासादवजा घरं यांची आठवण करून देत होते. टेकडीवरच्या गेसिकोंदू आणि मोडकळीस आलेल्या घरांपासून जवळच किनाऱ्यालगत उभारलेली समर हाऊसेस, एकमेकांच्या सान्निध्यात, पण एकमेकांना स्पर्शही न करणारी. कुठल्याही क्षणी स्फोट होऊ शकेल अशी एक स्तब्ध एकतानता.

तो उन्हाळा इतका कडक होता की एक किनारा सोडला तर कुठेही जीवाला जरा थंड वाटणं अशक्य होऊन बसलं होतं. अमेरिकेत मला माझ्या संशोधनातले काही दुवे हाती लागले होते, त्या कवितेत वापरलेली भाषा आणि ग्रीक भाषेची बायझेंटाईन काळामधली विविध रूपं ह्यांची सांगड घालून मी काही निष्कर्ष काढले होते. त्यांसाठी पुन्हा एकदा शहराचे काही कोपरे पालथे घालणं भाग होतं. उन्हाळ्यामुळे मी केवळ भल्या पहाटे किंवा उन्हं उतरल्यावर घराबाहेर पडू शकत

होतो. त्या हवेत उयुल्कूला अगदी गळून गेल्यासारखं व्हायचं म्हणून तिने माझ्याबरोबर येणं कधीच थांबवलं होतं.

मी सगळ्यात आधी ऐवनसरायच्या ब्लाकेर्नाई पॅलेसला भेट द्यावी असं माझा आतला आवाज मला सांगत होता. जुदासवृक्षाचं प्रवेशद्वार शोधण्याच्या एव्हाना लोपलेल्या माझ्या आकांक्षेला पुन्हा बळ मिळालं होतं. ते द्वार सापडेल असं मला पुनःश्च वाटू लागलं होतं. सूर्याची झळ आता कमी होऊ लागली होती. चुन्यानं रंगवलेली जुनी घरं, मोडकळीला आलेले व्हिला आणि शहरच्या तटबंदीलगतच्या रस्त्यावरची सिमेंटची कुरूप घरं ह्यांच्यामधून मी माझी वाट काढत होतो. कुंद हवेपासून सुटका मिळण्यासाठी आसपासचे लोक तेक्फुर पॅलेसच्या समोरच्या गवताने आणि कचऱ्याने भरलेल्या मैदानात गोळा झाले होते. क्रोशेचं विणकाम करणाऱ्या बुरखाधारी स्त्रिया, फाटक्यातुटक्या कपड्यांतली अनवाणी मुलं, भडक रंगीबेरंगी कपड्यांतल्या जिप्सी बायका, ढगळ विजारी आणि पांढरा बनियन घातलेले धष्टपुष्ट पुरुष, त्यांच्या बाह्या पार कमरेच्या खालपर्यंत लोंबणाऱ्या. स्थळ आणि काळ चुकून इथे आलेला हा जमाव. ह्या पार्श्वभूमीवर जर तेक्फुर पॅलेसची इमारत मला दिसली नसती तर मी इथं कशाला आलो आहे ह्याच संभ्रमात मी पडलो असतो.

अर्धनग्न जिप्सी पोरं माझ्याभोवती जमा होऊन 'टूरिस्ट, टूरिस्ट' असं ओरडत आहेत. 'मी टूरिस्ट नाहीये,' असं मी त्यांना सांगितलं खरं, पण माझा ॲक्सेंट ऐकून ते कुणालाही पटलं नसतं. 'टूरिस्ट, टूरिस्ट, टूरिस्ट, टूरिस्ट,' त्यांचं माझ्याभोवतीचं वर्तुळ अजून लहान होऊ लागलंय. त्यांच्या हातावर काहीतरी टेकवावं म्हणून मी माझी पिशवी धुंडाळली – चिकलेट्स्, सिगरेट्स्, पेन्सिली... पण मला काहीच सापडत नाही. मला अचानक त्या मुलांची भीती वाटू लागते. या भीतीचं कारण तरी काय? मी त्यांच्यापासून पळ काढू पाहतो. काटेरी तारांचं कुंपण ओलांडताना मी त्यात अडकतो. मुलं अजूनही मला घेरून उभी आहेत. मला न कळणाऱ्या भाषेत ती काहीतरी ओरडत आहेत. हात पुढे करून मला काही सांगत आहेत. त्यांनी माझी विजार घट्ट पकडून ठेवली आहे. सगळी शक्ती पणाला लावून मी स्वतःला त्यांच्यापासून सोडवतो आणि अनेमासच्या मनोऱ्याकडे धावत सुटतो.

भीती आणि प्रचंड तणाव अशी ही अवस्था मी पूर्वीही अनुभवलेली आहे. मी उतारावरून धावत सुटतो. फाटक्या कपड्यातली ती मुलं अजूनही माझ्या

मागे लागलेली आहेत. किंचाळ्या फोडत ती मुलं माझ्या मागून धावत असताना मीही पळत सुटलो आहे आणि मशिदीसमोरच्या बागेत मी अंग झोकून दिलं आहे. तिथपर्यंत यायचा धीर त्या मुलांना होत नाही. एकमेकांना ढकलत, दंगा करत ती पुन्हा वर निघून जातात. हळूहळू त्यांचा आवाजही ऐकू येईनासा होतो. मनोऱ्याचं प्रवेशद्वार नव्याने बांधण्यात आलेलं आहे; सगळ्यात वरच्या पायरीवर मी उभा आहे. माझ्यासमोर एखाद्या खोल विहिरीसारखी ती अंधारकोठडी... फक्त एक पाऊल... मी डोळे मिटून जमिनीवर कोसळतो. मला चक्कर आल्यासारखं होतं आहे. मावळणाऱ्या सूर्याचे अखेरचे लालसर किरण माझ्या बंद डोळ्यांतूनही आत शिरत आहेत. उन्हानं तापलेल्या त्या प्राचीन दगडांना मी पाठ टेकवतो. माझ्यासमोर विस्तीर्ण इस्तंबूल आणि गोल्डन हॉर्न.

शहराच्या वेशीवरच्या भिंतीला लागून जो रस्ता आहे, त्यावरची रहदारी आणि गडबड मला इथेही जाणवते आहे. मी एखाद्या पडक्या मनोऱ्यावर आलो नसून एखाद्या पर्वतशिखरावर आलो आहे असं मला वाटतं. मी जर इथून उठून लाकडाच्या फळ्या ओलांडून त्या पाताळापर्यंत पोचलेल्या भुयारापर्यंत जायची हिंमत दाखवली तर मला भिंतीच्या दुसऱ्या भागाचं विहंगावलोकन करता येईल. पण माझ्यात तेवढी शक्तीच उरलेली नाही. जिथे मी पडलो आहे त्याच जागेवरून मी समोर पाहतो. मला गोल्डन हॉर्नचं चमकतं लालसर पाणी दिसतं आहे आणि समोरचं कबरस्तान आणि त्याच्या भोवतीच्या निम्नस्तरीय सिमेंटच्या इमारती. लहानपणापासून मला अशा अंधाऱ्या अंतहीन भुयाराचं दुःस्वप्न पडत आलं आहे. मी अगदी खाली पडायच्या बेताला आलेलो असतानाही मी पडत नाही, पण मी जागाही होत नाही. भीती तशीच कायम उरते.

सूर्याचे अखेरचे किरणही आता अदृश्य झाले आहेत. संध्याकाळच्या वाऱ्याची हलकी झुळूक उठते आहे. भीती आणि आशंका ह्यांच्याऐवजी गोड थकव्याने मी जरा शिथिलगात्र होऊन बसलो आहे. ब्लाकेर्नाई पॅलेसचा टेरेस मला आठवतोय. त्यावरचं तरंगतं उद्यान पार गोल्डन हॉर्नपर्यंत पसरलं आहे. टेरेस असलेले राजवाडे पाश्चिमात्य प्रवाशांना पौर्वात्य वैभवाने आकर्षित करतात. पवित्र अवशेष असलेली मंदिरं त्यांचं लक्ष वेधून घेतात. वैविध्यपूर्ण आणि अनोखे पक्षी, रोपं, झाडं ह्यांनी नटलेली उद्यानं, विशाल दिवाणखाने, त्यांच्या भिंतीवर सम्राटाने जिंकलेल्या तीनशे गावांची नावं सुवर्णाक्षरांत कोरलेली. अजून एक हजार वर्षंही लोटली नाहीत त्याला. बायझेंटाईन इतिहासाचे विश्लेषक आणि त्यात स्वारस्य

असलेले काही प्रवासी सोडता कुणाला त्याची आठवण तरी आहे का? कुणाला त्याची पर्वा नाही आणि का असावी! ब्लाकेर्नाई पॅलेसच्या आत काय घडलं ह्याची ह्या लोकांना मुळीच कल्पना नसेल. राजवाड्याच्या पडक्या भागात कशाबशा उभारलेल्या झोपड्या, पत्र्याचं छत आणि प्लॅस्टिकचे कागद घालून पावसापासून बचाव करण्याची ह्यांची धडपड. फक्त त्यांच्यासमोर पांढऱ्या आणि लाल जास्वंदीची फुलं हिरिरीने फुलत असतात. आज नमाजासाठी मशिदीत जमणाऱ्या लोकांच्या मनात हा विचार येतो का, की हजारो वर्षांपूर्वी माणसाने ह्याच जागी कोणत्या ईश्वराची करुणा भाकली असावी? हजारो वर्षांपूर्वी मदर मेरीच्या काळ्या चादरीत स्वतःला गुरफटून घेणाऱ्या बायका इथेच जगत होत्या का? आणि आजपासून हजार वर्षांनी काय होईल? अजून हजार वर्षांनी कुणाला आज, काल, उद्या, बायझेन, कॉन्स्टँटिनोपल आणि इस्तंबूलची आठवण येईल? शहरात प्रवेश करण्यासाठीच्या भव्य द्वारांची कुणाला आठवण येईल? आणि कशासाठी? मी ज्या प्रवेशद्वाराच्या शोधात वणवणतोय, ते कदाचित अनेमास मनोऱ्यापासून शंभरेक मीटर दूर असेल, त्या अंधारकोठडीपासून. ह्या अभेद्य म्हणून गणल्या जाणाऱ्या भिंतीमध्ये किती अनामिक प्रवेशद्वारं असतील कुणास ठाऊक. भग्नावस्थेतली, विस्मृतीत लोप पावलेली, रानटी रोपं आणि झाडांनी वेढलेली, पक्की बंद झालेली दारं... ह्या सगळ्याचा अर्थ काय? मला त्या प्रवेशद्वाराची नक्की जागा कळली की मला अत्यानंद होईल. एक आंतरिक समाधानही मिळेल. माझ्या आजवरच्या व्यावसायिक आयुष्यात ही अवस्था मी अनेकदा अनुभवली आहे. पण त्यानंतर काय? परत माझं जीवन त्याच रुळलेल्या शांत आणि अर्थहीन चाकोरीकडे वळेल? पुढची अत्यानंदाची अवस्था निर्माण होईपर्यंत? आणि त्यानंतर?

माझ्या दुःस्वप्नातल्या अंतहीन खोल विहिरीवर इस्तंबूलची फिकट जांभळी संध्याकाळ पसरते आहे आणि मला कळते आहे की ह्या त्यानंतरच्या प्रश्नापासून मला सुटका नाही. त्यावर उत्तर नसेलही कदाचित, किंवा सगळीच उत्तरं शेवटी हताश करून टाकणारी असतील.

त्याच क्षणी तो माझ्या नजरेस पडलाय. रात्रीच्या निळसर फिकट जांभळ्या रंगात, तटबंदीच्या पडक्या भिंतींमध्ये. भिंतीच्या एका कमानीजवळ एका एकाकी संगमरवरी खांबाला टेकून चेहऱ्यावरची रेषही न हलवता तो माझ्याकडे एकटक बघतोय. झोपडपट्टीचा क्रांतिकारक राजकुमार. कधी कधी देरिन प्रेमाने

त्याचा असा उल्लेख करायची. तिच्या आसपासच्या वातावरणाची क्षमा मागत असल्यासारखी. पण आत्ता अनेमासच्या मनोऱ्याच्या भग्न अवशेषांमध्ये तंग विजार आणि पांढरा शर्ट घातलेला तो खरंतर एखाद्या बायझेंटाईन राजपुत्रासारखा वाटत आहे.

आम्ही अचानक एकमेकांच्या दिशेने चालू लागतो. एकेक पाऊल, डौलदार आणि सावकाश. हजारो वर्षांपूर्वीही आम्ही असेच एकमेकांकडे चालत आलो असू? आम्ही मित्र आहोत की शत्रू? आमच्यापैकी कोणाकडे सम्राटाचं बोधचिन्ह असेल आणि फार पूर्वी बंद झालेल्या त्या जुदासवृक्षाच्या प्रवेशद्वाराचं रहस्य आमच्यापैकी कुणाला ठाऊक असेल? आम्ही एकमेकांकडे पावलं टाकतोय, अनिश्चितपणे, सावकाशपणे. तो माझ्या पाठलागावर होता का? पण का? त्याला हवं तेव्हा आम्हाला भेटता आलं असतं. आम्ही काही प्रतिस्पर्धी नाही, हे त्याला ठाऊक असायला हवं. हजारो वर्षांपूर्वी आम्ही प्रतिस्पर्धी होतो का? कोणत्या राजकन्येवर आमचं प्रेम होतं? कोणत्या मठात तिला डांबून ठेवण्यात आलं होतं? कुठली सत्ता आमच्या दोघांत विभागली गेली होती? माझ्या डोक्यात एक भयानक सणक उठतेय. माझी दृष्टी धूसर झालेय. वेळ, स्थळ आणि वास्तव ह्यांची गल्लत होतेय. त्या उन्हाच्या चटक्यामुळे होत असेल का असं? की मी मघाशी त्या अंधारकोठडीच्या कठड्यापाशी उभा राहिलो म्हणून?

"हलो," तो म्हणतो, "मी कधीपासून तुमच्या मागे मागे येतोय. तुम्ही मला ओळखलंत का, बे टेओ?"

"अर्थातच!" मी जरा आश्चर्याने म्हणतो, "का नाही ओळखणार?"

"इस्तंबूलचा उन्हाळा तुम्हाला बाधलेला दिसतोय. तुम्ही थरथर कापत आहात बे टेओ. बसा, या संगमरवरी पायरीवर बसा हवं तर."

तो माझ्यापुढे एक सिगरेट धरतो.

"मी नाही ओढत," मी ती सिगरेट नाकारत म्हणतो. त्याला माझी काळजी वाटतेय आणि तो माझ्याकडे जरा उपहासानेही बघतोय, "मी धूम्रपान करत नाही." मी पुन्हा सांगतो. "मला वाटतं, तुमच्या म्हणण्याप्रमाणे मला उन्हाचा तडाखा बसला असावा. शिवाय हवा किती दमट आहे. ही उष्णता आणि आर्द्रता एकत्र सोसणं शक्य नाहीय."

"देरिन म्हणाली की तुम्ही इथे एक प्राचीन दरवाजा शोधत आहात?"

"ते इथे असेल किंवा दुसरीकडे कुठेही. मी अशा एका दरवाजाबद्दल

बोलतोय, ज्याचा उल्लेख फक्त एका हस्तलिखितातल्या कवितेत सापडलाय. ते प्रवेशद्वार खरंच अस्तित्वात होतं की नाही ह्याबद्दल शंकाच आहे. संशोधनाच्या माहितीचे जेवढे स्रोत उपलब्ध आहेत, त्यात कुठेही हा संदर्भ मिळत नाही.''

''संदर्भ सापडत नाही म्हणजे?''

''म्हणजे, ह्या प्रवेशद्वाराचा उल्लेख सापडत नाही. त्याला संदर्भच म्हणतात.''

''तसंही असेल. आमच्यासारख्यांना हा शब्द कुठून माहीत असायला? तुम्हाला जे शब्द माहीत आहेत, त्यांचा अर्थ आम्हाला कळत नाही, हे चमत्कारिकच म्हटलं पाहिजे, नाही का? बे टेओ, असा एखादा दरवाजा खरंच असेल का? तुमचा विश्वास बसतो ह्या कहाणीवर?''

''म्हणजे काय? मेतेच्या मदतीने मी आत्तापर्यंत अप्राप्य असलेले काही नवीन दुवे शोधून काढले आहेत. मेते अयुन्सालनबद्दल बोलतोय मी. ओळखता ना त्यांना? होय, मला नवीन संदर्भ सापडले आहेत आणि ते प्रवेशद्वार सापडेल असं मला नक्की वाटतं.''

''बे टेओ, ते द्वार तुम्हाला कधीच सापडणार नाही. कारण त्याचं अस्तित्व फक्त तुमच्या गुप्त संशोधनाच्या कागदोपत्रीच आहे.''

त्याचा आवाज बर्फासारखा थंड आहे. माझ्या अंगावर एक शहारा उमटतो. तो काही योगायोगाने इथं आला नव्हता. मी त्याच्या नजरेखाली होतो, पण का, कशासाठी, कधीपासून? माझी फसवणूक केली जातेय असं तर त्याला सांगायचं नव्हतं? गुप्त कारवाया, सांकेतिक लिपीतली कागदपत्रं, ह्या सगळ्याचा अर्थ काय?

''घरी परत जा, बे टेओ. इथे तुम्ही सुरक्षित नाही आहात. ते दार इथे नाहीय हे तुम्हालाही चांगलं माहीत आहे. दुसरीकडे कुठेतरी जाऊन शोधा तुमचा तो दरवाजा. गो होम. घरी परत जा.''

''घरी परत जाऊ? कुठे आहे माझं घर? व्हेअर इज होम?''

मला मळमळतंय. ताप चढल्यासारखा वाटतोय. लहानपणासारखं माझं अंग कापतंय. जरासा गारवा आणणारा संध्याकाळचा वारा माझ्या शरीराभोवती वाहतोय. माझ्या वडिलांचे शब्द मला ऐकू येत आहेत : ते आले त्याच्या दोन हजार वर्षं आधीपासून आम्ही इथे स्थायिक होतो. आम्ही म्हणजे कोण? सांकेतिक लिपीतले दस्तावेज, जुदासवृक्षाचं प्रवेशद्वार, अनेमासचा मनोरा, दिव्याच्या प्रकाशात रंग बदलणारी रात्र, जांभळा, फिकट जांभळा, गर्द निळा...

खालून अखंड धावत असलेल्या रहदारीचा आवाज येतोय. ब्रेक्सच्या लाल दिव्यांमुळे परीकथेतला वाटणारा रस्ता पाहताना मला त्या क्रिस्टल किल्ल्याच्या दर्शनी जिन्याच्या पायऱ्यांवरचे विस्तवाचे गोळे आठवल्याशिवाय राहत नाहीत. आजारी असताना मी आईकडून लाड करून घ्यायचो आणि तिला अशा गोष्टी सांगायचो. फक्त पुण्यवान माणसं त्या जिन्यावरून जाऊ शकायची, फक्त त्यांनाच तिथे प्रवेश होता.

''माझं घर इथेच आहे,'' मी अडखळत म्हणतो, ''माझं घर इथेच आहे, मी घरी आलोय.''

मला चक्कर येते आणि माझ्या डोळ्यांसमोर अंधारी येते. माझा शर्ट माझ्या अंगाला चिकटला आहे. मी त्या पडक्या संगमरवरी खांबापाशी खाली घसरून पडत चाललोय. मी पाठ टेकवून त्याचा आधार घेऊ पाहतोय. पाताळापर्यंत नेणारा तो जिना माझ्या अगदी समोर आहे. ''इथेच आहे माझं घर, इथेच...'' मी पुन्हा पुन्हा तेच म्हणतोय आणि मला जाणीव होतेय की माझ्या डोक्यात ते शब्द ग्रीक, इंग्लिश किंवा तुर्की भाषेत उमटत नसून एका अज्ञात भाषेत उमटत आहेत, ती भाषा मला बोलता येत नाही, ती भाषा मी कधी ऐकलेली नाही, पण माझं त्या भाषेवर चांगलंच प्रभुत्व आहे. माझी स्वतःची अंतर्यामीची भाषा.

''माझं घर इथे आहे, अगदी इथेच. काळ हा नसेल कदाचित, पण स्थळ हेच आहे.''

''तू काय बोलत आहेस हे मला मुळीच कळत नाहीये. कोड्यात बोललेलं मला आवडत नाही. हे तुझं घर नाही, गो होम, इथून चालता हो. देरिन आणि त्या दुसऱ्या बाईच्या मागे लागणं सोडून दे. कशाच्या पाठीमागे आला आहेस तू?''

''त्या द्वाराच्या शोधात. माझ्या स्वतःच्या शोधात आणि मी कोणाच्याही मागे लागलेलो नाही.''

मी खदाखदा हसू लागतो. मला स्वतःची ओळख पटत नाही. मी इतक्या जोरात कधीच हसत नाही. मला चढणाऱ्या तापाचा परिणाम असावा हा. लहानपणापासून हे असंच चालत आलंय. उष्णता खूप वाढली की माझे टॉन्सिल्स वाढायचे. भर उन्हाळ्यात मला सर्दी व्हायची. मला उयुल्कूची खूप आठवण येतेय. मला तिचा आश्वासक हात हवा आहे. ती माझ्या कपाळावर ओल्या कापडाच्या घड्या ठेवेल, माझे कोरडे ओठ ओलावेल. आणि मला

काहीतरी सांगेल. काय म्हणाला तो झोपडपट्टीतला मुलगा आत्ताच? मी त्या बाईच्या मागे लागणं थांबवायला हवं, असं म्हणाला का तो?

"कोणत्या बाईबद्दल बोलतो आहेस तू?" मी अत्यंत करड्या आवाजात त्याला विचारतो. असा जोरदार आवाज मी लहानपणी कुलेदिबी आणि कासिम्पाषामध्ये ऐकला होता.

तो घाबरतो. त्याच्या संकोचण्यावरून मला ते लगेच जाणवतं. त्याच्या त्या बायझेंटाईन राजपुत्रासारख्या चेहऱ्यावर एक अनिश्चित भाव उमटतो. मनोऱ्यावरच्या दिव्याच्या पिवळ्या प्रकाशात तो अधिकच देखणा आणि गूढ दिसतोय. तो जरा शरमलाय. मी जर मोकळेपणाने बोललो आणि मैत्रीचा हात पुढे केला तर त्याचा विश्वास मी कमावेनही. पण आत्ता मी त्या अवस्थेत नाही आणि मुळात मला तो अजिबात आवडत नाही.

"उयुल्कू म्हणायचं होतं बहुतेक तुला. उयुल्कू ही माझी मैत्रीण आहे. दुसऱ्या कुणाच्या आज्ञेवरून तिच्यापासून दूर जाणाऱ्यातला मी नव्हे. मला विचारशील, तर तूच देरिनपासून दूर राहायला हवंस. क्षणभर धरून चालू, की तुमच्या त्या फडतूस, संशयग्रस्त संघटनेच्या मानण्याप्रमाणे मी एक हेर, एखादा एजंट आहे. असं असलं तरी मी तुमच्यावर नक्कीच पाळत ठेवली नसती. तितके तुम्ही महत्त्वाचे नाहीत. माझं घर, माझी माती इथे आहे. तुम्ही इथे येण्याआधी दोन हजार वर्षांपासून आम्ही इथे वस्ती करून होतो."

मी भ्रमात असल्याप्रमाणे बरळायला लागतो. उष्ण पावसाने भरलेले ढग माझ्या डोक्यात दाटून आले आहेत. क्षणभर मला वाटून जातं की हा मुलगा मला धोकादायक ठरू शकतो, पण मला फरक पडत नाही. मनोऱ्याच्या पडक्या भिंतीच्या दिशेने काही सावल्या येताना त्या अर्धवट अंधारात मला दिसतात. अत्यंत निलाजरेपणाने अरुंद लाकडी फळ्यांवर चढून ते खिंडाराशी जाऊन बसतात. कदाचित जवळपास राहणारी गर्दुल्ली मुलं असतील.

"तू हे कुणाला उद्देशून म्हणतो आहेस हे मला माहीत नाही. तुझा थांगच लागत नाही. तुझ्या कुठल्याही कहाणीत वास्तवाचा अंशही जाणवत नाही. तू कोण आहेस हे शोधायला आम्हाला भाग पाडू नकोस. मी पुन्हा एकदा सांगतो, इथून चालता हो, टेओ, किंवा जे काय तुझं नाव असेल ते! उगाच तुझ्यासाठी आणि आमच्यासाठीही हे सगळं अवघड करून ठेवू नकोस. तुझे जे कोणी मित्र आहेत, त्यांच्याही भल्याचंच आहे ते. आपली पुन्हा भेट होऊ नये एवढं बघ.

कायमचा निघून जा इथून. थांब, मी तुला टॅक्सी शोधायला मदत करतो. रात्री हा भाग फारसा सुरक्षित नसतो. गुप्तहेर आणि खबरी कधीच आपापल्या जागी पोचले आहेत.''

उठण्यासाठी मला मदत करायला म्हणून तो हात पुढे करतो, ''अरे बापरे, तू फारच आजारी पडला आहेस एकदम, लगेच घरी जा.''

जास्त आढेवेढे न घेता मी त्याचा हात पकडतो. मला आता त्याचा राग येत नाहीय. मला खरंतर त्याच्याबद्दल सहानुभूती वाटते आहे. ''खरंय, एखादी टॅक्सी मिळाली तर बरं होईल आणि एक सांग, तू माझ्यावर पाळत का ठेवून होतास? तुझ्यावर ही कामगिरी सोपवण्यात आली होती का?''

''तू जरा जास्तच प्रश्न विचारतो आहेस, बे टेओ. जरा दमाने घे. विसरू नकोस, इथून चालता हो. जिथून आलास तिकडेच परत जा. मला दुसऱ्या पद्धतीने सांगायला लावू नकोस. असलं कुठलंही प्रवेशद्वार अस्तित्वात नाही आणि असेलच तर एका माणसाचं आयुष्य खर्ची घालण्याइतकं किमती ते नक्कीच नाही. जा, दुसरीकडे कुठेतरी जा आणि दुसरं कुठलंतरी दार शोध.''

''ते द्वार अस्तित्वात आहे,'' मी ठासून म्हणतो आणि लटपटत उभा राहतो. ''ते दार आहे आणि तिथूनच माझ्या घराचा रस्ता आहे. ते एकदा सापडलं की मी आनंदाने घरी प्रयाण करेन, माझं घर जिथे असेल तिथे.''

रणरणता उन्हाळा संपला आणि तितकाच कडक शरद ऋतू आला. मेतेचा मित्र तुर्गुत इर्सिन ह्याने लिहिलेल्या लेखाचं शीर्षकच मुळी होतं – 'भाजून काढणारा ग्रीष्म'. उयुल्कूने मला तो लेख वाचायला दिला होता. मी इस्तंबूलमध्ये आल्यावर पहिल्याच दिवशी मेतेने ह्या स्तंभलेखकाशी माझा परिचय करून दिला होता. त्या लेखात तुर्गुतने बळाचा वापर करणाऱ्या संघटना, राज्य आणि सरकारी यंत्रणा ह्यांच्यावर सडेतोड टीका केली होती. हे सर्व एकांतवासाच्या शिक्षेचं समर्थन करत होते आणि मानवी हक्कांचा पूर्णतः अनादर करत होते. ह्या शिक्षेविरुद्ध आवाज उठवण्यासाठी संघटनेच्या सभासदांनी तुरुंगात बेमुदत उपोषण करायला सुरुवात केली होती. ते त्याला आमरण उपोषण असंही म्हणत होते. तुर्गुत इर्सिनने मानवी जीवनाच्या अर्थपूर्णतेबद्दल लिहिलं होतं आणि असा इशाराही दिला होता, की त्या तरण्याबांड उपोषणकर्त्यांचा मृत्यू ओढवला तर संपूर्ण समाज ह्यासाठी जबाबदार असेल.

मला हा विषय पूर्णपणे नवा होता. एकांतवासाच्या शिक्षेविरुद्ध कैदी का आवाज उठवत आहेत हे मला समजत नव्हतं. "माझ्या एकट्यासाठी एक खोली असणं हे सगळ्या कैद्यांबरोबर दाटीवाटीने राहण्यापेक्षा चांगलंच," असं मी उयुल्कूला म्हणालो, "तिथे निदान बाह्य जगापासून दूर होता येईल आणि ढीगभर अनोळखी लोकांबरोबर एकत्र राहण्यापेक्षा हे बरंच की."

"आत गेल्यावर माणसाचे विचार बदलतात," उयुल्कूने उत्तर दिलं. "आजच्या माझ्या वैचारिक बैठकीनुसार मीही कदाचित एकांतवास पसंत करेन, पण राजकीय कैदी हे आपल्यासारखे स्वतंत्र नसतात. ते एका मोठ्या साखळीतला दुवा असतात, एका संघटनेचा भाग असतात, तशीच भावनाही असते त्यांची. ते कॉम्रेड्सबरोबर असतात तेव्हाच त्यांना संपूर्ण असल्यासारखं वाटतं. ते त्यांच्याबरोबर सामायिक श्वास घेतात म्हण ना! मी पण एका संघटनेत होते, मला ते वातावरण माहीत आहे. "

तिच्या राजकीय भूतकाळाबद्दल आम्ही आधी कधीच बोललो नव्हतो. तिच्या आयुष्यातल्या ह्या भागाबद्दल बोललो तर आम्ही एकमेकांपासून दूर जाऊ हे आम्हाला कळलं होतं. तिने मला फक्त उमुटबद्दल सांगितलं होतं, पण घटनांबद्दल नाही तर तिच्या भावनांबद्दल, वेदना, पश्चात्ताप, अपराधबोध. "मी त्याच्यावर माझा मुलगा म्हणून कधीच प्रेम करू शकले नाही. त्याची काळजी घ्यायला, संगोपन करायलाही मला वेळ मिळाला नाही. त्यांनी त्याचा जीव घेतला आणि त्यांच्याइतकीच मीही त्या हत्येला जबाबदार आहे."

अजून एके दिवशी ती अत्यंत शोकमग्न असताना तिनं सांगितलं, "मानसशास्त्राच्या दृष्टीने ह्याचा कसा अर्थ लावला जाईल माहीत नाही, कदाचित मला ह्या कल्पनेने पछाडलं असेल किंवा द्विमनस्कता म्हणता येईल त्याला, पण उमुटच्या मृत्यूनंतर माझ्या डोक्यात विचारांची एक दुसरी समांतर पातळी निर्माण झाली आहे. संगीताचं नोटेशन कसं पाच रेघांवर नोटेशन सिस्टिममध्ये लिहिलं जातं, तसंच तेव्हापासून माझं बोलणं, वागणं आणि संवेदना ह्या त्याच्या मृत्यूशी जोडलेल्या आहेत. उमुटच्या नोटेशन सिस्टिममधे त्यांचं जे स्थान आहे, त्यानुसार माझ्या भावना मला जाणवतात."

त्या क्षणी मला समजलं, की सुखाच्या अत्युच्च क्षणीसुद्धा ती भावनिकरीत्या दुसऱ्याच कुठल्यातरी ठिकाणी वावरते आहे असं मला का वाटत होतं. जणू तिला भूतकाळच नव्हता, किंवा तिने तिचं गतजीवन एका अज्ञात ठिकाणी सोडून

दिलं होतं आणि तिथून एका दुसऱ्याच जीवनात प्रवेश केला होता. ह्या दोन्ही जगांना सांधणारा एकमात्र दुवा म्हणजे तिची ती नोटेशन सिस्टिम आणि ते अमर दुःख, मुलगा गमावल्याचं की तो कधीच न सापडल्याचं!

मला सप्टेंबरमधला तो दिवस आठवतो. आम्ही त्या बेयलार्बेयच्या टेकड्यांवर तो जुना व्हिला शोधत होतो. आम्ही इस्तंबूल सोडण्याआधी माझ्या वडिलांनी ते घर रिकामं केलं होतं आणि अगदी नगण्य किमतीला विकून टाकलं होतं. 'आपण त्याची मालकी सोडली नाही, तर ते फक्त योग्य संधीची वाट बघत टपून बसतील, आपलं घर हिरावून घ्यायला. आधी त्या व्हिलाचे कागद मालमत्तेचा लिलाव करणाऱ्या सरकारी कचेरीकडे जातील. जरी न्यायालय हे सरकारी यंत्रणेचा पाया असलं तरी मुस्लिमेतर लोकांच्या मालमत्तेबद्दलच्या कायद्याचा वापर इथे केला जाईल. त्यापेक्षा आपण सगळ्यातून आधीच अंग काढून घेऊया.'

गेल्या वर्षी मी इथे पाऊल ठेवल्यापासून घळीमधला तो व्हिला मला सतत डोळ्यांसमोर दिसत होता; पण मला तिथे जाऊन तो व्हिला शोधायचा धीर मात्र झाला नव्हता. ते सुबक लाकडी बांधणीचं घर, भरपूर थंडगार सावली देणारी बागेतली झाडं, खास करून जुदासवृक्ष, पिवळ्या गुलाबांनी सजलेला लतामंडप, कलात्मकरीत्या घडवलेलं दगडी सिंक, त्यात काही सेंटीमीटर खोल पाण्यात अमाप वाढलेलं शेवाळं आणि पापिरूसची आठवण करून देणारं अजून एक माजलेलं रोपटं, कोपऱ्यात उभा असलेला बुटक्या म्हाताऱ्याचा शोभेचा पुतळा... माझ्या बालपणाचा अविभाज्य भाग असलेलं हे काहीही तिथे सापडणार नाही ह्या भीतीने मी तिकडे गेलोच नव्हतो अजूनही. अजूनही मला तो व्हिला माझ्या स्मरणात पूर्वीसारखाच ठेवायचा होता – परीच्या राज्यातल्या प्रासादासारखा! इस्तंबूलपासून दूर जिथे मी माझ्या बालपणातला खराखुरा आनंद अनुभवला, ती एकमेव सुंदर जागा. त्या दिवशी शरदाची उष्ण हवा आणि पिवळट निळा शारदीय प्रकाश हे इतके आमंत्रक वाटले की उयुल्कूबरोबर माझ्या बालपणाकडे पुनर्प्रयाण करण्याचा मोह मी आवरू शकलो नाही.

ते घर एका रानात, डोंगरउतारावर होतं. तिथून चेन्गेलक्योयची दरी दिसत होती. घनदाट वृक्षराजीतून रस्ता कापत आम्ही बराच वेळ गाडी चालवली. मग उतरून पायी चालायला लागलो. दुपार उतरली होती आणि सुलेमानियेच्या मागे सूर्य अस्ताला चालला होता. माझ्या आठवणीतलं जंगल आता बदललं होतं.

आणि एकटेदुकटे व्हिला जाऊन तीन-चार मजली घरांची दाटी तिथं झाली होती. तरीही, राळीचा तो तीव्र सुगंध अजूनही आसमंत वेढून होता. देवदार, मॅग्नोलिया, नारंगी फळं लगडलेली पर्सीमोन, लिंबाची झाडं, तांबूस पिंगट चेस्टनटची, तुतीची आणि अक्रोडाची झाडं जरा विरळ झाली तरी अजूनही त्यांच्या जागी उभी होती.

दोन मुख्य रस्त्यांना जोडणाऱ्या त्या आडव्या रस्त्यावर मला ते देवदारचे तीन अवाढव्य वृक्ष दिसतात मात्र आणि मी अत्यानंदाने आरोळी ठोकतो : इथेच आहे ते घर, डावीकडे वळायला हवं, मग थोडी सरळ वाट जाते आतवर, मग उजवीकडे आणि उतारावर ओळखीची पायवाट उरली नाहीय तिथे — परत डावीकडे.

विस्मृतीच्या गर्तेत गेलेलं माझं बालपण राळीच्या सुगंधाचा माग काढत मला त्या देवदार वृक्षांपर्यंत घेऊन आलं आहे. त्यातल्या एका वृक्षावर मी माझं नाव कोरलेलं होतं. पण आता मला ते सापडत नाही. उत्सुकतेने माझ्या हृदयाचे ठोके दुप्पट झाले आहेत. आता डावीकडे, मग वरच्या अंगाला, मग उजवीकडे, आणि त्या उतारावर डावीकडे, खाली जुनी पायवाट बुजून गेलीय. छोटे छोटे दगड जडावलेल्या त्या सावलीच्या रस्त्यावर माझी आई घसरते. मी तिच्या कंबरेला धरतो. माझं बालहृदय धपापू लागतं.

"आपण जरा हळूहळू जाऊ आणि हे सुंदर निसर्गदृश्य डोळ्यांत साठवून घेऊया," उयुल्कू सुचवते. "किती सुंदर आहे हे सारं. मी असलं दृश्य आतापर्यंत कधीच पाहिलं नाही."

त्या पायवाटेवरून वर जाताना मी तिच्या हातात हात गुंफतो. उजव्या बाजूला वळणारा रस्ता शोधायला आम्हाला जरा श्रम पडतात. तिथे आता कोणीतरी एक घर बांधलं आहे. जिथे पूर्वी रस्ता होता तिथे आता एक बाग आहे. आम्ही शेंगेल्क्योयच्या घळीतून वळणं घेत शेतातून जाणाऱ्या एका अरुंद पायवाटेकडे वळतो. इथे डागडुजी केलेले जुनेपुराणे व्हिला उभे आहेत. मला ते आठवत नाहीत. प्रवेशद्वारापाशी सुरक्षारक्षकाची खोली. उंच, काटेरी तारांनी वेढलेल्या भिंती. चावऱ्या कुत्र्यापासून सावध करणाऱ्या पाट्या. पूर्वी इथे रिकामी पडलेली, मोडकळीला आलेली खूप लाकडी घरं होती. ती सगळी नव्याने बांधली गेली असावी.

"मला वाटतं, मी रस्ता चुकलोय," असं म्हणत मी उयुल्कूच्या खांद्यावर

हात ठेवतो आणि तिला जवळ ओढतो. तो छोटा मुलगा आईच्या समोर धावत सुटतो आणि तुतीची झाडं आणि तमालपत्राचं कुंपण ह्यांच्या मधोमध लपून बसतो. थोड्या वेळाने आई घाबरते आणि मुलाला शोधू लागते, 'टेओ, कुठे आहेस बाळा? थेओडोराकी?' चिंतामग्न आईची ही चलबिचल त्याला मोठी मौजेची वाटते आहे. त्याची आई त्याच्यावाचून जगू शकत नाही हे त्याला पक्कं ठाऊक आहे. आई म्हणजे त्याचंही ब्रह्म आहे.

आमच्यासमोर उजव्या बाजूला दाट वनराजीच्या टेकडीवर मला ते घर ओळखू येतं. लाल विटांच्या चिमणीवरून आणि बागेतल्या झाडांवरून. त्याची पडझड झाली आहे आणि काही जळण्याच्या खुणाही दिसतात. आनंद, आश्चर्य, उत्तेजित अवस्था, सगळं एकाच वेळी! अगदी पूर्वी होतं तसंच्या तसं आहे ते! विश्वासच बसत नाहीय माझा!

तिकडे जायचा रस्ता असणारच, पण आम्हाला तो सापडत नाहीय. त्याऐवजी आम्ही चढणीवरून पुढे जातो. त्या घराच्या जागी एखादी बहुनिवासी इमारत किंवा नवश्रीमंतांचं हीन दर्जाच्या कलात्मकतेचं घर बघायला मिळेल अशी भीती मला वाटली होती. त्याचा एक भाग जळून खाक झाला होता आणि काही जागी ते खचलं होतं, पण त्या घराचा आत्मा ताजातवाना होता. माझ्या आठवणीतल्या घरापेक्षा हे कितीतरी लहान आहे पण! तळमजल्यावरच्या तुटलेल्या खिडक्यांतून कोळ्याची जाळी लटकत आहेत. जडावाची नक्षी असलेलं घराचं दार आता तिथे नाहीये, माझ्या वडिलांनी साफ्रान्बोलूमधून ते स्फटिक मागवले होते. संगमरवरी पायऱ्यांचे टवके उडाले आहेत आणि त्यावर शेवाळं माजलं आहे. मी उयुल्कूचा हात पकडतो आणि तिच्यासह त्या घरात प्रवेश करतो. पहिल्या मजल्यावर जाणाऱ्या लाकडी जिन्याच्या पायऱ्या काही प्रमाणात खचल्या आहेत तर काही जळून गेल्या आहेत. पण जुन्या भित्तिचित्रातल्या देवदूताचे पंख अजूनही अंदाजाने ओळखता येत आहेत. फर्निचर कुठेच दिसत नाही, ज्यांनी हे घर खरेदी केलं ते इथे फार काळ राहिले नसावेत. जळितानंतर ते इथून निघून गेले असतील. एक अनिवार्य इच्छा माझ्या मनात निर्माण होते त्या लोकांना शोधून काढावं, त्यांच्याकडून हे घर पुन्हा खरेदी करावं आणि इथे राहायला यावं.

"कदाचित ते जुदासवृक्षाचं प्रवेशद्वार इथं असेल," मी उयुल्कूला म्हणतो, "मला हे घर काही करून पुन्हा विकत घ्यायचं आहे. जुदासवृक्ष बहरतील तेव्हा

आपण इथं राहायला हवं. हे घर अजून उभं आहे, हा एक चमत्कारच म्हटला पाहिजे. जणू वर्षानुवर्षं ते माझी वाट पाहात होतं, की मी परत येईन, त्याला शोधून काढेन... मला हे घर हवंय. मी इथे परत येणार आहे."

सूर्यास्त कधीचा होऊन गेला होता इकडे आमचं लक्षच गेलेलं नाही. एक लालसर पिवळा प्रकाश घरावर पडला आहे. माझी आई कंटाळून ह्या खोल्यांमधून चकरा मारायची तेव्हा तिच्या सावलीची रूपरेखा जशी दिसायची, तशीच उयुल्कूची सावली आता दिसते आहे. "चल आता परत जाऊ आपण. हे घर परत मिळवण्याचा मी प्रयत्न करेन. जुदासवृक्षाच्या प्रवेशद्वारापेक्षा मला आता जास्त ओढ हे घर परत मिळवण्याची आहे हे माझ्या पक्कं लक्षात आलंय."

आम्ही बेयलार्बेयच्या धक्क्यावर परत आलो तेव्हा सर्वत्र फिका जांभळट संगमरवरी संधिप्रकाश दाटला होता. सप्टेंबरच्या अखेरीचे दिवस. वातावरणात थंडावा आला होता. आम्ही काठावरच्या एका कॅफेमधे बसलो. मी साखरेशिवाय मोक्का मागवली. मला जरा शांत, निवांत बसायचं होतं. खरंतर आत्ता काहीतरी मादक पेय घ्यायला हवं होतं, पण मशिदीजवळच्या कॅफे आणि रेस्तराँमध्ये अल्कोहोल मिळत नाही. हा मनाईहुकूम काढणाऱ्याला मी मनातल्या मनात शिव्या घातल्या.

'तिथं अल्कोहोल का मिळत नाही' म्हणून उयुल्कूने वेटरशी वाद घालायला सुरुवात केली. मोक्का मागवावी की चहा हे ती ठरवत असतानाच एक माणूस आमच्या टेबलाजवळ आला. तिच्या जुन्या ओळखीचा असावा तो. त्याचे केस पांढरे झाले होते आणि त्याचे कपडे जरी साधेसुधे असले तरी त्याचं उच्चभ्रू व्यक्तिमत्त्व लपत नव्हतं.

"अत्तिला बे, काय योगायोग म्हणायचा! हल्ली ह्या भागात राहायला आलात का तुम्ही?"

"अजूनही तिथेच राहतो मी. इथून माझं घर काही फार लांब नाही."

"पण मी तुमच्याकडे एका वेगळ्याच रस्त्याने आले होते. शिवाय तुमचं घर काही समुद्राजवळ नाही."

"इस्तंबूलचे रस्ते फसवे आहेत. पण तुमचं म्हणणं बरोबर आहे, आमचं घर समुद्रावर नाहीय."

उयुल्कूने त्याला आमच्या टेबलवर बसायची विनंती केली आणि आमची ओळख करून दिली, "टेओ बायझेंटिअमचा तज्ज्ञ अभ्यासक आहे. एका विशेष

संशोधनासाठी तो इस्तंबूलला आला आहे." उत्तरादाखल त्याने फक्त मान तुकवली. जणू त्याने दर्शवून दिलं की त्याला माझ्या संशोधनात रस नव्हता आणि आमच्या टेबलावर येऊन बसायचंही नव्हतं. त्याला काहीतरी बोलायचं होतं असं दिसलं, पण त्याच्या ओठांवर शब्द काही उमटत नव्हते.

"आपण एक वर्षभर भेटलोच नाही. त्यामुळे तुम्हाला कळलं नसेलच. तो अखेर म्हणाला.

"कशाबद्दल?"

"माझा मुलगा. अनेक वर्षांनी तो परत आला, काहीतरी ठरवण्यासाठी, आयुष्याला दिशा देण्यासाठी. पण आता तो जिवंत नाही. त्यांनी मारून टाकलं त्याला आणि माझ्या कुठल्याच प्रश्नांना अजूनही उत्तरं मिळालेली नाहीत."

उयुल्कू थरथरत होती हे मला जाणवलं. ती उभी राहिली आणि तिनं त्या माणसाचा हात पकडला. दोघांचं दैव त्यांच्याशी एकच दुष्ट खेळी खेळलं होतं, म्हणून जुन्या मित्रांप्रमाणे ते एकमेकांना मिठी मारून सांत्वन करतील असं मला वाटलं होतं, पण तसं घडलं नाही. ते बोस्पोरूसकडे वळून एकमेकांशेजारी खिळून उभे राहिले. माझ्याकडे त्यांची पाठ होती तरी त्यांची दृष्टी एकाच ठिकाणी खिळली होती हे मला जाणवलं होतं. ते संभाषणाच्या पलीकडे गेले होते. त्यांचं शब्दांशी असलेलं नातं संपलं होतं. त्यांच्या मुलांच्या हत्येमागे एक रहस्य दडलं होतं. ते फक्त त्या दोघांनाच माहीत होतं आणि मला ते कधीच कळणार नव्हतं. अखेर उयुल्कू खुर्चीत कोसळली आणि तो माणूस वळूनही न पाहता निःशब्दपणे तिथून निघून गेला.

'हा देश त्याच्या पोराबाळांना गिळून टाकतो.' माझ्या वडिलांचे शब्द मला आठवले.

"तुला काय माहीत आहे? हा देश शापित आहे आणि आता त्या समोरच्या टेकड्यांवरही मृत्यूची छाया पडली आहे. जिवावर उदार होणारे लोक बळी जातील आणि त्यांचा जीव घेणारे 'ते' कसाई असतील. वेळेवर इथून निघून जा टेओ, उशीर होण्याआधीच इथून काढता पाय घे."

मग ती अश्रू न लपवता हुंदके देऊन रडू लागली. मी तिला ह्याआधी कधीच रडताना पाहिलं नव्हतं आणि मला ती कधीच माझ्यापासून इतकी दूर भासली नव्हती. मला खूपच उपऱ्यासारखं वाटत होतं. तो माणूस तिचा मित्र नव्हता, तिने त्याला बे अशी हाक मारली होती. तरीही त्या दोघांमध्ये शब्दांच्या पलीकडचं

एक रहस्य, एक दुःख, एक संवेदन होतं, जे फक्त त्या दोघांच्यातच होतं. माझ्या प्रेयसीपासून इतक्या जास्त अंतरावर मी आजपर्यंत कधीच नव्हतो. माझ्या मनात अचानक आशंका दाटून आली. ह्यापुढे आम्ही एकमेकांना समजून घेऊ शकू का? अचानक एका अपार निराशेने मला घेरून टाकलं. अगदी ते पोरकं झालेलं घर, माझ्या बालपणातलं पुन्हा सापडलेलं नंदनवनसुद्धा मला अचानक निरर्थक वाटू लागलं.

२.

इथून दूर निघून जाणं खरंतर सोपं नाहीय. मी स्वतःशीच खोटं बोलतेय आणि माझं डोकं ताळ्यावर नाहीय असं कुणाला वाटेल कदाचित. ग्युल्दालीच्या घरात माझ्या उरलेल्या वस्तूंची बांधाबांध झाल्यावर मी छोट्या उमुटला मांडीवर घेऊन वेलींच्या कमानीखाली बसले होते आणि ग्युल्दालीने केलेला ताजा चहा पीत होते. इतकं समाधान मला आजवर कधीच मिळालं नव्हतं. एक निर्भेळ, निर्मळ आनंद माझ्या मनात दाटून आला होता, छोट्या फेलिक्ससारखा. तो समोरच्या भिंतीवर आरामात पसरला होता आणि स्वतःला चाटूनपुसून साफ करत होता.

सप्ताळू, आलुबुखार आणि सफरचंदाच्या झाडांचे मोहोर गळून पडले होते. पांगाऱ्याची फुलं कोमेजून गेली होती. आता डाळिंबाच्या झाडावर लालभडक फुलांचा मोहोर दाटला होता. जिरेनिअम, झेंडू, घोळाची फुलं, विविध रंगांत फुलणारी पर्स्लेन, कोंबड्याच्या तुऱ्यासारखे दिसणारे गडद काळपट लाल कॉक्सकोंब आणि सुगंधाने लहडलेली कार्नेशन. ''माझ्या हातात जादू आहे,'' ग्युल्दाली म्हणाली. खरंच, तिथली झाडंझुडपं, फुलं, तिच्या छोट्याश्या बागेच्या एका कोपऱ्यात तिने मिरच्या आणि काकड्या लावल्या होत्या. त्यांची वाढ झपाट्याने होत होती. ''माणसाने झाडांवर प्रेम करायला हवं,'' ती म्हणायची, ''त्यांच्यावर प्रेम करावं, त्यांची काळजी घ्यावी. प्रेमाने जीवन फुलून जातं, बहरून येतं.''

ग्युल्दाली आणि मी दिवसेंदिवस एकमेकींच्या जवळ येत चाललो होतो. तिचं मूल माझ्याजवळ ठेवून ती दिवसा घरकामाला जायची. संध्याकाळपर्यंत तिच्याकडे खमंग गप्पांचा साठा तयार असायचा. ती माणसांचं निरीक्षण फार चिकित्सकपणे करायची. उन्हाळ्यातल्या रात्री घरातलं कामधाम आटपून चहा

घेत घेत आम्ही वेलींच्या मांडवात बसून गप्पा मारायचो. टेकडीमागून चंद्रबिंब वर येत असायचं आणि तेव्हा ती मला ह्युसेईनबद्दल सांगायची.

तिच्या शब्दांतून व्यक्त होणारं त्यांचं निर्व्याज प्रेम आणि पराकोटीची उत्कटता हे माझ्या समजण्याच्या पलीकडचं होतं. तिच्या नवऱ्यावर तिचा अढळ विश्वास होता.

"ग्युल्दाली, तुम्ही शरीरसुखाच्या बाबतीत समाधानी होतात? म्हणजे, पुरेपूर, स्वतःला उधळून टाकून केलेला प्रणय?"

"वेडावून टाकणाऱ्या शरीरसुखाशिवाय प्रेम तगेलच कसं? अंतराळात तरंगायला लावणारा, एका वेगळ्याच वेड्या अनुभूतीची जाणीव करून देणारा सेक्स. अर्थातच आमचा प्रणय उत्कट आणि निर्बंधपणे चालायचा. पण आमची कधीच तृप्ती व्हायची नाही. तू हे कधीच अनुभवलं नाहीयेस का?"

खोटं खोटं हसत मी तो प्रश्न टाळला. मी अगदी पूर्णतः नकार देऊ शकले नसते. कारण मध्यरात्री केरेम अली मला भेटायला यायचा ते केवळ संघटनेच्या कामासाठीच नाही हे ग्युल्दालीलाच काय, सगळ्या वस्तीला माहीत होतं. आणि माझं आणि त्याचं नातं नाकारणं हा त्याच्यावर अन्याय झाला असता म्हणून मी एखादी लाजरीबुजरी नववधू वागेल तसे आढेवेढे घेतले.

उन्हाळा फारच कडक होता, वातावरण उकळल्यासारखं तापून जायचं, अगदी टेकड्यासुद्धा धुमसत असायच्या. पत्रकार, लेखक, कलाकार, पोलीस, सैनिक आणि काही हितचिंतक यांची ये-जा चाललेली असायची. उत्कंठा आणि प्रतीक्षा. आणि मग शरद ऋतूचं आगमन.

२००० सालच्या शरद ऋतूचं वर्णन कसं करावं? पिवळ्या सोनेरी चकाकीचा, उबदार एटेशिअन वारे, एक मृदू स्पर्श. धुळीने भरलेले रस्ते, चढणीवर भिरभिरणारी झाडांची रंगीत पानं, रेंगाळलेल्या उन्हाळ्यामुळे पुन्हा एकदा फुललेले देशी गुलाब, शेजाऱ्याच्या वेलीवर लगडलेली तेजस्वी लालसर छटेची हिवाळी द्राक्षं, छोट्या छोट्या बागांमधून फुलणारी लालसर, पिवळी, पांढरी गुलाबाची फुलं, फिकट जांभळी आणि पांढरी क्रीझान्थेमम. त्या हिवाळ्यात उमुटने लटपटत पहिलं पाऊल टाकलं. फेलिक्स तासन्तास स्वतःला चाटत उन्हात बसायचा. टेकडीवर काहीतरी खदखदत होतं आणि ह्या भागात लवकरच एखादा मोठा स्फोट होईल असं वाटत होतं. ऑक्टोबरच्या अखेरीस आम्ही अजूनही उन्हाळ्यातले तलम कपडे घालून बागेत बसत होतो. आम्हाला

सावधगिरी बाळगायला सांगण्यात आलं होतं. कोणा परक्या माणसांना घरात घेऊ नका आणि लोकांच्या नजरेस फारसं पडू नका... ग्युल्दालीचा नवरा गायब होता आणि त्यात मी तिथं असणं म्हणजे संशयाला अजून वाव देणारं होतं. "तू काही दिवसांसाठी घरी गेलीस तर जास्त चांगलं," केरेम अलीने मला सुचवलं होतं. त्याला माझी विनाकारणच काळजी वाटत होती. माझ्या कुटुंबाचं सरकारदरबारी वजन होतं. मी पुन्हा एकदा त्याचा फायदा घेतला. एक उपराज्यपाल माझ्या काकांकडे उपचार घ्यायचे आणि माझ्या वडिलांबद्दल त्यांना खूप आदर होता. मी त्यांच्याकडून माझ्या संशोधनकार्याबद्दल एक प्रमाणपत्र घेतलं आणि माझं स्थान नव्याने भक्कम केलं. निदान मला असं वाटलं.

मग बाहेर एकदम थंडी पडली आणि आमच्या हृदयातही. थंड, ओलसर दमट धुक्याने भरलेला नोव्हेंबरमधला एक दिवस. एखाद्या भिकार नाटकासारखा जिथे सगळी पात्रं एकदम स्टेजवर येतात आणि सगळ्या घटना एकदमच समोर मांडल्या जातात.

रंगीबेरंगी फुलात उमलणारे, लालसर पिंगट रंगाचे शरदाचे लाघव किंवा पाण्यावर चमकणाऱ्या चंद्रकिरणांना भेटायला येणारा उन्हाळी रात्रीचा गर्द निळा उजेड आता उरला नव्हता. निसरडे रस्ते, चढण, अस्वच्छ गेसिकोंदू, टेकडीवरून आणि काळ्या समुद्रावरून वाहणारा बर्फाळलेला वारा परीकथेच्या साम्राज्यातलं एवढंच काय ते आता उरलं होतं.

केरेम अलीने सुचवल्याप्रमाणे प्रकृतीचं कारण पुढे करून किंवा सुरक्षिततेसाठी म्हणा, माझ्या घरी परत जाणं आणि हिवाळा उलटेपर्यंत तिथेच राहणं हे सध्या शहाणपणाचं होतं. पण फक्त स्वतःचाच विचार करून ग्युल्दालीला आणि छोट्या उमुटला त्या परिस्थितीत एकटं सोडून जायला माझं मन धजेना. तुरुंगात आमरण उपोषणं सुरू झाली होती आणि ते लोण पसरत चाललं होतं. टेकडीवर मात्र वेगळंच वातावरण होतं. आपण आपल्या मृत्यूला सामोरं जात नसून चाळीस दिवस चाळीस रात्री चालणारा एखादा भव्यदिव्य विवाहसमारंभ साजरा करणार आहोत असा उत्साह तिथे संचारला होता. गेसिकोंदूमध्ये रव्याचा शिरा आणि अशुरे अशी मिठाई बनवून घरोघरी वाटण्यात आली होती. वर्षानुवर्षं एकमेकांना शब्द दिलेल्या जोडप्यांचा जणू आता साखरपुडा होत होता आणि कित्येक वर्षांपासून ज्यांची सोयरीक ठरली होती, तो लग्नसोहळा पार पाडण्यासाठी सगळेजण जणू ह्याच क्षणाची वाट पाहत होते. मेंदीने हात रंगत

होते, ज्येमेवीचे समारंभ चालले होते, दिवसभर घरकाम करणाऱ्या आणि रात्री सैनिकी अभिनिवेश धारण करणाऱ्या कणखर कष्टकरी बायका त्यांच्या एका खोलीच्या झोपडीत क्रांतिकारी बांधवांसाठी लाल कापडाचे कपाळाला बांधायचे रुमाल हजारोंच्या पटीत शिवत असायच्या : युद्धाच्या सुरुवातीला मृतदेहांसाठी पोती शिवली जायची तशाच प्रकारे. फक्त इथे त्यांची आशा आणि जगण्याची उमेद जागी होती.

टेलीव्हिजन आणि वृत्तपत्रातली चित्रं पाहून माझं पित्त खवळून उठायचं. तुरुंगातल्या कोठडीत रिकाम्या शवपेट्या, त्यांवर लाल झेंडे गुंडाळलेले, भोवती मशाली लावलेल्या, लाल फीत कपाळावर बांधलेले युद्धकैदी त्यांवर पहारा करत असताना दिसायचे. खरंतर माझ्या माहितीनुसार युद्धात पकडलेल्या आणि दोषी ठरवण्यात आलेल्या लोकांना युद्धकैदी असं संबोधित करणं बंधनकारक होतं, कारण क्रांतिकारकांनी स्वतः हुकूमशाहीला शरण जाणं किंवा तुरुंगात डांबून घेणं कधीच शक्य नव्हतं. त्यांना फारतर युद्धात पकडणं शक्य होतं. शिवाय एव्हाना मला समजलं होतं की तुरुंग हे खरंतर बूर्ज्वाझीच्या भांडवलदारांच्या अंधारकोठड्या होत्या. मी आता त्यांची भाषा बोलायला लागले होते. साधीसुधी, भाबडी भाषा, जिचा प्रत्येक शब्द गूढार्थाने भारलेला होता. विश्वासाने ओतप्रोत भरलेल्या एका जगातून निर्माण झालेली भाषा.

मृतांच्या आत्म्याला शांती मिळावी म्हणून शांतता पाळली जायची, त्या वेळची टेलीव्हिजनवरची छायाचित्रं म्हणजे पुढे येऊ घातलेल्या भयंकर दिवसांचे काळदूतच म्हणावी लागतील. रिकाम्या शवपेट्या, क्रांतिकारकांची चित्रं, संघटनेचे लाल झेंडे ह्यांनी सजवलेल्या क्रांतिकारी नेत्यांच्या कोठड्यांच्या पार्श्वभूमीवर घेतली गेलेली ही छायाचित्रं. जणू कॉम्रेड्स जीवन नाही तर मृत्यूचा आदरसत्कार करत आहेत. कितीही प्रयत्न केला तरी हे मला नीट कळू शकलं नाही. मी केरेम अलीला हे सांगायचा प्रयत्न केला तेव्हा तो अत्यंत तुटकपणे फक्त एवढंच म्हणाला, "ही सगळी सरकारची कुटिल चतुराई आहे. आतमध्ये अशा गोष्टी चालू असतात असं सामान्य जनतेला वाटावं म्हणून. मृत्यूची पूजा करणाऱ्या क्रांतिकारकांचं डोकं फिरलेलं आहे हे त्यांना पटावं म्हणून."

"तुलाही हे जरा विचित्र वाटत नाही का? जरा भीतिदायकच दिसतं ते सगळं. धार्मिक उत्सवासारखं."

"आतलं वातावरण अगदी वेगळं असतं. जरा विचार कर, ही तरुण मुलं

क्रांतीसाठी आणि ध्येयासाठी प्राण द्यायला तयार आहेत. स्वतःच्या मृत्यूच्या डोळ्यांत डोळे घालून पाहायला तयार आहेत. तीही म्हणतात, मृत्यो, तुझं स्वागत असो! मला त्यात काहीही विचित्र दिसत नाही. कोठडीत बंदिस्त असलेल्या ह्या माणसांची क्रांती घडवून आणायची ऊर्जा जिवंत ठेवली पाहिजे. ह्या असल्या चित्रांमुळे जनमानसावर त्यांची अगदी विपरीत प्रतिमा उमटते ह्याचा मला संताप येतो.''

आपापल्या कुटुंबीयांना रात्रीच्या वेळी भेटून येणाऱ्या बायकांप्रमाणे ग्युल्दालीलाही ही चित्रं पाहून अभिमान आणि उत्साह वाटत असे. वृत्तपत्रातले फोटो त्या मन लावून पाहायच्या आणि टेलीव्हिजनवरच्या बातम्यांबद्दल चर्चाही करायच्या. लहान लहान तपशिलांकडे त्या लक्ष पुरवायच्या. एखादा झेंडा कसा चुकीचा लावला आहे ह्याबद्दल किंवा त्यांच्या संघटनेचं बोधवाक्य दुसऱ्या कोणीतरी झळकवलं म्हणून कुरकुर करायच्या. लग्नाचे किंवा वीर पुरुषांचे फोटो बघत असल्यासारखा त्यांचा आव असायचा. ह्यातून त्यांना एक प्रकारची शक्ती मिळायची, त्या बळावर दुसऱ्या दिवशी त्या मोर्चात सामील व्हायच्या आणि बहुतांशी या विरोधी मोर्चांचा समारोप दंगेधोपे, अटका आणि जखमी होण्यात व्हायचा. घरांवर हल्ले व्हायचे, लोकांना वेठीला धरलं जायचं. मला अजूनही नवल वाटतं की सगळ्यांसाठी हे रोजचंच होऊन बसलं होतं. त्यांना आता ह्या सगळ्याची सवय झाली होती.

नाही, शहरातल्या इमिग्रेनच्या सुरक्षित व्हिलामध्ये मी कशी परत जाऊ, तिला अशा वेळी एकटी सोडून? त्यांना माझी गरज होती हे त्यांना माहीत नसलं तरी मला माहीत होतं, आणि खरंतर मलाच त्यांची गरज होती.

तो ओलसर दमट कडाक्याच्या थंडीचा नोव्हेंबरमधला उदासीन दिवस इतका विलक्षण होता की मी माझ्या एखाद्या नाटकामध्ये त्याचा उपयोग करून घेऊ शकले असते.

उयुल्कूचा फोन आला होता. ती मला भेटायला येणार होती. रिसिव्हर खाली ठेवल्यावर मला जाणवलं की मला तिची फार उणीव भासली होती. आम्ही बऱ्याच दिवसांत भेटलो नव्हतो. काही निमित्तही झालं नव्हतं किंवा आम्हीही मुद्दाम काही कारण शोधून काढलं नव्हतं. घंटा वाजली तेव्हा मी छोट्या उमुटबरोबर घरात एकटीच होते. माझ्या अंदाजानुसार ती टेओला बरोबर घेऊन आली होती. अंधार पडू लागला होता. ''आज मला जास्त वेळ लागणार नाही.

त्या म्हाताऱ्या बाईकडे केर काढायचाय, स्वैपाक करून जेवण टेबलावर मांडायचंय आणि थोड्या गप्पा.'' ग्युल्दाली सकाळी सांगून गेली होती पण अजून ती परतली नव्हती.

उयुल्कू आणि टेओने त्यांचे चिखलाने माखलेले बूट दाराशी काढून ठेवले. मनापासून मिठी मारून मी त्यांचं स्वागत केलं. गेल्या काही दिवसांत मला खरंच त्यांची उणीव भासली होती. घाईघाईने मी काही लाकडं शेकोटीत ढकलली. असल्या दमट हवेत थंडी पार हाडं गोठवून टाकते.

‘‘मी चहा आणते तुमच्यासाठी. किंवा हॉट वाईन पंच? लवंगा घालून?''

उयुल्कूचा फोन आल्यावर लगेचच मी चहाची किटली विस्तवावर चढवली होती. मला लहानपणी काढलेली चित्रं आठवली. लहान, उबदार घरं, लाकडाच्या चुलीवर किटलीत उकळणारा चहा, चुलीशेजारी एका उशीवर डोळे मिटून विसावलेलं मांजर... मी लुसानच्या स्टुडिओत किंवा एमिर्गनच्या व्हिलामध्ये किंवा गेलाबाजार अंकारामधल्या आमच्या फ्लॅटमध्ये न राहता इथे एका गेसिकोंदूमध्ये राहतेय ह्याचं स्पष्टीकरण देण्यासाठी म्हणून की काय?

जवळच झोपलेल्या मांजरावर उयुल्कूची नजर पडली.

‘‘अत्तिला बेकडून मिळालं ना तुला हे मांजर?''

तिचा आवाज अचानक इतका वेगळा आणि घोगरा का झाला हे मला समजलंच नाही.

‘‘हो, त्यांच्याकडचं पिलू आहे हे. तू फेलिक्सला आधीही पाहिलं आहेस.''

शेजारच्या खोलीत झोपलेला उमुट एव्हाना जागा झाला होता आणि जरा खिदळून, जरा रडायचं नाटक करून त्यानं मला तशी वर्दी दिली होती.

‘‘आलेच हं मी एका मिनिटात, मी बाळाला घेऊन आले.'' आणि हातात बिस्कीट देऊन त्याला एका छोट्या स्टुलावर बसवलं.

‘‘त्याची आई येईलच एवढ्यात,'' मी म्हणाले.

‘‘अजून एक लोकरीचा स्वेटर घाल त्याला. तशी थंडी नाहीय इथे आतमध्ये, पण झोपेतून उठल्यावर, उबेतून बाहेर आली की त्यांना जरा थंडी वाजतेच.'' मी काही बोलायच्या आतच उयुल्कूने त्याचा स्वेटर उचलून त्याला घालून टाकला.

मी काचेच्या निमुळत्या ग्लासात चहा ओतत असताना मला टेओची नजर माझ्यावर खिळलेली जाणवली आणि मी वळून त्याच्याकडे पाहिलं,

"हे सगळं तुला माझ्या बाबतीत अजिबात ओळखीचं वाटत नसेल ना, टेओ? तुला अशीही एक देरिन भेटेल, ती तुझ्यासाठी चहा करून आणेल आणि त्याच वेळी एका बाळाकडेही लक्ष देत असेल…"

उयुल्कू बराच वेळ चहा ढवळत होती. ती अखेर म्हणाली, "त्यांनी अत्तिला बेच्या मुलालाही मारून टाकलं."

आणि मला बापडीला वाटत होतं की ह्या असल्या गोंधळात तिला माझी काळजी वाटतेय म्हणून ती मला भेटायला आलीय!

"तो तुर्कीमध्ये राहत नव्हता ना? तो ऑस्ट्रेलियात असतो असं अत्तिला बे म्हणाले होते."

"तो परत आला होता. त्याच आठवड्यात त्याचा निकाल लावण्यात आला. त्यालाही काही महिने लोटले आता."

"तुला कसं कळलं हे, उयुल्कू?"

"अगदी योगायोगाने. टेओ, गेल्याच महिन्यात ना आमची आणि अत्तिला बेची अकस्मात भेट झाली बेयलार्बेयमध्ये. तेव्हा त्यांनी आम्हाला स्वतःच सांगितलं. ते म्हणाले की पोलिसांनी काही जास्त तपास केला नाही आणि वृत्तपत्रांनीही काही खास लावून धरलं नाही."

"का पण? भुरटे चोर होते का ते? की गर्दुल्ले?"

"नाही, अंगावरच्या वस्तूंना हातही लावला नाही मारेकऱ्यांनी. त्याच्या कपाळाच्या मधोमध गोळी घालण्यात आली होती."

"माझ्या माहितीप्रमाणे अत्तिला बेचा मुलगा गेली सहा–सात वर्षं ऑस्ट्रेलियात व्यापार करत होता. तिथल्या माफियाचं काम असेल का हे?"

"तुला अत्तिला बेचं घर कसं सापडलं, देरिन? म्हणजे तुला पत्ता कुठून मिळाला?"

माझ्या अंगातून एक थंड लहर सळसळत गेली. मला आठवलं. माणसाची स्मरणशक्ती विलक्षण पद्धतीने काम करते. उमुटच्या जवळच्या मित्राचं ते घर. उमुटची हत्या होण्याच्या आधी तो बऱ्याच वेळा रात्रीचा तिथेच राहायचा. मी उमुटच्या शोधात तिथपर्यंत पोहोचले होते. त्याच्या सगळ्या वस्तू, मागे उरलेले अखेरचे दुवे… केरेम अलीचे शब्द पुन्हा माझ्या कानांत घुमले : खरंतर मी ते करायला नको होतं. त्या पायऱ्या चढून जाणं, दोनशे पंचाऐंशी पायऱ्या. त्यांनी माझ्याकडे कसं वळून पाहिलं आणि माझ्या नजरेआड झाले… ते लहानसं, सुबक

घर. तिथली अमाप फुलं, बागेतले गुलाब, एक मध्यमवयीन प्रौढ माणूस, पुस्तक वाचता वाचता बाख ऐकणारा. त्याचा करडेपणा आणि विरक्त शांतपणा. हो, मला आठवतंय.

"उमुटला गोळ्या घालण्यात आल्या त्या रात्री त्या फ्लॅटमध्ये एक चौथी व्यक्ती होती. तिच्याबद्दल कधीच नक्की काही कळू शकलं नाही. हा चौथा माणूस बरेच दिवस तुझ्या डोक्यात घोळत होता, नाही का देरिन?"

"हो, पण आम्हाला काहीच माहिती मिळाली नाही."

"तो चौथा माणूस म्हणजे अत्तिला बेचा मुलगा होता."

पुढे काही बोलायला बाकी उरलं नव्हतं. उयुल्कूच्या प्रश्नालाही खरंतर काही अर्थ नव्हता. मला तो पत्ता कुठून मिळाला हे तिला कळून चुकलं होतं. आम्ही एकमेकींकडे बघितलं तेव्हा मला जाणवलं की तिला माझ्यावर कसलाही आरोप करायचा नव्हता किंवा माझी उलटतपासणीही करायची नव्हती. तिला मला सावध करायचं होतं. टेओ काळजीने आमच्याकडे शांतपणे बघत होता. तो अगदी परका, नेहमीपेक्षाही दूरस्थ भासत होता. उमुट, ते लहानगं आमच्यात बसून खिदळत होतं, पण त्याच्याकडे बघायला कुणालाच वेळ नव्हता. चुलीवरच्या किटलीत चहा अजूनही उकळत होता. मांजर पाय ताणून मजेत पहुडलं होतं आणि उबेच्या दिशेने नाक वळवीत होतं. शाळेत माझ्या शेजारी बसणाऱ्या दुष्ट मुलीने मी काढलेल्या शीत ऋतूच्या सुंदर चित्रावर शाई ओतावी तसं मला वाटलं.

तेवढ्यात दाराची घंटा वाजली. ग्युल्दालीच असेल. मला हायसं वाटलं. आता विषय बदलता येईल ह्या आशेने मला जरा मोकळं वाटलं. पण ती ग्युल्दाली नव्हती. दारात केरेम अली उभा होता. एका कंटाळवाण्या नाटकाच्या पहिल्या अंकाचा हा शेवटचा प्रवेश असावा तसं काहीसं वाटलं मला. आता त्याने तोंडाची तोफ सोडावी म्हणून मी वाट पाहू लागले. मग माझं प्रत्युत्तर. आम्ही सगळ्यांनी आपल्या भूमिकांचा व्यवस्थित अभ्यास केला होता आणि आपापल्या संकेताची वाट पाहत होतो.

"ग्युल्दालीला एका मोहिमेत अटक झाली." केरेम अलीच्या तोंडातून घाईघाईने शब्द बाहेर पडले. "मोर्चातल्या काही निदर्शकांना पोलिसांनी काही वेळानंतर सोडून दिलं, पण ग्युल्दाली आणि इतर काही बायका अजूनही त्यांच्या ताब्यात आहेत. त्यांना ते कुठे घेऊन गेलेत ह्याचा शोध आम्ही घेतोय."

आत्ता कुठे त्याचं लक्ष पाहुण्यांकडे गेलं. कदाचित तो फक्त नाटक करत असेल, त्यांना नुकतंच पाहिल्याचं.

"अरे, हे कोण आलंय इथे? बे टेओ, तुम्ही अजून इथेच आहात का? मला वाटलं तुम्ही कधीच तुमच्या देशी, तुमच्या घरी निघून गेला असाल."

"इथेच आहे माझं घर." टेओच्या सुरात उघड उघड आव्हान होतं.

उयुल्कू आणि मी एकमेकींकडे पाहू लागलो. उमुट रडायला लागला होता. मांजर उठलं आणि अंग फुलवून त्याच्या स्टुलाकडे जायला निघालं.

"ग्युल्दालीचं काय होणार?"

"ते तिला लवकरच सोडतील. ती काही क्रांतीचं नेतृत्व करणारी वगैरे नाही."

"खरंय. ग्युल्दालीचं प्रकरण एवढं गंभीर नाहीय. पण तिचा नवरा, ह्युसेईन. तो डोंगरात परागंदा झाला आणि त्याने स्वतःला संघटनेशी जोडून घेतलं. ते पोलिसांच्या नजरेतून सुटलं नसेल."

"मी माझ्या वकिलाला लगेच फोन करते, हवं तर आपण अजून चांगला वकील करू. सध्या तिला कच्ची कैद मिळाली आहे, बरोबर? कैद्यांच्या आयांबरोबर तिने निदर्शनं केली म्हणून काही तिला लगेच फाशी दिलं जाणार नाही."

"नक्कीच. काही दिवसांनी ते तिची सुटका करतील. तिला थोडा त्रास देतील, तिच्या नवऱ्याचा ठावठिकाणा तिने सांगावा म्हणून, पण ती बिचारी तरी काय सांगणार? तो डोंगरात जाऊन राहतोय एवढंच सांगू शकेल ती फारतर. तुर्कस्तानात, खास करून पूर्वेला डोंगरदऱ्या आहेत, बे टेओ. ऐकलंय कधी? तुम्हाला कुर्दिश लोकांच्या, ह्या डोंगरदऱ्या पाहण्यात रस आहे का? तुमच्या संशोधनाचा हा पण एक भाग आहे का?"

त्याच्या आवाजातला उपहास आणि उपरोध ऐकून मला वाईट वाटलं. मी टेओकडे पाहिलं. तो शांत होता आणि गप्प बसला होता. टेओला इथल्या डोंगरांची माहिती नव्हती, मलाही नव्हती. खरंतर केरेम अलीलाही नीट माहिती नसेल त्यांची. पण तीच तर दुखरी नस होती.

"अयोझगुरचा खून झाला," उयुल्कू अचानक म्हणाली.

कुणीच काही बोललं नाही.

"अत्तिला बेचा मुलगा." तिने तिचं बोलणं पुढे रेटलं. "त्याच माणसाचा मुलगा, जो त्या घरात राहतो, जिथे पोचायला दोनशे पंचाऐंशी पायऱ्या चढून

जायला लागतं. तुझ्या भावाच्या आणि उमुटच्या हत्येच्या वेळी तिथे हजर असलेली चौथी व्यक्ती, जिची ओळख पटली नव्हती...''

मला केरेम अलीच्या चेहऱ्याकडे बघायचं नव्हतं, पण तरीही मी पाहिलं. त्याचा डावा डोळा किंचित बारीक झाल्याचं मी पाहिलं. दोनशे पंचाऐंशी पायऱ्या हा परवलीचा शब्द असणार त्याच्यासाठी. केरेम अलीला ह्या खुनाबद्दल नक्कीच माहिती होती. ज्याचा खून होणार होता त्याच्याबद्दल त्याला फार माहिती नव्हती, पण त्याने मनाशी काहीतरी खूणगाठ बांधली होती एवढं मात्र नक्की होतं.

क्षणभरातच त्याने स्वतःला सावरलं आणि तो म्हणाला,

''अरे, वाईट झालं. कधी घडलं हे? लोकांचे हकनाक जीव घेतले जात आहेत, ह्याला काही अंतच नाही. असो, मी मुख्य म्हणजे ग्युल्दालीची बातमी द्यायला आलो.''

ग्युल्दालीला अटक झाली होती. आता मी काय करायला हवं होतं? छोट्या उमुटला तिच्या दिराकडे सोडून घरी जायला हवं? हेच सगळ्यात शहाणपणाचं ठरेल. मी उमुटला त्याच्या छोट्या खुर्चीतून उचललं आणि छातीशी घट्ट धरलं. तो हसायला लागला आणि त्याच्या इवल्या हातांनी माझे केस ओढू लागला.

''आज रात्री इथे राहू नको. उमुटला बरोबर घे आणि आमच्याकडे चल हवं तर.'' उयुल्कूनं सुचवलं.

तिचं बरोबर होतं. जर पोलीस इथे आले आणि मला पकडून नेलं तर त्या बाळाकडे आणि मांजराकडे कोण बघणार? त्याच क्षणी मला कळलं की ग्युल्दाली माझ्याशी खोटं बोलली होती. ती निदर्शनं करायला जाणार होती तरी ती घरकामाला आणि नंतर बाजारात जाणार आहे म्हणून तिने मला खोटंच सांगितलं. एक श्रीमंत मुलगी तिच्याकडे राहायला आली होती, ती तरी एकदम विश्वास कसा टाकणार? पण तिला वाईट वाटत असेलच, राजकीय निदर्शनात भाग घेण्यासाठी खुशाल माझ्या अंगावर तिचं लेकरू सोडून ती गेली होती. खरंतर, आम्ही दोघींनी जीवाभावाच्या मैत्रिणींप्रमाणे कितीतरी रात्री गप्पा मारत जागवल्या होत्या.

''हे बाळ आणि मांजर घेऊन कुठं जाणं-येणं अवघड होईल.'' मी उत्तरते. ''शिवाय मी अचानक घर सोडलं तर पुन्हा संशयाला जागा! काही काळजी करू नका, सगळं सांभाळेन मी. सावधगिरी म्हणून मी आत्ता आधी माझ्या वकिलांना फोन करते. मी एक विद्यार्थिनी आहे आणि 'शहरातल्या झोपडपट्टीतील

सामाजिक बांधणीत घडून येणारे बदल' ह्या विषयावर मी प्रबंध लिहिते आहे. शिवाय माझ्याकडे तसं सरकारी सहीशिक्क्याचं प्रमाणपत्रही आहे. आणि संघटना आणि केरेम अलीचा काय उपयोग मग? ह्या सगळ्या संस्था, मंडळं काय नुसती तोंडाची वाफ दवडण्यासाठी आहेत की काय? ते नक्कीच माझं रक्षण करतील."

केरेम अलीला डिवचण्यासाठी मी हे सगळं बोलले होते. टेकडीवरच्या मुलाची हत्या, त्या दोनशे पंचाऐंशी पायऱ्या, ह्या सगळ्याचं माझ्या जीवाला अपार ओझं झालं होतं. केरेम अली ह्या प्रकरणात कुठवर गुंतलाय हे मला माहीत नव्हतं, पण त्याला हे माहीत होतं हे मला पक्कं कळलं होतं.

"तुझा मोबाइल फोन चालू ठेव," अगदी काळजी घेण्याच्या सुरात त्याने बजावून सांगितलं, "मी आज रात्री इकडे येऊ शकणार नाही, पण आपण संपर्कात राहूया."

"हं, तसंच करू." सगळेच सहमत झाले.

हे बाळ, मी आणि हे मांजर अगदीच एकटे होऊन जाणार आता. फोन किंवा मोबाइलमुळे ही एकटेपणाची भावना कशी दूर होणार? मला काही विचित्रच वाटू लागलं : आता मी अगदी खरोखर इथे येऊन पोहोचले होते, इथलीच झाले होते. मी एका क्षणात स्वतंत्र झाले होते. उयुल्कू, टेओ, केरेम अली, एमिर्गनचा व्हिला, अंकारातला माझा फ्लॅट, माझ्या वडिलांच्या आठवणी, उमुटची गुपितं, माझा समग्र भूतकाळ, देरिनचं अस्तित्व, आरीन मुरातसारख्या प्रतिष्ठित माणसाची मुलगी अशी ओळख. मी एखाद्या पिसासारखी हलकी झाले होते, एखाद्या पक्ष्यासारखी मुक्त!

"चला, आपण थोडी कोन्याक पिऊया," त्या प्रसंगाला विशोभित वाटावं अशा उत्साहाने मी म्हणाले. "केरेम अली, तूसुद्धा घे थोडी. क्रांतिकारकांनीसुद्धा कधीतरी घ्यायला हरकत नाही. शिवाय माझ्याकडे स्विस चॉकोलेट पण राखून ठेवलंय मी, खास अशा वेळेसाठी. टेओ, तुला फारसं काही ध्यानात आलेलं दिसत नाहीय. तुला इथे अगदी घरच्यासारखं वाटत असलं तरी हे तुझं घर नाही हेच खरं. आणि तुझ्या त्या प्रवेशद्वाराबद्दलही असंच म्हणावं लागेल. बायझेन ही एक आख्यायिका आहे आणि हे नावसुद्धा खूप काळानंतर दिलं गेलं आहे असं तूच सांगतोस, बरोबर ना? तुझं ते द्वार शहराच्या आत प्रवेश करण्यासाठी नाही, तर एका कपोलकल्पित प्रदेशात घेऊन जाणारं आहे."

मी हातात कोंबलेल्या ग्लासमधून मोठ्या प्रयासाने केरेम अलीने एक घोट

घेतला आणि तिथून घाईघाईने निघून गेला. मी उयुल्कू आणि टेओला सांगितलं की, ''उगाच अनाठायी चिंता करू नका. इथे रोजच घरांवर धाडी पडतात, लोकांना अटक होते. पण काही दिवसांनी लोक परतही येतात.'' तिथं माझा जन्म काढल्यासारखं मी त्यांना सांगितलं. मी इतकी शांत आणि संतुलित मनाने वागत होते की माझं मलाच नवल वाटत होतं. मी भट्टीमध्ये अजून थोडी लाकडं टाकली, बाळाचं दुपटं बदललं आणि त्याला त्याच्या बिछान्यात ठेवलं. उयुल्कू आणि टेओ अजून जरा वेळ माझ्याकडे बसले. आम्ही तुर्कीबद्दल जरा गप्पा मारल्या, मग आयुष्य आणि जगाबद्दल बोललो. टेओने सांगितलं की, ''एका अनपेक्षित योगायोगाने तो अखेर त्या दारापर्यंत पोहोचण्याची दाट शक्यता निर्माण झाली आहे.'' उयुल्कूकडे नवीन सांगण्यासारखं फारसं काही नव्हतं आणि माझ्याकडेही नाही. मृत्यू पावलेल्या त्या चौथ्या व्यक्तीबद्दल आम्ही कुणीच काहीही बोललो नाही.

ग्युल्दालीला अटक झाल्यापासून मी सतत कशात ना कशात गुंतलेली होते. तुर्गुत इर्सिनला फोन करायचा विचार माझ्या मनात आला. केवळ ग्युल्दालीच्या सुटकेबद्दल प्रयत्न करायला सांगावं म्हणून नव्हे तर आमरण उपोषणं आणि संप ह्यांनाही एकदा खीळ बसावी म्हणूनही. सरकारचं मन वळवण्यासाठी, तडजोड घडवून आणण्यासाठी, लोकांचे जीव वाचवण्यासाठी अनेक पत्रकार, विचारवंत, लेखक आणि कलावंत सर्वजण यथायोग्य प्रयत्न करत होते. मान्यवर राजकारणी, कायदेपंडित आणि लेखकांची मंडळं स्थापन केली गेली होती, ती लवकरच विसर्जितही करण्यात आली. मोठा खप असलेल्या त्या प्रसिद्ध वृत्तपत्रातली स्तंभलेखनाची नोकरी गमावण्याचा धोका असतानाही तुर्गुत इर्सिन सातत्यानं तुरूंगात चालू असलेल्या उपोषणांबद्दल लिहीत होता. 'मृत्यू, आतंकवाद आणि संघटनेसमोर शरणागती कदापि नाही,' हा लेख उत्तम होता, पण काही गटांना तो भावला नाही. त्याच्या खुल्या पत्रातून त्याने राष्ट्राध्यक्षांपासून ते कायदेमंत्र्यांपर्यंत सगळ्या जबाबदार व्यक्तींना आवाहन केलं होतं, तुम्ही कसाई बनत आहात, तुम्ही मारेकरी ठरत आहात, राज्याच्या कल्याणासाठी सामुदायिक प्रार्थना करून आणि फुटीर, विश्वासघातकी लोकांबद्दल आलंकारिक भाषेत ऊहापोह करून कुणाच्याही मृत्यूवर पांघरूण घालता येणार नाही. आपल्याच नागरिकांच्या मृत्यूला कारणीभूत ठरणारं राष्ट्र काय कामाचं? आपल्याच लेकरांचा घास करणाऱ्या राष्ट्राचं ऐक्य आणि कबरस्तानातला एकसंधपणा ह्यात काही फरक नाही!

तेव्हा आमच्या लोकांनी त्याची उत्स्फूर्त वाखाणणी केली, ''वा वा, आज जरा काहीतरी रास्त लिहिलंय ह्याने!''

१९ डिसेंबरच्या आधी त्याने लिहिलेला त्याचा शेवटचा स्तंभ मला आठवला. त्या दिवशी आम्ही भेटलो होतो. गेल्या काही काळात आम्ही वरचेवर भेटत होतो. चौकशी करणारे लवाद बरखास्त झाले होते. राज्यसरकार आणि बाकी संघटना ह्या केवळ विकासाचं राजकारण करणार अशी चिन्हं दिसत होती. तुर्गुत इर्सिन ज्यांना देशातली बडी धेंडं म्हणायचा, त्यांनी टीव्ही, पत्रकार परिषदा आणि जाहीर निवेदनांत अगदी नेमक्या, मोजक्या शब्दांत सांगून ठेवलं होतं, 'दरोडेखोर, आतंकवादी आणि दहशतवादी संघटनांबरोबर कोणतीही समझोत्याची बोलणी होणार नाहीत.' संघटनांनी दुसरं टोक गाठलं होतं. त्या विकोपाला गेलेल्या वृत्तीने मला काळजी आणि भीती वाटायला लागली होती.

कधीकाळी एखादा समेट होण्याची, एखादी अट स्वीकारली जाण्याची शक्यता निर्माण झालीच, तर तेवढ्यात कुठंतरी माशी शिंकायची, वाटाघाटी फिसकटायच्या, ही बोलणी करणारे लोक कमकुवत आहेत असं म्हटलं जायचं आणि त्यांनी शोधलेला तोडगा नाकारला जायचा.

ह्या संदर्भात संघटना जरा लवचीक का होत नाही असं मी केरेम अलीला विचारलं तर तो म्हणाला, ''सरकार आम्हाला टाळतंय. आम्ही कितीही कबुलीजबाब दिले तरी शेवटी ते त्यांच्या मनासारखंच करणार. समेटाची बोलणी करण्यासाठी सरकार ह्या खेळात बुद्धिजीवी लोकांचा वापर करतंय. बाकी संघटनांबद्दल मला माहीत नाही, पण सरकार आम्हाला चिरडू शकणार नाही. ऐक्याची बोलणी यशस्वी झाली तर आमची सगळी शक्ती, सामर्थ्य संपुष्टात येईल.'' जरा थांबून तो पुढे म्हणाला, ''तुझ्या त्या पत्रकाराची अवस्था बघ. खरंतर त्याने मध्यस्थी करायला हवी आहे, पण प्रत्यक्षात तो सरकारी यंत्रणेला खतपाणी घालून अजून सशक्त बनवतोय.''

''हे अगदी खोटं आहे,'' मी संतापून ओरडले. मी करत असलेले प्रयत्न त्याच्या खिजगणतीत नव्हते असंही मला अचानक वाटून गेलं. ''टोटली अनफेअर! त्या माणसानं आपल्यासाठी त्याची नोकरी पणाला लावली आहे! अजून काय करायला हवंय त्याने? हत्यांचं समर्थन? संघटनेची शक्ती वाढावी म्हणून माणसांचा बळी द्यायलाच हवा का? मग माझं तरी इथं काय काम आहे? चल, मलाही एकदाचा विश्वासघातकी म्हणून टाक. तुर्गुत इर्सिनप्रमाणे मीही

जीवनाचा पुरस्कार करते. ग्युल्दालीने जगावं, अली, वेलिस, आय्शेस, झेहरा ह्या सगळ्यांना जगता यावं ह्यासाठी मी काम करतेय. माणसांचा जीव घेणं हे क्रांतिकारी आहे असं मला पटवायचा प्रयत्नही तू करू नकोस."

"कोणीही कुणाला बळी देत नाही. कॉम्रेड्स स्वतःचा निर्णय स्वतः घेतात."

"त्यांना कसलंही स्वातंत्र्य नसतं!" मी त्याच्यावर ओरडले, "त्यांच्या इच्छा आणि अस्तित्व संघटनेच्या पायी वाहून टाकलेलं. मला ग्युल्दाली जगायला हवीय, इथली माणसं जगायला हवीत, केवळ तुमच्या संघटनेचं अस्तित्व हे माझ्यासाठी अस्तित्व नाही!"

"कॉम्रेड्सना तुझ्याबद्दल आलेला संशय खरा होता तर! तू काही काळानंतर मागे हटशील अशी त्यांची आधीपासूनच खात्री होती. मी मात्र हे कधीच मान्य केलं नाही हा दैवदुर्विलास! मला वाटलं होतं, तू तुझी भांडवलवादी आणि अहिंसावादी प्रवृत्ती सोडून देशील. प्रेम आंधळं असतं असं म्हणतात आणि ते खोटं नाही. ग्युल्दालीचं आयुष्य समाजाच्या सुटकेपेक्षा जास्त महत्त्वाचं नाही. आपल्यासारखे लोक क्रांतीचं विभाजन करतात. पण क्रांती अखंड एकसंध असते. क्रांतिकारकत्व हे संपूर्ण आयुष्य, संपूर्ण अस्तित्व व्यापून टाकणारं असतं. ते अर्धवट तुकड्यांत जगता येत नाही. ही संघटनेची जबाबदारी आहे. तुझा तो प्रसिद्ध पत्रकार आणि तू, तुम्हा दोघांना हे कधीच कळणार नाही. ही दोन सामाजिक वर्गांमधली समस्या आहे."

त्याच्या बर्फासारख्या थंड आवाजात अहंकार ठासून भरलेला होता.

"बरोबर. वर्गभेदाची समस्या. पण इथे कामगारवर्ग अभिप्रेत आहे. मूठभर शेतकरी, खालच्या दर्जाचे टारगट मवाली नाही. त्यांना फक्त वाटतं, की काचा फोडल्या की क्रांती झालीच! हे असले पाठीत खंजीर खुपसणारे, ढोंगी लोक, ते नक्की कुणासाठी काम करतात हेही खात्रीने सांगता येत नाही!"

मी अशी टिपेच्या आवाजात का बोलत होते? माझ्या आवाजाची मलाच भीती वाटायला लागली आणि मी स्तब्ध झाले. आम्ही एकमेकांशी इतक्या सूडबुद्धीने कधीच वागलो नव्हतो.

त्याने प्रत्युत्तर दिलं नाही. काही न बोलता तो घराबाहेर पडला. आम्ही एवढ्या तणावात होतो की आम्ही एकमेकांशी समंजसपणे बोलूही शकत नव्हतो. मला भरपूर क्लेश झाले होतेच, पण त्यालाही मी काही कमी वेदना दिल्या

नव्हत्या. विशेषतः सर्वज्ञ असल्याचा आव आणून मी तुर्गुत इर्सिनबद्दल जी बडबड केली होती... ईश्वरा! हे सगळं आता पुन्हा सुरळीत कसं करता येईल?

त्या दिवशी मी इतकी हताश आणि निराश झाले होते की मी सरळ तुर्गुत इर्सिनला फोन लावला. "आपण संध्याकाळी भेटू," त्याने मला सुचवलं, "जरा बदल म्हणून आपण बाहेर जेवायला जाऊ. तेव्हा नीट बोलता येईल. आपल्याला अजूनही काही करता येईल असं मला वाटतं."

मी संध्याकाळी घरी नसेन तर उमुटला सांभाळण्यासाठी मी शेजाऱ्यांच्या मुलीला बोलावत असे. ह्याही वेळी मी तिला बोलावलं आणि घराबाहेर पडले. डिसेंबर महिन्यातला एक अगदी थंड, मळभ असलेला दिवस. सर्वत्र आता केवळ एक कोरडा विसंवाद होता आणि ह्या तणावाखाली आता फक्त वाट पाहणं हाती उरलं होतं. मी आणि तुर्गुत अस्मालीमेंशितमध्ये एका हॉटेलात भेटलो. तिथं कसं पोचायचं हे त्याने मला समजावून सांगितलं होतं. आजूबाजूच्या टेबलांवर बसलेले उच्चभ्रू बुद्धिवादी लोक त्या प्रसिद्ध पत्रकाराबरोबर असलेल्या स्त्रीकडे चोरटे कटाक्ष टाकत होते.

"ते सगळे तुझ्याकडे बघताहेत" तो मला म्हणाला, "त्यांना वाटतंय तसं काही खरंच असतं तर!" मी हसले नाही. "हो ना, तसं असतं तर..." असं चेष्टेखोर उत्तरही देऊ शकले नाही. माझं मन ग्युल्दाली आणि केरेम अलीच्या आसपास रेंगाळत होतं आणि मी स्वतःच्या असहायतेबद्दल विचार करत होते.

"मी तुला हे आजपर्यंत बोललो नाही, पण आज सांगावं म्हणतो, म्हणजे तुला जरा शांत वाटेल. मी त्याला एफएफपासून ओळखतो. त्यामुळे मी इतके दिवस ह्या सगळ्यापासून दूर राहिलो होतो. पण आता मी ह्यात पडण्याची गरज दिसतेय मला. आपले कायदेमंत्री माझ्या ओळखीचे आहेत. गेला काही काळ त्याचं वागणं फार क्रूरपणाचं होतं, पण खरंतर तो तसा नाही. मला वाटतं, त्याच्या वरच्या अधिकाऱ्यांनी त्याच्यावर दबाव आणला असावा. सरकारी यंत्रणा अशीच चालते, तू तिच्या पात्यांत अडकलीस तर तू भरडली जाणार हे नक्की. हे संघटनाप्रमुख, हे सगळे गुंड लोक, त्यांना मी ते तरुण असल्यापासून ओळखतो. आमच्यापैकी काहीजण नेतृत्व करत होते तेव्हा यांच्यापैकी अनेकजण आमचे कार्यकर्ते होते. गुरूपेक्षा शिष्य वरचढ ठरतो म्हणतात, पण त्यात फारसा अर्थ नाही. तरीही मी एकदा प्रयत्न करून पाहावा असं मला वाटतंय. कारण बाकी सगळ्यांनी हातपाय गाळले आहेत. ही नक्कीच निर्वाणीची

लढाई आहे. डीप स्टेट काय करेल हेही सांगता येत नाही. ह्या परिस्थितीतही मी मंत्रीमहोदयांशी संपर्क साधला आहे. आता आम्ही संघटनांच्या उत्तराची वाट पाहत आहोत. जर ह्या निष्ठुर आघाड्यांना पाझर फुटला तर ह्या भुताचं थैमान काही काळ तरी थांबेल.''

माझं मन किंचितही हललं नाही. मला आता कुठल्याच प्रकारची आशा ठेवायची नव्हती. ''माझ्यासाठी अजून एक राकी मागव,'' मी म्हणाले, ''मला काहीतरी कडक नशा हवीय. हळूहळू सवय होतेय मला ह्या प्रकारच्या पेयांची.''

मी त्यांच्याशी पहिल्यांदाच एकेरी उल्लेख करून बोलले होते. माझी कानशिलं शरमेने लाल झाली. तो माझ्या ग्लासमधे बर्फाचे खडे टाकत होता तेव्हाच त्याचा मोबाइल वाजला. ''हो, समजलं,'' तो तुटकपणे म्हणाला, ''मला वाटतं, तुम्हाला हे कळतंय, की ही भूमिका घेऊन तुम्ही आता सगळ्यालाच पूर्णविराम देत आहात.''

त्याचा चेहरा पांढराफटक पडला होता. तो कोणत्याही क्षणी खाली पडेल असं वाटत होतं. राकीचा ग्लास धरलेला त्याचा हात थरथरत होता.

''काही बोलू नका,'' मी म्हणाले, ''मला समजलंय. समझोता होणार नाही. ईश्वराला बळी हवे आहेत.''

त्याने एक कचकचीत शिवी हासडली. मला त्याच्याकडून हे अपेक्षित नव्हतं. तो बडबडायला लागला, सगळं कसं चुकीचं घडत गेलं आहे, त्याने दोन्ही बाजूंच्या अश्लाघ्य, निंद्य गोष्टींवर विश्वास ठेवण्याची घोडचूक कशी केली आहे, त्याचे किती गैरसमज करून देण्यात आले आणि ह्या सगळ्यामुळे एक खंदा, संपूर्ण पुरुष म्हणून तो कसा कधीच उभा राहू शकला नाही.

''मला फार वाईट वाटतंय ह्या सगळ्याचं,'' मी म्हणाले, ''तुम्ही माझ्यामुळे ह्या सगळ्यात ओढले गेलात.''

''अगदी तसंच नाही. मला काहीतरी करायची इच्छा होती. तुझ्यासाठी नाही, मृत्यूचे देव्हारे माजवणाऱ्या त्या मूर्खांसाठीही नाही, तर माझ्यासाठी, स्वतःसाठी. ह्या देशात, ह्या जगात अजून अंधूकशी का होईना कुठेतरी आशेला जागा आहे, हा विश्वास निर्माण करण्यासाठी.''

तो इतका गोंधळलेला आणि हताश दिसत होता की मी त्याचा हात हातात घेतला.

''अजून आशेला जागा असेलही,'' मी म्हणाले, ''आपल्याला ह्यावर

विश्वास ठेवलाच पाहिजे, निदान पुढचं आयुष्य सुकर व्हावं म्हणून.''

त्याने माझा हात हातात घेऊन स्नेहभराने दाबला.

''तुझ्या दृष्टीने असेल, पण नव्या आशा निर्माण करायचं माझं वय आता उरलं नाही. सगळे खड्ड्यात जाऊ देत. त्या कवीने आपल्या मुलाला उद्देशून लिहिलं होतं: एक दिवस, ह्या देशात सकाळ उजाडेल, हालूक! पण ह्या देशात सकाळ झाली नाही आणि हालूकसारखा मुलगा आपल्याला असावा असंही त्या कवीला वाटलं नसेल. जाऊ दे, काय बोलणार!''

दुसऱ्या दिवशीची सकाळ रक्तरंजित असेल ह्याची आम्हाला सुतराम कल्पना नव्हती. कोठडीत कैद्यांना गोळ्या घातल्या जात होत्या, ते जिवंत जाळले जात होते, त्यांच्या किंचाळ्या ऐकून आम्ही जागे झालो होतो. १८ डिसेंबर. शूटिंग करणाऱ्या कॅमेऱ्यासमोर आणि हतबुद्ध झालेल्या लाखो प्रेक्षकांसमोर अजून हत्या घडल्या नव्हत्या.

मला झोप लागली. स्वप्नात मी एका वादळाच्या पुढे पळत होते. एक काळा ढग आणि कडकडणारी वीज माझ्या मागे लागली होती. प्रचंड थंडी होती. मी नागडी होते आणि माझं अंग गोठलं होतं. मी ही किंचाळी कधी ऐकली होती? फोन वाजत होता की रस्त्यावर कुणी ओरडत होतं की शेजारच्या घरांतून आवाज येत होते? ''टीव्ही लावा, टीव्ही लावा!'' मी उठते, भानावर येऊ पाहते, क्षणभर मला वाटतं की मी माझ्या एमिग्रनमधल्या घरात आहे. इतकी थंडी का आहे इथे? खिडकी उघडी राहिली आहे का? मी बिछान्यातून उडी मारून टीव्हीकडे धावते. त्या किंचाळ्या रस्त्यांतून आणि घरांतून भणभणत टेकड्यांवरून वाहत जातात आणि गाढ झोपेत असलेल्या शहरात बुडी मारतात.

अर्धवट झोपेत मी टीव्हीच्या पडद्यावरच्या प्रतिमा बघते आहे. मला नीट समजत नाहीये. ज्वाळा, धूर, एकमेकांवर आदळणारे गोळ्यांचे बार, किंचाळ्या, घबराट, माणसं, त्यांचं रूपांतर विस्तवाच्या गोळ्यात होतंय. बातमीदाराचा आवाज. 'पोलिसांच्या निगराणीत भल्या सकाळी वीस तुरुंगांत सुरू झालेली 'आयुष्याकडे परत या' ही मोहीम अजून सुरू आहे. आदरणीय प्रेक्षकहो, आम्ही इथे नरकात उभे आहोत. विरोध थांबवण्यासाठी बुलडोझर लावून कोठड्यांच्या भिंती पाडण्यात आल्या आहेत, जळलेल्या मांसाची दुर्गंधी इथे भरून राहिली आहे. कैदी स्वतःलाच पेटवून घेत आहेत किंवा आत्मघातकी बॉम्ब लावून स्फोट करत आहेत. सगळीकडे पिस्तुलांचे आवाज येत आहेत. ह्या नरकाचं वर्णन करणं

अशक्य आहे. प्रेक्षकहो, आता आम्हाला घटनास्थळापासून दूर हाकलून दिलं जातं आहे. अतिशय पाशवी क्रौर्याने ही मोहीम धडाक्याने चालू आहे. असंख्य मृतदेह आणि जखमी देह इथे आहेत...' पडदा काळा होतो, निवेदकाचा आवाज ऐकू येईनासा होतो. सगळ्या वाहिन्यांवर तीच, तशीच चित्रं दाखवली जात आहेत.

वर्षातले हे सर्वात लहान दिवस. काही केल्या लवकर उजाडतच नाही. मी नुकतंच काय पाहिलं ह्याचा मी अजूनही अर्थ लावू पाहते आहे. जळणाऱ्या माणसांचे हे फोटो, कत्तल केलेल्या मृतदेहांची ही चित्रं हे सगळं खरं असूच शकत नाही. दुसऱ्या एका वाहिनीवर अजून एक निवेदक बातम्या वाचत असतो : वीस तुरुंगांतून पंधरा शहरांतून एकाच वेळी ही मोहीम सुरू झाली. हाती आलेल्या बातमीनुसार आठ जेन्दार्मी-बटालिअनच्या आठ हजार सैनिकांनी ह्या मोहिमेत भाग घेतला आहे. तुरुंगांमध्ये अजूनही विरोध कायम आहे. जखमी आणि मृतांमध्ये आमरण उपोषणात भाग घेणाऱ्या कैद्यांचासुद्धा समावेश आहे. त्यांची परिस्थिती नाजूक आहे. कायदा आणि सुव्यवस्था खात्याच्या निवेदनानुसार...

शेजारच्या खोलीतून छोट्या उमुटचं रडणं ऐकू येतं. टीव्हीच्या आवाजाने जागा झाला का तो? माझी छाती दाटून येतेय. ग्युल्दाली! ग्युल्दाली तिथे आहे, त्या नरकात, ज्वाळांनी घेरलेल्या एका कोठडीत. मी कान देते, उमुट आता रडायचा थांबलाय. परत झोपी गेला असेल बहुतेक. ग्युल्दाली.. ग्युल्दाली तिथे आहे...

मी टीव्हीचा आवाज कमी करते. पण माझा स्वतःचा आवाज कसा कमी करू? मी तोंडावर हात ठेवते. माझी गुदमरलेली मुकी किंचाळी भिंती भेदून आरपार जाते आणि गेसिकोंदूच्या, रस्त्यावरच्या, शेजारपाजारच्या इतर आवाजांत मिसळते. मी दार उघडते तेव्हा पहाटेची भीषण थंडी माझ्या तोंडावर सपकन फटकारा मारते. कैद्यांचे नातेवाईक, मित्रपरिवार घरापलीकडच्या बसच्या थांब्याकडे, मिनीबसेस आणि टॅक्सीकडे धावत सुटले आहेत. आपापले मुलगे, मुली, नवरे, मित्र ह्यांना शोधायला, त्यांची माहिती काढायला. काहीजण माझ्या परिचयाचे आहेत. त्या एकाला दोन मुलगे आहेत, दोघं तुरुंगात आहेत. एकाला एक बहीण आहे. काय करावं हे न सुचून मी तुर्गुत इर्सिनचा नंबर फिरवते. "मी आधी वृत्तपत्राच्या कचेरीत जातो, काही कळलं की कळवतो लगेच." ते म्हणतात. फोन ठेवत असताना त्यांनी संतापाने केलेला शिव्यांचा भडिमार ऐकू येतो.

दुसऱ्या दिवशी मी माझं आवश्यक सामान बांधलं आणि इमिग्रनला परतले. फेलिक्सलाही मी बरोबर घेतलं. त्या भागात एकटीने राहायचा धीर मला होत नव्हता. तिथल्या घराघरांत आणि मनामनात भीषण आग पेटली होती. मला भीती वाटत होती म्हणून नव्हे, तर मला शरम वाटत होती म्हणून तिथून पळ काढला. जणू सगळ्या मृतांची जबाबदारी माझ्या खांद्यावर येऊन पडली होती. जे जाळले जात होते, ज्यांच्यावर गोळ्या झाडल्या जात होत्या, त्यांच्या जगात जन्म न घेतल्याबद्दल मला तितकं अपराधी वाटत नव्हतं, पण त्यांच्यावर गोळ्या झाडणाऱ्या, त्यांना जाळून टाकणाऱ्या क्रूर माणसांच्या जगात माझा जन्म झाल्याची खंत मला पोखरून टाकत होती. ग्युल्दालीचा ठावठिकाणा शोधण्यासाठी मी स्वतः तुरुंगात गेले नाही. मी फक्त तुर्गुत इर्सिनला फोन केला आणि त्याने एक वकील तिकडे पाठवला म्हणून मला शरम वाटत होती. पण अजूनही जास्त लज्जास्पद गोष्ट म्हणजे मी माझं मांजर इकडे परत आणलं आणि तान्ह्या उमुटला मात्र ग्युल्दालीच्या नातेवाइकांकडे सोडून आले होते...

मला आता सगळ्याचाच नव्याने विचार करायला हवा होता. केरेम अलीचं बरोबर होतं. माणूस त्याच्या आयुष्याचं दोन तुकड्यांत विभाजन करू शकत नाही एकदा ह्या बाजूला, मग गाशा गुंडाळून पुन्हा त्या बाजूला असं विंचवाचं बिऱ्हाड माणूस मांडू शकत नाही. मी नक्की कुठे तंबू टाकायचा, माझी नक्की जागा कुठे आहे, ह्याची निवड मीच करायला हवी.

मी टेकडीवरच्या वसाहतीत परतले तेसुद्धा अंमळ घाईनेच. हा काही माझा अंतिम निर्णय नव्हता, तर भाजल्याच्या जखमा अंगावर घेऊन ग्युल्दाली तुरुंगातून परत आल्यामुळे माझ्यावर भावनिक दडपण आलं होतं म्हणून मी परत आले होते...

"तुझा वकील आला नसता तर माझी कधीच सुटका झाली नसती," असं म्हणत ग्युल्दाली माझ्या गळ्यात पडली. "मी त्या नरकयातनांची साक्षीदार होते ना, त्यामुळे तर त्यांनी मला कधीच सोडलं नसतं. बराच प्रसिद्ध आहे म्हणे तो. माझ्याबरोबरचे इतर कैदी सांगत होते. आणि तुझा तो पत्रकार मित्र त्यानेही बरीच मेहनत घेतली. कैद्यांच्या आईला, मुलांनासुद्धा भेटायची परवानगी मिळत नसताना त्याने माझी भेट घेतली. देरिन, कसे आभार मानू तुझे?"

तिच्याकडे परतल्यावर मला अगदी घरी परत आल्यासारखं वाटलं, पण

तरीही मी अतिशय उदास होते. त्या चिखलाने भरलेल्या, निसरड्या चढावर मी पहिल्या गिअरमध्ये गाडी वर चढवली तेव्हाच मला कळून चुकलं की माझं आयुष्य छोट्या उमुटने किती व्यापून टाकलं होतं, आणि भट्टीमधल्या जळत्या लाकडाचा खरपूस वाससुद्धा मी किती दिवसांत हुंगला नव्हता. फेलिक्सचा बॉक्स हातात घेऊन मी घरात प्रवेश केला तेव्हा कित्येक दिवसांनी मला खराखुरा आनंद झाला.

दुसऱ्या दिवशी नववर्षाची पूर्वसंध्या होती. ग्युल्दालीने पाकातला भोपळा शिजवला होता. "तशी रीत आहे आमची. नवीन वर्षाच्या आदल्या संध्याकाळी आम्ही पाकातला भोपळा शिजवतो." तिने मला सांगितलं. संध्याकाळी आम्ही टीव्ही लावला. त्यावर नाचगाणं चाललं होतं. मध्यरात्र झाली तेव्हा आम्ही दिवे मालवले, उमुट कधीच झोपून गेला होता. एकमेकींना मिठी मारून आम्ही नवीन वर्षाच्या शुभेच्छा दिल्या. "तू निदर्शनं करायला जाते आहेस हे तू मला का सांगितलं नाहीस, ग्युल्दाली?" आमच्यातलं अंतर संपवण्यासाठी मीच तिला प्रश्न केला. "चुकलंच माझं, पण मला तेव्हा तुझ्याबद्दल तितकासा विश्वास वाटला नाही," ती म्हणाली, "आणि आता?" ती शरमेने गप्प झाली आणि मग रडत रडत तिने माझ्या गळ्यात हात टाकले. तिच्या उत्तरापेक्षा ते मला जास्त आवडलं. "माझ्या ह्युसेईनसाठी एक ग्लास पिऊ आपण," असं म्हणत तिने ग्लास उचलला. आम्ही चहाच्या कपातच वाईन ओतली होती. ह्युसेईन, तुरुंगात खितपत असलेले कैदी, डोंगरात लपून बसलेली माणसं आणि आमरण उपोषण करणारे कार्यकर्ते ह्या साऱ्यांच्या नावाने आणि मुख्यतः आयुष्याच्या नावे आम्ही ती वाईन पिऊन टाकली. मला जरा चढलीच होती, पण ग्युल्दाली मागे लागली म्हणून मी केरेम अलीला फोन केला. तो घरी नव्हता. मग मी त्याच्या मोबाइलवर फोन लावला. 'तुम्ही फोन केलेला नंबर सध्या संपर्ककक्षेच्या बाहेर आहे,' असं काहीतरी ऐकायला मिळालं. तुर्गुत इर्सिनला फोन करावा असंही मला एकदा वाटून गेलं, पण लगेच मी तो विचार सोडून दिला. उयल्कू, टेओ, माझी आई, माझे काका ह्या सगळ्यांना मी फोनवर नववर्षाच्या शुभेच्छा दिल्या. मी त्यांच्याशी धडधडीत खोटं बोलले, "आम्ही अंकारामधल्या काही जुन्या दोस्तांबरोबर नाईट क्लबमधे धम्माल करतोय." उमुट अजूनही झोपेतच होता. ग्युल्दालीच्या गालांवर वाईनमुळे चमक आली होती. "मला माझा ह्युसेईन फार फार हवा आहे ग!" असं मला सांगून विरहाने व्याकूळ झालेल्या स्वरात ती एक

लोकगीत गायला लागली, 'माझी खोली लखख पांढरी आहे, माझ्या चेहऱ्यावर निष्पाप हसू आहे, निवांत हो आणि माझ्या शय्येवर ये, माझे घर्मबिंदू तुझ्या वेदना दूर करतील...' ''कितीतरी दिवसांत त्याची खबरबात कळली नाहीय. एकदाच त्याने मला सुकलेली रानटी फुलं पाठवली होती. इतक्या दिवसांत मला फक्त दोन वेळा त्याच्याकडून काही संदेश आले होते. आणि आता... तो अजून जिवंत तरी आहे का?''

''म्युल्दाली, मला सांग ना त्या दिवसाबद्दल,'' मी तिला विनंतीवजा स्वरात म्हणाले, ''तू त्या नरकात कसे दिवस काढलेस ते तू कधीच सांगितलं नाहीस.''

''नको.'' एवढं म्हणून ती जरा गप्प झाली. ''कोण कुठले पुरुष येतात आणि आपल्यावर जबरदस्ती करतात. त्यांना शरम वाटण्याऐवजी आपल्यालाच भयंकर लाज वाटते आणि आपण त्याबद्दल बोलूही शकत नाही. एखादी बाई त्या घटनेबद्दल बोलू पाहते तेव्हा जणू पुन्हा एकदा बलात्कार झाल्याचा अनुभव येतो तिला, असं असतं हे सगळं. तुम्ही टीव्हीवर जे पाहिलंय ते तर काहीच नाही. तुम्ही तर खरोखर काहीच पाहिलं नाही. तिथून जिवंत परत येणाऱ्यासाठी मृत्यूही अस्तित्वात उरलेला नाही आणि नरकही. आम्ही मृत्यू डोळ्यांदेखत पाहिला आहे आणि नरकयातनाही भोगल्या आहेत.''

तिला त्या आठवणींनी किती त्रास होतोय हे मला जाणवलं, मग मी तिला जास्त प्रश्न विचारले नाहीत.

''मी हे तुला आत्ता सांगून टाकते, म्हणजे नंतर तुला कधी मी अपमान केल्यासारखं वाटणार नाही,'' ती पुढे सांगत राहिली, ''रोज रात्री ह्युसेईन माझ्या स्वप्नात येतो. आम्ही एकमेकांना स्पर्श करतो, जवळ घेतो, चुंबनं घेतो आणि प्रणयक्रीडा करतो. कोठडीतल्या माझ्या अखेरच्या दिवशीही तो माझ्यासमोर प्रकटला, पण त्याने मला जवळ घेतलं नाही. त्याने थंड पाण्याने माझ्या जखमा धुतल्या, त्यांना मलमपट्टी केली आणि म्हणाला, 'माझा मुलगा सुरक्षित आहे, पण आता तुझी पाळी आली आहे. जरा धीर धर.' देरिन, तू आता परत आली आहेस. तू उमुटची काळजी घे. आता माझी पाळी आली आहे.''

''मी कायमच उमुटची काळजी घेत आले आहे ना म्युल्दाली?''

''हो ग, पण ह्या वेळी परिस्थिती वेगळी आहे. आपले लोक स्वतःच्या तत्त्वांसाठी कसे मरणाला कवटाळतात, हे मी आता स्वतःच्या डोळ्यांनी पाहिलं आहे. मी जर तो दिवस अनुभवला नसता तर मला कधीच कळलं नसतं की

उघड्या डोळ्यांनी मृत्यूला कवेत घेणं म्हणजे काय आणि स्वतःचा बळी देणं म्हणजे काय. आता मला हे पक्कं समजून चुकलं आहे.''

मी तिच्या डोळ्यांकडे पाहिलं आणि माझ्या अंगातून भीतीची एक शिरशिरी उठून गेली.

''थोड्या वेळानंतर मी विरोधगृहात जाणार आहे आणि आमरण उपोषणासाठी माझं नाव देणार आहे.'' तिने तिच्या खास निर्णायक सुरात मला सहजपणे सांगितलं. जणू ती उद्या झाडूपोछा करायला कुठे जाणार आहे हे ती मला सांगत होती.

मी टक्क डोळ्यांनी तिच्याकडे बघत राहिले. ''पण ग्युल्दाली...'' एवढंच जेमतेम म्हणू शकले मी. तिला वाईनची सवय नव्हती त्यामुळे असेल किंवा ह्युसेईनसाठी चाललेल्या तळमळीमुळे असेल, हे वाक्य बिनदिक्कत बोलून टाकायची हिंमत तिच्यात आली होती खरी. उद्या नवा दिवस उजाडेल तेव्हा ती तिच्या बाळाचं निष्पाप हसू बघेल, त्याला उराशी घट्ट धरेल तेव्हा ती हे शब्द कदाचित विसरूनही गेलेली असेल. अजून जागं राहणं मला शक्य नव्हतं. मी दमले होतेच, शिवाय मानसिक ताणामुळे मला शीण आला होता, त्यात हलकीशी नशाही मिसळून गेली आणि मी त्या उबदार खोलीतल्या अरुंद दिवाणावर अंगाची जुडी करून हळूहळू झोपी गेले.

३.

हिवाळ्यातल्या त्या दिवशी पाऊस पडत असताना मी परत त्या घरात कशासाठी गेले? मला काय हवं होतं? मी भूतकाळाशी असलेले बंध सहज तोडू शकत नव्हते. भूतकाळ आणि भविष्यकाळ ह्या दोन्हींमध्ये माझी रस्सीखेच होत होती. मी वर्तमानात, ह्या क्षणात जगायचं ठरवलं होतं तरीसुद्धा. बेयलार्बेयच्या त्या कॅफेमध्ये त्यांच्या मुलाची हत्या झाल्याचं अत्तिला बे ह्यांनी मला सांगितलं, तेव्हा टेओपेक्षा मला त्यांच्याबद्दल जास्त आपुलकी वाटली. शेजारी शेजारी निःशब्द उभे राहून आम्ही भविष्यातल्या मृत्यूंचे दूत असलेल्या पैलतीरावरच्या टेकड्यांकडे बघत होतो, तेव्हा आमच्यात कसलंच नातं नव्हतं. आम्ही मित्रमैत्रीण नव्हतो, भावंडं नव्हतो, प्रेमिक नव्हतो किंवा कॉम्रेड्सही नव्हतो. आम्हाला बांधणारं सूत्र त्याहूनही गहन होतं : आमच्या मेलेल्या मुलांबद्दलचं

पिळवटून टाकणारं दुःख आणि अपराधी भावना. इतक्या वर्षांच्या अनुभवानंतर मला एक पक्कं कळून चुकलं होतं दुःख वाटून घेतल्याने मुळीच कमी होत नाही. मात्र त्या दिवशी मला हेही समजून आलं की दुःख वाटून घेतलं की माणसं वैफल्य आणि नैराश्य ह्यातून निर्माण होणाऱ्या एका बंधनात जखडली जातात.

अत्तिला बेच्या घरी कुणी फोन उचलत नव्हतं आणि जवळच्या कॅफेमध्ये मी नक्की कुणाची चौकशी करतेय हेही त्या वेटरला नीट कळलं नाही. मला त्यांचं नीट वर्णनही करता येईना. देरिनला विचारण्यात अर्थ नव्हता. कारण तिच्याकडेही तोच फोन नंबर होता. मला कोणत्याही परिस्थितीत त्यांना शोधून काढून त्यांच्याशी बोलायला हवं होतं. त्या हत्यांचा शोध घेण्याचं देरिनचं वेड आता मलाही स्वस्थ बसून देत नव्हतं. भीतीमुळे म्हणा किंवा त्यातला निष्फळपणा जाणवल्यामुळे म्हणा, तिने एव्हाना तो प्रयत्न सोडून दिला होता. अत्तिला बेचा मुलगा खबऱ्या होता की त्याचा बळी गेला होता हे कळलं असतं तरी तो किंवा उमुट परत येणार नव्हतेच. तरीही मला सत्य जाणून घ्यायचं होतं. 'प्रत्येकाने कुठलंतरी प्राणघातक रहस्य जीवापाड जपलेलं असतं. कुठलीतरी आशंका, चिंता प्रत्येकाला कायम पोखरत असते.' आमच्या पहिल्या भेटीत ते म्हणाले होते. ती गुपितं मला शोधून काढायची होती. अगदी प्राणघातक असली तरी.

पावसाचा जोर वाढला होता. मिनीबसने जाण्यात अर्थ नव्हता. कारण मग मला जरा वेळ तरी पावसात भिजायलाच लागलं असतं. उयुश्कूदारमध्ये मी टॅक्सी केली आणि घराजवळच्या एका रिकाम्या बखळीपाशी ती थांबवली. टॅक्सी माझ्या नजरेआड होईतो मी तिथेच थांबून राहिले आणि मग घराकडे वळले. बागेत नुसतं रान माजलं होतं, सगळीकडे शरद ऋतूतली सुकलेली, वाळलेली पानं पडलेली होती. पायपुसण्यावर काही भटकी मांजरं अंगाची गुंडाळी करून पडली होती आणि थंडी-पावसापासून स्वतःचा बचाव करू पाहत होती. दाराजवळ डाव्या बाजूला धुळीची पुटं चढलेली एक खिडकी होती आणि तिथे पिवळ्या रंगाच्या बोर्डावर काळ्या अक्षरांत लिहिलं होतं : विकणे आहे. खाली दोन फोन नंबर्स दिले होते. जास्त आशा वाटत नव्हती तरी मी बेल वाजवली आणि ती बराच वेळ तशीच वाजू दिली. मी ते दोन्ही नंबर्स लिहून घेणारच होते, पण तेवढ्यात मला आत एक चेहरा दिसला. पावसाच्या धारांनी खिडकीवरच्या धुळीत स्वच्छ रेघा उमटल्या होत्या, त्या रेघांमागे. घाबरून मी एक पाऊल मागे टाकलं.

अत्तिलांनी दार उघडलं आणि ते माझ्याकडे आश्चर्याने बघतच राहिले. त्यांना मी कुणीतरी दुसरीच वाटले होते.

"इथं आता बसायलाही काही नाहीय, पण या, आत या. तुम्ही मला इथं भेटलात हा योगायोगच म्हणायचा. मी आत्ताच उरल्यासुरल्या सामानाची बांधाबांध केली आणि एजंटची वाट पाहत होतो. तो एक गिऱ्हाईक घेऊन येणार आहे. आर्थिक तंगीच्या दिवसांत गिऱ्हाईक मिळणं अवघडच आहे. घरं आणि फ्लॅट स्वस्तात विकावे लागत आहेत. पण एजंटला एकजण मिळालाय आणि जास्त घासाघीस न करता मी पण व्यवहार उरकून टाकणार आहे."

मी आत जाते. खरंच घर जवळ जवळ रिकामं झालं आहे. आमच्या पहिल्या भेटीत त्यांनी मला सांगितलं होतं, की 'पुस्तकं आणि रेकॉर्ड्स ही त्यांची दोन आश्रयस्थानं आहेत,' ती आता खोक्यात भरली गेली होती.

"तुम्हाला कसं कळलं?"

"काय? मला फक्त तुमच्याशी जरा बोलायचं होतं. तुमचा फोन लागला नाही, मग म्हटलं नंबर बदलला असेल कदाचित, म्हणून मी स्वतःच इकडे आले."

"मला वाटलं, तुमच्या मुलाच्या काही गोष्टी घेऊन जायला आलात तुम्ही."

"नाही, देरिन घेऊन गेली ना सगळ्या?"

"मी अयोझग्युरच्या वस्तू आवरत होतो तेव्हा... तेव्हा त्याच्या खोलीत उमुटच्या अजून काही वस्तू निघाल्या. त्याचं नाव लिहिलेल्या दोन-तीन सीडीज, दोन पुस्तकं – 'द लिटिल प्रिन्स' आणि गनिमी योद्ध्यांवरचं मारीघेलाचं एक पुस्तक. आठवतंय तुम्हाला? आपल्या तरुणपणी ते आपलं मार्गदर्शक होतं. बुलेटच्या भोकांचं हार्ड कव्हर. आता ते बालिश वाटेल पण तेव्हा ही भोकं क्रांतीचं प्रतीक होती. म्हणजे तेव्हाही आपण शस्त्रं आणि मरण ह्यांना पूजास्थानी मानायचो... आणि त्याची एक छोटी डायरी पण आहे. तुमची परवानगी न घेता मी ती वाचली आहे. कारण मला आधी वाटलं की ती माझ्या मुलाचीच आहे."

"मला माहीतच नव्हतं. कसं असणार म्हणा? मला तुमच्याशी जरा बोलायचं होतं. आपल्या मागच्या भेटीत काही गोष्टी बोलायचं राहून गेलं आहे असं मला सारखं वाटतंय आणि त्यामुळे मी अवस्थ झालेय. तुम्हाला चालणार असेल तर माझ्या मुलाच्या वस्तू बरोबर घेऊन जायला खरंच आवडेल मला."

“मला न चालायला काय झालं? तुम्हाला त्या वस्तू कशा पोचवाव्यात ह्याचा मी विचारच करत होतो. खरं सांगतो, माझी ओढाताण चालली होती, की त्या वस्तू नष्ट करून टाकाव्यात की काय – उगाच पुन्हा तुमचं दुःख वाढवायचं कशाला?”

“आपल्या मुलांची ‘प्राणघातक रहस्यं’ जाणून घेण्याचा अधिकार आहे आपल्याला. ते कितीही वेदनादायक असलं तरी.”

“उयुल्कू, तुम्हाला मला कशासाठी भेटायचं होतं? आपण टेकड्यांच्या पलीकडे नजर लावून उभे होतो तेव्हा आपल्या दोघांच्या मनात एकाच तऱ्हेचे विचार चालले होते का? टेकड्या फक्त प्रतीकात्मक होत्या. अयोझग्युरला कोणी मारलं, त्याचा मारेकरी कुठून आला होता, हे कुणालाच माहीत नाही. हे कुणी केलं हे महत्त्वाचं नाहीच. त्याने ते का केलं हे महत्त्वाचं आहे.”

कोपऱ्यात उभ्या असलेल्या जुनाट खुर्चीवर मी धपकन बसते. अत्तिला बरोबर बोलतायत. हे कुणी केलं ते महत्त्वाचं नाही, त्याचा हेतू काय होता ते महत्त्वाचं आहे.

“आपण आता जास्त आडवळणाने बोलायला नको,” ते म्हणाले, “जेव्हा संघटनेत फूट पडली आणि कार्यकर्ते एकमेकांचा काटा काढण्यासाठी कडवी टक्कर घेऊ लागले, तेव्हा उमुट आणि अयोझग्युर दोन वेगवेगळ्या बाजूंचे पुरस्कर्ते होते. तेव्हा उमुट इथं राहत नव्हता. ‘आमचं भांडण झालंय, आमचे रस्ते वेगळे झाले आहेत. आम्ही भेटत नाही आता,’ मला अयोझग्युरने सांगितलं होतं. तो भूमिगत झाला होता आणि क्वचितच घरी यायचा. नंतर, वसंत ऋतूमध्ये एकदा भल्या सकाळी त्यांची भेट झाली. मला आश्चर्य वाटलं. कारण आमचं घर ही त्यांच्यासाठी सुरक्षित जागा नव्हती. पण मी काहीच बोललो नाही. ते अयोझग्युरच्या खोलीत जाऊन बसले. अधूनमधून त्यांचे चढलेले आवाज माझ्या कानांवर पडत होते. ते कशाबद्दल वाद घालत होते हे मला नीटसं कळलं नाही. खरंतर उमुट आणि अयोझग्युरचं भांडण मिटेल अशी आशा मला वाटत होती. त्यांच्या भांडणाने मी अस्वस्थ झालो. पूर्वी कधीच त्यांनी असा वितंडवाद घातला नव्हता. आपली मैत्री एकदम पक्की आहे असं म्हणायचे ते पूर्वी. काही दिवसांनंतर त्या फ्लॅटवर पोलिसांनी हल्ला केला आणि त्यात उमुट मारला गेला. मला आतून काहीतरी वाईट जाणीव होत होती. काही भावना तर्कशास्त्राच्या कसोटीवर खऱ्या उतरत नाहीत, पण तुम्हालाही ठाऊक असेल, काही अगदी

क्षुल्लक, बिनमहत्त्वाच्या गोष्टी, कटाक्ष, आविर्भाव, विस्मृतीच्या गर्तेत गेलेली, सुप्त मनात दडलेली काही विधानं ह्यातून एक सलग चित्र तयार होतं. तेव्हा अयोझग्युर म्हणाला होता, 'हा विश्वासघात आहे, अरे, मी माझं संपूर्ण आयुष्य पणाला लावलं आहे!' त्यावर उमुट ओरडला, 'कुणाचा हस्तक आहेस तू?' हे मला आधी आठवलं नाही. माणसाचा मेंदू अनाकलनीय पद्धतीने वागतो, कदाचित स्वतःचं रक्षण करण्यासाठी. पण मग...''

ते गप्प होतात. बाकी काही बोलायची गरजही उरलेली नाहीय.

''मी ह्याचा अर्थ लावू शकते,'' मी म्हणते, ''अयोझग्युर उमुटला सावध करू इच्छित होता. त्याला राझियाबद्दल माहीती होती. त्यांना फुटीर गट तरी कसं म्हणावं? असो, पण त्याच्या स्वतःच्या गटानेच कुटिल कारस्थान करून त्या फ्लॅटमधल्या कार्यकर्त्यांबद्दल माहिती पुरवली होती. ते दोघे भेटले तेव्हा अयोझग्युर उमुटला अखेरच्या क्षणी सावध करू पाहत होता. त्यानं खूप जोखीम पत्करली होती. विश्वासघातकी म्हणवून घेणं, मरण पत्करणं...''

''ते दोघे इथे भेटले कारण अयोझग्युर तेव्हा द्विधा मनःस्थितीत असावा. खरंतर आमच्या घरी भेटणं मुळीच सुरक्षित नव्हतं. पण तो उमुटला इथंच भेटला, त्याला त्याच्या मित्राचा विश्वासघात करायचा नसून त्याला सावध करायचंय, ह्याची मला खात्री वाटावी म्हणून.''

''म्हणजे तुमचा मुलगा कुणाचा खबऱ्या किंवा हस्तक नव्हता.'' मी प्रसंगाला अनुचित अशा उत्साहाने म्हणाले.

''नसावा. फुटून निघालेल्या त्या नालायक गटाने पोलिसांना त्या संशयास्पद फ्लॅटमधल्या भेटीबद्दल माहिती पुरवली होती. अयोझग्युरला ते माहीत होतं. पण तो त्या दिवशी तिथे का थांबला होता? स्वतःचा जीव त्याने का धोक्यात घातला होता? ह्याचं उत्तर मला सापडत नाहीय. एवढं मात्र नक्की, की ती अनामिक चौथी व्यक्ती, म्हणजे अयोझग्युर, पोलीस तिथे येऊन पोचण्याआधीच पळून जाऊ शकली. कदाचित त्याच्या गटाची योजना हळूहळू त्याच्या ध्यानात आली असावी आणि हत्या घडवून आणायचा हा कट त्याला मान्य नसावा. म्हणूनच त्याच्या एकेकाळच्या मित्रांना, विशेषतः उमुटला, अखेरचा इशारा देण्यासाठी तो तिथे गेला. धाड त्याच दिवशी पडणार आहे हे त्याला बहुतेक माहीत नसावं, नाहीतर त्याने एवढं साहस केलं नसतं. दोन्ही बाजूंनी तो विश्वासघातकी ठरला. त्याने असं का केलं हे कुणालाच जाणून घ्यायचं नव्हतं. त्यांचं ब्रीदवाक्य एकच :

एकतर तुम्ही आमच्यापैकी एक असता, नाहीतर मग केवळ विश्वासघातकी, फितूर. पार्टीने अशा माणसाला उशिरा का होईना, पण मृत्युदंड दिला जातोच.''

''त्यांच्या लढ्याचा नवा अध्याय सुरू होत असताना सगळे कच्चे दुवे त्यांना नष्ट करून टाकायचे होते. त्यांनी ही हत्या एक उदाहरण म्हणून घडवून आणली, पुढे कुणाला फितुरी करायची हिंमत होऊ नये म्हणून.''

''हे बरोबरच असेल. कारण नंतरही कधी त्यांनी त्या हत्यांची जबाबदारी स्वीकारली नाही. हे दहशतीचं वातावरण त्यांना बाहेर नाही, तर पार्टीच्या आत निर्माण करायचं होतं. आता बोलतोच आहोत तर सांगतो, अ्योझग्युरच्या हत्येनंतर माझ्या सगळ्या शंका फिटल्या. माझा मुलगा कुणाचा हस्तक नव्हता, कुणाला फितूर नव्हता. उलट त्याने विश्वासघातकी म्हणून हिणवलं जायचा धोका पत्करून एक हत्या थांबवायचा प्रयत्न केला. मी दुसऱ्या कुणासमोर कधी कबूल केलं नाही, पण मला खरंच खूप हलकं वाटतंय. ज्यांचा मुलगा मारला गेलाय अशा एका वडिलांना त्या मृत्यूनंतर हलकं वाटतंय – ह्या वाटण्याचं काय स्पष्टीकरण द्यायचं?''

''तुमचं रहस्य विषारी आहे, पण प्राणघातक नाही. पण माझं?''

''आपल्या पहिल्या भेटीत आरीन मुरातचा उल्लेख केल्यावर तुमच्या चेहऱ्यावर आलेला भीतीचा आणि दुःखाचा झाकोळ मी विसरलो नाहीय. तेव्हा फक्त कयास केला होता मी, आता माझी पूर्ण खात्री पटली आहे.''

''काय?''

ते आत जातात आणि एक मोठा पिवळा लिफाफा घेऊन बाहेर येतात. ''ह्या उमुटच्या उरलेल्या वस्तू आणि ही ती डायरी. मधल्या दोन पानांमध्ये आरीन मुरातच्या नावे लिहिलेलं एक पत्र आहे, मात्र ते कधीच पाठवलं गेलं नाही.''

माझ्या डोक्यात काहीतरी फिरू लागतं. मी कधीही बेशुद्ध पडेन असं मला वाटू लागतं. माझा डावा खांदा दुखू लागतो, मला कसंतरीच व्हायला लागतं. मी त्यांच्या हातून तो लिफाफा घेते. मी ते पत्र आत्ता इथे त्यांच्या उपस्थितीत वाचायला हवंय. मी एकटी असताना ते करू शकणार नाही.

माझ्या खांद्यातल्या वेदना वाढत जातात. मी ती चिठ्ठी पाहते आणि उमुटचं अक्षर मला ओळखू येतं.

आदरणीय अन मुरात,

अपराध सिद्ध होण्याआधीच मृत्युदंडाची शिक्षा ठोठावणाऱ्या राजकारणाचे तुम्हीही एक खंदे शिल्पकार आहात हे मानायला माझं मन तयार होत नाही. तुम्ही ज्यांचा समूळ नाश करू इच्छिता, त्यांच्यात उयुल्कू अयोझतुर्क उलाश हिच्या मुलाचाही समावेश आहे ह्याबद्दल जरा विचार करा. म्हणजे तुमचा स्वतःचाच मुलगा! ह्या हत्यांसाठी आपली जनता आपल्याला कधीच माफ करणार नाही.

– उमुट मुरात उलाश

म्हणजे त्याला हे माहीत होतं? कुठून कळलं असावं त्याला? मी आणि माझा नवरा ह्याव्यतिरिक्त इतर कुणालाच हे माहीत नव्हतं. माझ्या आईला असा काही संशय आला असावा आणि ती उमुटच्या समोर असं काहीतरी बोलून गेली असावी, आणि...

"कुठेतरी कुणालातरी काहीतरी ठाऊक असतंच. आणि एका आईची संवेदनाशक्ती जरा जास्तच तीक्ष्ण असते. त्यांच्यापासून काहीच लपून राहू शकत नाही. तुम्हीही त्याला काही अप्रत्यक्ष सूचना दिली असेल, उयुल्कू! किंवा त्याला स्वतःलाच ते जाणवलं असेल. स्वतःच्या वडिलांबद्दल उमुट कधीच फार काही बोलत नसे. मला ते आधीही जाणवलं होतं. तसं पाहिलं तर मुलांना त्यांचे वडील खूप महत्त्वाचे वाटतात. आपल्याला वाटतं त्यापेक्षा कितीतरी पटीनं जास्त. खास करून, अयोमर होचासारखे वडील असतील तर."

मी काहीच बोलत नाही. माझी वाचा खुंटली आहे. 'ते पत्र कधीच पाठवलं गेलं नाही,' अत्तिला म्हणाले होते. त्यांना काय माहीत? उमुटने पाठवलंही असेल ते पत्र. माझ्या मनात एक प्रचंड भीती दाटून आली : आरीनला हे माहीत होतं? नाही, ते शक्यच नाही. त्याला माहीत असतं तर...

"आता फिट्टंफाट झाली, आपल्याला दोघांना एकमेकांची गुपितं माहीत झाली," ते म्हणाले.

मी 'द लिटिल प्रिन्स' पिशवीत ठेवते आणि त्याला तो लिफाफा उमुटच्या पत्रासकट परत देऊन टाकते. "तुम्हीच ठेवा ते. सगळं फाडून जाळून टाका. माझी विनंती आहे तुम्हाला."

दाराची बेल वाजते. तो एजंट आणि त्याचं गिऱ्हाईक, दोघं आत येतात. मी निघण्यासाठी उठते.

‘‘उयुल्कू, तुम्हाला एकटीला हे सगळं सांभाळता येईल? वेदना कधीच नाहीशी होत नाही आणि ह्या घडीला तर जखम अगदीच ताजी आहे...’’

‘‘मी ह्या वेदना अनेक वर्षांपासून भोगतेय. मला सवय झालीय आता. वेदना शमतात. पश्चात्ताप आणि अपराधीपणाची भावना जास्त त्रासदायक असतात. उमुट आणि अयोझग्युरच्या मृत्यूत आत्महत्येची बीजं दडलेली होती. मी स्वतःच ही बीजं पेरली की काय ही भावना मला अगदी असह्य होते.’’

ज्या भावनांबद्दल मी आजतागायत कुणाशी बोलले नव्हते, अगदी स्वतःशीही त्या कधी कबूल केल्या नव्हत्या, त्याच माझ्या भावनांबद्दल मी किती सहजपणे बोलू शकते ह्याचा मला विस्मय वाटतोय. मी ह्या माणसावर एवढा विश्वास टाकतेय ह्याचं मला नवल वाटतं. त्याची माझी अशी काय ओळख आहे? कधीतरी आमच्या वाटा अपघाताने जुळून आल्या. आमची जगं आता समान आहेत; आमची पार्श्वभूमीही एकसारखीच आहे.

‘‘क्लेश करून घेऊ नका. आपल्या ध्येयासाठी, तत्त्वासाठी प्राण देणं हे आत्मघाताच्या खूप जवळ जाणारं आहे. आयुष्याच्या अर्थपूर्णतेबद्दलच्या प्रश्नावरचं आत्मघात हे अत्यंत रोखठोक उत्तर आहे. आत्महत्येची बीजं प्रत्येकाच्या मनात कुठेतरी असतातच!’’

परत बेल वाजते. आता ते घाईघाईने दाराकडे जातात. त्यांना त्यांचा ग्राहक गमवायचा नाहीये. ती तीनही माणसं, त्यांत एक बाईपण आहे, आपले ओले बूट आवाज न करता बाहेरच काढतात आणि आत येतात. मी अत्तिलांचा निरोप घेत नाही आणि ते आता कुठे राहायला जाणार हेही विचारत नाही. आमची फिट्टंफाट झाली आहे. एकमेकांचा पुन्हा शोध घ्यायची गरज आता उरली नाही.

लहानपणापासून ह्या घरात हिवाळ्याच्या कडाक्याच्या थंडीने मी गोठत आलेय. तेव्हा शहराच्या एकदम बाहेरच्या बाजूला आमच्या वस्तीचा हा भाग नुकताच आकाराला येत होता. हिवाळ्यात तर लांडगे पार आमच्या बागेपर्यंत यायचे. कधीतरी धावणाऱ्या बसेस बर्फ पडायला लागल्यावर एकदम नाहीशाच व्हायच्या. शिश्ली बसस्टेशननंतर एकदम टेकेल-लिक्योर कारखान्याचा थांबा यायचा. त्याच्या पाठीमागे नजर जाईल तिथपर्यंत मेसिदिनेक्योयची तुतीची बनं पसरलेली होती. वसंत ऋतूत तुतीला बहर यायचा तेव्हा सगळे लोक झाडांखाली सतरंज्या टाकून ब्रेड, चीज आणि फळं खात पिकनिक साजरी करायचे.

त्याहीपलीकडे काही शेतं होती, त्याहीपुढे काही कारखान्यांचं बांधकाम चाललेलं आणि शेवटी कबरस्तान. हिवाळ्यात बसेस चालत नसायच्या तेव्हा आम्ही लहान मुलं आमचे बूट बर्फावर आपटत सफरीला निघायचो. अशा वेळी आमच्या इवल्या हृदयांत साहसाबद्दलचा उत्साह आणि किंचित भीती यांचं अजब मिश्रण साठलेलं असायचं. फुलांची आणि पक्ष्यांची नावं दिलेले तिथले रस्ते बुद्धिबळातल्या चौकोनांसारखे उभे–आडवे आखलेले होते. त्यांच्या दोन्ही बाजूंना नवनवीन झाडं लावलेली होती, बोस्पोरूसवरून वाहत येणारे बर्फासारखे थंड उत्तरी वारे त्या झाडांना तर गदागदा हलवून जायचेच, पण दप्तरं छातीशी घट्ट धरून आम्ही शाळेतून घरी धावत जायचो तेव्हा आम्हा मुलांनाही वाऱ्याचे फटकारे बसायचे.

ऊब यावी म्हणून सगळ्या घरात मोठ्या भट्टीत लाकडं पेटवली जायची. घरातल्या खोल्या अगदी लहान असायच्या. थंडीने निळसर झालेले हात, थंड पडलेली नाकं, घरी विणलेले लोकरी मोजे आणि गमबूट ह्यांच्या आतही गोठल्यासारखी थंडगार पावलं अशा अवतारात आम्ही अगदी निष्काळजी आनंदाने बर्फातून वाट काढत घरी यायचो. पोटात भुकेने थैमान घातलेलं असायचं आणि गरम गरम बिस्किटं, पॅटी किंवा सुशुक आणि पाव ह्यांचा वास नाकात घमघमत असायचा. उबदार दिवाणखान्यात मला खूप बरं वाटायचं. पेटलेल्या भट्टीजवळ ठेवलेल्या उशीवर जागा मिळवण्यासाठी मी माझ्या भावाशी चढाओढ करायचे, मांजराला मांडीवर घ्यायचे आणि माझ्या शाळेच्या पुस्तकात लपवून कादंबऱ्या वाचायचे. ठरावीक वेळी भट्टी शांत व्हायची आणि घरात थंडी पसरू लागायची. माझा बिछाना दमट आणि थंडगार असायचा आणि रात्री अर्धा वेळ मी कुडकुडत असायचे. सोसाट्याच्या वाऱ्याने झाडं हलत असायची, छपरावरची कौलं हलायची आणि लाकडी तावदानं भिंतींवर आपटत राहायची.

माझ्या लहानपणीच्या आणि तरुणपणीच्या कडक हिवाळ्याच्या रात्रींची आठवण मला वरचेवर यायची. कदाचित म्हणूनच माझे पाय पुन्हा पुन्हा माझ्या त्या निवाऱ्याच्या जागेकडे वळायचे. लांडग्यांच्या भीषण आरोळ्या, सुसाट वाऱ्याचा आवाज, गच्च दाटून वाढलेली कार्नेशन्स आणि हनिसकल मधुचूष, काळजीपूर्वक लागवड केलेल्या वाफ्यांत सलाडचे कंद, पातीचे कांदे आणि मुळे. माझे छोटे छोटे आनंदाचे क्षण, गाढ मैत्री आणि किशोरवयातलं प्रेम सगळ्या भावना इथे एकवटल्या होत्या. इथे मी माझं कौमार्य गमावलं होतं, इथे आमच्या

आशा-आकांक्षांचा, स्वप्नांचा होम झाला होता. मी जे काही गमावलं होतं आणि मला ज्याची उणीव भासत होती अशा सगळ्या गोष्टींचं जणू म्यूझिअम बनलं होतं ते घर.

आज सकाळी कडाक्याची कोरडी थंडी पडलीय. ह्या वर्षीसुद्धा माझी भट्टी बांधायची राहूनच गेली. मी ते काम सारखं पुढे ढकलत राहिले आणि एकदम हिवाळाच आला. लाकडाच्या शेगडीत विस्तव चरचरतोय आणि प्रत्येक खोलीत विजेवर चालणारा हीटर आहे, पण मला तरीही थंडी वाजते. माझ्या हृदयात पण काहीतरी गोठल्यासारखी भावना आहे. अगदी गोठल्यासारखं नाही म्हणता येणार, पण ह्या घरात पूर्वी थंडीने कुडकुडत गोठल्याच्या आठवणींचा खेळ आहे हा.

सकाळची न्याहरी तयार आहे. कॉफीचा सुवास दरवळतो आहे. शाळेला सुट्टी असताना मी शेगडीवरच पाव भाजायचे, तसंच आज करावंसं वाटतंय. विस्तवावर भाजलेल्या सुशुकची चव मला चाखायची आहे. आम्ही झाकण उघडायचो, सळईवर सॉसेजचे तुकडे लावायचो आणि विस्तवावर धरायचो. लहानपणी सुशुकवर कितीही ताव मारला तरी मन का भरत नसावं? आणि लहान असताना फक्त सुशुक खाऊन पोट भरायची मुभा का नसायची? पूर्वीही सुशुक इतकं महाग होतं का? मी रसोईत जाते आणि कागदात गुंडाळलेलं सुशुक घेऊन बाहेर येते. आजकाल मला रोजच सुट्टी असते. आजची सकाळ ही माझी सुशुक-सकाळ असणार आहे असं मी स्वतःलाच जाहीर करून सांगते.

दाढी करून झाल्यावर टेओ कपडे बदलतो. त्याचं लेक्चर दुपारी आहे. त्यामुळे तशी काही घाई नाही.

प्रोफेसर मेते अयुन्सालनच्या संस्थेत एक वर्ग शिकवण्याचा प्रस्ताव टेओने नाकारला तर नाहीच, उलट मोठ्या उत्साहाने त्याने मेतेला मान्यता दिली. मला ह्या प्रकाराचा अर्थच कळला नाही. त्याला इथंच राहायचं आहे का? ह्या शहराशी आणि स्वतःशी त्याने समझोता केला आहे का? तयार होताना तो शीळ घालतोय. एक अमेरिकन लोकगीत आहे ते. अगदी प्रसिद्ध धून आहे. मी टेबलापाशी बसून केसांतून बोटं फिरवतेय. मी माझे केस मुलांप्रमाणे अगदी कानालगत कापून घेतले आहेत. टेओने हे निरीक्षण केलंय, त्याने मला सांगितल्यावर माझ्याही ध्यानात आलं की मी विचारात गुंतले असेन की माझी बोटं केसांतून फिरू लागतात आणि मग मी खात्रीने आरीनच्या विचारात

गुरफटते. माझ्या केसांची क्लिप काढून तो माझे केस माझ्या उघड्या खांद्यावर रुळू द्यायचा आणि म्हणायचा, 'आता कशी तू खरोखर नग्न झाली आहेस. आता तू प्रेम करायला खरी तयार झाली आहेस.'

तो माझ्या ओठांना, स्तनांना किंवा योनीला स्पर्श करायचा तेव्हा मी उत्तेजित व्हायची खरी, पण त्यापेक्षाही त्याची बोटं माझ्या दाट, लांब केसांतून फिरायची तेव्हा मी सर्वाधिक उद्दीपित व्हायचे. आता माझे केस अगदी खुरटे आहेत आणि मी हस्तमैथुन करत असल्यासारखं स्वतःच ते खेचून धरते. टेओने माझ्या केसांना हात लावलेला मला आवडत नाही.

खरपूस भाजलेल्या सुशुकचा गंध घरभर दाटला आहे. टेओ माझ्यासमोर टेबलाशी बसलाय. त्याने अगदी तुकतुकीत दाढी केलीय आणि लॅव्हेंडेल लावलंय. रेबुलचं लॅव्हेंडेल-वॉटर. तो मला सांगतो, "मी लहान होतो तेव्हा हे आमच्याकडे नेहमी असायचं. माझे वडील आफ्टर शेव्ह लोशन म्हणून हेच वापरायचे. पण ते रेबुलच्या दुकानातलंच हवं. इतक्या वर्षांनंतरही ते अजून मिळतंय. असं काहीतरी हवं, चिरंतन मूल्य असलेलं..."

तो खूप उत्तेजित होतो किंवा अगदी निवांत असतो तेव्हा तो इंग्लिश बोलतो. हिवाळ्यातली सकाळ, पन्नाशी ओलांडलेली मी, माझे बारीक कापलेले केस, आणि ब्रेकफास्टसाठी माझ्या समोर बसलेला एक इंग्लिश बोलणारा, माझ्यापेक्षा तरुण माणूस.

बेयर्लेबेयमधल्या वडिलार्जित घराबद्दल मला नक्की ठरवता येत नाही. तो म्हणतो, "काल त्या एजंटचा फोन आला होता. ते घर तीन भावंडांच्या मालकीचं आहे. दोघं घर विकायला तयार आहेत, पण तिसऱ्याकडून काहीच कळलं नाहीय. तो फ्रान्समधे राहतो म्हणे. तरीही खरेदीचा व्यवहार करता येईल. मला दोनतृतीयांश घर खरीदता येईल म्हणे. मला कधी कधी हे सगळं इतकं हास्यास्पद वाटतं. कधीकाळी माझ्याच कुटुंबाच्या मालकीचं असलेलं ते घर आणि ते परत विकत घेण्यासाठी इतकी शक्ती खर्च करायची. अगदी खऱ्याखुऱ्या अर्थाने ॲब्सर्ड!"

"पण आपण तिकडे गेलो होतो तेव्हा तुला ते काही करून हवंच होतं ना?"

"पण आता मला तसं खात्रीनं वाटत नाहीय."

"मग राहू दे. तुझी तुलाच खात्री नसेल तर त्यासाठी उगीच उरस्फोड करू नकोस."

“मला निर्णय घेता येत नाहीये. तू माझ्या जागी असतीस तर काय केलं असतंस?”

“निर्णय घेऊ न शकणं हे सगळ्यात वाईट. तुलाच नक्की काय ते एकदा ठरवायला हवं.”

“तू तर अगदी कुर्तुलुशमधील चर्चमधल्या धर्मगुरूसारखी बोलतेस. आम्ही रविवारी सर्व्हिसला जायचो तेव्हा तोही असंच प्रवचन द्यायचा.”

“कदाचित तो तेव्हा दुसऱ्याच कुठल्यातरी विचारात गुंतला असेल. माझ्यासारखाच.”

“तू कसला विचार करते आहेस आत्ता?”

“माझे केस, देरिन, ग्युल्दाली, ही टेकडी...”

का सांगतेय मी हे त्याला? कसला बदला घ्यायचाय मला? आमच्या आजूबाजूला जे घडतंय, त्याच्याशी त्याचा काडीमात्र संबंध नाही. ग्युल्दालीचं आमरण उपोषण, देरिनचा निर्णय, आमच्या मुलांचे मृत्यू, एका टेकडीला दुसरीपासून दूर करणाऱ्या खोल दऱ्या, आरीन पुन्हा कधीच माझ्या केसांतून हात फिरवायला येणार नाही हे विदारक सत्य आणि मी पुन्हा विशीची तरुणी होणार नाही हेही... आमच्या मालवलेल्या आशा, बंडखोरी, आमचं कोसळून जाणं... कशाशीच त्याचा संबंध नाही.

“आणि हो,” तो बोलायला लागतो, “हे स्वयंघोषित क्रांतिकारक मरणाला कवटाळू इच्छितात, हे सगळं खुळचटपणाचं आहे. देरिन त्यांना मदत करतेय, तेही योग्य नाही. मूर्खपणाचा कळस होतोय अगदी! बाकीच्यांचं समजू शकतो मी, पण देरिन?”

“तूही भारल्याप्रमाणे त्या जुदासवृक्षाचं प्रवेशद्वार शोधत आहेस, त्यात कितपत अर्थ आहे, टेओ? तसंच काहीसं आहे हे. प्रत्येकाचं असं एक प्रवेशद्वार असतं आणि प्रत्येकजण त्याच्या शोधात असतो.”

“बरोबर आहे तुझं. प्रत्येकजण कशाच्या तरी शोधात असतो. आणि प्रत्येकजण खरंतर स्वतःच्याच शोधात असतो.”

“मी कशाच्याही शोधात नाहीय टेओ. मला काहीही सापडवायचं नाहीये.”

मी शेगडीत विसरलेल्या सुशुकचा एव्हाना जळून कोळसा झाला आहे. खोलीत तशी उष्णता आहे, पण मी माझ्या बालपणातल्यासारखी कुडकुडते आहे. माझ्या केसांवरून हात फिरवायला तो हात पुढे करतो तेव्हा मी अचानक

वेगाने माझी मान फिरवते. आरीन, फक्त आरीन. त्याच्याशिवाय इतर कोणालाही तो हक्क नाही. नीट बंद न केलेली खिडकीची तावदानं वाऱ्याने अखंड आपटत आहेत. तो दबलेला आवाज जणू त्या परक्या माणसाला आणि त्याला जवळ करणाऱ्या मलाही काहीतरी इशारा देतोय. अचानक मला वाटतं की टेओ माझ्यासोबत त्या न्याहरीच्या टेबलवर असणं हेच सर्वात जास्त हास्यास्पद आहे.

"तुला आज बरं वाटत नाहीय का, डार्लिंग?"

तो ज्या तऱ्हेने मला डार्लिंग म्हणतो, ते मला अजिबात आवडत नाही. माझ्या डोक्यातच जातं ते. आमचा अनैतिक प्रणय हे बदकर्म आहे वगैरे रोमांचक कल्पनांनीही आमच्या लैंगिक आयुष्यात आता फारसा थरार निर्माण होऊ शकत नाहीय. आम्ही दोघे न्याहरीसाठी एका टेबलावर बसतो तेव्हाच आम्हाला कळून चुकलेलं असतं की ती जादू आता आमच्यामधून कापरासारखी उडून गेली आहे आणि परीकथेतला राजकुमार आणि राजकुमारी, दोघांचंही, पुन्हा बेडकांत रूपांतर झालं आहे. आम्हाला हेही उमगलंय की काहीच न घडल्यासारखे आम्ही अजून काही काळ एकत्र घालवू, एकत्र न्याहरी करू, गाव पालथं घालू, अस्तित्वातच नसलेल्या त्या दरवाजाबद्दल आणि त्या घराच्या खरेदीबद्दल बोलू, कदाचित आम्ही एकमेकांबरोबर झोपूसुद्धा आणि त्यात आम्हाला क्वचित रसही वाटेल. हे कधी आणि कसं घडलं हे आम्हाला माहीत नाही, पण आमच्या अंतःकरणात आम्हाला खोलवर जाणवतंय, की ह्या शहराची मोहिनी जसजशी उतरत चाललीय तसंतसं आमच्या शारीरिक जवळिकीतली मोहक रहस्यमयता नाहीशी होत चाललीय.

"हो, मला जरा बरं वाटत नाहीय, पण होईल सगळं ठीक. तू जा लेक्चरला. मी जरा फिरून येते, तुला वाटलं तर आपण संध्याकाळी सिनेमाला जाऊ."

मला अपराधी वाटतं. त्याला भुलवून फशी पाडलं होतं ते मी, त्याला ह्या घरात आणलं ते मीच आणि त्याला माझ्या बिछान्यात ओढलं होतं तेही मीच. पन्नाशीच्या मध्यावर असलेली एक वयस्कर बाई मी. आता कुणाला माझ्याबद्दल प्रेम आणि आकर्षण वाटणार, ह्या भीतीपायी मी वाढत्या वयाविरुद्ध जणू उठाव केला आणि एका माझ्यापेक्षा तरुण पुरुषाला जवळ केलं. आरीन नेहमी म्हणायचा, 'तुझी विवेकबुद्धी सतत नाही म्हणत असली तरी तुझं शरीर मात्र कायम राजी असतं.' आयुष्याचा अर्थ काय, ह्या प्रश्नावरचं एक उत्तर आत्मघात हे असेल, तर दुसरं उत्तर लैंगिक सुख हे का नसावं? तरीही टेओला मीच ह्या

संबंधांत गुंतवलं होतं. देरिन एकदा संतापानं म्हणालीही होती, 'आता तू टेओलाही तू उपभोगलेल्या मृत पुरुषांच्या यादीत दाखल करणार आहेस का?'

"टेओ, तुला कधी पश्चात्ताप होतो का रे?" मी अचानक आवेगाने विचारते.

"कशाबद्दल? जुदासवृक्षाचा दरवाजा शोधण्यासाठी मी हट्टाला पेटलोय म्हणून? मुळीच नाही. शिवाय आता तर मी त्याच्या अगदी जवळ जाऊन पोचलोय."

"नाही, मी आपल्या नात्याबद्दल बोलतेय."

तो माझ्याजवळ येतो, मला मिठीत घेतो आणि मला आमच्या खोलीकडे घेऊन जाऊ लागतो. "चल, एकदा परीक्षा घेऊन पाहू, मला पश्चात्ताप होतोय की काय ते?"

तो उत्तेजित झालाय हे मला जाणवतं. खोलीत पोचेपर्यंत त्याला धीर नाहीय. तो मला इथेच निर्वस्त्र करू पाहतोय.

"थांब, नाही, इथे नको."

तो माझं ऐकत नाही. माझा पातळ पुलोव्हर आणि ब्रा तो खेचून काढतो. "हे लपवून ठेवतेस का तू?" तो विचारतो आणि माझ्या लटकणाऱ्या स्तनांवर घट्ट पकड घालतो.

आता त्याची बदला घेण्याची वेळ आली आहे. "कोणत्याही तरुणीच्या उभार स्तनांसाठी मी हे लटकणारे स्तन सोडू शकत नाही. मला ते खरीखुरी भुरळ घालतात. तू मला उद्दीपित करतेस. माझ्या यंत्रवत जीवनातून मला मुक्त करून, माझ्यातला खरा पुरुष जागृत करून तूच नाही का मला परिपूर्ण केलंस?"

हं, एखाद्या वेश्येसारखं. एखाद्या तरुण मुलाला पहिलावहिल्या लैंगिक अनुभवाच्या वाटेवर बोट धरून घेऊन जाणारी परिपक्व वेश्या! मी स्वतःशी विचार करते आणि अचानक माझ्यात शारीरिक भूक जागी होते. आम्ही संभोग करत असताना तो मला कधी आई तर कधी रांड म्हणतो. ते मला पुन्हा आवडायला लागतं.

आरीनचं बरोबरच होतं. माझी विवेकबुद्धी नकार देत असली तरी माझं शरीर मात्र कायम तयारच असतं. आणि अपराधाची भावना जितकी जास्त तीव्र, तितकं ते सुख जास्त मोठं. रतिक्लांत अवस्थेत, घामाघूम होऊन मी डोळे मिटून माझ्या बिछान्यात पडले आहे. मला हेही जाणवतंय, की टेओ उठून न्हाणीघरात

गेला आहे, मग परत आला आहे आणि कपडे घालतोय. त्याच्याशी काही बोलावं लागू नये म्हणून मी माझे डोळे अजूनही बंद ठेवले आहेत. कसलाही आवाज होऊ नये म्हणून तो अतिशय जपून हालचाली करतोय आणि बाहेर जाताना त्याने दार हलकेच ओढून बंद करून घेतलं आहे. खरंतर आता आम्ही समसमान झालो आहोत. एकमेकांना जे हवं ते आम्ही दिलं आहे, हा काही तोट्याचा सौदा नाही. मग कशाला उगीच सगळ्याचं विश्लेषण करत बसायचं?

मी कपडे चढवते आणि बाहेर फिरायला जाते. त्या ताज्या हवेने मी टवटवीत होते. एकटेपणा टाळण्यासाठी मला माणसांत जाण्याची गरज आहे. बाजाराच्या रस्त्यावर, रंगीबेरंगी दिव्यांनी मढवलेल्या दुकानांच्या गर्दीत...

शहराला हळुवारपणे कुरवाळत वसंत ऋतूच्या अखेरीचं बर्फ भुरूभुरू पडायला लागलंय. पुन्हा नव्याने उभारणी करता यावी म्हणून ह्या शहराला आता जमीनदोस्त व्हायची गरज आहे. बाजार, दुकानांच्या सजवलेल्या दर्शनी खिडक्या, बँका, शेअरब्रोकर, रस्ते, टॅक्सीचे थांबे, चलन विनिमय कार्यालयं, टीव्हीचे पडदे, वृत्तपत्रांची मुखपृष्ठं, कचेऱ्या, कारखाने, आठवड्याचे हाट, रस्त्याच्या कोपऱ्यावरची फुटकळ विक्रीची दुकानं, संप करणारे कामगार, पगार वाढण्याची वाट पाहणारे कारकून, कामावरून काढल्याची सूचना मिळालेले किंवा त्याचा धोका असलेले कामगार... आणीबाणीची परिस्थिती आली आहे. तिचा आता कधीही स्फोट होऊ शकतो. त्या भयाखाली आणि बर्फाखाली सगळं गोठून चाललं आहे. डॉलरने सोळाशे लिराची पातळी कधीच ओलांडली आहे. शेअर मार्केट कोसळत चाललं आहे. अजून एका बँकेचं दिवाळं निघालंय. दुसरी बँक सरकारने चालवायला घेतलीय. उद्या काय घडणार आहे? लोक टीव्हीच्या पडद्यासमोर गोळा झाले आहेत. भयशंकित होऊन आणि तरीही एका आशेने वाट पाहत आहेत. ह्या माणसांनी त्यांच्या आयुष्यात कधीच शेअर मार्केटचं नावही ऐकलं नाहीय किंवा अमेरिकन डॉलर बघितलेला नाही. शेअर मार्केटचा निर्देशांक, डॉलरच्या भावाची चढउतार, बँका बंद पडणं, आणीबाणीच्या घोषणा ह्या सगळ्या चिंता आणि समस्यांवर, अपेक्षांवर सतत पडणारं बर्फ एक निर्ढावलेला थंड पांढरा थर चढवत आहे. झोपड्यांत, टेकडीवरच्या वस्त्यांत, बैठ्या घरांत, कोठड्यांत खितपत मरणाची वाट पाहणाऱ्या माणसांची कुणाला पर्वा आहे? शहरातले अधिकारी डॉलरच्या भावावर, शेअर्सच्या निर्देशांकावर, नोकरीवरून कमी केल्याच्या नोटिशींवर, दिवाळखोरीच्या निवेदनांवर, बंद होणाऱ्या

दुकानांवर, रिकाम्या पडणाऱ्या घरांवर, आणीबाणीबद्दल प्रतिक्रिया देत आहेत, पण मरणाबद्दल नाही. मरण्याची योग्य वेळ अजून आलेली नाही. बर्फ पाकळ्यांसारखं शुभ्र दिसतं आहे, थंडगार, शांत. सगळं काही बर्फाखाली गोठून पडतं आहे...

प्रोफेसर मेते अयुन्सालनच्या शिहांगीरमधल्या फ्लॅटच्या बाल्कनीमधून मी बघते आहे. बर्फाच्या आच्छादनाखाली जुन्या इस्तंबूलची हलकीशी रूपरेखा दिसते आहे. ते दृश्य पाहून मला अगदी निराधार वाटतंय. वेढून टाकणारं खिन्नपणा, औदासीन्य आणि मृत्यू ह्यांचं हे बर्फ प्रतीक आहे. गेले काही तास टेओ आणि प्रोफेसर अयुन्सालन एका खाजगी संग्रहातून हाती लागलेल्या प्राचीन हस्तलिपीचा अर्थ लावण्याचा प्रयत्न करत आहेत. आम्ही इथं भेटावं असं टेओला वाटत होतं. अनायासे तुझी मेतेशीही ओळख होईल आणि तुला बर्फाच्छादित इस्तंबूलही बघायला मिळेल. आरीन नेहमी मेते नावाच्या एका मित्राचा उल्लेख करायचा – निशान्ताशीमधली किंवा शाळेतली मैत्री. आम्ही एकदा बेयोग्लूमध्ये ओझरते भेटलो होतो तेव्हा आरीनने आमची घाईघाईत ओळख करून दिली होती. इन्सी बेकरीमध्ये आम्ही क्रीम रोल्स खाल्ले, ह्यालाही आता इतकी वर्षं लोटलीत की मला नीटसं काही आठवत नाहीय.

मेते स्वतः दार उघडतात. ‘‘या, या, उयुल्कू, तुमचं स्वागत आहे! अनेक वर्षांपूर्वी आपण योगायोगाने भेटलो होतो. आपला दोघांचा मित्र आरीन आता आपल्यात नाही. थांबा, मला अजून काहीतरी आठवतंय. क्रीम रोल्स, हो, क्रीम रोल्सच.’’

‘‘खरोखर एक युग उलटून गेलंय, तीस वर्षं तरी झाली असतील. रस्त्यात भेटला असतात तर खरंच ओळखलं नसतं मी. आपण जाता जाता एकमेकांना बघितलं होतं. देरिनने तुमचा उल्लेख केला तेव्हा मला हे पुन्हा आठवलं. तुमची स्मरणशक्ती जबरदस्त आहे हं, प्रोफेसर!’’

‘‘हो ना, तशी वाईट नाहीय माझी स्मरणशक्ती... चला, आता पुन्हा आपल्याला एक सामायिक मित्र मिळालाय. तो तैलबुद्धी नास्तिक माझ्यावर किती ओझं लादतो आहे म्हणून सांगू! मी कोट ठेवू का तुमचा?’’

मी माझी लोकरीची शाल काढून घेते आणि लाकडी जमीन ओली होऊ नये म्हणून घराच्या दारासमोर ती जरा झाडते.

‘‘तेव्हा तुमचे केस लांब होते. आणि किती सुंदर होते! ‘देखणी आहे तुझी

वाग्दत्त वधू! केवढा हा तांबूस पिंगट चेस्टनटच्या रंगाचा भरघोस केशसंभार!' मी आरीनला म्हणालो होतो आणि तो किती चिडला होता. रागावू नका, कुठं काय बोलावं ह्याचं मला तारतम्यच नसतं आणि मला स्वतःला ह्या बाबतीत बदलायचंही नाहीय. मी फक्त तुमची स्तुती करत होतो. शिवाय, तुमच्या आत्ताच्या रूपातही तुम्ही मला देखण्या वधूसारख्याच वाटता. तुमच्यात एक अगदी सुखद बदल घडून आलाय."

तो गडगडून हसतो आणि टेओला हाक मारतो, "उयुल्कू मादाम आल्यात, मिस्टर!"

खरंय, तो फटकळ आहेच, पण अगदी मनमोकळा आणि चांगला आहे. काही काही माणसं स्वतःला हवं ते अगदी योग्य रीतीने मांडतात. कुणाला राग येऊ न देता किंवा रुसायची संधी न देता.

"तुमचं काम चालू दे हो. टेओने खास सांगितलं म्हणून मी दिवसाउजेडी आले. हे बाहेरचं दृश्य नीट बघता यावं म्हणून. हे सुंदर दृश्य मला अगदी एकटीने डोळ्यांनी पिऊन घ्यायचंय असं म्हटलं तर उद्धटपणाचं वाटणार नाही ना? मीसुद्धा कशी काहीतरी फटकन बोलते, नाही?"

"तुमचं बरोबर आहे, उयुल्कू. सौंदर्याची तहान ही एखाद्या वेदनेसारखी असते. ती वाटून घेता येत नाही. मी तुम्हाला ग्लासभर मार्तेल देतो. इथे ह्या खुर्चीत निवांत बसा आणि बर्फात दडलेलं इस्तंबूल मनसोक्त बघून घ्या. तोवर मी त्या नास्तिक माणसाबरोबर त्या वैतागवाण्या ओळींचा अर्थ लावण्यासाठी मेंदूचा भुगा पाडून घेतो. त्यामुळे त्याला त्याचं ते दुर्दैवी, कल्पित दार सापडेल कदाचित."

तो माझ्या कानापाशी झुकतो आणि एखादं गुपित सांगितल्याप्रमाणे सांगतो, "हे आपल्या दोघांच्यात राहू दे, पण आम्ही त्या रहस्याचा लवकरच भेद करू असं मलाही वाटायला लागलंय. आता सापडेलच ते दार लवकर."

बर्फातलं बायझेन!

दोन हजार पाचशे वर्षांपूर्वीच्या त्या वैराण टेकड्यांवरून खाली अक्रोपोलीस बायझेनशन्सकडे बघत असताना मेगेरानमधल्या एखाद्या माणसाला कदाचित बर्फातलं हेच उदासपण आणि हीच अद्भुत मोहिनी जाणवली असेल. शेकडो वर्षांपूर्वी शहराची अप्रतिम रूपरेखा न्याहाळताना तो बायझेंटाईन अर्चक त्या दिवशी काय विचार करत असावा? आजच्यासारखंच तेव्हाही

कॉन्स्टँटिनोपोलिस वेदना, दुःख आणि बर्फाने वेढलेलं होतं. ते सम्राट, सुलतान, जेते आणि जित सगळ्यांना बर्फाच्छादित इस्तंबूलकडे बघताना कुठलं औदासीन्य घेरून आलं असेल?

मेते अयुन्सालनने माझ्या हातात कोंबलेल्या ग्लासमधून मी कोन्याकचे घुटके घेते आहे. टेओ किती बरोबर बोलला होता! ही नगरी कितीही बदलली असली तरी ती स्वतःचा आत्मा मात्र कधीच कुणासमोर अनावृत्त करत नाही. इथे ज्वाळा पेटतात, पडझड होते, लुटालूट होते, ही नगरी पुन्हा उभारली जाते. इथं शब्दात पकडता न येण्याजोगं अमर असं काहीतरी तत्त्व आहे; जे हजारो वर्षांपासून माणसाच्या हृदयात तीच पावित्र्याची भावना आणि तीच अनाकलनीय उदासीनता जागृत करत आहे ते तत्त्व इथं सातत्याने कार्यरत आहे. मी ह्या जुन्या खुर्चीत बसले आहे; कोन्याक पिऊन ह्या उबेत सुखावले आहे आणि ह्या कालातीत क्षणांचा अनुभव घेते आहे. माझ्या इथे असण्याचं प्रयोजन काय हे मी स्वतःलाच विचारते आहे. हेजिया सोफिया आणि बर्फातील इस्तंबूल ह्या चित्राचा अर्थ शोधणारे प्रश्न मी स्वतःला विचारते आहे. बर्फाच्या आवरणाखाली दडलेल्या खऱ्याखुऱ्या वास्तवाचं, त्यातलं भीती, चिंता, ऱ्हास, गरिबी, हत्या ह्यांचं चित्रण मी का बघू इच्छित नाही? शिवाय माझं इथे काय काम आहे? तिथे ग्युल्दाली एका वादळात, बर्फवृष्टीने मार्ग बंद झालेल्या त्या मृत्युगृहात अखेरचे श्वास मोजते आहे; देरिन तिच्या शेजारी बसली आहे; दूरच्या टेकडीवरच्या वस्तीत एक नवा उमुट वाढतो आहे; एके दिवशी कोणत्यातरी ईश्वरासाठी, एखाद्या खोट्या प्रेषितासाठी त्याचं बलिदान होणंही निश्चितच आहे. माझं हृदय कशाने इतकं गोठलं आहे? इथे दोन पुरुष त्यांच्या कामात गुंतले आहेत. त्यांच्यापैकी एकाने हजारो वर्षांपूर्वी नष्ट झालेल्या एका प्राचीन प्रवेशद्वाराचा शोध करण्यात स्वतःला वाहून घेतलं आहे. दुसरा एक महावाचाळ प्राध्यापक. तीस वर्षांपूर्वी मला देखणी नववधू म्हणणारा. ह्यातलं स्वप्न कोणतं आणि वास्तव कोणतं? इतिहास कोणता आणि वर्तमान कोणतं, भविष्य कोणतं? मला खिडकीतून दिसणारं हे इस्तंबूल, हे घर, ते जुदासवृक्षांच्या नक्षीकामाचं प्रवेशद्वार, बर्फाच्या आवरणाखाली हालचाल करणारं! मृत्यू आणि बंडखोरीला जिथे बहर येत असतो, ते इस्तंबूल.

बर्फ पाहिला की मी अजूनच शोकमग्न होते. आरीनची, माझ्या मुलाची, माझी स्वतःची उणीव मला भासतेय. आमच्यातलं कोणीच इथे नाहीय. मी एकटी आहे, एकटी. बायझेनशन्सचं बर्फातलं दर्शन माझ्या वेदनेवर फुंकर घालू

शकत नाही. काम झाल्यावर आम्ही एखाद्या चांगल्याशा हॉटेलमध्ये जेवायला जाऊ किंवा प्रोफेसरबरोबर एखादा ग्लास वाईन पिऊ. तेव्हाही माझं दुःख हलकं होणार नाही. प्रत्येक वेळी हे नगर भग्नावस्थेतून उठून उभं राहतं. कारण त्याच्यात ते वेगळंच काहीतरी शाश्वत मूल्य आहे...

तीस वर्षं उलटली आहेत. त्या दिवशीही अशीच सतत बर्फवृष्टी होत होती. इस्तंबूलच्या दोन बाजूंच्या मधोमध गलाताच्या पुलावर मी अडकले होते. मी प्रेमात पडले होते, मी आशावादी होते, मी क्रांतिकारी होते. माझ्यात ह्या सर्व गोष्टींचं एक मिश्रण तयार झालेलं होतं. माझ्या भावनांची तीव्रता इतकी होती की पापणीही न हलवता मी क्रांतीसाठी प्रेमाचं आणि प्रेमासाठी क्रांतीचं बलिदान करून टाकलं असतं. पण आता मी तशी राहिले नाहीय. हा वयाचा परिणाम नाही, ह्याचं कारण आहे एक जाणीव! कसलीच आशा किंवा कुठलंच भविष्य न उरल्याची. सगळं काही बघून, उपभोगून झाल्याची आणि प्रत्येक अनुभव ही एका तऱ्हेची पुनरावृत्ती असल्याची. बर्फाने आच्छादलेली गावं, निळे चमकते समुद्र, लालसर केशरी सूर्यास्त, मार्गारिटा आणि अफूच्या फुलांची शेतं, दरीखोऱ्यांचे पर्वत, पोटात मरूद्यानं दडवलेली वाळवंटं, ही सगळी रसहीन पुनरावृत्ती आहे, बाकी काही नाही. ह्यातून माणसाला काहीच दिलासा मिळत नाही. आयुष्यावरचा, माणुसकीवरचा आणि भविष्यावरचा विश्वास नष्ट करण्याशिवाय क्रांती आणि प्रेम ह्यांनी दुसरं केलंय काय?

प्रोफेसरने टेबलावर ठेवलेल्या बाटलीतून मी पुन्हा एक बोटभर कोन्याक ओतून घेते. हातात फिरवून मी तो ग्लास गरम करते आहे. नेहमी फक्त बोटभर कोन्याकच ग्लासमध्ये ओतावी, जास्त नाही. मग तिला हाताच्या उष्णतेने गरम करून पिऊन टाकावी. कोन्याक हे हिवाळ्याचं पेय आहे. त्याने शरीरात उष्णता निर्माण होते. फ्रान्सच्या कोन्याक नामक प्रांतात तयार होणाऱ्या पेयालाच फक्त हे नाव देण्यात येतं. बाकी सगळे वाईनचे प्रकार. पण तुर्कस्तानात कोन्याकचे सगळे प्रकार पिण्याची प्रथा आहे. मला हे आरीनने शिकवलं होतं, हिवाळ्यात बंद ठेवल्या जाणाऱ्या त्या दमट थंडगार समरव्हिलामध्ये आम्ही पहिल्यांदा प्रणय केला तेव्हा. म्हणूनच कोन्याकला माझ्या लेखी शरीरसुखाची चव होती. मधल्या काळात मला जगभरातल्या पंचतारांकित हॉटेल्स, मोठमोठी रेस्तराँ, नामवंत हॉल्स, भपकेदार रचना आणि सजावट असलेल्या वृत्तपत्रांच्या कचेऱ्या ह्यांचा परिचय झाला होता. मग मी प्रणयाच्या कितीक खुब्या आत्मसात केल्या होत्या.

लालसा कशी अनुभवायची आणि कामेच्छा कशी निर्माण करायची हेही मी शिकले. दूरदूरचे देश, परकी गावं, शिक्षागृहं, कारागृहं, शवागारं आणि बरंच काही मी पाहिलं. आता मला सगळ्याचीच शिसारी येते.

शेजारच्या खोलीतून मेतेचं गडगडाटी हास्य ऐकू येतं. टेओ त्याच्या विरोधात तावातावाने बोलतोय. ''ईश्वर पवित्र आहे, ह्या वाक्यात तुला जुदास कुठे दिसला आता?'' तो विचारतो. प्रोफेसर खुनशीपणे उत्तरतो, ''चर्चमध्ये जगणाऱ्या सहकाऱ्यांच्या रसहीन, कंटाळवाण्या आयुष्याचा परिपाक असलेल्या ह्या हस्तलिखितांवर डोळेफोड करून एक श्रद्धाहीन जोगी आपले डोळे गमावतो, मग त्याने जुदासला पवित्र म्हणून देवत्व का बहाल करू नये?''

बर्फ परत मुलायमपणे पडायला लागलंय. माझ्यासमोर बर्फाने वेढलेलं बायझेन्शन, कॉन्स्टँटिनोपोलिस, इस्तंबूल उभं आहे. आईस्तेन पोलिन शहराच्या आत. पर्शिअन सत्तेखाली आल्यावर बायझेनच्या सुवर्णमुद्रांची किंमत पहिल्यांदाच उतरली होती का? नायकीच्या उठावानंतर इथली अर्थव्यवस्था कोलमडली होती का? आस्परची किंमत ओस्मानियाच्या राजवटीत किती वेळा निश्चित केली गेली?

चलनाच्या नकली, बनावट मुद्रांबद्दल किती वेळा संबंधितांनी आवाज उठवला? डॉलरची घोडदौड थांबवता येण्यासारखी नाही. अर्थव्यवस्था डबघाईला आलेली आहे. आर्थिक संकट अजून वाढत आहे. ही नगरी स्वतःलाच विचारते आहे : उद्या काय घडणार आहे? टेकड्यांवर, गेसिकोंदूमध्ये, कोठड्यांत माणसं मरायला टेकली आहेत, माणसं मरत आहेत, मारली जात आहेत. हे असं अजून किती काळ चालणार आहे? जुदासवृक्षाच्या प्रवेशद्वारातून शहराचा आत्मा वाचवण्यासाठी आत आलेला तो मोक्षदाता जुदास होता की येशू? कोणता प्रश्न जास्त महत्त्वाचा आहे? कुठलं उत्तर हजारो वर्षांनंतरही सयुक्तिक असेल?

फोन वाजतो. मला संदेश आलाय. मी पर्स धुंडाळून माझा मोबाइल बाहेर काढते. केरेम अलीचा एसएमएस. त्याचा देरिनशी संपर्क होऊ शकत नाहीय असं तो लिहितो. म्हणजे तिने त्याला तिचा नवीन नंबर दिलेला नाही तर. मी तिचा नंबर लावते. बराच वेळ फोन वाजत राहतो. मी वाट पाहतेय. अखेर तिचा किंचित सानुनासिक आवाज ऐकू येतो आणि मला प्रचंड आनंद होतो. मला तिची किती गरज आहे हे मला नव्याने जाणवतं.

"तू फार दूर होतीस का? फोन खूप वेळ वाजत होता."

"मी जरा उमुटजवळ होते. त्याला सर्दी झाली आहे आणि थोडा तापही आलाय." आजारी मुलाची काळजी घेणाऱ्या मुलाबद्दल आईला वाटणारी अवास्तव काळजी तिच्या आवाजात डोकावते आहे.

"देरिन, तुझी फार आठवण येतेय मला. छोट्या आजारी असेल तर मी डॉक्टरला घेऊन येते तुझ्या घरी."

"सध्या बर्फ पडतंय खूप आणि रस्ते अगदी वाईट अवस्थेत आहेत. नॉनस्किड टायरशिवाय तू आमचा चढ चढू शकणार नाहीस. रात्रीच्या अंधारात तर नाहीच नाही. मला मदत हवी असेल तर तुला फोन करेनच मी. उयुल्कू, मला पण तुझी खूप आठवण येत होती."

"ग्युल्दाली कशी आहे?"

शांतता...

"तुला हवं असेल तर आपण दोघी मिळून तिच्याकडे जाऊन येऊ."

"उद्या बर्फ थोडं निवळलं आणि जरा बाहेर पडण्याइतकी परिस्थिती निर्माण झाली की पाहू."

मी फोन बंद करते आणि त्याच क्षणी पक्कं ठरवते उद्यापर्यंत थांबायचं नाही. आत्ताच देरिनकडे जायचं. मी दुप्पट पैसे दिले तर मला नक्कीच टॅक्सी मिळेल. नाहीच मिळाली तर मी मिनीबस घेऊन जाईन. मग मी पायथ्याशी उतरेन आणि बर्फाच्या थराशी सामना देत वरपर्यंत जाईन.

मी माझी पर्स बंद केली. स्टँडवरून माझी शाल आणि कोट घेतले आणि मेतेच्या खोलीच्या अर्ध्या उघड्या दारावर हलकेच थाप मारली. "देरिनचा फोन आला होता. छोट्याला बरं नाहीय आणि तिला काही औषधं हवी आहेत. आपण नंतर कधीतरी जेवायला जाऊ." मी सांगितलं. टेओने माझ्याबरोबर यायची तयारी दाखवली. पण मी एकटी जाणं मला जास्त योग्य वाटत होतं, शिवाय मी रात्री तिच्याकडेच राहणार होते. निरोप घेताना प्रोफेसर प्रेमाने म्हणाले, "देरिनला सांगा, मी अगदी मनापासून चौकशी केलीय म्हणून. अगदी वेगळीच मुलगी आहे ती! तिचे वडीलही तसेच होते."

शिहांगीरपासून ताकिम चौकाकडे जाणाऱ्या आरशासारख्या तुकतकीत रस्त्याशी झुंजत मी एकटीच वाटचाल करत असताना मला आतून खूप छान वाटायला लागलं. मी आभाळाकडे तोंड केलं. बर्फाची भुरभूर चालू होती. मी ओठांवर पडलेले बर्फाचे कण चाखतमाखत शोषून घेतले आणि बर्फाची चव

अनुभवली. इतक्या थंडीत एक गुबगुबीत रानबोका खर्जात गुरगुरत माझ्यापुढे धावत गेला. काळाची पर्वा नसलेली एक अस्सल वैषयिक भावना, जगण्याची तीव्र इच्छा, हक्क. त्याच्या पंज्याचे बर्फात उठलेले ठसे मी जरा वेळ न्याहाळत थांबले. हळूहळू मला आतून अगदी मोकळं आणि हलकं वाटायला लागलं.

४.

त्या बाईला काय आणि किती माहिती आहे ह्याची मला कल्पना नाही, पण मला तिची भीती वाटते. तिला देहदंडाबद्दल माहिती आहे आणि माझ्या बलिदानाचं स्वरूप तिला माहीत आहे. तिने ते कधी दाखवलं नाहीय, पण मला ती मुळीच आवडत नाही. त्यामुळे तिच्या बाबतीत माझ्या संवेदना फार तीव्र आहेत. मी देरिनकडे असताना तिने अचानक ग्युल्दालीच्या अटकेबद्दल बोलायला का सुरुवात केली? त्या दिवशी आगाऊ शहाणपणाने आणि वैताग येईल अशा स्वरात वाटेल तशी तिची बकबक चालली होती. अत्तिला बेचा मुलगा! खड्ड्यात जा म्हणावं...

मी ते सगळं कधीच विसरून गेलो होतो. खरंच? 'सगळ्यांना हळूहळू सवय होते,' कॉम्रेड म्हणाला होता. मलाही सवय झालीय का? तू त्याबद्दल मुळीच विचार करता कामा नये. विचार केला की प्रश्न पडू लागतात, प्रश्न पडायला लागले की माणूस कमकुवत होतो आणि शेवटी भरकटायला होतं. 'मी ह्या लढाईत माझा मुलगा गमावलाय. त्यांना ह्या कुमार्गापासून परावृत्त करायला कुणीतरी पुढे आलं असतं तर आज माझा मुलगा, तुझा भाऊ आणि अत्तिला बेचा मुलगा, सगळेजण जिवंत असते. खून हा खूनच, कारण कुठलं का असेना!' ती म्हणाली होती. ते स्वतःला न्यायाधीश समजतात. तो पेपरवाला पण त्यातलाच. बाहेरून बघणाऱ्याला अगदी सहजपणे निवाडा करता येतो. आमची बाजू न्याय्य आहे, म्हणूनच आमची कार्यपद्धती न्यायपूर्ण आहे. समझोता करायला तयार असणाऱ्या ह्या मामुली निम्नमध्यमवर्गीय लोकांना हे कधीच कळणार नाही.

आणि देरिन? ती तिचं वर्तुळ सोडून आमच्याकडे कशासाठी आली होती? उत्सुकता म्हणून, तिच्या जन्माच्या मुळांबद्दल प्रतिक्रिया म्हणून की कॉम्रेड म्हणतो तसं जरा बदल म्हणून! बड्या घरच्या खुशालचेंडू मुलींना येते तशी एक लहर. मला ते समजावून सांगायचा प्रयत्न तिने एकदा केला होता. 'आमच्या

वर्तुळांतल्या घरांतून शर्यतीच्या घोड्यांप्रमाणे मुलांची पैदास आणि निगराणी होते; आम्हाला सुप्रसिद्ध शाळांमधून खास प्रशिक्षण दिलं जातं; आम्ही शहराच्या खास उच्चभ्रू भागात राहतो आणि आमच्या जगण्याचा दर्जाही उंची असतो. आम्ही वरचेवर खरेदीला जातो, कारण आपण सगळं काही खरेदी करू शकतो असं आम्हाला वाटतं आणि आम्ही ते करतोही. मग हळूहळू आम्हाला चंगळवादाचा वीट येतो आणि सगळंच अर्थहीन वाटायला लागतं. आयुष्यातल्या लहान लहान गोष्टींत आनंद साजरा करणं आम्हाला जमत नाही आणि मोठ्या मोठ्या गोष्टींचा आम्हाला लगेचच कंटाळा येतो. चिंता आणि भीती लपवण्यासाठी कुणी रात्री रंगीन करू लागतं, कुणी ड्रग्स घेऊ लागतं, कुणी कुठल्यातरी धार्मिक पंथाच्या भजनी लागतं. कुठल्या ना कुठल्या तऱ्हेने स्वतःला विनाशाच्या खाईत लोटायचा प्रयत्न जारी असतो, हा एकच मार्ग उरलेला असावा तसं. माझ्यासारखी काही मोजकी माणसं असतात... ती दुसराच मार्ग शोधतात.'

असंच काहीसं ती बोलत होती आणि तिने ते फारच परिणामकारकरीत्या मांडलं होतं. बोलत असताना तिचा खुललेला चेहरा अजूनच देखणा वाटत होता. जणू ती पृथ्वीवरची नसून एखाद्या परग्रहावरून आलेली होती. मला आठवतंय, आम्ही इमिग्रानच्या व्हिलामध्ये होतो. ती आमच्या बाजूला राहायला येणार होती त्या काळातली गोष्ट. इथं राहायचं आणि दुसऱ्याच कुठल्यातरी जगात जगायचं असं नाही करता येणार. अशाने माणसाला स्वतःचाच थांग लागत नाही आणि दुसऱ्यांसाठी ते एक प्रकारचं ढोंगच ठरतं. माणसाने एकाच पर्यायाची निवड करायला हवी.

हवा बर्फाळ आहे. सगळं काही शुभ्र पांढरं. जेव्हा अशी जोरदार बर्फवृष्टी होते तेव्हा इथल्या टेकड्या फारच सुंदर दिसायला लागतात. वाटेल तशा एकत्र बांधल्या गेलेल्या झोपड्या, रस्त्यावरची धूळ, चिखल, कचऱ्याचे ढीग, अर्धवट पडलेल्या झोपड्यांचे अवशेष हे सारं काही बर्फाच्या थराखाली लपून जातं. त्यामुळे गेसिकोंदूसाठी बर्फ फायद्याचं ठरतं. आम्ही थंडीने कुडकुडत असतो. हिवाळ्यातल्या त्या दुष्ट थंडीशी सामना करताना आमचं दारिद्र्य अजून झोंबायला लागतं. बेकारीची छाया आमच्यावर झाकोळून येते, पण तरीसुद्धा बर्फ पाहिलं की आमचं मन लहान मुलांप्रमाणे हरखून जातं. गुडघ्याइतकं बर्फ साठलं की पोलीस पण त्यांची पलटण घेऊन वरपर्यंत येत नाहीत. बर्फ ही एक अनाम, अदृश्य सीमारेषा आहे.

आज बर्फ पडायला लागलं तसतशी मला माझी अम्मी, देरिन आणि माझ्या टेकडीची अतीव ओढ वाटायला लागली. त्यातून देरिनचा फोनही आला नव्हता आणि ती फोन उचलतही नव्हती. मी नालायकच आहे... तिचं मन दुखावलंय... माझा आवाज चढला होता ना त्या दिवशी. तिनेही बाणेदारपणा दाखवला होता आणि मुळीच माघार घेतली नव्हती, पण...

अशा हवेत आमच्या भागात बसेसही चालू नसतात. आलीच तर दोन तासांतून एखादी. मिनीबस असतात म्हणा, पण त्यांचाही वेळेचा भरवसा नसतो, पण सगळे बसड्रायव्हर मला ओळखतात. बहुतेकजण आमच्यातलेच आहेत, पण तरीही काही सांगता येत नाहीच. वाईट हेतूने नाही, तर अगदी सहजच त्यांनी जर कुणाकडे उल्लेख केला, की मला अमुक वेळी अमुक ठिकाणी पाहिलं आणि ते नेमकं चुकीच्या लोकांच्या कानावर पडलं तर? म्हणून मी शक्यतो बसनेच प्रवास करतो. मला हा धोका पत्करून टेकडीवर पोचायला हवं. शक्य तितक्या लवकर मला देरिनला भेटायचंय आणि तिची क्षमा मागायची आहे. मला तिला स्वच्छपणे सांगायला हवं, की ती माझ्या इतकी जवळ असताना, आमच्या विश्वात दाखल झालेली असताना मी तिच्यापासून दूर राहणं हा शुद्ध मूर्खपणा आहे. तिचा सुंदर देह मला पुन्हा एकदा मिठीत घ्यायचा आहे; तिच्यावर भरभरून प्रेम करायचं आहे; तिच्याबरोबर खूप वेळ प्रणय करायचा आहे.

ग्युल्दालीच्या घरामागे जाऊन पोचणारा जवळचा रस्ता बर्फाने भरून गेला होता. नशीब, मी गुडघ्यापर्यंत येणारे गमबूट चढवून निघालो होतो. पडत, घसरत कशीबशी मी ती चढण पार करू लागलो. हा रस्ता शंभर टक्के सुरक्षित आहे. बर्फवृष्टी होत असताना कोणी माईचा लाल इकडे फिरकत नाही. कुर्ट आणि कोंट बर्फ उधळत उतारावरून धावत खाली येत होते. मला पाहून त्यांनी शेपटी हलवत उड्या मारायला सुरुवात केली आणि पूर्वीसारखंच आम्ही बर्फात रिंगण घातलं. माझं हृदय उबेने दाटून आलं. मला आता थंडी वाजेना. सगळं पुन्हा ठीक होईल, असं मला वाटू लागलं. आणि का होऊ नये? मी उभा राहिलो आणि माझ्या वस्तूंवरचं बर्फ झटकू लागलो. मग मी बर्फाचा एक गोळा तयार केला आणि त्या कुत्र्यांवर फेकला. जोरात उड्या मारत त्यांनी तिथून पळ काढला. घराच्या मागच्या अंगणाकडे जाता जाता मी अंधाराला कान देत होतो. दूरवरून पुलावरच्या रहदारीचा नेहमीचा आवाज ऐकू येत होता. आणि एका ओळखीच्या गाण्याचे सूर एका घरातून तरंगत येत होते! मधुर गाणं, आमचं गाणं! 'मशीनगन,

मशीनगन, पुढे निघाली मशीनगन, आपणच नक्की विजयी होणार, कॉम्रेड, तुला देतो वचन!'

मागच्या अंगणाच्या दाराशी एक सावली घोटाळत होती. मला ती नक्की ओळखता आली नाही. तिथे कोणीतरी दबा धरून होतं, मुळीच हालचाल न करता. माझ्यावर जणू वीज कोसळली आणि मी जमिनीला खिळून उभा राहिलो आणि नजर दुसरीकडे वळवली. माणूस चमत्कारिकच असतो. त्याला प्रत्यक्ष संकटाची भीती वाटत नाही, पण त्याच्याशी सामना करावा लागेल ह्याची धास्ती मात्र त्याला पडलेली असते. एक क्षणभर मी निश्चल उभा राहिलो आणि मग मी चमकत्या बर्फाच्या प्रकाशात त्याचं लांबुडकं नाक ओळखलं – गाजर! मला माझं हसू लपवता येईना. मी माझ्या जाकिटाची झिप उघडली आणि ती थंडी छातीत भरून घेतली. गाजराचं नाक, कोळशाचे डोळे आणि संत्र्याच्या सालीचे ओठ त्याच्या डोक्यावर एक जुनी फेल्ट हॅट घातलेली होती. देरिनने उभा केला असेल हा, मुलांना जरा तेवढीच मजा वाटली असेल. मी जरा मोकळेपणाने, निःशंक होऊन चालू लागलो आणि ज्या भावनेने मला इथपर्यंत खेचून आणलं होतं, त्या भावनेने पुन्हा माझ्या मनाचा आणि शरीराचा पूर्ण ताबा घेतला. मला ती तत्क्षणी, लगेच, तिथेच हवी होती. मला केवळ कुठल्यातरी स्त्रीदेहाशी संभोग करायचा नव्हता. मला ती हवी होती. मी तिच्यावर अपार प्रेम करत होतो, ती स्त्री. मी त्या बर्फाच्या पुतळ्यापाशी उभा होतो आणि माझ्या प्रियेला मिठीत घेण्यावाचून मला त्या क्षणी दुसरं काहीही महत्त्वाचं वाटत नव्हतं.

घराच्या ह्या बाजूला फक्त न्हाणीघराची खिडकी येत होती. आत दिवा लागला होता की नाही हे नीट दिसत नव्हतं. मागचं फाटक एक गरज म्हणून फळ्या ठोकून कसंबसं उभारलेलं होतं. वेळ आली तर पटकन निसटून जाता यावं म्हणून ह्युसेईनने हे दार तयार केलं असणार. मी अगदी दाराजवळ जाऊन कान दिला. आतून आवाज ऐकू येत होते. टीव्ही चालू असावा बहुतेक. मी नीट ऐकण्याचा प्रयत्न केला. नाही, टीव्ही नाही. म्हणजे, टीव्ही चालू होता, पण आतून अजूनही काही आवाज येत होते. त्यातला एक आवाज देरिनचा आहे असं मला वाटलं, पण मी खात्रीने सांगू शकत नव्हतो. मी परत फिरायला हवं होतं, पण मी ते करू शकलो नाही. मी दाराच्या फटीला कान लावला. हो, देरिनच होती ती. आणि अजून एका पुरुषाचा आवाज. मला तो ओळखीचा वाटला. कधी कधी एखादा आवाज नीट ओळखू येत नाही, पण त्याच्याबद्दल तो चांगला

किंवा वाईट हे मात्र खात्रीने जाणवतं. आणि ह्या आवाजाने मी अस्वस्थ झालो. क्षणभर मला वाटलं की तो टेओ असावा. टेओची तुर्की बोलण्याची पद्धत लगेच कळायची.

आमरण उपोषणं... तिचं आयुष्य... बळी... तू मागास... म्हणून... वास्तव... शस्त्रांचं बळ... विजय... हा आवाज देरिनचा होता. मला पूर्ण वाक्यं ऐकू आलं नाही, पण मधले सुटलेले शब्द मला समजले होते. ती बहुधा म्हणत होती, 'जेव्हा त्यांनी आमरण उपोषणं करून बळी जाण्यासाठी आयुष्य पणाला लावलं, तेव्हा तू ज्या शब्दांना निरर्थक म्हणून हिणवलं होतंस, ते शब्द खरे ठरले. शस्त्रांची शक्ती अखेर विजयी ठरली.'

त्या माणसाचं उत्तर मला जास्त नीट ऐकू आलं. 'हे शब्द फक्त तुमच्यासाठी खरे आहेत आणि ह्या शस्त्रांना शेवटी तुम्हीच बळी पडणार आहात.' मी हे असलंच वाक्य आधीही कधीतरी, कुठेतरी वाचल्याचं मला आठवलं. आणि लगेचच मला उलगडा झाला. तो माणूस म्हणजे तुर्गुत इर्सिन होता.

माझ्या डोक्यात रक्त चढलं. मी बर्फाने वेढलेल्या पायरीवर मटकन बसलो. इतक्या रात्री हा माणूस इथे काय करत होता? थांब, दाखवतो तुला, पत्रकारिता कशी करायची आणि प्रसिद्धिमाध्यमांवर प्रभाव कसा पाडायचा. हे सगळे लंपट पुरुष अगदी एकामागून एक तिच्याच पाठीमागे लागले होते. माझ्या डोक्यात लख्ख प्रकाश पडला. माझा संताप आणि तिच्याबद्दल वाटणारी ओढ ह्यामुळे मला सगळं तात्त्विकदृष्ट्या स्पष्ट होत चाललं होतं. शेजारच्या घरातलं मशीनगनचं गाणं आता बंद झालं होतं. आता झोपडपट्टीतला क्रांतिकारी राजकुमार हे गाणं सुरू झालं होतं. जरा शब्द बदलले तर ते गाणं आम्हाला अगदी शोभून दिसेल. 'लाल दिवसांची बघूया वाट, कैद आणि भूक नाहीशी होईल, खिडकीतून फेक राजकुमारासाठी एक गुलाबाचं फूल, झोपडपट्टीचं भाग्य बदलून जाणार आहे. येऊ घातलेल्या क्रांतीचं स्वागत असो!'

घराला वळसा घालून मी मुख्य दाराकडे आलो. नेहमीप्रमाणे मी तीनदा छोटी बेल वाजवली आणि एकदा लांब. शांतता... ती दारच उघडणार नाही का? नाही उघडलं तर तिच्याकडे नक्कीच काहीतरी लपवण्यासारखं किंवा घाबरण्यासारखं आहे. ह्या दिवसांत ती सावधपणे वागतेय आणि इथल्या वातावरणात जरा भीतीच्या दडपणाखाली आहे, हे समजण्यासारखं आहे. मी इथून निघून जावं आणि ह्या प्रेमावर कायमचा दगड ठेवावा, हेच योग्य ठरेल.

आतून आवाज आला, "कोण आहे?" ही देरिन नव्हती. तिचा पाहुणा

होता. झाला पचका? केरेम अली, आता काय उत्तर देणार तू?

माझ्या वस्तीतल्या गल्लीबोळांतून पळ काढणं मला अजूनही शक्य होतं आणि तेच बरोबर ठरलं असतं. पण मी तसं करू शकलो नाही. उलट मी म्हणालो, ''मी आहे, केरेम अली.'' पुन्हा आतल्या बाजूला शांतता पसरली. मग दाराची कडी काढली गेली. देरिनने दार उघडलं.

बर्फ झटकून टाकण्यासाठी मी जमिनीवर पाय आपटले आणि अर्ध्या उघड्या दारातून त्या लहानशा घरात शिरलो. मी काहीच बोललो नाही आणि तिलाही काही बोलायला अवसर न देता मी तिला सरळ मिठीत घेतलं. तिने तोंड फिरवलं, पण ती स्वतःची सुटका करून घेऊ शकली नाही. ''मला तुझी अनावर ओढ लागली होती,'' मी तिच्या कानात कुजबुजलो. मी तिच्या कानाची पाळी ओठांत धरली आणि हलकेच चावली. एरवी तिला ते फार आवडायचं, पण आत्ता ती मुळीच सैलावली नाही, वासनेने उद्दीपित झाली नाही. तिचा पाहुणा आतमध्ये बसला होता. तिच्या चेहऱ्यावर एक अजब स्मित होतं. मला ते आज पहिल्यांदाच दिसत होतं. माझा हात धरून तिने मला आतल्या खोलीत नेलं, ''थंडी पडलीय केवढी. तू गारठला असशील. ये, जाकीट काढ तुझं.''

बाहेरच्या थंड हवेच्या तुलनेत आतली हवा मला गरम आणि कोंदट वाटत होती. तुर्गुत इर्सिनने बुद्धिजीवी लोकांसारखी छोटीशी दाढी ठेवली होती. तपकिरी रंगाची कॉर्डूरॉय आणि त्याच रंगाचा पुलोव्हर त्याने घातला होता आणि पायावर पाय टाकून कोपऱ्यातल्या खुर्चीत तो बसला होता. शेजारच्या टेबलावर एक नवीन पुस्तक ठेवलेलं होतं आणि एक ग्लासही. तो पाईप ओढत होता आणि नेहमीप्रमाणेच ''हलो!'' तो म्हणाला. मी तिथं आल्याने त्याला अडचण झाली होती असं वाटलं. मी त्याला ऐसपैस प्रतिसाद दिला. ''ये, आत ये, बैस.'' त्याच्यासमोरच्या खुर्चीकडे निर्देश करत देरिन म्हणाली. मला अचानक माझ्या आईची एक टिप्पणी आठवली आणि मला मनातल्या मनात हसू आलं. 'काही लोकांना आपण 'ये, बस' असं म्हणतो तर काही लोकांना 'यावं, स्थानापन्न व्हावं' असं म्हणतो.' अम्मीने मला एकदा सांगितलं होतं. माणसं एकमेकांशी कशी वागतात हे त्यांना एकमेकांबद्दल किती आदर वाटतो ह्यावर अवलंबून असतं. शाल आणि जाकीट काढून ठेवता ठेवता मी देरिनचं निरीक्षण करत होतो. तिचं तुर्गुत इर्सिनशी असलेलं नातं जोखण्यासाठी.

''कोन्याक किंवा वाईन देऊ का तुला? जरा ऊब येईल.''

“मला अल्कोहोल आवडत नाही फारसं, माहीत आहे तुला.”

“अरे औषध म्हणून घ्यायचं. वाईन आणि कोन्याक लवंग घालून घेतलं की थंडी बाधत नाही मुळीच. सध्या सगळीकडे आजार पसरलेत. हिवतापाची साथ आहे. छोट्या उमुटला पण ताप आलाय. अजून पूर्ण बरं वाटलं नाहीय त्याला.”

“पण तरीही मला चहाच चालेल, असेल तर.”

“हरकत नाही. किती दिवस झाले, तुझा संपर्क होत नाहीये. तू मोबाइलही उचलायचं सोडून दिलं आहेस. मी तुझ्या आईला एक-दोनदा फोन केला होता. ती म्हणाली की, ‘आमरण उपोषणं सुरू झाल्यापासून तू घरीही फारसा येत नाहीस,’ मग मीही जास्त पाठपुरावा केला नाही.”

तुर्गुत इर्सिन त्याच्या चष्म्यावरून आम्हा दोघांकडे निरखून पाहत होता हे मी पाहिलं.

टेबलावरचं पुस्तक चाळत मी विचारलं, “आता कसा आहे छोट्या?”

“बरा आहे आता, पण मीच घाबरले होते. त्याची आई असायला हवी ना त्याच्याजवळ? तशी त्याला माझी सवय झालीय म्हणा आता, पण तरी तिची आठवण येतेच त्याला. तिने त्याला छातीशी धरलं आणि रात्री आपल्या कुशीत घेतलं की झराझरा बरं वाटेल त्याला.”

अगदी निरिच्छेने मी तुर्गुत इर्सिनला म्हणालो, “तुमचं नवीन पुस्तक आलंय वाटतं बाजारात? परत तेच सिद्धान्त मांडलेत का?”

त्याने उत्तर देण्याची गरज नसल्यासारखा आविर्भाव केला.

“पुस्तकाचं सोडून द्या. ग्युल्दालीला आत्मघाताच्या विचारापासून परावृत्त करा, ते जास्त महत्त्वाचं आहे.” आत्तापर्यंत तो दाढी कुरवाळत, ग्लासमधल्या पेयाचे घुटके घेत गप्प बसला होता.

“तो हक्क कुणालाच नाही,” मी ठासून म्हटलं, “ग्युल्दालीने स्वतः पूर्ण विचारांती हा निर्णय घेतला आहे. बाकीच्या बायकांप्रमाणेच. तिने पूर्ण विचार केलेला आहे का, असं तिला आधीच विचारण्यात आलं होतं. की तुम्हीही ह्या गोष्टींकडे त्युर्कीये चुम्होरीत टी सी स्टेटच्या चष्म्यातून पाहताय? तुम्हाला असं वाटतंय का, की आम्ही ह्या माणसांना जबरदस्तीने आत्मघात करायला भाग पाडतोय? ग्युल्दालीचं आता मतपरिवर्तन घडवून आणायचं हे तिची इच्छा, तिचा क्रांतिवादी दृढनिश्चय आणि तिच्या व्यक्तिमत्त्वाबद्दलच अनादर व्यक्त करण्यासारखं आहे. तिने आता माघार घेतली तर तिला इथं कधीही आदराचं

स्थान मिळणार नाही. तिला इथं राहणं अवघड होऊन जाईल. तिच्याकडे अगदी तुच्छतेने पाहिलं जाईल. ती एक लढाऊ वृत्तीची स्त्री आहे, एक नायिका आहे. पण हे तुम्हाला कधीच कळणार नाही.''

''केरेम अली, मुद्द्यावर ये! संघटनेसारखे शब्दांचे पोकळ फुगे फुगवू नकोस, त्या जाळ्यातून बाहेर ये आता. कोणीही तिला हे करायला भाग पाडलेलं नाही हे मलाही माहीत आहे. मरण्याची सक्ती कुणी कुणावर करू शकत नाही. पण एखाद्याला शब्दांचा खेळ करून त्या दिशेला वळवणं शक्य असतं. धार्मिक पंथांचे गुरू आणि युद्धाचे उद्गाते हेच करत असतात. तू आत्ताच म्हणालास त्याप्रमाणे ते सर्वसामान्यांच्या मनात वाळीत टाकलं जाण्याची भीती निर्माण करतात, ते इतकं विकोपाला पोहोचतं की अजून मरण न आल्याबद्दल माणूस स्वतःलाच दूषणं देऊ लागतो. जबरदस्ती करण्याची ह्यापेक्षा जास्त छुपी, चोरटी पद्धत असूच शकत नाही.''

''मला तुमच्याशी ह्याबद्दल चर्चाच करायची नाहीय, कारण आपले दृष्टिकोण अगदी निराळे आहेत. तुम्हाला आमची भूमिका कधीच कळणार नाही. आयुष्य हे पवित्र आहे असं म्हणणारे आणि उपोषण करणाऱ्यांना मारणारे कोण आहेत? ते कितीसे प्रामाणिक आहेत? आयुष्याबद्दल त्यांना वाटणारा आदर ह्या विधानातून दिसत नाही. त्यांना स्वतःच्या आयुष्याबद्दल वाटणारी भीती, त्यांचं साधंसुधं जीवन, त्यांचे बार्स, कॅफ़ेज, पुस्तकं, स्तंभलेखन आणि त्यांची लोकमान्यता ह्यासाठी निर्माण केलेला एक मंच आहे तो. त्या चलाख डाव्यांकडे पाहा एकदा. स्वतः कसलीही किंमत न मोजता कुणीतरी स्वातंत्र्य अलगद आणून त्यांच्या पदरात घालावं असं वाटतंय त्यांना. आम्ही तुरुंगाच्या आत आणि बाहेर सर्वसामान्य जनतेच्या स्वातंत्र्यासाठी प्राण देत आहोत आणि ते आमची त्यांच्या प्रसिद्धीसाठी कत्तल घडवून आणत आहेत आणि त्याला स्वतःची हुशारी आणि डावी विचारसरणी अशी नावं देत आहेत. आम्ही जीव देत आहोत. तुम्ही तुमच्या संकल्पना, तुमच्या तत्त्वांसाठी मरायला तयार आहात का?''

पुन्हा एकदा मी आमच्यासाठी रागाने पेटून उठलो होतो. तुर्गुत इर्सिनच्या नजरेत मी विनोदी ठरतोय हे मला कळत होतं... कुठेतरी वरच्या पातळीवर उभं राहून खालच्या लोकांकडे पाहायची ही थंड भावनाशून्य प्रवृत्ती मला मुळीच आवडत नाही. तुमचं आयुष्य सुरक्षित असलं की असा समतोल जमत असेल.

"मी दिवसरात्र ग्युल्दालीशी वाद घालत होते," माझा पारा खाली आणण्यासाठी देरिन मधेच म्हणाली. "त्या नरकासारख्या तुरुंगात माणसं जाळली जात होती आणि उंदरासारखी मारली जात होती. मी १९ डिसेंबरचा दिवस तिथे अनुभवला नसता तर स्वतःचं आयुष्य पणाला लावण्याची हिंमत मला झालीच नसती. पण आता मी बदलले आहे," ती म्हणाली. आणि मला तिचं म्हणणं कळलं. आम्ही सुरुवातीलाच तिला मोहिमेपासून परावृत्त केलं असतं तर गोष्ट वेगळी होती. पण आता, कुठलीच पावलं उचलली जात नसताना, मोहिमेतून हाती काहीच लागलं नसताना तिला कसं म्हणायचं की आता पुरे झालं, थांबव आता सगळं! तिच्यावर अन्याय होईल हा. ही चळवळ योग्य आहे की अयोग्य हे मला माहीत नाही. इथवर येऊन ठेपल्यावर ह्या चर्वितचर्वणात काहीच अर्थ नाही, उलट आता उत्तर शोधलं पाहिजे. आता मृत्यूसाठी नाही तर एका उत्तरासाठी लढायचं आहे.

मला अचानक थकवा जाणवला. मी माझ्या प्रेयसीच्या मांडीवर डोकं ठेवून झोपून गेलो असतो आणि हा पळपुटेपणा क्षणात नष्ट झाला असता. कधीतरी हिवाळा नाहीसा होईल, वसंत ऋतूचं आगमन होईल आणि सगळी माणसं एका नव्या दिवशी डोळे उघडतील आणि कुणीही मरण्याची गरज उरणार नाही...

"तरीही तुम्ही लिहीत राहा," मी अगदी मृदू आणि मैत्रीपूर्ण स्वरात म्हणालो, "देरिनने फार छान मांडलं हे. उत्तरं शोधत राहा. तुम्ही मृत्यू आणि चळवळीच्या विरोधात असलात तरी. एखाद्या ध्येयासाठी आयुष्य पणाला लावण्याच्या कल्पनेने ह्या माणसांच्या आयुष्याला अर्थ येतो. तुमच्यासाठी आयुष्याचा अर्थ काही वेगळा असेल, पण आमच्याकडे हाती धरण्यासारखं एवढंच आहे आणि आमची तत्त्वं सोडली तर गमावण्यासारखं आमच्याजवळ काहीच नाही."

"मी आता निघायला हवं," तुर्गुत इर्सिन म्हणाले, "मी बसथांब्याजवळ गाडी उभी केली आहे. आज संध्याकाळी मी एका चर्चेत भाग घेणार आहे. मला असल्या प्रकारांचा कंटाळा येतो. पण आमरण उपोषणाबद्दल बोलायचं असेल तर ते टाळताही येत नाही. मी माझी कर्तव्यं पार पाडतो हे तुम्हाला दिसतंच आहे. तू काय म्हणालीस देरिन? मरणासाठी नाही तर उत्तर शोधण्यासाठी झुंज द्यायची. मी ह्या विधानाचा वापर केला तर चालेल का? अर्थात, दोन्ही बाजूंना उत्तर शोधण्याची इच्छा असली पाहिजे. केरेम अली, तुला सोडू का कुठे वाटेत?"

"आभारी आहे, पण मी थांबतोय इथे अजून थोडा वेळ. मला देरिनशी जरा बोलायचं आहे."

ते दोघं खोलीतून बाहेर गेले. मी मात्र बसून राहिलो. घराचं दार बंद होण्याआधी जरा शांतता पसरली. त्याने देरिनचं चुंबन घेतलं असावं का? मी कान टवकारले, पण मला काहीच ऐकू आलं नाही. त्याने तिचं चुंबन घेतलं असावं ह्या विचाराने माझी तिच्या देहाबद्दलची ओढ मात्र अधिकच वाढली. तिची काय इच्छा होती हे माझ्या खिजगणतीत नव्हतं. एवढा धोका पत्करून मी इथवर आलो होतो आणि ती नखरे करतेय?...आम्ही पहिल्यांदा एकमेकांबरोबर झोपलो त्यानंतर नक्की काय बदललंय? तेव्हा ती किती आसुसलेली होती! तिचं कौमार्य तेव्हा अबाधित होतं की नाही हे मला माहीत नाही. मला जरा त्रास देणारा अजून एक सवाल... मग आज रात्री तिला माझ्याबद्दल लालसा का वाटू नये? आमच्या प्रसिद्ध पत्रकाराच्या उपस्थितीमुळे काही बदल घडून आलाय का? मी अगदीच वेड्यासारखं बोलतोय. आज रात्री माझी प्रिया पुन्हा माझी होईल...

नंतरचे काही दिवस मी हाच विचार करण्यात घालवले की चूक नक्की कुठं झाली? 'पराभव झाला की माणूस विश्लेषण करायला लागतो, विचार करायला लागतो. पराभवाशी नजर भिडवायला धैर्य लागतं. ज्याच्यात हे धैर्य नसतं तो कुठलाही बदल घडवून आणू शकत नाही. ना स्वतःच्यात, ना जगात. अशी व्यक्ती कायम अपयशीच ठरते.' तुर्गुत इर्सिनने एकदा लिहिलं होतं. संघटनेने त्याच्यावर टीकेची झोड उठवली होती. एका वैफल्यग्रस्त बुद्धिवादी माणसाचं विध्वंसक विचारमंथन. रीव्हिजनिस्ट गटाच्या दारुण दुर्गतीनंतर निम्नमध्यमवर्गीयांच्या त्रिशंकू परिस्थितीसाठी एक गोंडस नामाभिधान शोधण्याचा निष्फळ प्रयत्न.

'माणूस पराभव झाल्यानंतरच विचार करायला लागतो,' हे तुर्गुतचं म्हणणं मात्र अगदी बरोबर होतं. त्या रात्रीपर्यंत मला देरिनचा विरह जाणवत होता, मला तिची ओढ वाटत होती. पण मी कधीच आमच्या नात्याबद्दल विचार केला नव्हता. त्या पत्रकाराला दारापर्यंत सोडून ती खोलीत परतली. रात्रीची थंडी पाठीला झोंबत होती आणि मी तिला जवळ घेण्यासाठी तिच्याकडे पाऊल टाकलं. तिने काळ्या रंगाचे कपडे घातले होते : पुलोव्हर, पँट, घरातले शूज.

घरात ती जास्त करून पायात काही घालायची नाही किंवा पातळ, आरामदायक बूट घालायची. तिने कधीही फटाफटा वाजणाऱ्या चपला घातल्याचं मी पाहिलं नाही. पट्ट्यापट्ट्याचे नाइटगाऊन आणि सपाता ह्यांचा तिला कमालीचा तिटकारा वाटायचा. अन्गेलोपोलूसच्या चित्रपटांतून काळ्या कपड्यांत दिसणाऱ्या ग्रीक बायकांसारखी सुंदर आणि सडसडीत दिसत होती ती. अर्थात ते सिनेमे मला कधीच आवडले नाहीत. आम्ही दोघं ते पाहायला जायचो खरं, पण मी तिथे जाऊन खुशाल झोपून जायचो. मी तिच्याजवळ जाऊ लागलो तेव्हा क्षणभर ती मला स्वप्नवत भासली. उमुट नावाच्या एका तरुण मुलाच्या शोधात आलेली एक मृत्युदूत. तो सापडला की ती अंतर्धान पावेल.

मी तिच्यासमोर उभा होतो. तिने हात पुढे केला. इतक्या दिवसांच्या विरहानंतर मी तिला किती अधीरपणे मिठीत घेईन, ह्याची मी कल्पनाचित्रं रंगवली होती, पण ती इतकी एखाद्या सावलीसारखी पारलौकिक भासत होती की मी अचानक थांबलो. तिचा बर्फासारखा थंड पडलेला हात धरून मी तिला दिवाणाकडे खेचलं. झीर्त पद्धतीची कलाकुसर केलेली चादर दिवाणावर घातलेली होती. ती माझ्या शेजारी बसली आणि तिने तिचं डोकं माझ्या खांद्यावर ठेवलं. तिचे केस माझ्या छातीवर पसरले. ती आतल्या आत रडत होती का? तिचा श्वासही ऐकू येत नव्हता. माझ्या अंगावर शहारा आला, पण थंडीमुळे नव्हे. सैतानाला स्पर्श केल्यासारखी भावना माझ्या मनात निर्माण होत होती. मला तिच्या केसांवरून हात फिरवायचा होता, प्रेमाचं गूज तिला ऐकवायचं होतं, तिला आधार द्यायचा होता, पण मी ह्यातलं काहीच करू शकलो नाही. मी कशीबशी तिची हनुवटी वर उचलली आणि तिच्या ओठांकडे माझे ओठ नेऊ लागलो. पण ती अगदी थंड आणि अलिप्त होती. तिचा देह माझ्यावर रेलला होता पण अगदी आखडलेला. तिच्या हालचाली अगदी सावध होत्या. ती माझ्यापासून दूर झाली. तिने आपले पाय दुमडून घेतले आणि ती आपल्या कोशात शिरली.

"दोन वर्षं!" ती म्हणाली, "बरोबर दोन वर्षं झाली. मी आणि उयुल्कू तुमच्या घरी तुम्हाला भेटायला आलो होतो. आठवतंय तुला?"

"मला हे कसं आठवणार नाही?" मी मान हलवली.

"हो, दोन वर्षं. खूप काही घडून गेलं ह्या दोन वर्षांत!"

मी तिला माझ्याजवळ ओढू लागलो. तिची काया आक्रसली. मग मी तिला जास्त जबरदस्ती केली नाही.

“तिथे खाली ते मरणाच्या दारात उभे आहेत,” ती हुंदके देऊ लागली. “गेसिकोंदूमधल्या घरांत. ती घरं विरोधाची स्थानं मानली जातात, पण खरंतर ती मृत्युघरं आहेत. आणि आपण, मी धरून, आपण सारे मृत्यूचं उदात्तीकरण करतोय कारण आपल्यात जगण्याचं आणि इतरांना जगवण्याचं बळ आणि धैर्य नाही. ते मरत आहेत आणि आपण बाजूला उभे राहून टाळ्या वाजवतो आहोत. ते लहानगं पोर तापानं फणफणलं आहे; त्याची आई मरायला टेकली आहे आणि अखेरचे दिवस मोजते आहे. आणि मी ह्या सगळ्या मूर्ख कटाची हस्तक आहे असं मला वाटतंय. कारण मी तिला थांबवू किंवा अडवू शकत नाही. मरणासाठी प्रवृत्त होणं हे आमरण उपोषण करणाऱ्या लोकांसाठी एकमेव आमिष आहे; जे त्यांना ह्या नालायक जगात आनंद देतं आणि माणूस असल्याची जाणीव करून देतं. आपण खूप मोठे झालो आहोत, एखादी महानायिका झालो आहोत असं ग्युल्दालीला वाटतंय. मी तिचं विचारपरिवर्तन करू शकत नाही. कारण त्यामुळे तिला वाळीत टाकलं जाईल. काय म्हणावं ह्या असल्या जगाला? इथे स्वाभिमान आणि आदर हे मरणाशी जोडलेले असतात.”

ती स्वतःशीच बरळत होती. कदाचित उमुटमुळे तिलाही तापाची लागण झाली असावी.

“मी इथे राहायला आले तेव्हा मी खूप आनंदात होते,” ती बोलायला लागली, “मी नवे किनारे शोधत होते. सगळे पूल मागे टाकून आले होते मी. अखेर मला माझं निधान सापडलं. मला वाटलं, मी माझ्या आयुष्याला नवा अर्थ देऊ शकेन. मला आतून जाणवणारं रितेपण भरून काढेन. आता मी अगदी एकटी आहे. एखाद्या बेवारशी कुत्र्याच्या पिलासारखी.”

ह्या शब्दांनी माझ्या मर्मावर घाव घातला. त्यापेक्षा ती माझ्यासमोर एखाद्या पुरुषाबरोबर झोपली असती तरी मी कमी दुखावलो असतो. तिचे शब्द माझ्या ह्रदयात रुतले. कपाळाच्या मधोमध कुणीतरी खिळा ठोकावा तसे. “तू एकटी नाहीस, मी आहे ना तुझ्याबरोबर,” एवढंही मी तिला म्हणू शकलो नाही.

“जे प्रेम एकटेपणा दूर करू शकत नाही, ते किती अर्थहीन आणि अनावश्यक आहे! चल आपण जरा बिछान्यात पडून बोलू,” मी सुचवलं. जणू मला तिचा व माझा आणि आमच्या नात्यावर सूड उगवायचा होता. “थोडं प्रेम केलं, प्रणय केला तर बरं वाटेल तुला!” मी तिच्याकडे एवढ्या बर्फातून धाव घेतली तेव्हा माझ्यात धगधगत असणारी वासना आता मंदावली होती.

शरीराच्या जवळिकीतून आम्ही आमच्यातलं तुटलेलं नातं पुन्हा सांधू शकलो असतो इतकीच आशा मला वाटत होती.

ती काहीच बोलली नाही पण तिने ते टाळलंही नाही. आपल्या कोशातून बाहेर पडायचा प्रयत्न करत असल्याप्रमाणे तिच्या हालचाली होत होत्या. ती उभी राहिली आणि तिने आपले कपडे काढून टाकले. खरंतर असल्या तुलना फक्त टेओच करू जाणे, पण त्या क्षणी तरी ती मला फक्त मोकळ्या केसांनी वेढलेल्या मारियाप्रमाणे भासली. तिनेच मला आग्रहाने ओढून त्या जुन्या चर्चेसमध्ये नेलं होतं. ही व्हर्जिन मेरी नाही, ही दुसरी मारिया. पापी. मारिया माग्डालेना. येशूला माहीत असलेली आणि त्याला प्रिय असलेली एकमेव स्त्री. तिने मला सांगितलं होतं, 'ती पापी वेश्या, तिला दगडांनी ठेचून मारण्यात येणार होतं.' पण येशूनं घोषणा केली, 'तुमच्यातला जो कोणी असा असेल, ज्यानं कधीच पाप केलं नसेल, त्यानंच पहिला दगड उचलावा.' एवढं म्हटल्यावर कोणीच पुढे आलं नाही. मलाही माझ्या अम्मीने माझ्या लहानपणी सांगितलेली एक धर्मकथा आठवली. एका पापिणीला वाचवण्यासाठी धर्मगुरू अली त्या गोष्टीत तेच बोलतो.

आम्ही एकमेकांबरोबर झोपलो. आमचा प्रणय अगदी थोडा काळ घडला. तिच्या योनीच्या आत माझं वीर्यस्खलन होऊ नये म्हणून मी काळजी घेतली आणि हळूहळू थंड पडलो. दृढ प्रेम आणि गाढ ओढ नाही तर विकल एकटेपणा आणि आमच्या विभक्त होण्याचं दुःख हा आमच्यातला समान धागा होता.

जितक्या वेगाने तिनं कपडे उतरवले, तितक्याच त्वरेने ती तिच्या काळ्या कपड्यांत शिरली. ह्या वेळी तिने वॉश् घेतला नाही. मला आमच्या इमिग्रानच्या व्हिलामधल्या पहिल्यावहिल्या भेटीची आठवण आली. आमच्या प्रणयानंतर स्वतःला कपड्यात गुंडाळून घेऊन ती सरळ न्हाणीघरात शिरली होती. तेव्हाही ती एखाद्या पवित्र मूर्तीसारखी दिसली होती.

"जा तू आता," असं म्हणत ती लहानग्या उमुटच्या खोलीकडे वळली.

"पण... मला कळत नाहीये तुझं वागणं... आपण... पण का?"

ती दारात उभी राहून पुटपुटली, 'अरेच्चा!' कोल्हा म्हणाला, 'मला रडू येईल'. '–', 'मी तुला लगाम घालावा असं तुला वाटत होतं', लिट्ल प्रिन्स म्हणाला, 'पण आता तू रडशील! तू काहीही मिळवू शकला नाहीस.' 'मला मिळालंय', कोल्हा उत्तरला, 'मला गव्हाचा रंग सापडला आहे.'

एखाद्या रंगमंचावर उभी असल्यासारखी ती बोलत होती.

“आपण दूर झालो की आपल्यालाही रडू येईल. पण आपल्याला काहीतरी मिळालेलंही असेल. तुझी ओळख होण्याआधी मला ही झोपडपट्टी, दरिद्री, अस्वच्छ गेसिकोन्दुनी बजबजलेली एक वस्ती वाटायची. आता माझ्याकडे ग्युल्दाली आहे, छोटा उमुट आहे, मला एक रंग मिळालाय, तत्त्वं मिळाली आहेत आणि विरोधाची जाणीव आणि ह्या टेकडीवरच्या सर्व भावना मी आपल्याशा केल्या आहेत. तुझ्यासाठी मी एक बिघडलेली, भांडवलवादी जगातली मुलगी होते, शत्रूच्या जगातून इकडे आलेली.”

मी तिचं वाक्य पूर्ण केलं, “भांडवलवादी जगातल्या बिघडलेल्या मुलीसुद्धा प्रेम करण्यालायक असू शकतात आणि आपल्या बाजूला येऊ शकतात. मला तुझं प्रेम मिळालंय आणि इस्तंबूलचं सौंदर्य पाहायचं सुख.”

तिच्या चेहऱ्यावर मंद स्मित उमटलं. एका अनोळखी प्रकाशाने अगदी आतून तिचे डोळे उजळून निघाले होते. आम्ही तिथे नुसते उभे होतो, एकही पाऊल न उचलता. अजून शेवटचा शब्द उच्चारला गेला नव्हता. पण माझ्याकडे बोलण्यासारखं काही उरलं नव्हतं.

“जाताना दार घट्ट लावून घे, नाहीतर थंडी घरात घुसायची,” ती म्हणाली. उमुटच्या खोलीत शिरता शिरता पुन्हा थांबून ती उद्गारली, “आपल्या दोघांमध्ये काही संदिग्ध राहायला नको. दोनशे पंचाऐंशी पायऱ्यांच्या टेकडीवर राहणाऱ्या त्या माणसाच्या मुलाला संघटनेनं मारलंय हे मला माहीत आहे. पण तुम्ही घोडचूक केली आहे. तो एजंटही नव्हता आणि खबऱ्या तर नाहीच नाही. तो फक्त उमुटचा मित्र होता आणि उमुटला सावध करू इच्छित होता. आता हा खून झाला आहे तर खराच. ‘माफ करा, आमची चूक झाली’ असं म्हणून होत्याचं नव्हतं करता येणार नाही. मेलेल्या लोकांना परत आणता येत नाही. अगदी आमरण उपोषण करून देह ठेवणाऱ्या लोकांनाही नाही.”

माझ्या शरीरातून एक थंड शिरशिरी दौडत गेली. ती खरंच केवळ प्रामाणिक होती की माझ्याकडून काही काढून घेऊ पाहत होती? की मीच त्याचा खून केला हे तिला माहीत होतं पण ती बोलून दाखवत नव्हती?

लहानपणी मला वाईट स्वप्नं पडायची तेव्हा माझ्या रस्त्यात एक अनोळखी काळंकुट्ट धूड उभं राहायचं, सैतान की ससा? मी अनेक वेळा पळून जायला पाहायचो पण मला ते जमायचं नाही. ते धूड माझ्यावर झडप घालायला बघायचं

तेव्हा घामाने थबथबून मी जागा व्हायचो आणि आईच्या कुशीत आधार शोधायला बघायचो. आताही मला तसंच काहीसं वाटत होतं. तो काळाकभिन्न सैतान किंवा ससा दारात माझ्यासमोर उभा होता आणि माझ्याकडे बघून हसत होता. भीतिदायक पण तरी देखणा.

“आता जा तू. तुला हवं असेल तेव्हा किंवा कधीही गरज पडेल तर येत जा. नाहीच जमलं तर एसएमएस पाठव किंवा फोन कर. ग्युल्दाली जिवंत असेपर्यंत मी इथेच राहीन, उमुटजवळ. माझी जबाबदारी संघटनेने तुझ्यावर टाकली आहे, ती दुसऱ्या कुणावर सोपवू नकोस. अगदी तुला तसं भाग पडेपर्यंत नको. मला हे असंच सगळं योग्य वाटतंय.”

मी काहीच उत्तर दिलं नाही. तिने सांगितल्याप्रमाणे मी दार ओढून घट्ट बंद करून घेतलं आणि त्या बर्फाळ रात्रीच्या अंधारात पाऊल टाकलं. मी हरलो होतो. ती आता माझी प्रेयसी नव्हती. ती कधीच माझी पत्नी होणार नव्हती. शफाक नावाचा मुलगा कधीच जन्माला येणार नव्हता.

माझ्या गमबुटांखाली चरचर वाजणाऱ्या बर्फाचा आवाज ऐकत सुन्न मनाने पाय ओढत मी माझ्या अम्मीकडे परत निघालो. हृदयाचे तुकडे सांभाळत परतणाऱ्या आपल्या तरुण मुलाच्या जखमांवर प्रेमाची फुंकर त्याची आईच घालू जाणे!

आईच्या उबदार मांडीवर डोकं ठेवून मी माझ्या चरचरत्या दुःखापासून दूर पळून जाऊ पाहत होतो आणि माझ्या प्रश्नांची उत्तरंही शोधत होतो. इतक्यात माझा मोबाइल वाजला. मी चपापलो. मध्यरात्र होत आली होती. डिस्प्लेवरचा नंबर मी लगेचच ओळखला. आमच्या नेत्याशी संपर्क जोडून देणारा नंबर. इस्तंबूलच्या परराष्ट्रकचेरीचा. गुप्त नाव यकीन. हा नंबर फक्त आणीबाणीच्या, गुप्त प्रसंगी वापरला जायचा.

मी चेस्टनटचं तांबूस फळ स्टोव्हवरून उचललं. माझं बोट त्यावर दाबून धरलं. त्या वेदना माझ्या हृदयाला सुखावह वाटत होत्या. ह्या रात्रीच्या दुःस्वप्नांचा अंत कधीच होणार नाही का? एक क्षणभर मला वाटलं, हा फोन घेऊच नये. बंद करून टाकावा आणि त्या पिस्तुलाप्रमाणेच पाण्यात फेकून द्यावा. खरंच, अल्ला कसम, पाक कुराणाची कसम, मला असंच वाटून गेलं. बाकी कुणाला कळलं नसलं तरी माझ्या मनात असेच विचार येऊन गेले होते. देरिनबरोबर अशा एखाद्या जगात जाऊन राहावं, जिथे संघटना नसेल,

वर्तणुकीसाठी नीतिनियम नसतील. मारणं नसेल आणि मरणंही. विजय नसेल आणि पराजयही. तरीही मी फोन उचलला आणि हिरवी कळ दाबली.

दुसऱ्या बाजूने एक आवाज म्हणाला, "तुझे काका परत आले आहेत आणि ते तुला भेटू इच्छितात. त्यांचा निरोप आहे की वेळ असेल तर उद्या भेटायला ये."

"मी वेळेवर येईन, जमलं तर आईला बरोबर आणेन. काकांना माझा सलाम सांगा."

"कुठे नेणार आहेस मला?" अम्मीने मला विचारलं.

"कुणीतरी चुकीचा नंबर फिरवला होता. तो म्हणत होता की, तुझ्या काकांना तुला भेटायचंय. मग मी पण जरा मस्करी केली. ह्या असल्या हवेत मी तुला कुठेही घेऊन जाणार नाहीये, काळजी करू नकोस. अम्मी, मला जरा पांघरूण दे. मी इथेच बैठकीवर झोपतो. उद्या सकाळी मला लवकर उठून जायचंय, एक काम संपवायचं आहे."

मी पुलोव्हर काढून टाकला आणि कोचावर ताणून दिली. माझ्या स्वप्नात पुन्हा ते काळंकुट्ट धूड प्रकटलं. माझ्यावर ते झडप घालणार तोच त्याचा चेहरा बदलू लागला. मला देरिन सामोरी आली. तिने तिच्या कपाळावर हौतात्म्याचं प्रतीक असलेला लाल रुमाल बांधला होता.

"त्या मुलीपासून तुला दूर राहायचं आहे," तो म्हणाला. मी दीर्घ श्वास घेतला. तिने माझ्याशी कधीच नातं तोडलं होतं हे मला त्याला दाखवायचं नव्हतं. मी उत्तरलो, "ठीक आहे, एवीतेवी मी तिला हल्ली भेटतच नाही." प्रेमभंग झालेल्या मूर्ख, बिचाऱ्या प्रेमवीरापेक्षा क्रांतिकारक म्हणून संघटनेसाठी आणि तत्त्वांसाठी आपण आपल्या प्रेमाचा त्याग केला असं भासवणं जास्त चांगलं, असं मला वाटलं. "ती मुलगी विचित्र आहे आणि गोंधळलेली पण आहे," तो म्हणाला. मला ते आवडलं नाही आणि धोका पत्करून मी म्हणालो, "इडा एकदम व्यवस्थित आहे. माझ्यावर विश्वास ठेवा, तिला इजा करू नका. मी सगळे नियम पाळतो आहे, पण आपण दोन वेगवेगळ्या गोष्टींची सरमिसळ करायला नको, नाही का, कॉम्रेड?

निशान्ताशीच्या एका आडबाजूच्या आधुनिक बांधणीच्या इमारतीत आमची भेट झाली. सहसा आम्ही इकडे यायचो नाही. कॅफे आणि रेस्तराँ ह्यांचा

संगम असलेलं ठिकाण. तिथं अल्कोहोलही मिळत होतं. जो कॉम्रेड परदेशातून इथवर आला होता, त्याचं कोडनावही मला माहीत नव्हतं. तो मध्यमवयीन, श्रीमंत माणूस वाटत होता. त्याचे कपडे, त्याचं बोलणं-चालणं, वेटरला ऑर्डर देताना जाणवलेली बिअरच्या प्रकारांबद्दल त्याला असलेली माहिती, त्याचा पाईप... कोणीही त्याचा संबंध संघटनेशी जोडला नसता.

"त्या मुलीच्या विरोधात बोलण्यासारखं फारसं काही नाहीच. पण तिच्या सभोवतालचं वातावरण संशयास्पद आहे. तिच्या वडिलांबद्दल सगळी माहिती काढली आहे आम्ही. तो माणूस वेगवेगळ्या सरकारी प्रकरणांत आतपर्यंत गुंतलेला होता आणि आपल्या अनेक कॉम्रेड्सविरुद्धच्या कारवायांत त्याचाही हात होता. अगदी तुझा भाऊ मारला गेला त्यातही. त्या तरुणीने काहीच अपराध केलेला नाही, तरीही ती संशयाच्या छायेत आहेच."

मी त्याला विरोध करणार होतो पण मी तो विचार सोडून दिला. मला त्यांच्या डोळ्यांत खुपेल असं वागायचं नव्हतं. पण केवळ देरिनशी मी संबंध तोडावेत एवढंच सांगण्यासाठी काही तो मला भेटला नव्हता. त्याहूनही महत्त्वाच्या गोष्टी त्याला सांगायच्या असणार.

"आपल्या नेतृत्वाने देशातल्या संघटनेची अंतर्गत पुनर्रचना करायची ठरवली आहे. सैनिकी शाखा आणि कायदेशीर विरोधाचं स्वरूपही त्यांना बदलायचं आहे. तुझ्यासाठी आम्ही वेगळ्या कामगिरीची योजना केली आहे. १९ डिसेंबरच्या आधी आणि नंतरही तू व्यवस्थित सांभाळून वागला आहेस. ती हत्येची अवघड कामगिरीसुद्धा तू अगदी हुशारीने आणि जबाबदारीने पार पाडली आहेस. आमरण उपोषणाच्या बाबतीत तू अगदी खंबीर राहिला आहेस आणि आपले डझनभर कार्यकर्ते बळी गेले तरी आपल्या ज्येष्ठ नेत्यांच्या निर्णयावर तू प्रश्नचिन्ह उगारले नाहीस. तू फ्रॅक्शनचा एक अगदी विश्वासू कार्यकर्ता आहेस असं इथं तुझ्याबद्दल बोललं जातं. पुढे येणारा काळ आपल्यासाठी कसोटीचा आहे. आता आम्हाला तुझ्यासारखी माणसं हवी आहेत."

मी लाल होत गेलो. ते मला जाणवलंही. माझा भाऊ केरेम आत्ता जिवंत असता तर त्याला माझा प्रचंड अभिमान वाटला असता.

"मी फक्त क्रांतिकारक म्हणून असलेली माझी जबाबदारी पार पाडतोय, कॉम्रेड," मी म्हणालो, "सगळीच कामं खूप अवघड आहेत. उपोषण जितकं जास्त काळ चालतं आणि जितके लोक मृत्युमुखी पडतात, तितकंच सर्वसामान्य

लोकांना ह्या हत्याराची योग्यता आणि सयुक्तिकता पटवून देणं अवघड होत जातं. अजूनही बळी जायला तयार असलेल्या योद्ध्यांची वानवा नाही, पण आपल्याला आता आशेचा एक किरण हवा आहे. असं काहीतरी, ज्याच्या जोरावर आपण म्हणू शकू, की आम्ही लढलो, आम्ही जिंकलो. नाहीतर काही महिन्यांत पुन्हा एकदा चर्चेला ऊत येईल.''

''मला तुझ्याशी त्याबद्दलच बोलायचं होतं. एका अर्थी ह्या कत्तलीचा आपल्याला फायदा झालाय. आधी आपल्याला दहशतवादी म्हणायचे, आता आपण शहीद ठरलो आहोत. सत्ताधारी लोकांची रक्तरंजित बाजू आता प्रकाशात आली आहे. आता आपल्याला दबाव वाढवला पाहिजे. संघटनेच्या अंतर्गत घडणाऱ्या कारवाया आणि सर्वसामान्य जनतेशी संबंधित कामगिरी आता ह्यापुढे ह्याच मानसशास्त्रीय विचारावर आधारित असणार आहेत. जर सत्तेचा जुलूम इतका क्रूर असेल, तर विरोधाची धारसुद्धा तितकीच निर्दय असणार हे सर्वांना कळलं पाहिजे.''

''जर इंतिफाडा-हवं असेल, तर आपण विद्रोहाचा आराखडाही आखू शकतो. आत्मघाताची एक मोठी साखळी, ज्यायोगे लोकांचं लक्ष तुरुंगातल्या कैद्यांच्या दुरावस्थेकडे आणि भूक-हरताळाकडे वेधलं जाईल.''

''कार्यपद्धतीचा आराखडा वरच्या पातळीवर निश्चित करण्यात येतो आहे. अंतिम निर्णय झाला की तुम्हाला कळवलं जाईलच. तुमच्या विभागातल्या कार्यकारिणीच्या तीन कॉम्रेड सदस्यांपैकी एक म्हणून तुझी नेमणूक करायचं घाटतं आहे. हे सगळं आता गांभीर्याने घ्यायला लागेल. तू आता कायद्याशी द्रोह करणार आहेस. त्या मुलीला विसरणं तुला आता भाग आहे. तिच्या सभोवताली असलेले लोक संशयास्पद आहेत, लक्षात घे. शिवाय त्या अमेरिकन एजंटचा प्रश्न आहे तो निराळाच. मी कुणाबद्दल बोलतोय ते तुला कळतंय ना? आमच्या हाती लागलेल्या माहितीनुसार ह्या बाबतीत तातडीने हालचाल करायला हवी आहे. हा माणूस नेहमी महत्त्वाच्या देशांत भ्रमंती करतो. तो ज्या अमेरिकन विद्यापीठांत काम करायचा, त्या सर्वांचा सीआयएशी जवळचा संबंध आहे. त्याच्या संशोधनाचा विषय काय तर एक कपोलकल्पित प्रवेशद्वार. शेंबडं पोरसुद्धा त्याच्यावर विश्वास ठेवणार नाही. काय नाव आहे त्या माणसाचं?''

''तो टेओ म्हणून नाव सांगतो.''

''मध्यपूर्वेत, इजिप्तमध्ये त्याचे लागेबांधे आहेत हे दाखवणारे पुरावे आहेत आमच्यापाशी.''

“माझ्या माहितीप्रमाणे तो बायझेंटाईन काळाबद्दल संशोधन करतोय आणि पीएचडीसाठी कागदपत्रं, माहिती गोळा करतोय. अधूनमधून लेक्चर्स देण्यासाठी तो अमेरिकेला जातो. सध्या तो इस्तंबूलमध्ये राहत नाहीय.”

“तसं असलं तरी कधी ना कधी तो परत येईलच. प्रश्न त्या माणसाचा नाहीय, मुख्य मुद्दा असा आहे की तू ह्या नवीन कामगिरीसाठी तयार आहेस का? संघटना आपल्या कार्यकर्त्यांची वेळोवेळी परीक्षा घेत असते. टेओचा काटा काढायलाच हवा. आपण आधीच वेळ दवडला आहे. त्याला हवं ते सगळं त्याला कधीच मिळालेलं आहे. आधीच कितीतरी चुका घडून गेल्या आहेत. आपण त्याला फार महत्त्व दिलं नाही. शिवाय तो अजून त्या मुलीच्या संपर्कात आहे. थोडक्यात काय, ही कामगिरी तुझी आहे. तू तुझ्या पद्धतीने ह्या प्रश्नाचं उत्तर शोध.”

त्याचं शेवटचं वाक्य ऐकून मला हायसं वाटलं. संघटनेने माझा गौरव केला होता. आमरण उपोषणं सुरू झाल्यापासून आम्हा सगळ्यांना आलेली निष्क्रियता आणि निरुत्साह दूर करण्यासाठी माझी निवड करण्यात आली होती. जर टेओची हत्या व्हावी असा आदेश मला देण्यात आला असता तर मी जरा गडबडलो असतो, पण त्यांनी त्या प्रश्नाचं उत्तर शोधायची जबाबदारी माझ्यावरच सोपवली होती. काही मिनिटं उलटली आणि माझ्या जबाबदारीची जाणीव मला अजूनच प्रकर्षाने झाली.

मी बिअरचा एक घुटका घेतला. “ठीक आहे, कॉम्रेड. मी हा प्रश्न सोडवेन.”

मी हे कसं करणार होतो ह्याची मला काडीमात्र कल्पना नव्हती. संघटनेला तिच्या निष्क्रियतेच्या जाळ्यातून ओढून काढण्यासाठी टेओ नावाचं प्रकरण जगातून कायमचं दूर करणं हे मोठमोठ्या कामगिऱ्या जुळवून आणण्यापेक्षा अवघड होतं.

“त्या मुलीचा वापर कर,” कॉम्रेड शांतपणे म्हणाला, “त्याचा तिच्यावर विश्वास आहे. आपल्या सर्वांपेक्षा ती त्याची भाषा जास्त सहजतेने बोलते. शिवाय आमरण उपोषणासाठी लोक गोळा करण्याचा प्रयत्न तुला शर्थीने करायला हवा. असे लोक, जे मूकपणा आणि औदासीन्यावर सहज मात करू शकतील. उदाहरणादाखल ही मुलगी. ही मुलगी म्हणजे अगदी नशिबाची देणगी आहे. ग्युल्दालीबद्दल कुणाला काहीच वाटत नसेल, पण हिच्याबद्दल? कमाल आहे नुसती, कमाल!”

“पण कॉम्रेड, तूच तर सांगितलंस ना, तिच्यापासून दूर राहा म्हणून?”

“दूर राहायचं म्हणजे काही भानगड, लफडं वगैरे करायचं नाही. एकदम सावध राहायचं. पण संबंध तोडून टाक असं काही मी म्हणालेलो नाही. ती विश्वासातली आहे असं तूच म्हणालास ना? बघूया मग!”

मग त्याने बिल चुकतं केलं आणि माझ्याशी कॉम्रेड्स करतात तसं हस्तांदोलन करून तो उभा राहिला. अगदी लगेच त्याच्याबरोबरच कॅफेमधून बाहेर पडायला नको म्हणून मी जरा वेळ तिथेच बसून राहिलो. माझा फारच गोंधळ उडाला होता. छोट्या गोल मेजांभोवती सुंदर तरुणी जोडीने किंवा तिघी-तिघी बसल्या होत्या. त्यांनी त्यांच्या विजारी बऱ्याच खाली घातलेल्या होत्या. त्यामुळे त्यांचं पोट किंवा बरीचशी पाठ उघडी पडली होती. तरुण मुली, आखूड स्कर्ट्स आणि अस्ताव्यस्त कुरळे केस, तरुण मुलं, त्यांच्या कातड्याच्या पँट्स् किंवा जीन्स्, मध्यमवयीन उच्चभ्रू पुरुष आणि त्यांची फुगलेली पाकिटं... ते त्या मुलींकडे हळूच बघून घेत होते. एक अतिशय सुंदर, नटलेली स्त्री माझ्यासमोरच्या मेजावर बसली होती आणि माझ्याकडे एकटक पाहत होती. ती जराशी हसली. मी ते पाहून न पाहिल्यासारखं केलं आणि मान वळवली. खरंतर ती मला न्याहाळत होती आणि माझ्या इशाऱ्याची वाट पाहत होती. हे मला फारच सुखाचं वाटत होतं. हे अवजड ओझं माझ्या मनावर नसतं तर मी ह्या सगळ्याची मजा लुटली असती. जरा दूरवर एका टेबलावर एक सुंदर मुलगी बसली होती. तिने चेहऱ्याला काहीही रंगरोगण केलं नव्हतं. तिचे केस सरळ आणि लांब होते. ते पाहून मला देरिनची आठवण आली. माझ्या हृदयात जरा कळ आली. टेओसाठी एक आमिष म्हणून तसंच लोकांना आमरण उपोषणासाठी उद्युक्त करायला, एकुणात जरा खळबळ माजवण्यासाठी मी तिचा वापर करावा अशी सूचना मला कॉम्रेडने केली होती, ते आठवून माझ्या अंगावर शहारा आला, पण संघटनेत वर चढायचं असेल तर हे करणं क्रमप्राप्त होतं. ‘सत्ता आणि शक्ती म्हणजे अगदी गढूळ, दूषित प्रकरणं आहेत’ असं उयुल्कू म्हणाली होती तेव्हा मी तिच्यावर चिडलो होतो. पण सत्तेची संकल्पना क्रांतीच्याही केंद्रस्थानी होतीच. आणि संपूर्ण जनतेच्या सुटकेसाठी, भल्यासाठी काही मूठभर लोकांचा बळी देण्याचं धैर्य जे दाखवू शकत नव्हते अशांना वरच्या पातळीवर जागा मिळणं शक्य नव्हतं. माझ्याकडे होतं का ते धैर्य?

मी एका घोटात माझा बिअरचा प्याला रिकामा केला. निशान्ताशीकडून तेश्विकीयेच्या दिशेने मी खाली धावत निघालो. रस्त्याच्या दोन्ही बाजूला दुकानं,

कॅफे आणि बुटिक्स् होती. त्यांच्या शोभेच्या खिडक्या दिव्यांनी सजवलेल्या होत्या. त्या खिडक्यांसमोर, दुकानांतून आणि रस्त्यांवर सगळ्या वयाच्या स्त्री-पुरुषांची एकच गर्दी दाटली होती. ते सगळेजण विक्रीला असलेल्या वस्तूंबद्दल बोलत होते, खरेदी करत होते आणि खिदळत होते.

निर्मूळ

१.

“बियुकादामध्ये आता बाभूळ पिवळ्या फुलांनी बहरली असेल.”

“एव्हाना बहर येऊन झडूनही गेला असेल.” उयुल्कूच्या आवाजात काहीतरी दाटून आलं होतं दुःख की वंचना? मला सांगता येणार नाही.

‘आमची जुनी मोलकरीण तासुला अजून जिवंत आहे आणि ऐंशी वर्षांची होऊनही तिची स्मरणशक्ती अजून शाबूत आहे,’ हे माझ्या मावस बहिणीने, आलेकोने मला सांगितलं नसतं तर मी कदाचित त्या बेटावर जायचा विचारही केला नसता. आधी माझा विचार पक्का होत नव्हता. माझ्या स्मृतिपटलावर आणि माझ्या हृदयावर तो समरव्हिला मंद रंगातल्या रंगचित्रासारखा कोरला गेला होता. तिथल्या गुलाबांचा मंद सुवास, पाईन वृक्षाचा गंध, वायव्य दिशेचा वारा, जुन्या काळातलं वेचक आणि वेधक फर्निचर, भिंतींवर प्रसिद्ध कलाकारांची चित्रं टांगलेली, त्यातलं एक विकलं गेलं की त्या जागी दुसरं यायचं आणि लगेचच माझ्या डोळ्यांसमोर शुभ्र पांढऱ्या पोशाखातली एक लावण्यवती उभी राहिली. टेरेसवरून समुद्राच्या दिशेने फांद्या आणि वेली झोकून देणाऱ्या बागेत राजेशाही गुलाबांची रोपं लावणारी. तरीही मला वाढवणाऱ्या दाईला, तासुलाला, भेटण्याची इच्छा जास्त प्रबळ ठरली. माझ्या बालपणीच्या आठवणी प्रयत्नपूर्वक जतन करण्याची मला एक आंतरिक गरज जाणवत होती.

इस्तंबूलमधला वर्षाच्या सुरुवातीचा एक दिवस. वायव्येकडून येणाऱ्या वाऱ्यामुळे एका रात्रीत सगळं बर्फ वितळून गेलेलं होतं. सूर्याची किरणं फाकली होती. काही काळ पीचची फुलं आणि बर्फ फांद्यांवर आट्यापाट्या खेळत होते.

अखेर फुलांचा विजय झाला. हवामानाच्या बातम्यांत सांगितलं गेलं की नेहमीच्या तापमानापेक्षा ह्या वेळी तापमान जास्त होतं आणि काही दिवस ते तसंच राहणार होतं.

सगळ्या संशोधकांना परिचयाच्या असलेल्या एका वळणावर मी येऊन ठेपलो होतो. जिथे पोचलं की संशोधन काही केल्या पुढे सरकत नाही. जुदासवृक्षांनी सजलेल्या प्रवेशद्वाराचा ठावठिकाणा सांगणाऱ्या त्या खुणा चुकीच्या असल्याचं शेवटच्या क्षणी सिद्ध झालं. आपण चुकीच्या मार्गावर चाललोय असं मला वाटू लागलं. नेहमी आशावादी असणारा मेतेसुद्धा अखेर संभ्रमात पडून म्हणाला, "सध्या तरी ते प्रवेशद्वार प्रत्यक्ष कुठं होतं हे शोधण्यापेक्षा त्या सांकेतिक चिन्हांचा अर्थ लावणं आणि त्यात दडलेले दुवे शोधणं हे जास्त महत्त्वाचं वाटायला लागलंय मला." आमचा रस्ता इथवर येऊन संपला होता. मेतेचे शब्द म्हणजे एका अर्थाने त्याच्या शरणागतीची कबुलीच होती. मी निराश झालो होतो. अगदी वाईट मनःस्थितीत होतो. माझ्या सभोवती सारंच काही कोसळत चाललं होतं, अर्थहीन होत चाललं होतं.

बेलेर्बेयच्या वडिलार्जित घराबद्दलचा आग्रह सोडायलाही मी मागेपुढे पाहिलं नसतं. इतका त्रास घेऊन, शेकडो सरकारी कागदपत्रांची व्यवस्था करून, माझ्या आईवडिलांच्या वेळी वापरात असलेल्या फर्निचरची खरेदी करून मी असं काय साध्य करणार होतो? मला सगळंच निरर्थक वाटू लागलं. डोक्यावर पांढरी कुफी आणि हिरवी पँट घातलेला तो दाढीवाला कर्मठ इस्टेट एजंट मला सांगायला लागला की त्याने त्या घराच्या वारसांचा पत्ता शोधून काढला होता आणि घर विकायला ते तयार होते. मी त्याला सांगितलं की, 'मला ती किंमत जरा जास्त वाटतेय आणि मला विचार करायला थोडा वेळ हवाय.' काही महिन्यांपूर्वी ते पडीक, जुनाट लाकडी बांधणीचं घर म्हणजे एकांतात येऊन राहण्यासाठीचं एक स्थान होतं. माझ्या अस्तित्वाच्या मुळांशी मला जोडून टाकणारं एकमात्र माध्यम. हो, मला मातृभूमी नव्हती. जरा फुलवून सांगायचं किंवा अतिशयोक्ती करायची झाली तर असं म्हणता येईल की मला जिथे अगदी घरच्यासारखं वाटत होतं ते ठिकाण म्हणजे बायझेन आणि बायझेन ही केवळ एक आख्यायिका होती.

ह्या सुंदर हवेत बेटावर जायची कल्पना मी उयुल्कूला सुचवली तेव्हा वेळ घालवण्यापलीकडे माझ्या मनात दुसरा कुठलाही हेतू नव्हता. इतक्या वर्षांनी तासुलाला भेटून मला बरं वाटलं असतं आणि बाभळीची फुलं... जुदासवृक्षाच्या

प्रवेशद्वाराच्या नादात मला बाभळीच्या फुलांचा पार विसर पडला होता. ह्याच ऋतूत माझी आई काही दिवसांसाठी बेटावर जायची आणि बाभळीच्या फुलांनी भरलेल्या ओंजळीने परत यायची. तिच्या मानेला, छातीला आणि हातांना त्या फुलांचा उग्र सुगंध यायचा. तिच्या छातीवर डोकं घुसळून तो सुगंध हुंगून घ्यायला मला फार आवडायचं. उयुल्कूला बाभळीची फुलं आठवत होती हे पाहून मला आनंद झाला. आमचं नातं दिवसेंदिवस शिळं होत चाललं होतं. त्याचे रंग उडत चालले होते. जादू नाहीशी झाली होती. अशा वेळी आम्हाला दोघांना एकत्र आणण्यासाठी समान ओळखीच्या आठवणी, रंग, सुगंध आणि कसलीतरी वेड लावणारी उत्कंठा ह्यांची फार गरज होती.

अजून प्रवासाचा सीझन सुरू झाला नाहीये. त्यातून आज कामाचा दिवस. वाफेवर चालणारं आमचं जहाजही फार काही भरलेलं नाहीय. त्या बेटावर फार कोणी जात नाही असं दिसतं.

नांगर टाकल्यावर आम्ही काठावरच्या एकसारख्या दिसणाऱ्या, जाड काचेच्या तावदानापलीकडच्या रेस्तराँकडे बघत निघालो आहोत. गिऱ्हाईक शोधण्यासाठी गळ टाकून बसलेल्या वेटर्सच्या जाळ्यात आम्ही अडकत नाही. किनाऱ्याच्या अगदी शेवटी द्राक्षांच्या वेलीच्या मांडवाखाली असलेल्या एका साध्यासुध्या हॉटेलची आम्ही निवड करतो. जवळच काही कोळी त्यांची जाळी स्वच्छ करत आहेत. त्यांच्याभोवती बेटावरची भुकेली मांजरं जमली आहेत. लुकडी, चपळ, जरा दबलेली आणि कुणी कुणी हाकलून दिलेली भटकी मांजरं. कोळ्यांनी भिरकवलेला एखादा छोटा मासा पकडण्यासाठी फूटबॉलमध्ये गोल वाचवणाऱ्या गोलरक्षकाच्या तत्परतेने ती मांजरं उडी मारतात आणि खाली आपटल्यावर किंचाळी फोडतात. मासा पकडण्याच्या प्रयत्नात असलेला एक गब्दुल बोका पाण्यातच पडतो. तो किनाऱ्यावर येण्यासाठी धडपडत असताना सगळे कोळी खदाखदा हसायला लागतात आणि एकजण हसत हसतच त्याला पाण्याबाहेर खेचतो.

उयुल्कू सूर्याकडे तोंड करून बसली आहे आणि ग्लासमधल्या तिच्या राकी पेयावर हळूहळू पांढरा रंग चढताना पाहतेय. त्या प्रकाशात तिच्या मानेवरच्या वळ्या, डोळ्यांभोवतीच्या आणि ओठांच्या कोपऱ्यातल्या सुरकुत्या अजूनच स्पष्ट दिसत आहेत. ती थकलेली, वयस्कर आणि दुःखी दिसतेय. तिच्या चेहऱ्यावर एक तिरस्कार दाटून आला आहे आणि वसंत ऋतूतल्या सूर्याचे मृदू

किरणही तो दूर करू शकत नाहीयेत. ह्या तिरस्काराचं मूळ तिच्या वयात दडलेलं नसून तिच्या जुनाट चेहऱ्यात आहे. तिच्या थकव्याचं कारण जाणून घ्यायची आणि तिचा एकाकीपणा वाटून घ्यायची मला शक्ती नाही आणि इच्छाही नाही. अचानक मला कळून येतंय की मला तिच्याबद्दल कसलीही लालसा किंवा ओढ उरली नाहीये. ती माझ्याबरोबर असते तेव्हा माझ्यात कामेच्छा उत्पन्न होत नाही. मला काहीतरी चुकल्यासारखं वाटतं, जरा बांधल्यासारखं वाटतं. माझ्या आईची आणि तिच्या प्रियकराची प्रणयक्रीडा आता माझ्या अंतर्चक्षूंसमोर उभी राहत नाही. त्या विचारानेही माझी कामवासना जागृत होत नाही. चांगली गोष्ट अशी : मला पछाडून टाकणाऱ्या विचारापासून मला बहुधा सुटका मिळाली आहे. वाईट गोष्ट अशी की मी उयुल्कूचा वापर केला आहे. मला हायसं वाटतंय, आनंद होतोय, नशीबवान असल्यासारखं वाटतंय पण त्याच वेळी शरम आणि पश्चात्तापही माझ्या मनात दाटून आले आहेत.

तिने तिचा प्याला उचलला आहे. पण माझ्या दिशेने नाही. ती सूर्याच्या दिशेने तो ग्लास उंचावतेय. बहुतेक ह्या क्षणी तिच्यासाठी माझ्यापेक्षा सूर्य आणि मांजरं जास्त महत्त्वाची आहेत.

"तुला तुझा दरवाजा लौकर सापडो ह्यासाठी शुभेच्छा, टेओ! ह्या शहरात नक्कीच अनेक दरवाजे असे आहेत, ज्यांची कोणालाच माहिती नाही, त्यांची पडझड झालेली आहे किंवा ते विस्मृतीत गेले आहेत."

"मग त्यांच्यातल्या एका द्वाराचं नाव जुदासवृक्षाचं प्रवेशद्वार असं का असू नये? ते द्वार लवकरात लवकर शोधून काढ आणि इथून निघून जा, टेओ. तुझी जागा इथं नाही, दुसरीकडे कुठेतरी तुझा शेर आहे. स्वतःवर बळजबरी करू नकोस. कुठल्यातरी मूळ स्थानाशी जोडलं जाणं हे काही गरजेचं नाही. कदाचित खरं उत्तर ह्यातच दडलेलं असेल. कुठेतरी पोहोचणं पण कुठेही स्थायिक न होणं, अंतराल आणि काळ ह्यातून अविरत भ्रमंती करत राहणं."

आजपर्यंत कधीही ती इतक्या गंभीरपणे आणि इतकं प्रगल्भ बोललेली नाही. तिच्या सरळ साध्या पण लखलखीत शब्दांमागे लपलेल्या अर्थपूर्ण भावना आणि विचार इतक्या सरळपणे मांडणं ही खरंतर तिची शैली नाही. रोजच्या रटाळ आणि सहजगम्य आयुष्यामागे ती स्वतःला लपवत असते. मला ते कधीच जाणवलं होतं, पण हा अडथळा दूर करण्यासाठी मी कधीच भरीव प्रयत्न केले नाहीत. माझ्यात तेवढं धैर्य नव्हतं आणि मला तशी इच्छाही नव्हती. तिनेही

कधी मला एवढी सूट दिली नाही. तिच्या बहुपेडी व्यक्तिमत्त्वाचं एक दार आता तिने किलकिलं करून दाखवलं होतं; एक पुसटसा संदर्भ दिला होता आणि माझ्या भावना समजून घेऊन मला आत डोकवायची मुभा दिली होती. ते द्वार शोधणं महत्त्वाचं नाही, तर त्याच्या असण्यावर विश्वास ठेवणं महत्त्वाचं आहे. अंतराल आणि काळ ह्यातून भ्रमंती, सर्वार्थाने निर्मूळ असण्याची शाश्वत जाणीव! संपूर्ण स्वातंत्र्य... ती अशा पातळीला जाऊन पोचली होती का? की अशा पातळीला जाऊन पोचणं हे तिचं ध्येय होतं?

आमच्या अनिकेत अवस्थेच्या नावे आम्ही ग्लास उंचावलेत. शारीरिक संदर्भांपलीकडे असलेलं असं काहीतरी मी पहिल्यांदाच तिच्याशी बोलतोय. तिचा जुनाट, विरलेला चेहरा आता घृणास्पद वाटत नाहीय, तर भावपूर्ण आणि देखणा वाटतोय. तिच्या सोबतीत मला आतून श्रीमंत झाल्यासारखं वाटतंय. जास्त धीरगंभीर वाटतंय. आमच्यासमोर वेगवेगळ्या प्रकारची सलाड्स आणि हर्ब्ज घातलेले खाद्यपदार्थ मेझेच्या बशांतून ठेवलेले आहेत. आम्ही मोठ्या चवीने त्यांचा आस्वाद घेत आहोत. सध्या तरी ह्या रेस्तराँमध्ये आम्ही एकमेव गिऱ्हाईक आहोत. त्यामुळे मालक आम्हाला सगळ्या पदार्थांची नावं सांगतोय : एन्दाइव्ह, मुळा, वन्य लसूण, तिसऱ्या आणि समुद्रफेणीच्या रिंग्स. आम्ही फुटकळ गप्पा मारतोय आणि पुन्हा दोन राकी मागवली आहे. मग आम्ही तासुलाकडे जायला निघतो.

माझ्या आठवणीनुसार तिचं घर चढणीच्या पायथ्याशीच आहे. पण माझी दिशाभूल होते. आधी मला वाटतं की मी रस्ता चुकलोय, पण मग त्या छोट्याशा भागात जराशा वरच्या जागी असलेलं तिचं ते घर शोधायला मला फारसा वेळ लागत नाही. विहीर आता आटली आहे. वाटेवरच्या घोड्यांसाठी पाण्याची सोय असलेल्या टाक्यांमध्ये आता गवत माजलेलं आहे. बटणवुडचं भव्य झाड मात्र अजून जागच्या जागी आहे. कोपऱ्यात एक टांगा उभा आहे. त्याचा दांडा मोडलेला आहे आणि चाकही तुटलं आहे. एक भुकेला कुत्रा आजूबाजूच्या कचऱ्यातून काही खाण्यासारखं मिळतंय का ह्याचा शोध घेतोय.

तासुलाचं घर अगदी मोडकळीला आल्यासारखं दिसतंय. का ते पहिल्यापासून असंच होतं? असेलही, लहान असताना अशा गोष्टी लक्षात येत नाहीत. त्या तीन झिजलेल्या, काळपट झालेल्या दगडी पायऱ्या मी चढून जातो

आणि दारावरची बेल वाजवतो. उयुल्कू समोरच्या बगिचात उभी आहे आणि गंजलेल्या पत्र्याच्या डब्यातली गुलाबाची फुलं न्याहाळते आहे. कित्येक वर्षांपूर्वीही तासुलाकडे बटमोगऱ्याची रोपं होती. तिने ती एका पत्र्याच्या डब्यातच लावली होती. माझ्या आईला ती रोपं काही करून हवी होती. तिने ती मिळवून समरव्हिलामध्ये लावलीसुद्धा, पण काळजीपूर्वक निगा राखूनही त्या रोपांना कधीच फुलं आली नाहीत.

आधी कोणीच उत्तर देत नाही. शांतता. मग आम्हाला हलकेच पावलांचा आवाज ऐकू येतो, ''कोण आहे?'' तोच ओळखीचा आवाज आणि ग्रीक धाटणीचं बोलणं. हल्ली कुणी येत-जात नसावं.

''छोटा टेओ आलाय!'' मी ग्रीक भाषेत म्हणतो आणि नंतर तुर्की भाषेतही तेच सांगतो.

करकर आवाज करत ती कडी काढते. दिवसाउजेडी एवढा कडेकोट बंदोबस्त कधीपासून करायला लागली ही? आता तासुला माझ्यासमोर उभी आहे! राखाडी रंगाचा लोकरीचा लांब स्कर्ट आणि गळ्याभोवती त्याच रंगाचा लोकरीचा मफलर. ती सुकलीय, म्हातारी झालीय. तिच्या तोंडावर सुरकुत्यांचं जाळं पसरलं आहे पण तिचा चेहरा बदलला नाहीय. तिची दृष्टी धूसर झालेली नाहीय. ती डोळे बारीक करते, ओठांना मुरड घालते आणि मला नीट न्याहाळत काही आठवायचा प्रयत्न करते. मग तिचे डोळे उजळतात. ''थोक्सा एओ टेओ, ओ टेओस एर्हेते, देवाची कृपाच झाली म्हणायची, टेओ परत आला! आम्हाला परत एकत्र आणणाऱ्या ईश्वराचे आभार कसे मानावे? ईस्टरच्या दिवशीच मला जाणवलं होतं की काहीतरी चमत्कार घडून येणार आहे. पवित्र माता मारियाने मला स्वप्नात हा दृष्टान्त दिला होता. मी वासिलीला हे सांगितलंही, पण तो माझं ऐकतोय कुठे? त्याने माझी अगदी टर उडवली. ये. आत ये, असा दारात नको उभा राहूस माझ्या लेकरा!''

''माझी एक मैत्रीण पण आलीय माझ्याबरोबर. तिच्या लुकड्या हातांच्या मिठीतून स्वतःला सोडवून घेत मी तिला सांगतो.''

''हो का? बरं झालं मग. आत येऊ दे की मग तिला पण. का नाही यायचंय तिला?''

उयुल्कू हसत हसत आमच्याकडे येते. एव्हाना आम्ही घराच्या दारात उभे राहिलो आहोत. तिथे दमटपणा आहे आणि थोडं उदासही वाटतंय. तिथे थोडा मुतारीचा दुर्गंध येतोय, मांजर मुतल्यासारखा.

“चला आपण वरती जाऊया. वरती जरा गरम वाटेल. माझं वय झालंय ना, त्यामुळे मला फार थंडी वाजत असते,” ती म्हणाली, “पंचवीसएक वर्षं उलटून गेली असतील, नाही का थेओडोराकी? तू एवढासा पोरटा होतास, अर्ध्या चड्डीतला. कसे आहेत तुझे आईवडील? धाकटी मारियाना कशी आहे? चांगलं चाललंय ना सगळ्यांचं?”

“आई कधीच वारली, तासुला. तिला कॅन्सर झाला होता. ती गेली आणि बाबा भ्रमिष्ट झाले, पण आता जरा बरे आहेत. मारियानाचं लग्न झालंय. तिला मुलं आहेत. ते सगळे अमेरिकेत असतात.”

ती पायऱ्या इतक्या सावकाश चढत होती की वरच्या मजल्यावर पोचेपर्यंत आमची वहिवाटीची प्रश्नोत्तरं उरकून झाली होती.

“कुठल्या वाऱ्यानं धाडलं बाबा तुला ह्या दिशेला?” आम्ही एका अतिउबदार, जराशा कोंदट खोलीत शिरलो आहोत. ती नाक सुर्कन वर ओढते आणि हळूच डोळे पुसते. मला पण आतून भरून आलंय, माझेही डोळे ओलसर होतात.

“मी ऑफिसच्या कामासाठी आलोय इकडे,” मी तिला उत्तर देतो, पण मी गेली दोन वर्षं इस्तंबूलमध्येच आहे हे मात्र मी तिला सांगत नाही.

“काय सांगशील ते नवलच. कशावर चाललंय तुझं काम इथं?”

“ऐकशील तर तुला नक्कीच हसू येईल. पण खरंच खूप महत्त्वाचं काम आहे. मी एक दरवाजा शोधतोय. जुन्या कॉन्स्टँटिनोपलमधल्या अदृश्य झालेल्या अनेक प्रवेशद्वारांपैकी एक.”

“ती सगळीच प्रवेशद्वारं आता नाहीशी झाली आहेत ना? ना त्या भिंती उरल्यात, ना ती द्वारं. त्यांची राखण करणं ह्या शहराला जमलं नाही.”

“एखाददुसरं सापडेल म्हणा, पण तेसुद्धा पडक्या अवस्थेत. बरीचशी द्वारं काळाच्या ओघात कधीच नाहीशी झाली आहेत. पण ती अस्तित्वात होती हे अनेकांना माहीत आहे. त्यांचे अनेक साक्षीदार आहेत, पुरावे आहेत आणि जुन्या हस्तलिखितांत त्यांचा उल्लेखही आहे. काही...”

“टेओ, तुला कशासाठी हवा आहे तो दरवाजा? तूही तुझ्या वडिलांसारखा जुन्यापुराण्या वस्तूंचा व्यापार करायला लागलास का? म्हणून जुनी दारं शोधतो आहेस की काय?”

“तसंही म्हणता येईल. मी वडिलांच्या पावलावर पाऊल टाकून चाललोय

खरा. पण मी प्राचीन वस्तूंबद्दल माहिती गोळा करतो. एका माहितीच्या स्रोतातून मला इर्गुवान दरवाजाची माहिती मिळाली. आता मी तो दरवाजा जिथे होता ती जागा शोधतोय.''

एकदम मला वाटतं की मी अगदी मूर्खासारखं आणि बालिश बोलतोय. मी तिला कशाला हे सगळं पुराण सांगत बसलोय?

''तू इर्गुवान म्हणालास का?''

''होय.''

''तू इर्गुवान म्हणत असशील तर तू जुदासवृक्षाबद्दल बोलतो आहेस, देन्त्रो तोऊ इओदा. की जांभळा? तुला माहीत आहे, एक आहे झाड आणि एक आहे रंग. इस्तंबूलचे लोक दोन्हीला इर्गुवान म्हणतात.''

मी पुन्हा एकदा त्या ओळी नजरेसमोर आणून पाहतो. मी जितक्या वेळा त्या वाचतो आणि त्यांच्याबद्दल बोलतो, तितक्या त्या गूढ होत जातात. अर्थ आणि ज्ञान ह्यांच्या ऐलतीरावर अडकून राहतात. त्या ओळींच्या वास्तवाशी असलेल्या नात्याबद्दल एव्हाना मलाही शंका येऊ लागली आहे.

मूळ कवितेत खरंतर पोर्तकिर्कीदोस, केर्किस द्वार असा उल्लेख आहे. त्याचा कोट, मुकुट आणि प्रेषिताच्या जखमांसाठी बहुतेक 'जांभळा' हे संबोधन वापरलंय. प्राचीन ग्रीकमध्ये त्या फुलाचं नाव केर्किस होतं.

''तुर्की लोकांसारखे आम्ही तुर्की ग्रीकसुद्धा त्या झाडाला इर्गुवानच म्हणतो. मला तू ग्रीक शब्द विचारलास तर मला आठवणारसुद्धा नाही. केर्किस हे नाव मी कधीच ऐकलेलं नाही. ते प्राचीन ग्रीक असणार. कुठल्या कवितेबद्दल बोलतो आहेस तू?''

''मला एका जुन्या हस्तलिखितात सापडलेल्या कवितेबद्दल. तू नेहमी वाचायचीस ना, संतांच्या जीवनकथा, वी आईओन. तसंच एक हस्तलिखित हाती लागलं माझ्या. त्यात आहे ती कविता. ती माझ्या डोक्यातून काही केल्या जात नाहीय.''

''तू लहानपणापासून असाच नादिष्ट आहेस. एकदा डोक्यात घेतलंस की उत्तर सापडेपर्यंत मागे हटायचा नाहीस. काय लिहिलंय त्या कवितेत?''

''तो तारणहार योगी जुदासवृक्षाच्या प्रवेशद्वारातून शहरात प्रवेश करतो. त्याचा मुकुट जांभळा आहे. त्याचं वस्त्र जांभळ्या रंगाचं आहे आणि शहराचा आत्मा मुक्त करण्यासाठी तो हेजीया सोफियाच्या चरणी मागणं मागतो.''

''कविता खोटारड्या असतात. कुठल्या संताचा उल्लेख आलाय इथे? कॉन्स्टँटिनोपलमधल्या प्रवेशद्वाराला एका क्षुल्लक झाडाचं नाव कोण द्यायला बसलंय?''

तासुला पहिल्यापासूनच धार्मिक प्रवृत्तीची होती हे मला आठवलं. काम नसायचं तेव्हा ती कायम एखादी पोथी किंवा धार्मिक ग्रंथ वाचत बसलेली असायची. मी आणि मारियाना तिच्या तावडीत सापडायचो तेव्हा तेव्हा ती आम्हाला त्या ग्रंथांतून काहीतरी वाचून दाखवायची आणि संतमहंतांच्या विपत्तीनं गांजलेल्या आयुष्याच्या कथा सांगायची.

''तू त्या दरवाजाचं नाव नीट वाचलं होतंस का? तू म्हणतोस तसं असेल आणि केर्किस आणि इर्गुवान ह्यांचा अर्थ एकच असेल तर कदाचित इथे दोन गोष्टींच्या तुलनेबद्दल उल्लेख असेल, एखादा जादूचा मंत्र. आणि शहराच्या आत नेमकं कोण शिरलंय हे तुला कसं सांगता येईल? केर्किस आणि इर्गुवान ह्यांचा अर्थ एकच असेल तर ते जुदासवृक्षाचं फूल आहे, कुणी प्रेषित, तारक मसीहा नाही.''

माझं डोकं भिरभिरायला लागलंय. कालपर्यंत मी त्या दरवाजाच्या आणि त्याच्या मूळ स्थानाच्या संदर्भात ठोस पुरावे गोळा करत होतो आणि आज अचानक मी त्या शब्दांच्या मायाजालात अडकलो आहे. संकल्पना, चिन्हं आणि रूपकं ह्यांच्यात ह्या गुपिताची गुरुकिल्ली दडलेली असावी ह्यावर माझा विश्वास बसायला लागलाय आणि त्यासाठी मी माझ्या साध्यासुध्या दाईचा आधार शोधू पाहतोय.

''तासुला आनाचं म्हणणं बरोबर आहे,'' उयुल्कूने आपलं मत नोंदवलं. ''कधी कधी आपल्याला मुळीच शंका येत नाही अशाच ठिकाणी उत्तर सापडतं. ह्यामुळे हा सगळा गुंता सुटेल की नाही हे मला माहीत नाही पण खरंच हे एखादं रूपक असू शकेल. निदान ह्याचा विचार करायला हरकत नाही. काय असेल ते असो... मी माझ्या अकलेपेक्षा जास्त बोलणार नाही, पण मला वाटतं, ह्या गोष्टीकडे दुर्लक्ष करू नये.''

''ह्या बाईशी काय नातं आहे तुझं? तुम्ही बरोबर काम करता का?'' तासुला जरा संशयी नजरेने बघत विचारते. ही नजर मला लहानपणापासून ओळखीची आहे.

''टेओ बे माझे भाडेकरू आहेत. मला ह्या गोष्टींतलं फार काही कळत नाही,

पण मला वाटतं की एखाद्या कवितेचा अध्याहृत अर्थ तिच्या शब्दांमागेच शोधायला हवा.''

उयुल्कूकडे दुर्लक्ष करून तासुला पुन्हा तोच प्रश्न विचारते. तिच्यासाठी तो प्रश्न फार महत्त्वाचा आहे. ''थिओडोराकी, तुझं लग्न झालं का? तुला मुलंबाळं किती?''

''एकदा लग्न केलं होतं मी, पण टिकलं नाही. दरवाजे, भिंती आणि प्रतिमाचित्रांच्या मागे धावताना तिच्यासाठी माझ्याजवळ वेळच उरला नाही. मग ती मला सोडून गेली.''

''वाईट झालं. एकटेपणा फक्त देवाच्या ठायी असतो असं म्हणतात आणि ते तसं खरंच आहे. पण तुला अगदी ढीगभर गोजिरवाणी मुलं असती तरी तीसुद्धा कधीतरी आपापल्या मार्गाने गेली असती. तुला माझा मुलगा माहीत होता, माझ्या नातवाबरोबर तू कितीदा खेळायचास. ते सगळे ग्रीसला निघून गेले. कित्येक वर्षं उलटली. दोन-तीन वर्षांतून एखादेवेळी येतात इकडे भेटीला. वासिली, माझ्या काकांचा नातू मात्र इथेच राहिलाय. म्हातारपण एकुणात वाईटच. त्या आचरट दरवाजाच्या मागे धावणं सोडून दे. तुला शोभेल अशी एखादी तरुण मुलगी शोध. थिओडोराकी, तुला कोणाच्या तरी सोबतीची गरज आहे.''

''आभारी आहे, तासुला आना, मी सगळ्याचा नीट विचार करेन.''

आम्ही निरोप घ्यायला उठतो तेव्हा तासुला आनाला हळूहळू रडू फुटतं. 'पुढच्या वेळी मी जास्त वेळ तुझ्याबरोबर थांबेन' असं वचन मी तिला देतो. मी पार गोंधळून गेलोय. परत गेल्या गेल्या मला मेतेशी बोललं पाहिजे. त्याची विचार करण्याची पद्धत वेगळीच आहे. ते कसब माझ्यात नाही : शब्द आणि चित्रांच्या मागे दडलेलं शब्दांच्या पलीकडचं काही अज्ञात सत्य शोधून काढण्याची कला.

आम्ही त्या चढावरून खाली उतरलो आहोत आणि निझामच्या दिशेला निघालो आहोत. तिथे बाभळीच्या फुलांचा सुगंध जरा जास्त मादक असतो. काही टांगे आमच्यापुढे जातात. शांतता, पाईन वृक्षांचा उग्र वास, सोनपिवळी शिअरलिंगची फुलं. आम्ही बोलत नाही, एकमेकांना स्पर्श करत नाही... एव्हाना सगळं बोलून झालं आहे. निकट राहण्यातली जादू गायब झाली आहे. आजचा दिवस खास आहे, पुढच्या आयुष्याची दिशा ठरवणारा एक दिवस. उयुल्कूच्या जीवनात तीस वर्षांपूर्वी असाच एक दिवस उगवला होता.

अगदी मूकपणे ती माझ्या बाजूने चालते आहे. तिला आता काहीही उन्मळून टाकू शकत नाही. तिचं मानसिक संतुलन आता स्थिरावलं आहे. दृढ झालं आहे. शाश्वत निर्मूळ अनिकेत अवस्था, काळ आणि अंतराल ह्यामधून कायम निर्वासितासारखा प्रवास... बाभळीच्या फांदीवरची काही फुलं तोडून मी तिच्या हातात देतो. ‘‘तुला शोभतात ही फुलं. तू मॅडोना आहेस, पिवळ्या फुलांची देवी.’’

मी माझी नजर वळवतो. कारण तिला माझ्या बोलण्याचा अर्थ लगेच कळेल हे मला माहीत आहे. मॅडोनाचं पूजन केलं जातं, तिची करुणा भाकली जाते, तिची भक्ती केली जाते, पण तिच्याबरोबर शृंगार केला जात नाही. माणूस कधी स्वतःच्या आईबरोबर शृंगार करतो का? माझ्या मनात दुःख आणि पश्चात्तापाची भावना दाटून येते. काहीतरी मौल्यवान गमावल्याची भावना. पण त्याच वेळी मला माझ्या मनावरून एक मोठं ओझं उतरल्यासारखं वाटतं.

आधी लॅपटॉपवर एक लहानसं ईमेल, मग हृदयावर चरे ओढत जाणारा देरिनचा कोरडा आवाज, ‘ग्युल्दाली अखेरचे श्वास मोजतेय.’ मग ‘मेते उयुन्सालनशी भेट.’ मग कुठल्यातरी अनोळखी नंबरवरून माझ्या मोबाइलवर आलेला अजून एक संदेश, ‘तुझ्या घरी चालता हो! आमच्या हुतात्म्यांचा बदला आम्ही घेणारच...’

मी घरी एकटाच होतो. आम्ही बेटावरून परत आल्यानंतर उयुल्कू कुठेतरी प्रवासाला गेली होती. परत कधी येणार हेही तिने सांगितलं नव्हतं. ह्या ऋतूत कापडोकीनमधला निसर्ग आणि एकूणच वातावरण फार सुंदर असतं. माझा एक फ्रेंच मित्र उयुर्ग्युपमध्ये एक छोटंसं गेस्टहाऊस चालवतो. तो मला कधीपासून बोलावतोय तिकडे. आम्हा दोघांना आता वेगळं होण्याची मानसिक तयारी करायला हवी होती आणि त्यासाठी एकटं राहायची नितांत गरज होती. एप्रिलच्या अखेरचे दिवस. हवा जरा उष्ण झाली होती खरी, पण तरीही आल्हाददायक वाटत होतं. उयुल्कू दूर गेल्यामुळे घर मात्र कोरडं आणि उदास वाटत होतं. तरीही मला घर सोडावंसं वाटत नव्हतं. मी जरा गोंधळलो होतो आणि माझा निर्णय होत नव्हता. माझं हे संशोधन माझ्या करिअरला एक वेगळंच वळण देईल असं मला दोन वर्षांपूर्वी वाटलं होतं, पण आता ते कुचकामी ठरलं होतं. तासुलाच्या बोलण्याने माझ्या डोक्याला भुंगा लागला होता. मी पुन्हा ती

कविता वाचायला घेतली आणि हस्तलिखिताच्या छायाप्रती पुन्हा तपासून पाहू लागलो. मूळ प्रती अमेरिकेत माझ्या सेफमध्ये होत्या. त्या दरवाजाचं नाव मी बरोबर वाचलं होतं. त्या प्रवेशद्वारातून आत येणाऱ्याच्या डोक्यावर केर्किसचा मुकुट होता, पण त्याच्या कपड्यांसाठी 'जांभळे' असं संबोधन वापरलं होतं. पण तरीही मी ह्याच्यापुढे काही जाऊ शकलो नाही. मी काही भाषाशास्त्रज्ञ नव्हतो. शब्द मला मोहिनी घालत नव्हते. मी मूर्त स्वरूपातलं, दृश्य, निश्चित असं काहीतरी शोधत होतो दगड, विटा, संगमरवर किंवा इतर साहित्य वापरून बांधण्यात आलेलं एक द्वार. प्रतिमात्मक दाखले आणि रूपकं हा माझा प्रांत नाही. संशोधनाच्या सुरुवातीला हे सगळं महत्त्वाचं वाटू शकलं असतं, पण आता मला सगळ्याचा वीट आला होता. हे सगळं थांबवायचा आणि हे संशोधन सोडून द्यायचा माझा विचार पक्का झाला होता. मन दुसरीकडे गुंतवण्यासाठी मी लॅपटॉप उघडला. नवीन ईमेल्स डाउनलोड होत होती. तेवढ्यात माझी नजर वरच्या उजव्या कोपऱ्यातल्या तारखेवर पडली. मला ह्या घरात येऊन आज बरोबर दोन वर्षं झाली होती... 'मृतांचं घर. स्मृतींचं घर.' उयुल्कू त्या दिवशी पुटपुटली होती. ती खूप दुःखी होती त्या दिवशी. तिला जराशी चढलीही होती. त्या लाकडी पेटीतल्या फोटोंमध्ये मला सापडलेल्या त्या तरुण मुलाच्या फोटोची मला आठवण आली. मी वेड्यासारखा देरिनचा शोध घेत होतो ते आठवलं. उयुल्कू नावाच्या स्त्रीची भेट. त्यांच्या पूर्णतः अनोळखी आणि भयावह जगात माझा झालेला प्रवेश; एखाद्या बायझेंटाईन राजकुमाराप्रमाणे दिसणारा तो झोपडपट्टीतला मुलगा; शहराच्या सीमेवरच्या टेकड्यांवरून दिसणारा इस्तंबूलचा देखावा; जुदासवृक्ष, शहराच्या तटबंदीच्या भिंती, दरवाजे, प्रतिमा, चित्रं, तळघरं, भग्न प्रासादांचे अवशेष ! मृत माणसांचं शहर, स्मृतींचं, आठवणींचं शहर.

गेल्या काही दिवसांत कित्येक प्रकारची ईमेल्स येऊन पडली होती. काही माहितीवजा ईमेल्स. ती मी न वाचताच डिलीट करून टाकायचो. शिवाय जाहिराती, कॉन्फरन्सची निमंत्रणं, परिसंवादांतली संकलित भाषणं त्यावर मी धावती नजर टाकली. मारियानाचं एक रागारागाने लिहिलेलं ईमेल. मी आमच्या कुटुंबाकडे पुरेसं लक्ष देत नसल्याची तक्रार करणारं. माझा इथला मुक्काम लांबणार असेल तर मी तिला किंवा तिच्या वकिलाला पूर्ण अधिकार देणारं मुखत्यारपत्र लिहून द्यावं अशी सूचना करणारं. आणि एक ईमेल, कसलंतरी कोड लिहिलेलं. ते डिलीट करायला मी बोट उचललं पण ते हवेत तसंच अधांतरी राहिलं. आधी मला वाटलं होतं की ती एक जाहिरात आहे — अल रकास.

अल रकास. पेटी उघडतानाचा इमानचा भावनाहीन दगडी चेहरा – एखाद्या न्युबिअन मुखवट्यासारखा. त्या पेटीचं झाकण तो उघडत असताना समुद्री ससाण्याच्या पंखांसारखे फडफडणारे तिथले पांढरेशुभ्र रेशमी पडदे, काही वेगवेगळी आणि काही एकत्र बांधून ठेवलेली मौल्यवान हस्तलिखितं, जुनाट कागदपत्रांचे ढीग, त्यावर काही ठिकाणी लिहून परत खोडून टाकलेल्या नोंदी, चर्मपत्रं, सोन्याचा मुलामा चढवलेली पानं, नेमका काळ आणि स्थळ सांगता न येणाऱ्या एका हस्तलिखिताची जोडून ठेवलेली चार पानं, संतांच्या जीवनकथेतून वेगळी झाली असावीत बहुतेक. ह्या चर्मपत्रांमध्येच जुदासवृक्षाचं प्रवेशद्वार दडलं आहे.

मी अल रकासवर क्लिक करतो. अँटिव्हायरस प्रोग्रॅम सुरू होतो. मला आठवतं, मी त्याला माझा ईमेल ॲड्रेस दिला होता आणि बायझेंटाईन काळातली अजून काही कागदपत्रं, खास करून त्या हस्तलिखिताची पुढची पानं हाती लागली तर मला लगेच कळवावं असं बजावून सांगितलं होतं.

माझ्या स्क्रीनवर मोडक्यातोडक्या इंग्लिशमधला एक संदेश दिसतो : तुमच्यासाठी काहीतरी महत्त्वाचं सापडलं आहे, सोबत काही कागदपत्रांचे फोटो जोडले आहेत. तुमच्या कामासाठी उपयोगी असेल तर उत्तर पाठवा. कुठलीही जुनीपुराणी कागदपत्रं बघितली की माझे डोळे फाटतात. इमान काही माझ्यासारख्या एखाद्या वेडपट अमेरिकन माणसासाठी आपला खजिना उगीच उघडा करणार नाही.

माझ्यासमोरचे सारे रस्ते बंद झालेत असं वाटत असताना हे अकस्मात घडलं आहे. गेल्या कित्येक महिन्यांत मला असा उत्साह वाटला नव्हता. मी ती अटॅचमेंट उघडतो आणि जीवाच्या कराराने एखाद्या चमत्काराची वाट बघायला लागतो. सोनेरी अक्षरांतली तीन हस्तलिखित पानं. मी पहिल्या चित्राचा आकार वाढवतो. मोठमोठ्या ढोबळ सोनेरी अक्षरातली कलाकुसर असलेलं पान, त्यावर सुट्या सुट्या अक्षरांत काही ओळी लिहिल्या आहेत. आठव्या शतकानंतर ही लिपी वापरली गेलेली नाही. ती अक्षरं वाचण्याआधी चौकटीचा डावा आणि उजवा कोपरा झाकून टाकणारी ती वेलबुट्टी माझ्या डोळ्यांत भरते. एक वृक्ष, त्याची मुळं कागदाच्या तळापर्यंत जाऊन भिडली आहेत. त्या झाडाला अनेक फांद्या आहेत. त्यांवर लाल-गुलाबी पाकळ्यांची फुलं फुलली आहेत. मधोमध काही लिहिलं आहे, मोठ्या प्रयत्नाने मला ती सुरुवातीची अक्षरं वाचता येतात संत इयोन्निकोस... विजेता... प्रवेशद्वार... किंवा

त्याच्या प्रवेशद्वारातून... नंतरच्या ओळी मला मुळीच वाचता येत नाहीत. पण पानाच्या शेवटी, जिथे अनेक पाकळ्या पडलेल्या दिसतात तिथे मला पुन्हा काही अक्षरं लागतात. त्या वृक्षाचा रंग होता त्याच्या... त्याच्या काय? नेमकी त्याच शब्दावर एक पाकळी रंगवलेली होती. इतका काळ लोटल्याने आणि हवेतल्या आर्द्रतेमुळे तिथली शाई फिकट झाली होती. अकस्मात मला जाणवलं की तो जुदासवृक्ष होता. मला हे लगेचच कसं कळलं नाही? स्क्रीनवरची फुलं जांभळी नाही तर लाल-गुलाबी रंगाची दिसत आहेत म्हणून असेल कदाचित. पुढच्या पानांवर एका संताचं नेहमीचं आयुष्य रेखाटलं आहे. मी त्या पानांचा आकार कितीही मोठा केला तरी ती अक्षरं काही स्पष्टपणे वाचता येत नाहीत. ह्या पानांच्या चौकटीवरही जुदासवृक्षाची नक्षी आहे.

त्या पानांचा आकार वाढवून पुन्हा प्रयत्न न करता मी उत्तर देतो : मला ही हस्तलिखितं हवी आहेत, सविस्तर उत्तर पाठवतोच. हा खजिना माझ्या हातून निसटेल की काय अशी मला भीती वाटते.

मग मी लगेच मेतेला फोन केला. माझ्या बुद्धिमत्तेबरोबरच त्याचा आशावाद आणि अंतर्ज्ञान ह्यावर माझी भिस्त होती. त्या मजकुराचा अर्थ लावताना अतिउत्साहाच्या भरात मला इमानच्या कुठल्याही डावाला फशी पडायचं नव्हतं.

मी मेतेशी भेट ठरवली तेवढ्यात देरिनचा फोन आला. ''टेओ, ग्युल्दालीची अवस्था फार वाईट आहे, मला जरा उयुल्कूशी बोलता येईल का?''

''उयुल्कू इथे नाहीये, म्हणजे ती इस्तंबूलमध्येच नाहीये. मी काही मदत करू शकतो का?''

''नाही, मला हे फक्त उयुल्कूच्या कानावर घालायचं होतं. तिच्याशी बोलणं झालं तर सांग तिला.''

''मी तिकडे आलेलंच जास्त चांगलं. मी...''

''टेओ, काय करणार तू येऊन? इथली परिस्थिती चिघळलेली आहे आणि तू अचानक इथे आलास तर ते अजूनच अवघड होईल. तुझा ह्या सगळ्याशी काहीच संबंध नाही आणि ते तसंच राहू दे.''

तिच्या आवाजात शत्रुत्व नव्हतं, पण ती अंतर ठेवून बोलत होती. एका तऱ्हेने आरोप केल्यासारखं. मी तिच्या जगाशी संबंध ठेवला नव्हता म्हणून ती माझ्यावर रागावली होती. मी त्या जगाचा हिस्सा बनू शकलो नव्हतो आणि तिथे मी कोणालाही नकोच होतो.

लॅपटॉप हातात घेऊन मी मेते उयुन्सालनच्या घराकडे प्रयाण केलं. माझ्या डोक्यात अनेक प्रकारच्या विचारांचा गुंता झाला होता : इमान नावाच्या त्या माणसाकडची नक्षीदार पानं, देरिनकडून उयुल्कूला मिळालेला वृत्तपत्रातला तो फोटो, आमरण उपोषण करणाऱ्या ग्युल्दालीच्या कपाळावर बांधलेला लाल पट्टा आणि तिचे भकास डोळे, 'तुझा दरवाजा शोध आणि इथून निघून जा,' हे उयुल्कूचे शब्द, 'मी झाडाबद्दल बोलतोय की रंगाबद्दल,' हा तासुलाचा प्रश्न, अनेमासच्या तळघराच्या अवशेषांच्या मधोमध बायझेंटाईन राजकुमाराची किंवा झोपडपट्टीतल्या तरुणाची म्हणता येईल अशी ती रेखाकृती आणि लहानपणापासून मला वारंवार पडणारी वाईट स्वप्नं.

मी बेल वाजवली नाही. माझ्याजवळच्या किल्लीने मी दार उघडलं. मेते कोन्याकचे घुटके घेत खिडकीसमोर बसला होता. समोर बंदर दिसत होतं, उयुस्कुदार, लिएंडरचा मनोरा, ऐतिहासिक द्वीपकल्प, त्यावरचे असंख्य मनोरे आणि मिनार, वाफेवर चालणारी जहाजं, क्षितिजावरची बेटांची रांग, पांढरे समुद्री ससाणे आणि राखाडी कबुतरं. मी स्वतःला त्याच्या समोरच्या खुर्चीवर झोकून दिलं आणि शेजारच्या मेजावर माझा लॅपटॉप ठेवला.

स्क्रीन उजळला. मी इमामच्या ईमेलची अटॅचमेंट उघडली आणि लॅपटॉप मेतेच्या दिशेला वळवला.

''अलेक्झांड्रियामध्ये वापरात असलेल्या लिपीसारखं दिसतंय.''

''असेल, किंवा नसेलही. तू काय शोधतो आहेस ते ह्या माणसाला माहीत आहे का? ह्या ओळींत असं काहीतरी लिहिलेलं आहे, ज्यासाठी तू एवढे पैसे मोजायला तयार झाला आहेस, हे त्या माणसाला माहीत आहे का?''

''मला नाही वाटत त्याला काही माहीत असेल. म्हणजे त्याच्याकडे ह्या कागदपत्रांच्या केवळ प्रतिलिपी असतील का? किंवा मी विकत घेतलेलं हस्तलिखित नकली नसेल ना? पण मी खातरजमा करून घेतली होती. तसं प्रमाणपत्र आहे माझ्याकडे. ते चर्मपत्र आणि ती शाई निदान एक हजार वर्षांची जुनी आहेत.

मी माझ्या जवळचे फॅक्सेस काढले आणि त्याच्यासमोर पसरले.

''सखोल परीक्षण केल्याशिवाय ह्या दोन्ही हस्तलिखितांतली लिपी एकच आहे असं छातीठोकपणे सांगता येणार नाही. पण आपल्या कामातला हा सगळ्यात सोपा भाग. तांत्रिक बाजू. खरं आव्हान आहे ते ह्या रहस्याची उकल करणारी किल्ली शोधून काढण्याचं.''

"मला नीट वाचता आलं नाही, पण कुठेतरी येशूचा उल्लेख आलाय, नाही का? आणि इथे लिहिलंय, विजेता... त्राता... त्या दरवाजातून..."

"आपण एखाद्या विशेषज्ञाकडून वाचून घेऊया. पण थांब जरा, इथे लिहिलंय, तो त्या विजेत्याला, त्रात्याला त्या दरवाजातून जाऊ देतो. पहिल्या पानावरची वेलबुट्टी फार सुंदर आहे. साधीसुधी पण वेधक, जादूभरी! त्याला नक्षीच्या चौकटीत जडवून टांगून ठेवायला हवं. अगदी झिजून गेलेत कागद. अक्षरं पुसट झाली आहेत, पण तरीही त्याचा अर्थ लावता येतोय."

"काही दिवसांपूर्वी मी माझ्या लहानपणीच्या दाईला भेटायला गेलो होतो. गेली सत्तावीस वर्षं मी तिला भेटलो नव्हतो. तर तिने मला विचारलं की मी इकडे कशासाठी आलोय. मग मी तिला त्या कवितेबद्दल सांगितलं आणि हेही सांगितलं की मी जुदासवृक्षांच्या प्रवेशद्वाराचा शोध घेत आलोय म्हणून. माहितेय ती काय म्हणाली? इस्तंबूलचे ग्रीक इर्गुवान हा शब्द वापरतात, पण केर्किस हा शब्द तिने कधीच ऐकलेला नाही. शिवाय तिने विचारलं की हे झाडाबद्दल चाललंय की रंगाबद्दल?"

मी स्क्रीनवरची प्रतिमा शक्य तेवढी मोठी करतो.

"बघ, त्या पानावर अगदी खालच्या बाजूला. त्या झाडाच्या मुळांच्या शेजारी? टेओ, तुला अक्षरं वाचता येत आहेत का?"

"तो वृक्ष... होता. कुठे होता? मला समजत नाहीये. थांब जरा."

तो उठला आणि त्याच्या स्टडीत गेला. थोड्या वेळाने तो एक जाडजूड पुस्तक घेऊन परतला.

"बघूया तरी, काय अर्थ आहे ह्याचा? संशोधनाची, अर्थ लावण्याची माझी एक खास पद्धत आह. तिचा उपयोग होतोय का पाहू. माझ्या ह्या वयात मी काही प्राचीन ग्रीक भाषेचा अभ्यास करू शकणार नाही. त्यातून ही बायझेंटाईन आवृत्ती. कुणास ठाऊक कितव्या शतकातली. माझी विद्वत्ता खुंटली की ही पद्धत कामी येते. मी मला परिचित असलेल्या लिखाणात शक्य ते शब्द शोधतो, उदाहरणार्थ, हे काय असेल? त्याच्या वस्त्राच्या रंगात? नाही, हा शब्द अगदीच वेगळा आहे. दुसरा काय उच्चार असू शकेल ह्या शब्दाचा?"

"त्याचं पातक!" मी सुचवलं, "त्याच्या पातकाचा रंग त्या झाडाला होता."

"अरे वा! डोकेबाज आहेस तू. पण माझ्या मित्रा, मला हे मुळीच पटत

नाहीय. माझ्या ह्या विद्वज्जड पुस्तकात काय लिहिलंय बघ. 'ट्रॅयमध्ये खूप रक्तपात झाला.' ह्या गोल अक्षरांच्या लिपीत 'रक्त' हा शब्द कसा लिहितात?''

''तो वृक्ष त्याच्या रक्ताच्या रंगाचा होता,'' मी पुटपुटलो, ''देन्त्रो त्वू इयोदा, जुदासवृक्ष. म्हणजे मुक्तिदाता येशू नसून जुदास होता ना? अशक्य आहे. आपण एकदम चुकीच्या मार्गावर आहोत.''

''मुळीच नाही. आपण फक्त दुवे जुळवत पुढे निघालोय. त्या कवितेतला मुक्तिदाता येशू नसून जुदास असणं अगदी शक्य आहे.''

माझ्या विस्मृतीतील ज्ञानाचा एक अर्धवट तुकडा माझ्या स्मरणशक्तीत पिंगा घालू लागला आहे. हळूहळू तो जाणिवेच्या पातळीवर येऊन तरंगू लागतोय. ''एपोक्रीफॉन. गुप्त लिखाण. सिक्रेट रायटिंग,'' मी पुटपुटतो, ''अपोक्रिफ हस्तलेखांत जुदासचा लावला गेलेला अर्थ?''

''तीही एक शक्यता आहेच. पण एखादा कथाकार किंवा संन्यासी लेखक त्या काळात एवढं धाडस दाखवू शकेल असं मला वाटत नाही. अपोक्रिफ हस्तलेख हे बायबलमध्ये समाविष्ट केले गेले नाहीत. त्यांना अधिकृत लोकमान्यता मिळालेली नाही. अर्थात त्यांना पाखंडी हे बिरुदही लावलं जात नाही किंवा त्यांवर बंदी घातलेली नाही. पण इथे लिहिलंय तो अपोक्रिफ नसून पाखंडीपणाचा कळस आहे. बघ, इथे येशू नव्हे तर जुदास मुक्तिदाता आहे असं लिहिलं आहे. खऱ्या मुक्तिदात्याच्या जागी एका विश्वासघातक्याचं नाव घातलं आहे. आठव्या किंवा नवव्या शतकात अन्वेषण लागू नव्हतं तरीही असला पाखंडीपणा तेव्हासुद्धा कोणीही नक्कीच चालवून घेतला नसता. सर्वमान्य इतिहासाप्रमाणेच धार्मिक लिखाणसुद्धा जेत्यांच्या बाजूनेच लिहिलं गेलेलं आहे. हे लिखाण कुठलंही असो, पाखंडी किंवा नास्तिक, पण त्यातून अधिकृत, स्वीकार्य अर्थापेक्षा सत्य परिस्थितीचं प्रतिबिंब दिसतंय. म्हणजे सत्य हे एकमेव आहे असं मानलं तर. माझ्या माहितीप्रमाणे इजिप्त, सिरीया आणि इराकमध्ये एक बऱ्यापैकी इस्लामी अपोक्रिफ प्रचलित आहे. त्यात जुदासला विश्वासघातकी मानलेलं नाहीय. उलट त्याला अरी जिझस, प्रतियेशू म्हणून क्रुसावर चढवण्यात आलं असं सांगितलं जातं. बायझेंटाईन ख्रिस्ती धर्मपरंपरेच्या प्रभावाखाली लावले गेलेले अर्थ, अनेक परीचे, किंवा त्या परंपरेला दिशा दाखवणारे अर्थ... पौर्वात्य देशांत धार्मिक श्रद्धांचे अर्थ अजून गोंधळून टाकणारे आहेत.''

''हे सगळं रसभरित आहे खरं, पण ह्यातून आपल्याला काय मदत होणार?''

"ते प्रवेशद्वार कुठे होतं ह्या प्रश्नाचं उत्तर मिळवण्यात आपण प्रगती करत नसलो तरी त्या अलेक्झांड्रियाच्या लेखकाची ही हस्तलिखितं खरी असतील तर ह्याच विधानाला पुष्टी देतात, की येशू नाही तर जुदासने येऊन शहराचा हरवलेला आत्मा मुक्त केला."

"खड्ड्यात जाऊ दे त्याला. मला त्या दरवाजाचा शोध लावायचाय. त्यातून नक्की कोण आत गेलं ह्याचा नाही."

"कदाचित आपल्याला ह्या रूपकांमधून ते प्रवेशद्वार सापडेल. जुदासवृक्ष, जुदास, ते बळी, ज्यांना विश्वासघातकी म्हटलं गेलं. आणि तो नालायक मुक्तिदाता. खरंतर जुदासच्या कथेचा अजूनच एक निराळा अर्थ इथे अभिप्रेत असू शकतो. अपोक्रिफच्या विरुद्ध जाणारा आणि इस्लामी अन्वयार्थाला जवळचा असा. अधिकृत ग्रंथांनुसार ज्या पातकांचं ओझं जुदासने स्वतःवर लादून घेतलं, त्या पातकांचा रंग झाडावर चढू लागतो, पण इथे आपण त्याच्या रक्ताबद्दल बोलतो आहोत. ह्या सगळ्याचा विचार करायला हवा."

"त्याला मला सुळावर चढवावंसं वाटलं तरी चालेल, पण मी आता ही हस्तलिखितं मागवून घेणारच. हस्तलिखितं असोत किंवा मुद्रितं, माझ्या परिचयाच्या सगळ्या ग्रंथालयांत आणि वस्तुसंग्रहालयात संत इओन्निकोसच्या जीवनावर जेवढी कागदपत्रं असतील ती सगळी मी शोधून काढणार. मला खात्री आहे, खूप माहिती उपलब्ध असणार ह्याबद्दल."

"कदाचित फक्त ह्या इमानकडे असलेली प्रत एकमेव असेल? हा शहाणा इमान मजकूर लिहिणार आणि तू योग्य जागेवर ते प्रवेशद्वार उभारणार. पुस्तकात एक नोंद होणार संपला विषय."

"मी काही कोणी लुच्चा लफंगा नाही," मी तीव्र स्वरात म्हणालो. मला फार अपमानित वाटत होतं. "तुला सगळं इतकं पोरकट आणि निरर्थक वाटत होतं तर आधीपासून मला मदत तरी कशाला केलीस? तेव्हाच मला विरोध करायचा होतास."

'टेओ, गैरसमज करून घेऊ नकोस. मी त्या पहिल्या मजकुराबद्दल बोलत नाहीय. मी तुला ह्या दुसऱ्या लिखाणाबद्दल सावध करतोय. तुझ्या वाडवडिलांची संपत्ती त्या लबाड दुकानदारावर उधळण्याआधी तू एकदा विशेषज्ञांचा नीट सल्ला घ्यावास हे बरं. किंवा दोन्ही मजकूर नीट वाच, नोंदी कर. दोन्ही मजकूर वरवर पाहता जरी एकाच हस्तलिखिताचे भाग नसले, एकाच लिपीत लिहिले गेलेले

नसले तरीही ते एकच कथा सांगत आहेत हे लक्षात घे. ते प्रवेशद्वार खरोखर अस्तित्वात असो किंवा नसो. तूच म्हणतोस ना, बायझेनमध्ये वास्तव आणि आख्यायिका हातात हात घालून सामोऱ्या येतात म्हणून? जुदासवृक्षाची आख्यायिका इस्तंबूलला शोभून दिसते. आख्यायिकांना सत्य रूप कसं द्यायचं हे आपल्याच हातात असतं.''

ह्यावर मला एकदा शांतपणे विचार करायला हवा होता.

''देरिनने फोन केला तेव्हा मी निघालोच होतो,'' मी विषय बदलला. ''ती म्हणाली की त्या उपोषण करणाऱ्या बाईची अवस्था अगदी वाईट आहे. तिच्या आवाजात फार काळजी दाटली होती. त्या बाईचा अंत जवळ आलेला असावा.''

''ही मरायला टेकलेली स्त्री, स्वतःचे प्राण पणाला लावणारे ते सारेजण, ह्या टेकडीवरचे रहिवासी, देरिन, प्रत्येकाजवळ स्वतःची अशी एक आख्यायिका, एक दंतकथा आहे. प्रत्येक श्रद्धेच्या पोटी तिच्या आख्यायिका, दंतकथा, परीकथा आणि सांकेतिक चिन्हं जन्म घेतात आणि मग त्यांचं पूजन केलं जातं. आपल्या आख्यायिका हेच आपलं अस्तित्व! हेच सांगायचं होतं मला. मला तुला दुखवायचं नव्हतं.''

''देरिनला मदतीची गरज आहे. तिची मरायला टेकलेली मैत्रीण, देरिनच्या पदरात पडलेलं तिचं मूल, ती एकटी कसं सांभाळेल हे सगळं? आणि त्या निर्दय, अपरिचित विश्वात ती पूर्णतः एकटी आहे.''

''आरीनच्या मुलीने स्वतःच्या मर्जीने तिचं नवीन विश्व निवडलंय. ती आता नाजूक, सहज तुटून जाण्यासारखी प्रतिमा उरलेली नाही. बायझेंटाईन मोझाईकसारखा तिचा चेहरा आता भावहीन, कोरा दिसत नाही. तिला मदतीची गरज असलीच तरी आपण तिला मदत करू शकू असं मला वाटत नाही. तुर्गुतने तिची जबाबदारी घेतलीय आणि त्याला शक्य तेवढं तो करतोय. त्या मुलीत आणि त्याच्यात एक दृढ नातं निर्माण झालंय. उयुल्कूचा आधारही महत्त्वाचा आहेच. रंग आणि नक्षी निरनिराळी असली तरी मूलद्रव्य तेच आहे. आख्यायिकांचं तसंच आहे. आपण त्यांच्यावर विश्वास ठेवतो किंवा कधीतरी विश्वास ठेवलेला असतो.''

माझ्या मनात एक अस्वस्थतेची भावना घर करू लागते. काहीतरी महत्त्वाचं गमावल्यासारखं किंवा कुणी दुसऱ्याने माझ्याकडून ते हिरावून घेतल्यासारखं

वाटतं मला. मला एकदम सगळं काही स्पष्ट दिसतं दोन वर्षांपूर्वी देरिनला मी पहिल्यांदा भेटलो तो दिवस. त्या दिवशी मला परत जावंसं वाटलं नव्हतं. जुदासवृक्षाची हरपलेली जादू, मी आधी जे शोधत होतो आणि आता जे शोधतोय त्यातली तफावत जाणवून वाटणारा असंतोष, माझी आख्यायिका माझ्या हातून निसटून चाललीय ही भावना, त्या चित्रप्रतिमा आणि माझ्या आईच्या नग्न देहाची प्रतिमा ह्यांत गुरफटून मी देरिनला गमावून बसल्याचा सल... त्या एकाच मूलद्रव्याच्या बनलेल्या आहेत, पण माझं काय? माझ्या मूलद्रव्याचं उगमस्थान मला माहीत नाही. मी ते पकडायला जावं तर ते वितळून जातं आणि मी ते धरून ठेवू शकत नाही.

"मी स्वतःलाच एक छोटीशी मुदत आखून देणार आहे. मला एकाग्र होऊन काम करायला हवं आणि एका उत्तरापर्यंत पोचायला हवं. मग ते कोणतंही असो. मी एका प्रवेशद्वाराचा शोध घेतोय. शब्द, रूपकं, धार्मिक विवेचन, अपोक्रिफ लिखाणातल्या आख्यायिका हे माझं क्षेत्र नाही. मी स्वतःला मुदत देणार आणि तेवढ्या काळात जर मला काही जमलं नाही तर मी काम थांबवीन आणि इथून निघून जाईन."

अचानक मला जाणवतं की मी मेतेशी इंग्लिशमध्ये बोलतोय. मला एक वाक्य आठवतं : भाषा हे माणसाचं खरं निवासस्थान आहे.

"मला वाटलं की तू इस्तंबूलला स्थायिक होणार आहेस. बेयलेर्बेयमधला समरव्हिला तू परत खरेदी करायचं ठरवलंस तेव्हा मला किती आनंद वाटला होता! ह्या निरुपयोगी प्रवेशद्वाराने तुझं मनःस्वास्थ्य नाहीसं केलंय. माझ्याइतकंच तुलाही माहीत आहे, आपल्या लेखी एक-दोन वर्षं म्हणजे काही मोठा काळ नाही. कितीतरी सहकाऱ्यांनी आयुष्याची दहा, वीस वर्षं, किंवा सगळं आयुष्य एकाच गोष्टीचा शोध घेण्यात खर्ची घातलं आहे. तू पण तसाच आहेस. तू इथं आलास तेव्हा तू निश्चय करून आला होतास. मग गेल्या दोन वर्षांत असं काय बदललं, टेओ?"

गेल्या दोन वर्षांत असं काय बदललं होतं? मी शहरावरून धावती नजर टाकतो. शहर अजून तेच आहे. पूर्वीचं. गेल्या हजार-दोन हजार वर्षांत हे शहर कितीदा उद्ध्वस्त झालं, कितीदा पुन्हा उभारलं गेलं, त्याच्या बाह्य रूपात किती बदल झाले. तरीही ह्या शहराचा आत्मा–कवितेत त्याला हरवलेला आत्मा–असं म्हटलं आहे तो त्याच्या प्रतिबिंबातून पुन्हा प्रकट होत आलाय. काय बदललं होतं नक्की?

"दोन वर्षांपूर्वी मला वाटलं होतं, की मी एका संशयास्पद कवितेच्या आधाराने एका प्राचीन, विसरल्या गेलेल्या प्रवेशद्वाराच्या शोधात इकडे आलोय. तुला माहीत आहे, तो माझा प्रांत नाही. बायझेंटाईन पुरातत्त्वशास्त्र आहे ते. मग मी इकडे कशामुळे खेचला गेलो? मला कुठेतरी एक पक्का ठावठिकाणा हवा होता. उयुल्कू म्हणाली होती, 'काळ आणि अंतराळातून निर्वासितासारखी भ्रमंती.' त्या अवस्थेतून मला बाहेर पडायचं होतं. तू ह्या मातीत आपली मुळं रोवू पाहतोस, ती मात्र तुला परक्यासारखं दूर लोटते. तू ही माती निर्माण केली नाहीस, तू तिच्यात ओलावा निर्माण केला नाहीस, तुला तिची दुःखं, श्रद्धा, आख्यायिका माहीत नाहीत. मग ह्यात अर्थच काय उरला? माझ्या मनातली ह्या शहराची कथा दोन हजार वर्षांपूर्वीची आहे. त्या दरवाजाइतकीच ही कथाही वर्तमानाबद्दल, आजच्या दिवसाबद्दल काहीच सांगू शकत नाही. देरिनच्या सभोवतालची माणसं स्वतःचा जीव का पणाला लावत आहेत हे मला समजत नाही. त्यांचं वास्तव, त्यांची स्वप्नं मला समजू शकत नाहीत. आणि उयुल्कूची स्वप्नंही मला उमगलीच नाहीत. मी जरा क्लिष्ट करून मांडलं हे सगळं, पण जे बदललं आहे, ते हे आहे. त्या प्रवेशद्वाराचं महत्त्व माझ्या लेखी संपलंय. कारण मला वाटतंय की ते मला कुठलीच दिशा दाखवणार नाही."

मी लॅपटॉप बंद केला. मी लगेचच अलेक्झांड्रियाला निघून जाईन आणि ह्या विषयावर कायमचा पडदा टाकेन.

मला माहीत होतं, ह्या वेळी माझी विज्ञानाची आस किंवा संशोधनाची तहान ह्यामुळे मी तिकडे निघालो नव्हतो. माझी एकच इच्छा होती, इस्तंबूलला विसरून जाणं आणि सगळ्या गोष्टीला पूर्णविराम देणं.

नववर्षाच्या सुरुवातीला जुदासवृक्षाला भरभरून बहर फुटला होता. देरिनचा निरोप घ्यायला मी देरिनकडे गेलो तेव्हा मी बोस्पोरूसच्या दोन्ही काठांवरून नजर फिरवली. टेकडीवरच्या उरलेल्या चरांतून, खाचांतून जुदासचे वृक्ष हिरिरीने फुलले होते – त्याच अवर्णनीय रंगात. जांभळा हा शब्द त्या रंगाचं वर्णन करायला अपुरा होता. दोन वर्षांपूर्वी मी इथे आलो, तेव्हा दोनच दिवसांत ती झाडं मला अशीच फुललेली दिसली होती.

"आपण टेकडीला वळसा घालून जाऊया, अबी. सध्या मुख्य रस्त्यावर खूप तपासणी चाललेली असते. त्यांना हवं त्याला थांबवून ते ओळखपत्रांची तपासणी

करतात. सरकार आणि दहशतवादी एकमेकांची टाळकी फोडत आहेत. माणसं मरत आहेत, लोकांचा निर्वंश होतोय. अबी, हे सगळं आपल्याला कुठं घेऊन जाणार आहे?'' माझा टॅक्सीवाला कळवळून बोलत होता.

बसथांब्याच्या पुढे मी त्याला रस्ता सांगितला. त्याने गाडी वळवली आणि समोरच्या आरशातून माझ्याकडे पाहिलं.

''अबी, मी तुला एक सांगतो, ऐक. रागावू नकोस. तू इथला वाटत नाहीस. तुला इथे राहून काय मिळणार आहे? तू कशात तरी अडकशील उगीच म्हणून सांगतो. हल्ली ह्या वरच्या भागात तसं सुरक्षित राहिलेलं नाही. विदेशी माणसांसाठी तर नाहीच. सगळे जण माथेफिरूसारखे वागत आहेत. काहीतरी भयानक घडणार आहे लवकरच आमच्या आयुष्यात. बघ, शेवटी तुझं तू ठरवायचं आहेस.''

''मी कुणी परका नाहीय. मी डॉक्टर आहे'' मी म्हणालो, मी किती सहजतेने खोटं बोललो ह्याचं माझं मलाच नवल वाटलं. ''मी एका जुन्या रुग्णाला बघायला चाललोय. जरा जास्त आजारी आहे तो.''

''मग वेगळी गोष्ट आहे. मला वाटलं तू त्या मृत्युगृहाकडे चालला आहेस. ती माणसं स्वतःचा जीव घेत आहेत. कोवळी तरुण मुलं. हे कसं घडून येतं अबी? तू डॉक्टर आहेस, तुला त्यातलं काही कळत असेल. दिवसेंदिवस, महिनोंमहिने कसं कोणी न खाता-पिता राहू शकतं, कणाकणाने मरू शकतं? त्यांना भूक लागत नाही का? ती शेवटी मेली नाहीत तर ती लपूनछपून काहीतरी खात असणार असंच म्हणेन मी. मरायचं असेल तर स्वतःला गोळी घालावी नाहीतर पुलावरून उडी टाकावी. एका क्षणात खेळ खलास. पण हे जे काय चाललंय ते मला कळत नाही. नुकतंच मी एका कलाकार स्त्रीला माझ्या टॅक्सीतून मृत्युगृहात पोचवलं. ती म्हणाली, 'त्यांच्या श्रद्धा आणि तत्त्वांसाठी ते मृत्यूचा स्वीकार करू शकतात. दुसऱ्यांच्या मुक्तीसाठी ते स्वतःचा बळी देतात. मोठमोठे लोक भेटायला येत असतात तिथे. पण सत्ताधाऱ्यांचीही अशीच इच्छा दिसते की त्यांना मरू द्यावं. कुणीही त्यांना थांबवत नाही. तरीही सगळं जरा विचित्रच वाटतं. तरुणांचं एक वेळ सोडून दे, पण बायका-मुलीसुद्धा आहेत त्यांच्यात. त्या काही सगळ्या अतिरेकी नाहीत! किती दुःखदायक आहे हे सगळं!''

मी उत्तर दिलं नाही. मागच्या सीटवर मी अजूनच कोपऱ्यात सरकून बसलो. त्याला मला आरशातून बघता येऊ नये म्हणून. आपण कुठपर्यंत पोचलोय हे

बघण्यासाठी मी बाहेर नजर टाकली. तो लतामंडप आणि जुदासवृक्षाची कोवळी रोपं दिसताच मला ते घर ओळखू आलं. 'मी घरासमोर एक जुदासचं झाड लावलंय,' देरिननं मला सांगितलं होतं. सोयाबीनच्या फुलांबरोबर जुदासवृक्षालाही बहर येईल तेव्हा घरासमोरचा बगिचा अगदी नंदनवन होईल.

"अबी, हवं असेल तर मी थांबतो," मी उतरत असताना ड्रायव्हर म्हणाला.

"नको, मला वेळ लागेल." मी त्याला चक्क टाळलं.

इतकी सुंदर हवा पडली होती, पण रस्त्यावर कोणीही नव्हतं. फक्त काही अनवाणी मुलं आणि काही मांजरं इकडे तिकडे धावत होती. मी बागेतून आत गेलो. तिथे सोयाबीन आणि जुदासच्या फुलांच्या पाकळ्यांची सरमिसळ झाली होती. मी दारावर हळूच टकटक केलं आणि थांबलो. पायऱ्यांवरची आणि खिडकीतली फुलं वाळून सुकून गेली होती. मी इथे पहिल्यांदा आलो होतो तेव्हा इथे विविध रंगांतली कितीतरी फुलं फुललेली होती. ती चिमुकली बाग अशी कोमेजलेली पाहून मला खरंच वाईट वाटलं. देरिनला बागेकडे लक्ष द्यायला वेळ झालेला दिसत नव्हता. मी पुन्हा दार वाजवलं आणि कान दिला. आतून कसलीच चाहूल आली नाही. देरिन घरी नसावी किंवा तिला दार उघडायचं नसावं. तिला मोबाइलवर फोन करावा असं माझ्या मनात आलं पण मी तो विचार लगेचच सोडून दिला. इथे येणं चुकीचं होतं की काय असं मला वाटायला लागलं. अखेरचा प्रयत्न म्हणून मी दार जरा जोराने वाजवलं आणि ते आपोआपच उघडलं. दाराला आतून कडी घातलेली नव्हती. उंबऱ्यातूनच मी आत नजर टाकली. दिवाणखान्याचं दार अर्धवट उघडं होतं. मी जरा कचरलो, पण मग आत गेलो आणि दिवाणखान्यात शिरलो.

"देरिन," मी आधी हळू हाक मारली. मग जरा जोरात. कुणीच उत्तर दिलं नाही. मुलांच्या खोलीतही कोणीच नव्हतं. पाळणाही तयार केलेला नव्हता. बाहेर काहीतरी आवाज आला. मी चोरी पकडली गेल्यासारखा चपापलो आणि तिथून हळूच दिवाणखान्यात परत जायला वळलो. देरिनचा बोका त्याच्या जागेवरून उडी मारून उठला आणि अर्ध्या उघड्या दारातून बाहेर निघून गेला. मी बाहेर जायला निघालो, इतक्यात कुणीतरी माझ्या छातीवर हात ठेवून मला आत ढकललं.

तो तरुण पोरगा माझ्यापेक्षा उंच होता. काळे केस, काळसर-पिवळट चेहरा, खूप काही सहन केल्यासारखा. दाढीचे खुंट वाढलेले. निदान, मी दचकलो त्या

क्षणी मला त्याचे हात रानटी पशूच्या पंजाप्रमाणे भासले. माझ्या हृदयाचे ठोके वाढल्याचं त्याला जाणवलं असणार. म्हणूनच तो गुर्मीत, खरखरीत आवाजात म्हणाला, "इथं काय गाठोडं ठेवलंय तुझं?" त्याचा आवाज त्याच्या शरीराला अजिबात शोभत नव्हता.

"मला देरिन हामला भेटायचं आहे. आम्ही इथं भेटणार होतो, पण ती नाहीये इथे."

माझं बोलणं संपलं तेव्हा मला जाणवलं की मी जरा जास्तच ठेवणीतल्या लहेजात बोलत होतो. लहानपणीही मी जेव्हा उत्तेजित व्हायचो, तेव्हा मी इतका भरभर बोलायचो की बस! उदाहरणार्थ, जेव्हा आमच्या तुर्की शिक्षकाने काही अल्पसंख्याक नास्तिकांचा उल्लेख देशद्रोही असा केला आणि मला पुढे बोलावलं तेव्हा.

"घ्या आता!" तो तरुण म्हणाला, "तू आहेस तर तो. आम्हाला वाटलं की तू इथून कधीच निघून गेला असशील. अजून इथेच आहेस तू?"

मला पुन्हा माझ्या मोबाइलवरचा तो संदेश आठवला : आमच्या शहिदांचा बदला आम्ही घेणारच!

"माझं काम संपलं की मी निघून जाईन," मी कसंबसं म्हटलं, पण माझ्या आवाजात जोर नव्हता.

"तुमच्यासारख्या साम्राज्यवादी हेरांना ठिकाणी लावणं कुणालाच कसं जमत नाही? इतके दिवस हे भिजत घोंगडं ठेवलंच कुणी मुळात? पण आत्तापर्यंत इथे कुणी तुला जाब विचारला नसेल, तरी मी आता बघणारच आहे तुझ्याकडे."

"मूर्खासारखं काहीतरी बोलू नकोस. मी इथे देरिनला भेटायला आलोय. मी येणार हे तिला माहीत होतं. ती वाट पाहत होती माझी."

"हो का? तुला दिसतंच आहे, इथे कोणीही तुझी वाट बघत नाहीये. त्या मुलीला अजून त्रास देऊ नकोस."

"जरा डोकं चालव, मित्रा, विचार कर," मी उपहासाने म्हणालो, "सी.आय.ए.चे लोक फार धोकादायक असतात. तुझ्यासारखे चिल्लर लोक त्यांचा केसही वाकडा करू शकणार नाहीत. मला देरिनला शोधायला हवं. ती माझी वाट पाहणार होती." मला कुठून बळ आलं कुणास ठाऊक, पण ह्या वेळी मी त्याला जोराने बाजूला ढकललं आणि दाराकडे धावलो.

"तुला हवंच असेल, तर तू तिला खाली विद्रोहगृहात भेटू शकतोस. पण खरंतर तू ते टाळावंस असं मला वाटतं. ह्या ठिकाणांकडे अगदी तुर्किये

च्युम्हरितचे अधिकारीसुद्धा फिरकू शकत नाहीत.''

एकदाही मागे वळून न पाहता मी खालच्या दिशेने निघालो तेव्हा माझ्या मानेतून एक थंड शिरशिरी वाहत गेली खरी, पण मला स्वतःचाच अभिमान वाटत होता. मी ह्या सोंगाड्या क्रांतिकारकासमोर नांगी टाकली नव्हती!

ते ज्याला विद्रोहगृह म्हणत होते, ते गेसिकोंदू बहुतेक टेकडीच्या पायथ्याशी होतं. पण नक्की कुठे? बाजूच्या एखाद्या गल्लीत न वळता मी सरळ खाली बोस्पोरूसकडे पाहिलं : ती निळीशार नदी, तिच्यात प्रतिबिंबित होणारी टेकडीवरची हिरवाई, आकाशातले सगळे रंग, समरव्हिलांच्या रेखाकृती आणि तरंगणारी जहाजं! समोरच्या वैराण होत चाललेल्या खाचांतून अजूनही बहरलेली जुदासची झाडं मला दिसली. दोन वर्षांपूर्वीसुद्धा ती अशीच भरगच्च फुलली होती. तोच रंग. जुदासच्या पातकांचा किंवा रक्ताचा. इमानने पाठवलेल्या हस्तलिखितांवरच्या नक्षीचा...

ते घर शोधणं फारसं कठीण नव्हतं. मला वाटलं होतं तशी तिथे फारशी गर्दीही नव्हती. मी रस्त्यात तिथल्या एका बाईला विचारलं, तेव्हा तिने मला ते घर दाखवलं, नाहीतर मला ते दिसलंच नसतं. निळा रंग दिलेल्या त्या गेसिकोंदूच्या समोरच्या छोट्याशा अंगणात काही तरुण बायका एका जुन्या खाटल्यावर बसल्या होत्या आणि गप्पा मारत होत्या. गर्द हिरव्या रंगाचं दार अर्धवट उघडं होतं. त्याच्या डावीकडे आणि उजवीकडे मला धमकी देणाऱ्या त्या माणसासारखेच दोघेजण पायऱ्यांवर बसले होते आणि सगळीकडे लक्ष ठेवत होते. शेजारी एक गंजलेल्या पत्र्याचं गराज होतं आणि त्याच्या पलीकडे अजून एक गेसिकोंदू होतं. तिथेही काही तरुण पोरं रेंगाळत होती. रस्त्याच्या शेवटी पोलिसांच्या गाडीसारख्या दिसणाऱ्या दोन काळ्या गाड्या थांबल्या होत्या.

त्या निळ्या घरापासून मी ऐंशी ते शंभर मीटर अंतरावर होतो. मी तिकडे निघालो तेव्हा त्या माणसांपैकी एकजण उठून उभा राहिला. पांढऱ्या रुमालाने डोकं झाकलेल्या आणि लाल पट्टा कपाळाला बांधलेल्या त्या बायका माझ्याकडे बघायला लागल्या. शेजारच्या घरातली मुलं अचानक थांबली आणि जागीच खिळून उभी राहिली. देरिनला तिच्या मोबाइलवर फोन न करता आपण सरळ इकडे आलो, हे शहाणपणाचं आहे का असा विचार पुन्हा माझ्या मनात आला. पण आता मागे फिरणं शक्य नव्हतं. मी अर्धा रस्ता पार केला होता आणि त्यांनी मला बघितलं होतं. रस्ता आणि दारासमोरची बाग ह्यांच्यामध्ये फक्त एक साधं

लाकडी फळ्यांचं कुंपण होतं. मी बागेतून तिकडे निघालो तेव्हा त्या बायकांपैकी एक आणि ते दोन्ही तरुण माझ्या दिशेने येऊ लागले. त्यांना माझा संशय आला नव्हता, उलट त्यांना माझ्याबद्दल उत्सुकता वाटत होती असं मला वाटलं.

काळेभोर केस आणि डोळे असलेली एक तरुणी माझ्यासमोर उभी राहिली, तिने फ्लॅनेलचा फुलाफुलांचा स्कर्ट घातला होता आणि तिच्या टी-शर्टवर लिहिलं होतं : लढा देणं हेच जीवन! ''तुम्ही आमच्या विरोधी लढ्यात सामील झालेल्या योद्ध्यांना भेटायला आला आहात का?'' तिने विचारलं. तिच्या आवाजात असं काहीतरी होतं, ज्यामुळे मी मुळापासून हललो. तिच्या प्रश्नात खूप मोठा अर्थ भरला होता. अखेरची आशा, शेवटच्या क्षणी एखादा सकारात्मक संदेश, एखादा चमत्कार...

''होय,'' मी उत्तरलो, ''तुम्हाला चालणार असेल तर मी त्यांना एकदा भेटू इच्छितो. खरंतर मी देरिन हामला शोधतोय, ती इथे आहे असं मला कळलं.''

''चला बघूया आपण,'' त्यांच्यापैकी एक तरुण म्हणाला.

त्या तरुणीनं त्याला कोपराने जरा ढोसलं आणि त्याच्यापुढे येऊन उभी राहिली. ''ठीक आहे, कोण आलंय म्हणून सांगू?''

''मी... मी पत्रकार आहे. टेओ आलाय म्हणून सांगा, ओळखेल ती.''

''तुम्ही जरा थांबा. आत्ता कुणीतरी आत गेलंय भेटायला. आमच्या योद्ध्यांना थकायला होऊ नये म्हणून आम्ही फार माणसांना एकदम आत जाऊ देत नाही. देरिन तुम्हाला न्यायला येईल, तुम्ही इथे वाट पाहा.''

दारातून काही माणसं बाहेर पडली. ती इथल्यापैकी वाटत नव्हती. त्यांच्या हातात लाल कार्नेशन्सची फुलं होती. त्यांची इथली भेट उरकून ते दुसऱ्या ठिकाणी उपोषण करणाऱ्यांना भेटायला निघाले होते.

स्वेच्छेने मरणाची वाट पाहणाऱ्या त्या तरण्याबांड मुलांना भेटायची इच्छा ह्या माणसांना का झाली असेल? ही कुठली दृढ ऐक्याची भावना? आता त्याच घरात मीही शिरणार. माझ्या अंगावर शहारा उमटला. मी यायलाच नको होतं. अजून वेळ आहे. मी अजूनही इथून पळ काढू शकतो.

तेवढ्यात त्या दुसऱ्या तरुणाच्या पाठीमागून देरिनच उगवली. आता उशीर झाला.

काही क्षण ती उंबऱ्यावरच उभी राहिली आणि न बोलता फक्त माझ्याकडे बघत राहिली. मग अगदी कोरड्या, अलिप्त आवाजात ती म्हणाली, ''तुम्हाला

आत यायचं असेल तर येऊ शकता तुम्ही, टेओ.''

मी देरिनच्या दिशेने पावलं टाकली. तिने मला आत घेऊन दार बंद केलं.

''तुला हवं असेल तर ग्युल्दालीला भेट. भेटायला येणारा प्रत्येक माणूस हा आतल्या माणसांसाठी एक प्रकारची आशा घेऊन येत असतो.''

मी मान हलवली. तिने दिलेली नायलॉनची आवरणं बुटांवर चढवली आणि तिच्या पाठोपाठ निघालो. आवाज न करता तिने एक दार उघडलं. आतमध्ये अंधार होता आणि गारवा. जुन्या पितळी पलंगाजवळ एका खुर्चीवर लहानग्या उमुटला घेऊन बसलेली एक तरुण मुलगी प्रथम माझ्या दृष्टीस पडली. मग मला पलंगावर पडलेली स्त्री दिसली. तिचे डोळे बंद होते. तिचा चेहरा पांढराफटक पडला होता. तिच्या अंगावर छातीपर्यंत पांढरं पांघरूण घातलेलं होतं. तिचे खांदे आणि हात उघडेच होते. तिची कृश मान तिच्या पांढऱ्या शर्टमधून बाहेर डोकावत होती. तिचं शरीर हाडांचा सापळा बनलं होतं. त्यावर तिची त्वचा प्लॅस्टिकचा कागद चढवल्यासारखी वाटत होती. ती थांबून थांबून थोडा थोडा श्वास घेत होती. बाहेर भेटलेल्या बायकांप्रमाणे तिच्या कपाळावरही लाल पट्टा बांधलेला होता. तिचे केस कापून अगदी बारीक केलेले होते. शेजारच्या मेजावर एक पाण्याची बाटली, एक औषधाची बाटली, फुलांनी आणि सोनेरी नक्षीने मढवलेल्या चौकटीत बसवलेला एक जुनाट फोटो : एक पुरुष, शेजारी एक स्त्री, एकमेकांकडे बघून हसत आहेत. पलंगाच्या वरच्या बाजूला एक भित्तिपत्रक लावलेलं होतं. डोक्याला लाल पट्टा बांधलेल्या स्त्री-पुरुषांच्या चित्रांवर लाल अक्षरांत लिहिलं होतं : '१९ डिसेंबरच्या बलिदानापुरता आमचा लढा मर्यादित नाही.' त्याच्याशेजारी एका पुठ्ठ्यावर वरच्या बाजूला लिहिलं होतं, 'आमरण उपोषण करणारे योद्धे अमर होवोत!' त्या पुठ्ठ्यावर काही फोटो चिकटवलेले होते. त्यांच्या मध्यावर एक मोठा फोटो चटकन डोळ्यांत भरत होता! त्यात पांढऱ्या वस्त्रांतली एक स्त्री दिसत होती. तिच्या पांढऱ्या शिरोवस्त्रामधून तिचे लांबसडक केस बाहेर डोकावत होते. ती स्त्री पुढे झुकली होती आणि ग्युल्दालीच्या कपाळावरच्या लाल पट्ट्यावर ओठ टेकवत होती. एक प्रकारचा आशीर्वाद, पूजन, एक उत्सव. आमच्याकडे तुमचं स्वागत आहे. मृत्यूच्या सान्निध्यात तुमचं स्वागत आहे!

''ग्युल्दाली, हे तुला फार दूरवरून भेटायला आले आहेत.''

''तिला झोपू दे, उठवू नकोस,'' मी पुटपुटलो.

“ती झोपली नाहीय, ती फक्त डोळे मिटून पडली आहे. विश्रांती घेतेय. डोळ्यांना दिव्याचा त्रास होतो म्हणून तिने डोळे बंद करून घेतले आहेत.”

पलंगावरच्या स्त्रीने डोळे उघडले. आमच्याकडे बघून हसायचा प्रयत्न केला. तिची काळीभोर बुबुळं विस्फारली होती. त्यांत एक अवर्णनीय गांभीर्य होतं. देवाची करुणा भाकणाऱ्या संताचे ते डोळे होते. आपल्या मुलाचा मृतदेह हातांवर पेलणाऱ्या मारियाचे ते डोळे होते. मी मेते उयुन्सालनला हे सांगितलं असतं तर तो म्हणाला असता, हा तुझ्या व्यवसायातून उद्भवणारा आजार आहे. बघशील तिकडे तुला चित्रप्रतिमाच दिसतात!

“कशी आहे तुमची प्रकृती?” मी विचारलं.

“चांगली आहे, अगदी चांगली.”

“आमच्याबद्दल लिहा. सगळ्यांना सांगा आमच्या बलिदानाबद्दल. सगळ्या जगाला हे कळलं पाहिजे.”

“हो, मी करेन ते.”

“आम्ही मरणाला कवटाळतोय, बाकी कुणाला मरायला लागू नये म्हणून. आमच्या मुलांना एकांतवासात देह ठेवावा लागू नये म्हणून. हे सगळीकडे पसरू दे.”

तिच्या बाळाने तिचा आवाज ऐकला आणि खिदळत तिच्याकडे हात पसरले. त्या स्त्रीने अशक्तपणे तिच्या लेकराच्या दिशेने मान वळवली. तिच्या हडकलेल्या बोटांनी तिने त्याच्या इवल्या मुठी कुरवाळल्या. तिच्या ओठांवर पुन्हा हलकं हसू उमटलं.

“माझ्या मुलाला स्वातंत्र्यात जगता यावं म्हणून... माझं त्याच्यावर प्रेम आहे म्हणूनच मी हे सगळं करतेय. सगळेजण मुक्त, स्वतंत्र व्हावे म्हणून. आमचा आवाज सर्वांच्या कानापर्यंत पोचावा म्हणून.”

तिचा हात परत पलंगावर पडला. तिने डोळे मिटून घेतले.

“आज तिला खूप लोक भेटायला आले. ती दमली आहे,” देरिन म्हणाली. तिने बाळाला उचलून हातात घेतलं. “चला, चला! उमुट, आता आपण घरी जाऊया. ममाला झोप आलीय आता.”

बाहेर जाताना तिने त्या बायकांना हाक मारली. त्यांच्या डोळ्यांत कुतूहल होतं. देरिन त्यांना म्हणाली, “मी उद्या सकाळी परत येईन. ग्युल्दालीला भेटायला कोणी आलं तर सांगा की ती आज खूप दमली आहे आणि तिला विश्रांतीची गरज आहे.”

मग ती माझ्याकडे वळली. ''ह्यांचं आमरण उपोषण आज सुरू झालं आहे. कालच मेहेंदीचा आणि कपाळाला लाल पट्टे बांधण्याचा कार्यक्रम पार पडला.''

''तू ह्या माथेफिरूपणात सामील आहेस ह्यावर माझा विश्वासच बसू शकत नाही. मला कळतच नाहीय, तू कसं काय... ही गरीब माणसं, ह्या मुलाची आई... तू ह्या अशा माणसांच्या पाठीशी का उभी राहते आहेस?''

''ही काही गरीब माणसं नाहीत. स्वतःचे निर्णय स्वतः घ्यायचं धैर्य त्यांनी दाखवलं आहे. ज्याप्रमाणे प्रत्येकाला स्वतःच्या श्रद्धा आणि तत्त्वनिष्ठा ह्यांसाठी जगायचा हक्क असतो तसाच प्रत्येकाला त्यासाठी मरण्याचाही हक्क असतो. टेओ, तुला हे समजेल असं मला वाटत नाही. ह्या माणसांना तुझ्या त्या दरवाजाचं महत्त्व कळत नाही तसंच तुलाही त्यांचे हेतू कळणार नाहीत.''

ती रस्त्यातच उभी राहिली. लहानग्या उमुटला उराशी कवटाळून. ''टेओ, तू का आलास इकडे? तुला नक्की काय बघायचं होतं?'' तिने मला अचानक इंग्लिशमध्ये विचारलं.

तिचा माझ्याबद्दलचा अविश्वास, तिच्या आवाजातली धार आणि त्या वातावरणात इंग्लिश भाषेमुळे निर्माण होणारी दुराव्याची भावना हे सगळं मला असह्य झालं.

''मी अलेक्झांड्रियाला चाललोय. मला फक्त तुझा निरोप घ्यायचा होता.''

तिला फारसं काही वाटलेलं दिसलं नाही. ती जरा साशंक दिसत होती. ती सारखी आजूबाजूला पाहत होती. कुणीतरी तिला माझ्याबरोबर पाहील की काय अशी भीती तिला वाटत असावी.

''तू दूर निघून जातो आहेस हे एका परीने चांगलंच आहे, टेओ. तुझ्या कामात किती प्रगती झाली आहे मला माहीत नाही, पण तुला इथं स्थान नाही हे तुला एव्हाना जाणवलं असेलच. शिवाय इथं तुला धोका आहे.''

''तू मला काही पक्की माहिती देऊ शकतेस का?''

''मला फक्त एवढंच माहीत आहे, की ह्या भागात तुझ्याबद्दल संशयाचं वातावरण निर्माण झालेलं आहे. त्या दरवाजाच्या शोधाबद्दलची कहाणी कुणाला विश्वासार्ह वाटत नाही. तू कुठून आला आहेस. तू कोण आहेस. तू काय शोधतो आहेस? ह्या प्रश्नांची समाधानकारक उत्तरं मिळू शकलेली नाहीत.''

तिच्या बोलण्याने मला वाईट वाटलं. पण तिचं बरोबर होतं. प्रवेशद्वार शोधण्याची कहाणी विश्वास ठेवण्याजोगी नव्हती. आता मला स्वतःलाच

त्याबद्दल फारशी खात्री वाटत नव्हती. पण मला कशाचा शोध घ्यायचा होता हे मात्र मलाही उमगत नव्हतं.

"तू माझ्यावर संशय घेते आहेस."

"कुणास ठाऊक, मी कदाचित तुझ्यावरही अन्याय करत असेन. पण तू गेलास तर ते सगळ्यांच्याच हिताचं ठरेल."

"विचित्रच आहे हे. असो. ज्या कुणाला मी सध्या भेटतोय तो मला हेच सांगतोय की मी इथून निघून जावं. पण तसाही मी निरोप घ्यायलाच तर आलोय इकडे."

मी आनंदी, किमानपक्षी शांत दिसायचा प्रयत्न करत होतो. नक्की काय करावं हे न सुचल्याने मी पुढे झुकलो. निरोपादाखल तिच्या गालाचे मुके घेण्यासाठी. त्या बाळाने त्याच्या इवल्या हाताने माझे गाल गोंजारले, पण त्यामुळेही आमच्यातलं अंतर कमी झालं नाही. तीन पावलं मागे जाऊन मी त्यांच्याकडे पाहू लागलो. नाही, आता ती हातात मूल घेतलेल्या मदर मेरीच्या प्रतिमेसारखी दिसत नव्हती. तिच्या चेहऱ्यावर आतून ओसंडणारं तेज आता ओसरलं होतं. ती आत्मिक शांतता आता तिच्या मुद्रेवर झळकत नव्हती. तिच्या नजरेतली गूढता नाहीशी झाली होती. आता ती फक्त एका जादू गमावून बसलेल्या थकल्याभागल्या सामान्य बाईसारखी दिसत होती. हातात एक मूल घेऊन उभी. बदामाच्या झाडाच्या फिकट गुलाबी रंगाच्या फुलांनी नटलेल्या फांदीमुळे किंचित्काल तिने मुकुट घातला आहे असं भासलं खरं, पण तरीही तिला पाहून प्रबोधनकाळातल्या रंगचित्राची, प्रतिमेची किंवा मोझाईकची आठवण मला आली नाही. ती इतकी सामान्य दिसत होती की माझ्या हृदयात धस्स झालं. तिच्या त्या रूपाशी मी कुठलंच नातं जोडू शकत नव्हतो. ती टेकडी, ती घरं, ते रस्ते, आमरण उपोषण करणारी ती माणसं, मृत्युशय्येवर पडलेली ग्युल्दाली आणि हातात धरलेलं ते मूल ह्या सर्वांचं एक एकत्रित वास्तव तिला घेरून आलं होतं. जुदासवृक्षाची किमया नाश पावली होती.

"निघतो मी. पुन्हा भेटू!" मी ह्यावेळी तुर्की भाषेत म्हणालो. एक क्षणभर मला वाटलं की तिला सांगावं, माझ्यावर विश्वास ठेव, मी खरंच एका बायझेंटाईन प्रवेशद्वाराच्या शोधात आलो होतो. माझ्या डोक्यात दुसरं काहीही नव्हतं. पण लगेचच मला त्यातली निरर्थकता जाणवली आणि मी तो विचार सोडून दिला. देरिनच्या घरी माझ्याशी झटापट करणारा तो घेट्टोमधला तरुण मला पुन्हा

आमच्या दिशेने येताना दिसला. पुढे एकही शब्द न बोलता मी उताराच्या रस्त्याला लागलो. मार्केटच्या रस्त्याला लागल्यावर मी समोर दिसलेली पहिली मिनीबस पकडली.

२.

“निघतो मी. पुन्हा भेटू,” एवढं बोलून तो निघाला. मला वाटलं, तो अजून काहीतरी बोलेल. पण तो अचानक वळला आणि झपाझप पावलं टाकत चालायला लागला. उमुटला कडेवर घेऊन मी तिथे उभी होते. मी त्याच्या पाठीकडे बघत राहिले आणि माझ्या हृदयात काहीतरी खुपून गेलं.

आम्ही आता पुन्हा कधीच भेटणार नव्हतो. आमचे मार्ग पूर्णतः वेगळे झाले होते. एका जुन्या मित्राला दगा दिल्याची भावना मला छळायला लागली. मी स्वतःचा कानोसा घेऊ लागले. पश्चात्ताप? अपराधबोध? नाही, मी त्याच्यावर विनाकारण अविश्वास दाखवला त्याबद्दल माझ्या मनात ही अस्वस्थता दाटली होती. दोन वर्षांपूर्वी मी टेओची जुदासवृक्षाच्या प्रवेशद्वाराबद्दलची कथा ऐकली तेव्हा मला ती पूर्ण विश्वासार्ह आणि अर्थपूर्ण वाटली होती. मग आता त्याबद्दल विश्वास न वाटण्याचं काय कारण? मला ठाऊक नाही. मागच्या वेळी केरेम अली पुराव्यांबद्दल बोलला होता. कोणते पुरावे? आपल्या नेतृत्वाने आपल्याला दर वेळी स्पष्टीकरण दिलंच पाहिजे असं नाही. कारवाईच्या पद्धतीबद्दल चर्चा करणं शक्य आहे, पण जे विषय अत्यंत गुप्ततेने हाताळले जायला हवेत त्याबद्दल चर्चा केली जात नाही. आदेश मिळाले की ते पाळायचे, बस!

त्या तरुण मुलाला मी घाईघाईने वर चढून येताना पाहिलं आणि माझी अस्वस्थता वाढली. केरेम अलीने मला सांगितलं होतं की तो काही दिवस भूमिगत होणार होता आणि झिया हे टोपणनाव असलेल्या कॉम्रेडच्या माध्यमातून माझा संघटनेशी संपर्क राहणार होता. त्याच्या एकूण आविर्भावावरून वाटत होतं की त्याला कुठलीतरी वरची जागा मिळाली होती आणि जास्त जबाबदारीचं कामही. निदान आमच्या अखेरच्या भेटीत त्याने मला असं दर्शवलं तरी होतं. कदाचित अशा पद्धतीने त्याने त्याच्या संतापाला लगाम घातला असेल, किंवा त्यामुळे त्याचा दुखावलेला स्वाभिमान शांत झाला असेल. त्याच्या स्वाभिमानाला उभारी मिळाली असेल किंवा त्याला माझ्यापेक्षा वरचढ वाटलं

असेल. कदाचित त्याला म्हणायचं असेल, तू मला सोडून देते आहेस, पण मी किती महत्त्वाचा आहे हे तुला समजलं असतं तर!

मला ह्या क्षणी झियाला तर अजिबात भेटायचं नव्हतं. ह्या घेट्टोमधल्या तरुणाची मला भीती वाटत होती. मला कुणीतरी टेओबरोबर पाहिलं असेल अशी मला भीती वाटत होती. माझ्याबद्दल कुणालाच विश्वास उरणार नाही अशी आशंका मला वाटत होती. कदाचित मला ते हेर समजतील अशीही भीती...

काहीतरी महत्त्वाचं बोलायचं असेल तेव्हा झिया नेहमी लहान मुलासारखा चेहरा करायचा. आताही तो चेहऱ्यावर तसाच भाव घेऊन माझ्याकडे बघत होता. त्याने नक्कीच टेओला बघितलं होतं. त्याने माझ्या गालांचं चुंबन घेतलं तेही त्याने पाहिलं असेल? उमुट माझ्या कडेवरून खाली उतरायला धडपडत होता. मी त्याला खाली सोडलं पण त्याचा हात घट्ट धरून ठेवला.

‘‘माझ्याशी बोलायचं होतं का तुला?''

‘‘मी मघाशीच तुझ्या घरी गेलो होतो, दार उघडंच होतं. मग मी जरा कुतूहलाने आत डोकावलो. तू आत्ता ज्याच्याशी बोलत होतीस तो माणूस तुझ्या घरात काहीतरी शोधत होता.''

‘‘त्यांनी मला ग्युल्दालीपाशी बसायला सांगितलं. मी घाईघाईत दार उघडं ठेवून आले असेन कदाचित. बरं झालं तू फेरी टाकलीस ते.''

‘‘तो माणूस कधीच इथून निघून गेला असेल असं आम्हाला वाटलं होतं. त्याला काय हवंय तुझ्याकडून? तो इकडे कशासाठी फिरतोय? तुझ्या घरात त्याचं काय काम होतं?''

‘‘तू असे प्रश्न विचारणार असशील तर मी काहीही उत्तर देणार नाही. त्याला मला भेटायचं होतं बहुतेक. त्याने काल फोनही केला होता, भेटायला येतो म्हणून. पण मीच सगळ्या घाईत ते विसरून गेले. आणि तरीही तुला अजून कुतूहल वाटत असेल तर सांगते, की तो माझा निरोप घ्यायला आला होता. तो हे शहर सोडून चालला आहे.''

‘‘तुमची इतकी जवळची मैत्री आहे हे मला माहीत नव्हतं. निरोपादाखल त्याने तुझ्या गालाचा मुका वगैरे घेतला...''

त्याच्या एक मुस्कटात भडकावून द्यावी असं मला वाटलं. पण ती भीती, ती गूढ भीती...

‘‘टेओची आणि माझी ओळख माझ्या वडिलांच्या एका मित्राने दोन

वर्षांपूर्वी करून दिली. मी त्याला घर शोधायला मदत केली होती आणि त्याच्या संशोधनासाठी त्याला ह्या शहरात थोडीफार सोबतही केली होती. ते जाऊ दे. तुला नक्की काय जाणून घ्यायचं आहे, कॉम्रेड झिया?''

'कॉम्रेड झिया' असं म्हणताना माझ्या आवाजातला उपरोध त्याला जाणवला की नाही हे मला कळलं नाही. पण त्याने कपाळाला आठ्या घातल्या आणि रोषाने माझ्याकडे पाहिलं.

''कोण हा तुझ्या वडिलांचा मित्र?'' त्यानेही उपरोधाने विचारलं.

''बायझेंटाईन कलेचे प्रोफेसर. मेते उयुन्सालन. ओळखतोस का तू त्यांना?''

''नाही. पण तुझ्या वडिलांबद्दल आम्हाला इत्थंभूत माहिती आहे. तुझ्यावर लक्ष ठेवणं आणि तुझ्यातला आणि संघटनेतला दुवा म्हणून काम करणं इतकीच माझी जबाबदारी असली तरी फ्रॅक्शनला मी केलेली निरीक्षणं कळवणं हेही माझं काम आहे. आमच्या संघटनेच्या प्रत्येक सदस्याप्रमाणे!''

'तुझ्या वडिलांबद्दल आम्हाला इत्थंभूत माहिती आहे,' हे त्याचे शब्द माझ्या कानात घुमत होते. मी उमुटच्या पाठीमागे धावत होते. माझ्या कडेवरून उतरून तो रस्त्याच्या कडेला बसलेल्या कुत्र्याच्या पिलाकडे धावत चालला होता. अचानक मी मागे वळले आणि त्याला विचारलं, ''माझ्या वडिलांबद्दल तू काय म्हणत होतास? मला नीट कळलं नाही.''

चोरी करताना पकडल्या गेलेल्या मुलासारखा भाव त्याच्या चेहऱ्यावर आला.

''तुम्हाला कसली इत्थंभूत माहिती आहे? आणि हे 'तुम्ही' म्हणजे कोण, कॉम्रेड झिया?''

''तुझा बाप त्युर्किये चुम्होरीतचा टी सी स्टेटचा महत्त्वाचा एजंट होता. त्याचे हात रक्ताने माखलेले होते. कसलीही कायदेशीर चौकशी केल्याविना आमच्या सर्वात पूजनीय नेत्यांची हत्या त्याने घडवून आणली होती...''

तो तोंडघशी पडला होता. आपल्या रागावर ताबा मिळवता न आल्यामुळे तो तरुण क्रांतिकारी बोलायला नको त्या गोष्टीही बोलून गेला होता. त्याला ते त्याच क्षणी जाणवलंही होतं, पण तोवर वेळ निघून गेली होती.

''माझ्या वडिलांचे हात अगदी स्वच्छ होते,'' मी विरोध करत म्हणाले.

''चौकशीविना घडवून आणलेल्या त्या हत्या आणि १९९२-९३ मधली

रक्तरंजित हत्याकांड या दोन्ही हुकूमनाम्यांवर तुझ्या आदरणीय बापाची सही होती हे सगळ्या जगाला माहीत आहे! हे तुला आत्तापर्यंत माहीत नसेल, तरी आता तुला हे कळलं आहे. कॉम्रेड, संघटनेच्या मनात तुझ्याबद्दल विश्वास निर्माण करणं हे तुझं कर्तव्य आहे. वरच्या पायरीवर उभं राहून वाद घालण्याने काहीही साध्य होणार नाही. तू इथे का येऊन राहिली आहेस हेही आम्हाला माहीत नाही. तू तुझा हेतू सिद्ध कर, स्पष्टीकरण दे, तो प्रासाद, बार आणि पाण्यावरच्या बोटींच्या सहली, ते श्रीमंती जग सोडून तू इकडे टेकडीवरच्या यःकश्चित गेसिकोंदूत राहायला का आलीस? हिशेब तू द्यायचा आहेस, आम्ही नाही! एका सी आय ए एजंटला गालाचे मुके देणं हे फार फायद्याचं ठरणार नाही ह्या वेळी. तुझ्या लाडक्या मित्रांच्या हातावर आमच्या कॉम्रेडच्या रक्ताचे डाग आहेत!''

मला मळमळून येतं. त्याला डिवचण्यासाठी नव्हे तर माझा माझ्यावर ताबा उरला नाहीय म्हणून मी गर्जना करते : ''जा आणि तुझ्या कॉम्रेड्सना सांग, स्वतःचे हात धुऊन घ्या म्हणावं आधी. आपण रक्ताबद्दल बोलत असू तर ज्यांचे हात स्वतःच्या कॉम्रेड्स आणि मित्रांच्या रक्ताने रंगलेले आहेत त्यांचा विचार करा आधी. माझ्या रस्त्यातून दूर हो. ह्या छोट्याला भूक लागलीय. मला घरी जायला हवं. मला तुमच्या ह्या भ्रामक पॅरानॉईयाचा वीट आला आहे. जणू तुमच्या हत्या करण्याशिवाय सीआयएला दुसरं काहीच काम नाही. इथल्या घरांत मृत्यूचं थैमान चाललं आहे. घोषणा देणं आणि हे मृत्यूचं थैमान थांबवण्यासाठी काम करणाऱ्या माणसांच्या विरुद्ध जनमत तयार करणं ह्यापेक्षा जास्त तुम्ही काही करता का?''

मी छोट्या उमुटला पटकन उचलून घेतलं आणि मागे वळूनही न पाहता घराच्या दिशेने धूम ठोकली. मला अचानक टाहो फोडून रडावंसं वाटत होतं. चौकशीविना घडवून आणलेल्या त्या हत्या आणि १९९२-९३ मधली रक्तरंजित हत्याकांडं, या दोन्ही हुकूमनाम्यांवर तुझ्या आदरणीय बापाची सही होती हे सगळ्या जगाला माहीत आहे! उमुटची हत्या १९९२ साली घडली होती. आरीन मुरातने कळत-नकळत स्वतःच्या मुलाची हत्या घडवून आणली होती. माझ्या वडिलांचा व्यवसाय नक्की काय होता? ते एक वरच्या दर्जाचे, आदरणीय सरकारी अधिकारी होते. सरकारी नोकरी करणारा एक यशस्वी मुत्सद्दी, जो फुटीरतावादी गटांच्या कारस्थानाला बळी पडला. त्याच्या दफनविधीच्या वेळी अशी भाषणं करण्यात आली होती. माझी आजी मोठ्या अभिमानाने सांगायची, आरीनला नेहमीच मोठमोठी महत्त्वाची पदं देण्यात आली आहेत. कुठली महत्त्वाची पदं?

आमच्या पॅरिसमधल्या वकिलातीतल्या भेटीत उयुल्कू मला काय सांगू पाहत होती? तिला नक्की काय माहीत होतं. तिला कसला संशय होता? तिच्या मुलाच्या हत्येची उकल करण्यात तिला फारसा रस का नव्हता? आम्ही उमुटचे दुवे शोधत पहिल्यांदा इथे आलो तेव्हाची आठवण मला आली. मी तिला इकडे ओढून आणलं होतं. काहीतरी असं होतं, ज्याबद्दल ती चौकशीच करू इच्छित नव्हती. माझ्या वडिलांचे हात : लांबसडक, निमुळती बोटं, पण अगदी देखणे, समर्थ, पुरुषी हात. आणि अशा हातांवर रक्ताचे डाग होते! उमुटचं रक्त, केरेम अलीच्या भावाचं रक्त आणि इतरही कित्येक जणांचं! तो तथाकथित क्रांतिकारी म्हणाला म्हणून मी ह्यावर विश्वास ठेवणार होते का? एका संभ्रमित संघटनेची लोकांना भुलवण्याची ही अगदी प्राथमिक हत्यारं होती. त्यावर ते जगत होते. त्यांच्या संतापाला आणि तिरस्काराला ज्वलंत राखणारं हे इंधन होतं. हीच त्यांची क्रांतिकारक असण्याची व्याख्या होती. मला हे माहीत नव्हतं असं त्यांना वाटत होतं की काय?

लहानग्या उमुटला माझ्यामागे दरादरा ओढत, रडत रडत मी घरी पोचले. अचानक मला ते घर रिकामं आणि दरिद्री भासलं. मी इथं काय करतेय हा प्रश्न सध्या अप्रस्तुत होता आणि त्यावर काही उत्तरही नव्हतं. ती मरणाच्या दारातली स्त्री आणि तिने माझ्या पदरात घातलेलं तिचं मूल ह्या माझ्या हातातल्या बेड्या होत्या. त्यांनी मला ह्या टेकडीवर बांधून घातलं होतं. आणि हे माझ्या इच्छेनुसारच होतं.

मी रसोईत गेले आणि यांत्रिकपणे उमुटचं खाणं तयार करू लागले. कालचं उरलेलं भाजीचं सूप मी गरम केलं आणि दोन कोफ्ते भाजायला ठेवले. त्या वासाने माझी भूक चाळवण्याऐवजी माझ्या पोटात ढवळलं. मला रडू आवरेचना. माझे अश्रू माझ्या सूपमध्ये, कोफ्त्यांच्या ग्रिलवर आणि उमुटच्या ताटात पडू लागले. मी ते अर्धेकच्चे कोफ्ते उचलून माझ्या ताटलीत ठेवले. छोट्या उमुटला त्याच्या खुर्चीत ठेवलं आणि डोळे पुसून टाकले. त्याने माझ्या चेहऱ्याच्या दिशेने हात पुढे केले आणि तो हसायला लागला. 'ममा, ममा, ममा,' तो सारखं म्हणत होता. जणू काही तो कशाचीतरी क्षमा मागत होता. मला खूश करू पाहत होता. तो माझ्यासारखा एकटा, असहाय आणि असुरक्षित होता. मी मोठ्या प्रेमाने त्याचं डोकं माझ्या छातीवर दाबून धरलं. मी त्याला घेऊन ह्या जगातून नाहीशी होऊ का? एका नव्या जगात नवीन आयुष्य सुरू करू का?

उमुटला खाऊ घालता घालता मी शांत होत गेले. मी मांजराला हाक मारली आणि उमुटने न खाल्लेले कोफ्ते त्याच्या खाण्यात मिसळून त्याच्या समोर ठेवले. फेलिक्सने आनंदाचे चीत्कार काढले आणि खायला सुरुवात केली. उमुट आणि मी काही वेळ त्याच्याकडे पाहत राहिलो. तेव्हा मला त्या दोनशे पंचाऐंशी पायऱ्या, ती वस्ती, तिथला तो माणूस आठवला. त्याच्या मुलावर झालेला गोळीबार. अनेक वर्षांनी तो मुलगा ऑस्ट्रेलियाहून परत आला होता. फ्रॅक्शनच्या आदेशावरून ही अन्यायकारक हत्या झाली होती. कसलीही चौकशी केल्याविना. हे हक्क स्वतःच स्वतःला बहाल करणारे हे लोक... तुझ्या वडिलांचे हात रक्ताने माखलेले होते, असं तो म्हणाला होता. इथे कुणाचे हात खरोखर स्वच्छ होते?

मी न्हाणीघरात गेले. खूप प्रयत्न करूनही त्याचं रूप बदलणं मला जमलं नव्हतं. तिथं नेहमीची स्वच्छता राखणंसुद्धा मला जमलं नव्हतं. मी जरा वेळ शॉवरखाली नुसती उभी राहिले. मग मी माझं शरीर, विशेष करून माझे हात, खसाखसा घासून धुऊन काढले. माझे केस कोरडे करून मी न्हाणीघरातून बाहेर आले तेव्हा अस्ताला जाणाऱ्या सूर्याचे किरण पलीकडच्या तीरावर पडलेले दिसले. उमुट आणि माझा बोका दिवाणावर लोळत झोपी गेले होते. वसंत ऋतूच्या संध्याकाळचा मंद गारवा आणि फुलांचा मंद सुगंध खोलीत दाटला होता. दिवसभराच्या धावपळीच्या, दगदगीच्या उलट आता सगळं अगदी शांत आणि चुपचाप होतं. अचानक मला जाणवलं की माझं हृदय आणि माझी बुद्धी ह्यांना विषमय करणाऱ्या त्या कोड्याचं उत्तर शोधणं मी आता जास्त लांबणीवर टाकू इच्छित नव्हते. मी उयुल्कूला तिच्या मोबाइलवर फोन केला. ती अजूनही काप्पाडोकीनमध्येच होती.

"इथे अगदी नंदनवनात असल्यासारखं वाटतंय. जगापासून दूर कुठेतरी लपून बसायचं असेल तर अगदी योग्य जागा शोधून काढली आहे मी," ती म्हणाली. मग तिने टेओबद्दल विचारलं.

"तो माझा निरोप घेऊन गेला. तो इथून चाललाय." मी तिला सांगितलं.

तो कुठे चाललाय हे तिने विचारलं नाही. तिला ते माहीत नसावं किंवा तिला त्यात रस नाही असं तिला दाखवायचं असावं. त्या दोघांच्यात काय घडलं होतं हे मला माहीत नव्हतं. पण काहीतरी बिघडलं होतं एवढं नक्की. कदाचित ते एकमेकांपासून वेगळे झाले असावेत.

"मला तुझी मदत हवी आहे," मी उघडपणे तिला सांगितलं, "ग्युल्दालीचा

अंत जवळ आलाय. बाकीच्यांचासुद्धा. इथलं वातावरण मला गुदमरून टाकतंय. कधी कधी मला हे न संपणारं दुःस्वप्न वाटतं. शिवाय मला ह्या लहानग्याची काळजी वाटतेय. मला खरंच तुझी गरज आहे इथे.''

''मी लगेच परत येतेय,'' तिने उत्तर दिलं, ''बरं झालं तू फोन केलास. मलाही तुझी गरज आहे.'' आमच्या दोघींमधले संवादाचे मार्ग जवळ जवळ बंद झाले होते, ते आता पूर्णतः खुले झाल्याचं मला स्पष्ट जाणवलं. आमच्या जीवनातून टेओ निघून गेल्यामुळे असेल, किंवा आम्ही एकच रहस्य जीवापाड जपत होतो म्हणून असेल.

अजूनही एकाला फोन करून मला माझं मन उघडं करायचं होतं. तुर्गुत इर्सिनला. आमची भेट होऊन बरेच दिवस लोटले होते. त्याच्याशी बोलणं झालं नव्हतं. तो काही दिवस परदेशी जाणार आहे, असं त्याने मागच्या वेळी फोनवर सांगितलं होतं. माझ्या मते तो परत येऊनही काही दिवस लोटले होते. त्याचं स्तंभलेखन पुन्हा सुरू झालं होतं. पण आमरण उपोषणाबद्दल तो आता अवाक्षरही काढत नव्हता.

स्वतःशीच वाद घालून झाल्यावर अखेर मी तुर्गुतला फोन केला. माझ्या अनिश्चिततेबद्दल मलाच नवल वाटत होतं. त्याचा नंबर फिरवताना मी जरा उत्तेजित झाले होते आणि शहारले होते. म्हणजे मी...? नाही, नाही, मला फक्त एक आधार हवा होता. गेले काही दिवस एखाद्या अखंड दुःस्वप्नासारखे गेले होते. टेओ निरोप घेऊन दूर गेल्यामुळे म्हणा किंवा माझ्या वडिलांच्या तीव्र आठवणी जागृत झाल्यामुळे म्हणा, ही एक चुकीची भावना माझ्या मनात निर्माण झालेली होती.

नशीब, त्याचा फोन लागला नाही. 'ह्या क्रमांकाशी सध्या संपर्क होऊ शकत नाही. कृपया आपला निरोप ठेवा.' पण मला कुठलाच निरोप द्यायचा नव्हता. फक्त मला त्याची गरज होती.

म्हटल्याप्रमाणे उयुल्कू लगेचच आली. ''इथे काहीच बदललं नाहीये. ह्या वर्षी ग्लायसिनच्या फुलांना खास बहर आलेला दिसतोय. तुझ्या बोक्याचंही मजेत चाललेलं दिसतंय. आणि त्या लहानग्याचं काय?''

''त्याचं काय? आम्ही एकत्र राहतोय. मी त्याला रस्त्यावर सोडून देऊ शकत नाही किंवा घरात बंद करून पळूनही जाऊ शकत नाही. ग्युल्दालीचे नातेवाईक आणि शेजारीपाजारी मला मदत करतात म्हणा. एक मूल इथं कसंही वाढतं. तू

येणार म्हणून मी त्याला शेजारी पाठवलंय. ते घर मुलाबाळांनी भरलेलं आहे. तिथे त्याच्या वयाच्या मुलांशी खेळेल तो. नंतर आणू आपण त्याला. खरं सांगायचं तर मला त्याची फार सवय झाली आहे.''

''आता तुला स्वतःचं एक मूल व्हायला हवं. मग तुझ्या आईला नक्की हार्ट ॲटॅक येईल.''

आम्ही आडवळणाने बोलत राहिलो. आमच्या दोघींमधलं बंद दार उघडण्यासाठी आम्ही दोघी धडपडत होतो. त्या पझलमधले हरवलेले तुकडे जोडायचा प्रयत्न मी करत होते. तिला काहीच शोधायची इच्छा नव्हती. मी तिला बोलावलं होतं आणि ती आली होती.

''मला तुझी मदत हवी आहे,'' मी सरळ बोलायला लागले. ''मी जी भूमिका स्वीकारली आहे, ती आता माझ्या अंगावर येतेय. मला वाटलं तेवढी माझी मानसिक तयारी झालेली नव्हती. ही प्राणांतिक उपोषण करणारी माणसं, हे जळजळीत वास्तव... ह्याबद्दल बोलून हलकं वाटेल मला.''

''हे एवढंच आहे का, देरिन? हे महत्त्वाचं नाही असं मी म्हणत नाही, पण...''

''एवढंच नाही, तुला माहीत आहे, टेओ निघून गेलाय. निदान तसं सांगून तरी गेलाय तो. माझा निरोप घ्यायला आला होता तो. तो परत येईल असं वाटतं का तुला?''

''कुणास ठाऊक. तुला विचित्र वाटेल, पण मी अजून त्याच्या खोलीत डोकावूनही पाहिलं नाही. काहीतरी मला असं करण्यापासून रोखतंय. त्याने त्याचे हिवाळी कपडे तिथेच ठेवलेत का हेही मला माहीत नाही. मेते उयुन्सालनला माहीत असेल कदाचित, पण त्याला विचारायची मला इच्छाही झाली नाही आणि तसा वेळही मिळाला नाही. तू काय विचार करते आहेस ते कळतंय मला. आणि हो, आम्ही आता एकत्र नाही. गेल्या वर्षीच्या हिवाळ्यातच विभक्त झालो आम्ही. अधूनमधून आम्ही एकाच छताखाली दिवस काढले इतकंच.''

''मला वाटलं...''

''तुला काही वाटू दे, ते तसं तेव्हाही नव्हतं आणि आताही नाही. आयुष्याच्या दुभाजकावर योगायोगाने घडून आलेली ती एक भेट होती इतकंच. देरिन, खरंतर हा योग तुझ्यामुळेच जुळून आला. आम्हा दोघांच्या गरजा निरनिराळ्या होत्या आणि आम्हाला एकमेकांची सोबत आवडून गेली. मी बढाई

मारत नाहीय, पण मला वाटतं, टेओने मला जेवढं काही दिलं त्यापेक्षा कितीतरी अधिक पटीने मी त्याला दिलं.''

''हे इतकं सोपं असतं का?''

''नसेलही. पण शब्दांत मांडायचं ठरवलं की ते तसं भासतं एवढं मात्र खरं. टेओ दूर चाललाय ह्यात तुला इतकं वाईट वाटण्यासारखं काय आहे?''

''तो दूर जातोय ह्याचं मला वाईट वाटत नाहीय. संघटनेला तो कधीच आवडला नाही. त्यात तथ्य असो वा नसो, पण ते त्याच्याकडे कायम संशयाने बघत राहिले. तुला आठवत असेलच, तू इथे असताना तुझ्या समोरच एकदा काही अप्रिय घटना घडली होती. हे सगळं वाढतच गेलं आणि अखेर त्याला धमकी देण्यात आली. सध्या काळ मोठा कठीण आला आहे. त्याच्यावर संशय घेणं योग्य होतं असं तुला खरंच वाटतंय का?''

''कुणास ठाऊक. पण मला स्वानुभवाने माहीत आहे, ह्या फ्रॅक्शन्स विनाकारण संशयाचा अतिरेक करतात. प्रत्येक परदेशी माणूस हा त्यांच्यालेखी साम्राज्यवादाचा दलाल असतो. वेगळ्या विचारसरणीचा माणूस हा नेहमी भांडवलवादी गटाचा गुप्तहेर असतो किंवा तुर्किये चुम्हेरीतचा.''

''पण ती त्या दरवाजाबद्दलची गोष्ट... ती तुला विश्वास ठेवण्याजोगी वाटते? मला आमची पहिली भेट आठवते. मी फारशी हॉटेलमध्ये जात नाही. मेतेअम्चाने तुर्गुत इर्सिनला तिथं भेटायचं ठरवलं होतं, ते नेहमी जातात तिथं. योगायोगाची गोष्ट म्हणजे टेओ नेमका त्या दिवशी इथे उतरला आणि मेतेअम्चाला तो पूर्वीपासून ओळखत होता. मला खरंच काही कळत नाहीये. माझा अगदी गोंधळ उडालाय. पण नंतर तुझी आणि त्याची तर जवळून ओळख झाली.''

''बिछान्यात एकत्र असताना तो कुणाचा दलाल आहे की बायझेंटाईन काळाचा विशेषज्ञ, एक इतिहाससंशोधक आहे हे ओळखणं जरा अवघड आहे. जर जेम्स बाँडच्या सिनेमांशी तुलना केली तर त्याला इतिहाससंशोधकच मानावं लागेल. ही वेळ विनोद करण्याची नाही, मला माहीत आहे. पण जेव्हा असा काहीतरी गंभीर विषय असतो तेव्हा मी अशीच बिना शेंडा-बुडख्याची बडबड करते आणि फालतू विनोदही. जर त्याला तो दरवाजा सापडला असता किंवा गेलाबाजार एखादा सबळ पुरावा हाती लागला असता तर आपण तो गुप्तहेर किंवा एजंट असल्याची गोष्ट हसून बाजूला सारली असती. पण तसं काहीच घडलं नाही, ही जरा गोंधळात टाकणारी गोष्ट आहे.''

"अगदी बरोबर. एकेका गोष्टीची संगती लावत गेलं की त्या दरवाजाची कहाणी कपोलकल्पित वाटायला लागते."

"आपल्या दृष्टिकोणाप्रमाणे वास्तवाचं रूप बदलत असतं. हे वाक्य अगदी गुळगुळीत वाटतं, पण अशा चावून चोथा झालेल्या शब्दांतच खूप मोठं सत्य दडलेलं असतं. उदाहरणार्थ, प्राणांतिक उपोषण. माणूस आकलनाच्या पलीकडचं काहीतरी करून जातो. ते स्वतः होऊन बेमुदत उपोषण करून मरणाला सामोरे जातात. त्रयस्थाच्या भूमिकेतून बघितलं तर हा तद्दन मूर्खपणा आहे, आत्मघात! पण आतल्या लोकांच्या मते त्यातून विद्रोही भावना व्यक्त होते. त्यात एक प्रकारचं शौर्य आहे. बलिदानाचा अभिमान, स्वातंत्र्य आहे. वास्तव हे नेहमी तुलनात्मक असतं, असं अनुभवांती माझ्या लक्षात आलंय."

"तसं असेलही. पण उयुल्कू, वास्तव म्हणजे तरी काय? माझ्या वडिलांचे हात स्वच्छ होते की रक्ताने रंगलेले होते? हा पण दृष्टिकोणाचा सवाल आहे का?"

आमचं बोलणं चालू असताना उयुल्कू सारखी मांडीवर बसलेल्या बोक्याला कुरवाळत होती. ते मांजर तिथं होतं म्हणून आमचं बोलणं जरा हलकं झालं होतं. अचानक मला जाणवलं की उयुल्कूचा हात अचानक थांबला आणि तिचा चेहरा आकसून गेला. विचित्रपणे 'म्यांव' असा चीत्कार करून फेलिक्स तिच्या मांडीवरून उठला आणि अंग ताणून स्वतःभोवती फिरला. त्याला वैताग आला की तो बाहेर पळून जायचा, तसाच तो आताही नाहीसा झाला.

"आपण ह्या भागात पहिल्यांदा आलो होतो, ते तुला आठवतंय का, देरिन? केरेम अलीच्या घरी. आपण त्याच्या कुटुंबाशी काय बोललो आणि तिथलं एकूण वातावरण..."

"ते मी कशी विसरू शकले असते?"

"तुला आठवत असेलच, की मला खरंतर तिकडे जायचंच नव्हतं.'

"मला वाटलं, तुला त्या वेदनेपासून दूर राहायचं होतं."

"मी माझा मुलगाही गमावला होता आणि माझा प्रियकरही. मी सगळ्या वेदनांपासून मुक्त झाले होते. मला कुठल्याही दुःखाची भीती वाटत नव्हती. तुझ्या प्रश्नाचं उत्तर सापडेल ह्याचीच भीती मला वाटत होती."

"तू आत्ताच म्हणालीस, की ज्याच्या त्याच्या दृष्टिकोणावर वास्तवाचं रूप अवलंबून असतं. आता हे सगळे सुटे संदर्भ एकत्र जुळवले, तर वास्तवाचं कोणतं रूप दिसतं तुला?"

"माझ्यासाठी तो माझा प्रियकर होता. मी त्याच्यावर प्रेम करत होते. पूर्णत्वाला पोहचू न शकलेलं प्रेम. ज्या प्रेमाची चिरंतन ओढ मनाला लागलेली असते असं प्रेम. तेच त्या तळमळीचा कर्ता असतं आणि कर्मही. हजारो पुरुषांशी परिचय असला तरी प्रत्येक स्त्री आयुष्यात फक्त एकदाच अशी उत्कटता अनुभवते. माझ्या मेलेल्या मुलाचा तो बाप होता.''

"उयुल्कू, १९९२-९३ च्या हत्यांची काय कथा आहे?''

"डाव्या विचारसरणीच्या अतिरेकी संघटनांचं वेगाने निर्मूलन करण्याच्या मोहिमा होत्या त्या. अशाच एका ऑपरेशनमध्ये उमुट मृत्युमुखी पडला.''

"त्या वेळी आम्ही अंकारामधे राहत होतो. मी लहानच होते, पण मला आठवतंय, की माझ्या वडिलांच्या परदेशी फेऱ्या कमी झाल्या होत्या. ते मला जास्त वेळ मिळायचे म्हणून मला आनंदच झाला होता. ते दिवस फार सुखाचे होते. कधी कधी फोन यायचे, तेवढ्यापुरतं घरातलं वातावरण तंग व्हायचं. माझ्या आईला भीती वाटायची आणि ती वडिलांशी वाद घालायची. तेव्हा ते कुठलं काम सांभाळत होते, उयुल्कू? तुला तर नक्की माहीत असेल.''

"जवळ जवळ वीस वर्षं आमची भेट झाली नव्हती. सरकारी यंत्रणेत एका महत्त्वाच्या पदावर तो काम करतोय एवढं माझ्या कानावर आलं होतं. बाकी काही नाही. मी फक्त तर्क करू शकते आणि त्या शेवटच्या रात्री त्याने पॅरिसमध्ये मला जे सांगितलं तेवढंच मला माहीत आहे. सरकारच्या अंतर्गत सुरक्षिततेशी निगडित असं काहीतरी काम होतं ते.''

"सभ्य सुसंस्कृत भाषेत असं म्हणतात का त्या कामाला?''

"हो. तुला स्पष्ट सांगायचं झालं तर माझ्या मते त्या मोहिमांमध्ये त्याचा सरळ सरळ हात होता. जरी ते आदेश तो जारी करत नसला तरी सरकारच्या वतीने तो ह्या कारवायांवर नजर ठेवून होता. त्या मोहिमा अतिरेक्यांच्या विरोधात चालवल्या जायच्या, त्यांचा विनाश करण्यासाठी नव्हे. सत्तेचा वापर करणाऱ्याच्या अंगावर नेहमीच शिंतोडे उडतात, राष्ट्राच्या भल्यासाठी सांडलेलं रक्तसुद्धा हातांना चिकटून बसतं आणि हुकूम देणाऱ्याइतकाच त्यांची अंमलबजावणी करणारा माणूसही दोषी असतो हे त्याला फार उशिरा कळलं. त्याला ते सारं सोडून द्यायचं होतं पण त्याला तशी परवानगी कधीच मिळाली नाही.''

"त्यांचे हात त्यांच्याच मुलाच्या खुनाने रंगलेले होते हे त्यांना माहीत होतं का?''

“नाही.” तिचं उत्तर एवढं तुटक आणि ठाम होतं की माझं धैर्य संपुष्टात आलं. एखाद्या मुखवट्याप्रमाणे भावहीन, अलिप्त अशा तिच्या मुद्रेतून बाकी सगळं समजून आलं.

“त्यांना माहीत होतं की नाही, ह्याने काय फरक पडतो? त्यांनी त्यांच्या मुलाच्या मरणाची तयारी स्वतः करून ठेवली होती एवढं खरं!” मी म्हणाले, “केरेम अलीचा भाऊ आणि इतर अनेकांच्या मृत्यूची नैतिक जबाबदारी त्यांच्यावर होतीच. त्यांची नावंही आपल्याला माहीत नाहीत. १९ डिसेंबरचं हत्याकांड, तुरुंगाच्या कोठड्यांत आणि विद्रोही मृत्युगृहात घडणारे मृत्यू ह्या सगळ्यांना जबाबदार असणाऱ्या इतर अनेकांप्रमाणेच आरीन मुरातही ह्या आरोपातून मुक्त होऊ शकत नाही.”

“आरीनने निदान तसा प्रयत्न केला होता. देशाच्या अंतर्गत सुरक्षिततेच्या नावाखाली अशा मोहिमांचं समर्थन करण्यात आलं तेव्हा ह्याच विषयावरच्या एका कॉन्फरन्समध्ये त्याला पाठवलं गेलं होतं. तिथे त्याने खऱ्याखुऱ्या विदारक वास्तवाचं वर्णन केलं आणि देशभरात फैलावलेल्या अतिरेकी संघटनांची रचना विशद करून सांगायचा प्रयत्न केला. दुर्मीळ आत्मटीका. अप्रत्यक्षरीत्या दिलेला कबुलीजबाब.”

“आणि त्यांना मारून टाकण्यात आलं. ह्या सगळ्यात काय असह्य आहे, माहीत आहे का, उयुल्कू? माझे वडील त्युर्कीये चुम्हेरीतचे दलाल होते, हे विधान जर संघटनेच्या रसभरीत कल्पनाशक्तीतून उपजलं असतं तर मला त्याचा फार त्रास झाला नसता. पण ते सगळं कदाचित खरंही असू शकेल, ही भावना असह्य करणारी आहे.”

तिने माझं सांत्वन करावं असं मला फार फार वाटत होतं. ती गप्प राहिली त्यामुळे मी संतापले. तिच्या मुलाच्या मारेकऱ्यावर तिचं प्रेम होतं ह्या गोष्टीबद्दल तिला पश्चात्ताप किंवा शरम वाटत नव्हती हे पाहून माझ्या तळपायाची आग मस्तकात गेली. तिने बाप आणि मुलगा दोघांचीही फसवणूक केली होती. त्यांना एकमेकांपासून दूर ठेवलं होतं.

“चल, आपण ग्युल्दालीला भेटून येऊ,” मी तिला सुचवलं, “कुणी भेटायला आलं की तिला बरं वाटतं.”

“चल, जाऊया. आपल्या दुःस्वप्नाची धार अजून वाढेल.”

ग्युल्दालीची अवस्था भयंकर खालावली होती. तिची शुद्ध वारंवार हरपत

होती आणि तिची दृष्टीही मंद झाली होती. तिला उयुल्कू ओळखूही आली नसती. उयुल्कूला इथे घेऊन येणं हा माझ्या बदल्याचा एक भाग होता. उयुल्कूच्या वेदना वाढवण्याचं एक शस्त्र!

खोलीमध्ये जंतुनाशक द्रव्यांचा वास येत होता. लाल रंगाचे गोफ लावलेला आणि कार्निव्हलसारखी सजावट असलेला तो पितळी घडणीचा पलंग पहिल्या रात्रीसाठी सजवल्यासारखा दिसत होता. त्यावर पडलेली स्त्री मात्र एखाद्या इजिप्शिअन ममीसारखी दिसत होती. तिचे डोळे मिटलेले होते. ओठांना चिरा गेल्या होत्या. तिला ताप चढला होता. तिच्याजवळ बसलेली तरुण मुलगी तिचे ओठ ओल्या कापसाने वरचेवर ओले करत होती. एरवी शेजारच्या मेजावर असलेला फोटो ग्युल्दालीने काटक्यांसारख्या बोटांत पकडला होता : ह्युसेईन आणि तिची प्रत्यक्ष भेट. तिला तो फोटो बघायचा असावा, पण तिने तो अजूनही तिच्या हातात घट्ट पकडून ठेवला होता.

"ती मालवत चालली आहे," ती मुलगी कुजबुजली. 'मरण' हा शब्द इथं उघडपणे वापरला जायचा नाही. संघटनेच्या भाषिक नियमांनुसार मृत्युगृहातले रहिवासी लोक 'शहीद' व्हायचे. इतर अनुयायांसाठी 'मालवणे' हा शब्दप्रयोग रूढ होता. उयुल्कू दारातच उभी राहिली होती. तिने त्या पलंगाच्या दिशेने एकही पाऊल उचललं नव्हतं. ग्युल्दालीचं जवळ जवळ निःष्प्राण झालेलं शरीर ती मूकपणे आणि निःस्तब्धपणे बघत राहिली.

"डॉक्टरला आणायला हवं आहे का," असं मी हळूच विचारलं. "आत्ता ती शुद्धीवर आली होती," ती तरुण मुलगी म्हणाली. ती पुन्हा पुन्हा सांगत होती की, "तिला कुठलेही उपचार नको आहेत. ती वीरांगना आहे."

तेवढ्यात मी उयुल्कूचा आवाज ऐकला. तिने किंचाळी फोडली होती. किंवा नसेलही. खोलीतल्या त्या मरणोन्मुख शांततेत मला तसा भासही झाला असेल.

"अजून जिवंत आहे ती. अजून ते तिला वाचवू शकतात. तिला वैद्यकीय मदत हवी आहे की नाही हा निर्णय स्वतः घेण्यासारखी तिची अवस्था नाही. हा सगळा शुद्ध वेडेपणा आहे. सगळ्यांना पाप लागेल ह्याचं."

ग्युल्दालीने एव्हाना दाराच्या दिशेने मान वळवली होती आणि ती डोळे उघडायचा प्रयत्न करत होती. तिने आम्हाला ओळखलं होतं आणि आम्ही काय बोलतोय हे ऐकायचा ती प्रयत्न करत होती. उयुल्कूचा हात धरून मी तिला

रागाने बाहेर खेचलं. आजूबाजूच्या खोल्यांतून काही भेटायला आलेले लोक बाहेर पडले. उपोषणाला नुकतीच सुरुवात केलेले काहीजणही त्यांच्यात होते. त्यांच्या शरीरात अजून शक्ती होती. हे सगळेजण मोठ्या आश्चर्याने आमच्याकडे बघत राहिले. माझी पकड किंचितही सैल न करता मी उयुल्कूला बाहेरच्या बगिच्यात घेऊन आले आणि तिथून थेट रस्त्यावर. ती एकदम गप्प झाली होती आणि तिने मला काहीच प्रतिकार केला नाही.

मी वळून बघायचं धाडस केलं नाही. कपाळावर लाल पट्टे बांधलेल्या माणसांची एक लहानशी टोळीच आमच्यामागे त्या मृत्युसदनाबाहेर आली होती आणि आमच्याकडे बघत होती हे मला जाणवत होतं. मला एक चमत्कारिक भीती वाटायला लागली. 'तू संघटनेसमोर तुझी निष्ठा सिद्ध केली पाहिजेस,' तो तथाकथित कार्यकर्ता ह्याच ठिकाणी मला म्हणाला होता. निष्ठा सिद्ध करायची? ती कशी? माझे वडील, टेओ, तुर्गुत इर्सिन, उयुल्कू... ही माणसं माझ्या आसपास असताना? ह्या भीतीने मला शरम वाटत होती. मला त्यांनी संशयास्पद व्यक्ती म्हणून वाळीत टाकलं तर?

माझ्या मैत्रिणीच्या गालांवरून अश्रू ओघळताना मला दिसले.

"मी इतके मृत्यू अनुभवले आहेत, क्रांती, फ्रॅक्शन आणि राष्ट्राच्या नावाखाली झालेले मृत्यू, आणि सगळ्या वेळी भव्यदिव्य ध्येयांचा पुनरुच्चार केला जातो," ती अडखळत बोलत होती, "धादांत खोटं! स्वतःच्या मुलाचा बळी देऊन कुठल्या ध्येयाची पूर्ती होणार आहे? प्रियकराचा मृत्यू कुणाला काय मिळवून देणार आहे?"

"चूक माझी आहे. मी तुला इकडे आणायलाच नको होतं. तुला इकडे यायचं नाहीय असं तू फक्त म्हणायला हवं होतंस. मग..."

"पुरे कर! तू मला बोलावलंस आणि मी धावत आले, तुला आधार द्यायला. मरणाला आधार म्हणून नाही. देवतेला ताजं रक्त हवं म्हणून माणसं मारली जातात. तुम्ही ज्याला प्राणांतिक उपोषण म्हणताय ते आता लढ्याचं साधन उरलेलं नाहीय. तुम्ही एका पंथाचं पूजन करायला लागला आहात. मृत्यू हे आता साधन उरलेलं नाही तर ध्येय झालेलं आहे. देवतांना नेहमीच ताजं रक्त हवं असतं. मी तुला ह्या खुळ्या वाटेवर जाऊ देणार नाही. दोन बळी माझ्यासाठी पुरेसे आहेत. मी..."

"शांत हो ग, शांत हो! मी काही उपोषणात भाग घेणार नाहीय. इथे खूप

दुःखदायक गोष्टी घडत आहेत. मी फक्त त्यांना थोडीशी मदत करू पाहतेय. मला ग्युल्दाली फार आवडते. माणूस म्हणून जगण्यासाठी, आयुष्यात प्रेम आणि मैत्री फुलवण्यासाठी गोरे तुर्की असणं आवश्यक नाही हे तिने मला दाखवून दिलं होतं. मला वाटतं, हे शब्द मी तुर्गुत इर्सिनकडून पहिल्यांदा ऐकले होते. त्यानेही ते शब्द अगदी ह्याच अर्थी वापरले होते. माझं प्रेम आहे ग्युल्दालीवर. उमुट, इथली माणसं, अगदी केरेम अलीवरसुद्धा, पहिल्यासारखं नसलं तरी. का ते मला माहीत नाही. माझं आधीचं आयुष्य मी मागे सोडून यावं म्हणून कदाचित, किंवा गोरी तुर्की असण्याची किंमत मोजायला हवी म्हणून, किंवा माझ्या वडिलांच्या हातांना चिकटलेल्या रक्ताचं प्रायश्चित म्हणून. तेच कारण असेल बहुतेक.''

ती थांबली. तिने थेट माझ्या डोळ्यांत पाहिलं. एकाच्या अपराधांचं प्रायश्चित्त दुसरा माणूस घेऊ शकत नाही आणि त्यांचं परिमार्जनही करू शकत नाही. तू त्यासाठी त्रास घेऊ नकोस.

काही न बोलता आम्ही रस्ता कापू लागलो. आम्ही शेजाऱ्यांकडे जाऊन उमुटला घेतलं. तिथल्या मुलांच्यात तो रमला होता आणि त्याला आमच्याबरोबर यायचं नव्हतं. त्यामुळे त्याने अखंड भोकाड पसरलं. त्याला शांत करण्यासाठी उयुल्कू तोंडाला फेस येईतो बोलत राहिली. तो शहाण्या मुलासारखा वागला तर पुढच्या वेळी त्याच्यासाठी एक मोठा ट्रक आणायचं आमिष तिने त्याला दाखवलं.

''पण चालणारा ट्रक हवा मला!'' उमुट आगाऊपणाने म्हणाला. पण लगेचच त्यानं स्वतःला लगाम घातला आणि उयुल्कूवर आपली जादू टाकायला सुरुवात केली. आम्ही घरी पोचलो तेव्हा सूर्यास्त झाला होता. बोस्पोरूसच्या पैलतीरावरच्या उतारांवर, टेओच्या कहाणीतल्या शहरातल्या सात टेकड्यांवर, त्यातल्या प्रासादांवर, समर हाऊसेसवर, केरेम अलीच्या कुटुंबावर, उपोषण करणाऱ्या लोकांवर, माणसांनी भरलेल्या गेसिकोंदूवर, जुन्या ट्रकचे टायर्स वापरून उभ्या केलेल्या बॅरिकेड्सवर, समुद्रावर, जंगल-झाडीवर, शहराच्या सीमेवरच्या धूळभरल्या रस्त्यांवर संध्याकाळ उतरून आली होती. समोरच्या रिकाम्या बखळीत कुत्र्यांची पिल्लं आणि मांजरं कचरा धुंडाळत होती. पुलावरून जाणाऱ्या वाहनांचा घरघराट, दूरवरून येणारा किंवा आजूबाजूच्या घरांतून अविरत कानावर पडणारा रेडिओ आणि टेपरेकॉर्डरचा संमिश्र आवाज, त्या गाण्यांत मिसळून जाणारा मशिदीतून उमटणारा संध्याकाळच्या अजानचा

आवाज, गस्त घालणाऱ्या पोलिसांच्या गाडीचा आवाज, रस्त्यावर बॅरिकेड्स उभारण्यासाठी गाड्यांचे टायर्स, दगड, विटा, रिकामे पत्र्याचे डबे आणि बाकी भंगार गोळा करणारी किशोरवयीन मुलं, मुलांच्या किंचाळ्या, मांस भाजल्याचा खरपूस वास आणि हळूहळू खाली झिरपणारी ग्लायसिनची फुलं... ह्या भागात आयुष्य मागील पानावरून पुढे चालू होतं.

ग्युल्दालीने अजून काही दिवस टिकाव धरला. मग एका सकाळी तिची प्राणज्योत मालवली. काही वाईट तुलना नाहीय ही, कारण खरंच एखाद्या मेणबत्तीप्रमाणे ती विझून गेली, सावकाश, शांतपणे आणि हलकेच. तिला यातना झाल्या नाहीत. जणू एखाद्या गाढ निद्रेतून ती पुढे निघून गेली. तिच्या मृत्यूत काहीच भयावह किंवा हादरवून टाकणारं नव्हतं. तो मृत्यू एका मृदू दुःखाने, असहाय विषण्णपणाने भारलेला होता. त्याला एक परीकथेचा मुलामा होता. नेहमीच्या शब्दांत वर्णन न करता येण्याजोगा. ह्या मृत्यूचा प्रत्यय मला असाच आला. ह्युसेईनबरोबरचा तिचा फोटो मी तिच्या छातीवर ठेवला. मला माहीत होतं, तिला ते कपाळाला लाल पट्टे बांधलेल्या कॉम्रेड्सचं भिंतीवरचं पोस्टर किंवा लाल कार्नेशन्स नको होती. तिला फक्त तो फोटो बरोबर न्यायला आवडलं असतं. ग्युल्दाली मालवली होती, विझून गेली होती. मी तिच्या हडकलेल्या हातात संघटनेचे किंवा क्रांतीचे रंग ठेवले नव्हते. मी तिच्या सोबतीला दिले होते प्रेमाचे, ओढीचे, उत्कटतेचे रंग.

मी बाकीच्यांना लगेच बातमी कळवली नाही. जरा वेळ मी एकटीच तिच्या मृतदेहापाशी बसून राहिले. कशाचा विचार करत होते मी? मला आठवत नाहीय. कदाचित जीवन आणि मृत्यूचा, कदाचित कसलाच नाही. त्या क्षणी मला ग्युल्दालीच्या मृत्यूने विचलित केलं नव्हतं. माझ्या अंतरात उफाळत होतं ग्युल्दालीला तिच्या ह्युसेईनबद्दल वाटणारं प्रेम, ओढ, उत्कटता. ती मृत्युशय्येवर असतानाही तो तिची वा मुलाची चौकशी करायला एकदाही फिरकला नाही तेव्हाही ती स्वतःची समजूत काढायचा प्रयत्न करत राहिली, की कदाचित तिचा प्रियकर त्या डोंगरदऱ्यातल्या एखाद्या चकमकीत आधीच प्राणाला मुकला असावा. 'माझा ह्युसेईन जिवंत असेल, तर कुठल्या ना कुठल्या मार्गाने मला भेटायला आल्याशिवाय राहणार नाही,' ती एकदा म्हणाली होती.

प्राणांतिक उपोषणाच्या सुरुवातीपासून अखेरपर्यंत, अगदी तिची शुद्ध हरपेपर्यंत तिच्या हृदयात ही आशा जागृत होती की तिचा नवरा येऊन तिला मृत्यूच्या तोंडातून बाहेर काढेल.

मी आवाज न करता खोलीच्या बाहेर आले आणि संबंधित लोकांना कल्पना देऊन तातडीने तिथून निघाले. ह्यापुढचं काहीही मला पाहायचं नव्हतं. ग्युल्दालीने आयुष्याला आणि मृत्यूला आव्हान दिलं होतं आणि त्यामागचं रहस्य फक्त मला माहीत होतं. तिने युद्धदेवतेला आपला बळी दिला नव्हता. तिने प्रेमाच्या देवतेला बलिदान दिलं होतं. 'वास्तव हे तुलनात्मक आणि परिवर्तनशील असतं.' उयुल्कू म्हणाली होती. ग्युल्दालीच्या मृत्यूच्या बाबतीत असंच घडलं होतं.

ग्युल्दालीच्या बलिदानाची बातमी लवकरच सगळीकडे पसरेल. सगळ्या घरांत, अंगणांत, रस्त्यांवर, कॅफेजमध्ये, सार्वजनिक ठिकाणी, बिलिअर्डच्या खोलीत, सोसायटीच्या प्रांगणात, बाकीच्या टेकड्यांवर, इस्तंबूलमधल्या गरीब लोकांच्या वस्त्यांत, सिवास, तोकाट आणि तुन्शेलीच्या खेड्यापाड्यांत, द्राक्षाच्या मळ्यांत, डोंगरदऱ्यांत. ग्युल्दालीचा मृत्यू हा तिचा राहणार नाही. त्याची एक कहाणी बनेल, एक आख्यायिका, एका वेगळ्याच भाषेतली.

तुर्गुत इर्सिनने मला माझ्या मोबाइलवर फोन केला तेव्हा मी उमुटबरोबर घरातून बाहेर पडण्याच्या बेतात होते. आज ह्या चार भिंतीत थांबण्याची शक्ती माझ्यात उरली नव्हती.

"मी वृत्तपत्राच्या कचेरीत गेलो होतो तेव्हा मला ग्युल्दालीच्या मृत्यूबद्दल कळलं... वाईट झालं. हे कधी ना कधी होणार हे तुला माहीत होतं म्हणा... पण.."

"कित्येक दिवसांपासून, आठवड्यांपासून मी मनाची तयारी केली होती, पण..."

फोनवर जेव्हा दोन्ही बाजूंना नुसतीच शांतता पसरते तेव्हा ते अगदी असह्य होतं. आम्ही गप्प बसतो. शेवटी तोच बोलायला सुरुवात करतो, "तू कशी आहेस, देरिन?"

हं. मी कशी आहे? माझं मलाच ठाऊक नाही.

"मी गोंधळले आहे," मी उत्तर दिलं, "पूर्णपणे गोंधळलेली. मी दुःखी आहे की मला हलकं वाटतंय? मला वेदना जाणवते आहे की भीती? मला माहीत नाही. संपादकांनी काय ठरवलंय? ग्युल्दालीच्या मृत्यूची बातमी ते छापणार आहेत का?"

"मला नाही वाटत. कदाचित आतल्या पानावर एका छोट्या कॉलममध्ये टिचभर बातमी येईल. पण मी अर्थातच लिहिणार आहे ह्याबद्दल. मी फोन

करण्यामागे हेही एक कारण आहे. पण खरं म्हणजे... मला तुझा आवाज ऐकायचा होता. तुला बघायचं होतं.''

''मी ठीक आहे, खरंच मला अगदी बरं वाटतंय. उमुट आहे ना माझ्याबरोबर. मी काही एकटी नाहीये.''

''तुला हवं असेल तर मी लगेच तुझ्याकडे येऊ शकतो. आज संध्याकाळी भेटायला जमेल का तुला? अर्थात, तू त्या लहानग्याची व्यवस्था कुणाकडे करू शकलीस तर.''

''आज संध्याकाळी इथे बऱ्याच उलाढाली घडत असतील. ते तिचा मृतदेह मंडळाच्या ऑफिसमध्ये आणतील. तिथे आणि शेमेवीमध्ये काही धार्मिक विधी केले जातील. पण तेवढ्यावरच थांबणार नाहीय ते. सगळीकडे एक गोठलेला थंड संताप भरून राहिला आहे. ह्या क्षणी हे घर मुळीच सुरक्षित नाही. माझ्या मनात आलं होतं, उमुटला घेऊन उयुल्कूकडे जावं किंवा माझ्या घरी.''

''माझ्याकडे ये. त्या मुलाला घेऊन ये हवं तर. पण तिथं राहू नकोस, देरिन. तुझ्याकडे गाडी नसेल तर मी तुला न्यायला येतो.''

''माझ्याजवळ गाडी आहे इथे.''

''ये तू इकडे. लवकर ये. त्या मुलालाही आण. इथे खूप जागा आहे. काळजी करू नकोस.''

मी तेव्हापर्यंत कधीच त्यांच्या घरी गेले नव्हते. ते कुठे राहायचे हेही मला माहीत नव्हतं. मी जरा गांगरले. कारण मी बरोबर करतेय की चूक हे मला कळत नव्हतं.

''तू येते आहेस असं म्हण.''

त्यांच्या आवाजात एक याचना होती. तो सूर मी पहिल्यांदाच ऐकला होता. मला वाटलं की ते दारू प्यायले असावेत. पण मग मला कळलं, मला त्यांची जेवढी गरज होती त्यापेक्षाही जास्त गरज त्यांना माझी होती. मला हलकं वाटलं.
''मी येतेय.''

त्यांनी मला पत्ता सांगितला आणि तिथं कसं पोचायचं हेही नीट समजावून सांगितलं.

''म्हणजे आपण शेजारीच आहोत तसं बघायला गेलं तर...'' मी आश्चर्याने म्हटलं, ''मी फक्त किनाऱ्याच्या दिशेने उतारावरून खाली आले की झालं! तुम्ही माझ्या एवढे जवळ राहता हे मला माहीतच नव्हतं. तुम्ही कधी सांगितलं नाही.''

"तू कधी विचारलं नाहीस!"

मी फोन खाली ठेवला आणि उमुटला बरोबर न्यायचं नाही असं ठरवलं. मला हेही स्पष्ट कळलं की मी कुणा मित्राकडे आसरा शोधायला चालले नव्हते, तर मी एका पुरुषाला भेटायला निघाले होते. माझ्यापेक्षा तीस वर्षांनी मोठ्या असलेल्या पुरुषाला.

किनाऱ्यालगतच्या रस्त्यावरचं ते घर मला लगेच ओळखू आलं. एक अतिशय सुंदर, काळजीपूर्वक निगराणी राखून व्यवस्थित ठेवलेलं टुमदार घर. डोंगराळ हिरवाईला बिलगून बसलेलं. कुठल्याही समरव्हिलापेक्षा ते कमी नव्हतं. मी सगळ्यात वरची बेल वाजवली. मला आठवतंय, माझ्या शरीरावर शहारा उठला होता. माझे तळवे घामेजले होते आणि माझं हृदय अतिवेगाने धडधडत होतं. मी वाट बघत होते दार उघडायची. धातूच्या कडीचा आवाज. भक्कम वजनी दार, गुलाबी संगमरवर, प्रवेशाच्या भागातला प्रचंड प्रकाश, हिरव्या रंगाची शोभेची रोपं आणि त्यांची विस्तीर्ण पानं.

काचेची लिफ्ट, धातूची चौकट, चांदीप्रमाणे चकाकणारी. पण मी त्यात चढले नाही. त्या इमारतीला दोन मजले होते. एकेका मजल्यावर एकेक फ्लॅट आणि छतावर गच्ची. मला दोन मजले चढून जायचं होतं. माझा उत्साह काबूत ठेवण्यासाठी मी त्या रुंद संगमरवरी पायऱ्या हळूहळू चढू लागले. ते दाराला टेकून उभे होते. नेहमीसारखी कॉर्डुरॉयची पँट आणि चौकटीचा स्पोर्ट्स शर्ट घालून. नीट राखलेली दाढी आणि केसांत हलकी रुपेरी छटा. आमच्या मागच्या भेटीत दिसले होते तसेच ते आत्ताही दिसत होते. मला त्यांची किती उणीव भासली होती हे मला त्या क्षणी कळलं.

शेवटच्या पायऱ्यांवर मी थांबले आणि हसले. ते माझ्याकडे वरपासून खालपर्यंत पाहत होते हे माझ्या ध्यानात आलं. "मी मुलाला बरोबर आणलं नाही, त्याला शेजाऱ्यांकडे ठेवलंय" मी म्हणाले आणि उरलेल्या पायऱ्या चढून गेले. त्यांनी माझा हात धरला, मला आत ओढलं आणि माझ्या गालाचा मुका घेण्यासाठी ते पुढे झुकले. मी डोकं एका बाजूला झुकवलं आणि त्याच क्षणी आमचे ओठ हलकेच एकमेकांना स्पर्शून गेले. त्यांच्या दाढीच्या स्पर्शाने माझा रोमरोम हुळहुळा झाला. त्यांच्या ओठांना लवंग आणि अल्कोहोलची चव होती आणि त्यात अजून एक परिचित सुगंध मिसळला होता. डाव्हिडॉफ. माझ्या वडिलांचं आवडतं सेंट. मी डोळे मिटले आणि माझ्या शरीराच्या मागणीपुढे मान

तुकवली. माझ्या मनात ग्युल्दाली उभी राहिली. किती उत्कटतेने आणि काव्यमय पद्धतीने तिने ह्युसेईन आणि तिच्या प्रणयक्रीडेचं वर्णन केलं होतं. त्याचा बाहुपाश सुटला नाही, उलट तो मला हलकेच बरोबर घेऊन निघाला. एखादं नृत्य करावं तसं किंवा एखादं निजलेलं मूल जागं होऊ नये म्हणून त्याला अलगद उचलून न्यावं तसं. आणि ग्युल्दालीने जे वर्णन करून सांगितलं होतं, ते त्या क्षणी घडलं : माझ्या पायाखालची जमीन डळमळीत झाली आणि आमची शरीरं एकमेकांत विरघळून गेली. काळाला एक वेगळंच परिमाण लाभलं.

ती जादू कायम राहावी आणि आमचं एकत्र येणं टवटवीत आणि अनाघ्रात राहावं म्हणून मोठ्या प्रयत्नाने आम्ही दूर उभे राहिलो आहोत. एकमेकांशेजारी. जूनची संध्याकाळ निरखत. संधिप्रकाश. ह्या वेळी पांढऱ्या रंगाला अजून वेगळी झिलई चढते. येनिकोयच्या दिशेने एक पांढरं जहाज तरंगत जातं. समोरचे डोंगर पाण्यासारखे गर्द निळे दिसत आहेत. तो टेरेसचं सरकतं दार उघडतो. तिथे मोठ्या टेराकोटाच्या कुंड्यांमध्ये गुलाब, कॅमेलिया आणि मधुचूष उमलले होते. अचानक मला एक दुसरं घर आठवतं आणि तिथला बगिचा. ते छोटंसं, गुलाबी रंगाचं घर. दोनशे पंचाऐंशी पायऱ्या चढून गेल्यावर लागलेल्या त्या वस्तीत. तिथे तो माणूस त्याची मांजरं आणि गुलाब ह्यांच्यासमवेत राहत होता.

"तुमच्या सगळ्या पिढीला फुलं इतकी आवडायची का?"

"सगळ्यांना नाही, ज्यांना कुठेतरी निवाऱ्याची शांत जागा हवीशी वाटायची त्यांनाच फक्त. फुलं आणि माती विनाशर्त विश्वासाचा निवारा देतात. एक ठरावीक वय झालं की माणूस मागे वळून पाहतो; त्याला दिसतात ठिकऱ्या, पराभव, हिरमोड, स्वतःबद्दल अपुरेपणाची भावना, मृत्यूचे घाव, लयाला गेलेली प्रेमप्रकरणं, एक रितेपणाची जाणीव. मग माणसाला एका निवांत बंदरात नांगर टाकून बसावंसं वाटतं. एका गुलाबाच्या बागेत, डोंगरावरच्या द्राक्षाच्या मळ्यात, मांजरांबरोबर, किंवा पुरेशी शक्ती असेल आणि भीती वाटत नसेल तर एखादं नवीन प्रेम."

"तुला भीती वाटत नाही?"

"वाटते. तुला मी इतके महिने फोन न करण्याचं हेच तर कारण आहे."

"आणि आता?"

"आतासुद्धा मला भीती वाटतेच आहे."

"का पण...?"

"कारण मला अजून काही भयंकर घडण्याची मोठी भीती वाटते आहे. मी अल्कोहोलमधे निवारा शोधतो, किंवा प्रसिद्धीमध्ये. स्तुती आणि प्रशंसा ह्यांनी भरलेल्या खोट्या जगात मी सुटकेचा मार्ग शोधतो. मलाही त्यांची घृणा वाटते आणि त्यांनाही. मी त्यांच्यात मिसळतो, त्यांच्यातलाच एक होतो. परिचय, प्रभाव आणि लोकप्रियता ह्यांवर माझं आयुष्य उभं आहे. मला जे वाटतं ते मी लिहीत नाही. त्यांना जे रुचतं ते मी लिहितो आणि त्याच दिशेने विचार करू लागतो. गरीब वस्त्यांमधली ती तरुण क्रांतिकारक मुलं आपण त्यांना काहीच किंमत देत नाही. मला बघून ती संतापतात, मला विश्वासघातकी म्हणतात तेव्हा त्यांचं म्हणणं अगदीच खोटं नसतं. माझी लेखणी किती थरथरत असते. मी स्वतःला किती मुरड घालतो आणि मनाला कशी वेसण घालतो हे कुणालाही माहीत नसेल... असो. मी कशापासून तरी पळ काढतोय हे फक्त माझं मलाच माहीत आहे एवढं खरं."

"तुम्ही सगळे असे का आहात? तू, उयुल्कू, अत्तिला बे, डाव्या विचारसरणीचे तुमच्या पिढीचे विचारवंत... तुम्ही सगळे असे का आहात? कुणीतरी स्वर्गातून हाकलून लावलेल्या मुलांसारखे?"

त्याचं हसू फार केविलवाणं आणि दुःखी होतं. तो इतका वृद्ध आणि थकलेला दिसत होता की मी काही वेळापूर्वी ह्याच पुरुषाबरोबर प्रणय केला होता ह्यावर माझा विश्वास बसेना. पण ह्या अवस्थेत तो मला खूप जवळचा वाटला, अगदी सच्च्या माणसासारखा.

"आम्ही नंदनवनातून हाकलून लावलेली माणसं आहोत म्हणूनच. आम्ही मोठमोठ्या गोष्टींवर विश्वास ठेवला. आम्ही कशाचे तरी उद्गाते आहोत, कुणाचेतरी मुक्तिदाते आहोत, आम्ही जग बदलू शकतो... आम्ही जग, भविष्य आणि इतिहास पादाक्रांत करायला निघालो होतो. तुमची श्रद्धा आणि चिंतनक्षमता जितकी दृढ असेल तितका तुमचा आशावाद प्रबळ असतो."

"मला माहीत आहे. प्राणांतिक उपोषणं करणाऱ्या लोकांची तत्त्वनिष्ठा मी बघितली आहे. ते किती आशावादी आणि आनंदी असतात. ग्युल्दालीही तशीच मरण पावली."

"माझा आजचा लेख ग्युल्दालीविषयी आहे. तू येण्याआधीच वृत्तपत्राकडून फोन आला होता. ते म्हणाले की सध्या तो लेख ते छापणार नाहीत. मी दुसऱ्या

कुठल्यातरी विषयावर लिहावं. असं बऱ्याच पत्रकारांच्या बाबतीत घडतं, पण माझ्या बाबतीत असं करायला ते आतापर्यंत धजावले नव्हते. पण ते एका अर्थी बरंच झालं. कारण ह्या परिस्थितीने मला एक निर्णय घ्यायला भाग पाडलं. मी त्यांना कळवून टाकलं की मी नवीन लेख लिहिणार नाही. त्यांना पाठवलेला लेख छापायचा की नाही हे त्यांचं त्यांनी ठरवावं.''

''ते तो खरंच छापतील असं वाटतं तुला?''

''मला वाटत नाही तसं. आणि त्यांनी छापलं किंवा नाही छापलं तरी मी ह्यापुढे लिहिणार नाही एवढं मात्र खरं.''

''मी तुझ्यासाठी नवीन निवाऱ्याचं स्थान आहे का?''

''तू माझा अखेरचा निवारा असू शकशील.''

उत्कटता किंवा वासनेने भारून नव्हे तर एका परिपक्व आणि हव्याशा कोमलपणाने त्याने सावधपणे आणि मृदुपणाने माझ्या कमरेला विळखा घातला. मी लहान असताना माझे वडील मला असेच अलगद धरायचे. प्रत्येक वेळी मला असंच छान वाटायचं. बाहेर टेकडीच्या मागून चंद्र वर येत होता. मला ग्युल्दालीची आठवण झाली. तिची अस्थिपंजर, निःष्प्राण काया. तिकडच्या त्या वेगळ्याच जगात धार्मिक विधींसाठी तिला सजवलं जात होतं. आम्ही एकमेकींना ज्या गोष्टी सांगितल्या, आयुष्याबद्दल, घराबद्दल, मुलाबद्दल. अशाही गोष्टी, ज्या आम्ही एकमेकींना कधीच सांगू शकलो नाही. एका पातळीवर आमच्यातलं अंतर कधीच संपुष्टात आलं नाही. सकाळी रस्त्याच्या कडेला दिसणाऱ्या बॅरिकेड्स मला आठवल्या. पोलिसांच्या सायरनचे आवाज, गोळीबार, दगडफेक, इंतीफाडाच्या घोषणा, क्रांतिगीतं, कवायती, लाल झेंडे, माथ्यावर पांढरे रुमाल आणि कपाळाला लाल पट्टे बांधलेल्या गेसिकोंदूमधल्या स्त्रिया, सशस्त्र गाड्यांतून हलवले जाणारे कैदी. मला श्रद्धा आणि तत्त्वनिष्ठा आठवल्या. संताप आणि आकांक्षा. दुसऱ्याच जगाच्या चिमुकल्या कोपऱ्यात एक पूर्णतः नवीन आयुष्य...

संध्याकाळी आम्ही बाहेर पडलो नाही. टेरेसवर वारं लागू नये म्हणून एक आडोसा तयार केला होता, त्या जागी त्याने छोटीशी मेजवानी आखली होती. थंडगार व्हाइट वाईन, माझा आवडता फ्लाउंडर मासा, सफरचंद, मक्याचे कोवळे दाणे, अक्रोड आणि आलं घालून केलेलं एक अत्यंत चविष्ट सलाड, इंडियन भात आणि हिरव्या अलुबुखाऱ्याएवढ्या आकाराच्या चेरीज. चांगल्या वर्तणुकीमुळे

कैदेतून काही दिवसांची सूट मिळालेल्या कैद्यांप्रमाणे होतो आम्ही. किंवा थकलेभागलेले दोन प्रवासी, एका लांबलचक यात्रेनंतर जरा विश्रांती घेण्यासाठी योगायोगाने रस्त्यात भेटलेले.

त्याला माझ्यापर्यंत पोहोचायला फक्त त्या टेबलावरून पुढे झुकायला लागलं असतं. पण त्याने ते केलं नाही. त्याऐवजी तो उठून माझ्याकडे आला आणि त्याने त्याचे ओठ माझ्या गालावर टेकले. मग ते माझ्या ओठांकडे ओझरते आले आणि बराच वेळ माझ्या कपाळावर रेंगाळले. मग तो परत त्याच्या जागेवर जाऊन बसला. त्याच्या ग्लासमधली वाईन त्याने एका घोटात संपवली आणि बर्फाच्या तुकड्यांत ठेवलेल्या बाटलीतून परत वाईन ओतून घेतली.

"इथेच थांब माझ्याजवळ," तो मला म्हणाला, "तुझी जागा तिकडे नाही. तू प्रयत्न करून पाहिलास खरा, पण तू तिथे शोभत नाहीस. तिथं तुला कायम परक्यासारखं वागवण्यात आलं. मी ज्या जागी आहे, ती खरंतर माझी जागा नाही. अगदी तसंच. तुझ्या मित्राच्या, टेओच्या बाबतीतही हेच खरं आहे."

"टेओ निघून गेलाय. अजून तो त्या दरवाजाच्या शोधात आहे की अजून कुठल्या गोष्टीच्या मागे लागलाय, हेही मला माहीत नाही. किंवा त्याची इथली कामगिरी संपली असेल."

"कुठली कामगिरी?"

"संघटनेच्या मते टेओ हा सीआयएचा एजंट आहे. त्यांना अजूनही वाटतंय की त्या द्वाराचा शोध वगैरे शुद्ध बहाणा आहे."

त्या टेरेसवर, सजवलेल्या टेबलवर, गुलाब आणि मोगऱ्याच्या कुंड्यांच्या मधे बसून हे बोलणं मलाच चमत्कारिक वाटत होतं. टेकडीवरच्या वस्तीत, विद्रोहगृहात, ग्युल्दालीच्या गेसिकोंदूत ह्याच शब्दांबद्दल किती विश्वास वाटायचा. ते किती खरे वाटून जायचे! त्याच्या चेहऱ्यावरून एक छाया सरकत गेली आणि त्याच्या चेहऱ्यावर एक कडवट आणि दुःखी हसू उमटलं.

"पुन्हा पुन्हा तोच मूर्खपणा, बिनडोकपणा, माथेफिरूपणा. ह्याने आपला भ्रमनिरास होतो पण थकून जायला होतं. माणूस पुन्हा सुरुवातीच्या जागी येऊन ठेपतो. सिसिफसच्या पौराणिक कहाणीप्रमाणे. एक अंतहीन यातना. आम्ही आमचं तारुण्य असंच घालवलं. अगदी आजपर्यंत प्रत्येक परका माणूस, आम्हाला आकलन न होणारी व्यक्ती, विचार आणि दृष्टिकोन ह्यांना आम्ही शत्रू, हेर, विश्वासघातकी मानत आलो. तुला ह्या बिनबुडाच्या विधानांत तथ्य वाटतं?"

“मला माहीत नाही. तिकडे माणसं स्वतःहून मरणाला कवटाळत आहेत, तिथे हे सगळं पटतं. पण इथे, तुमच्याबरोबर... म्हणजे तुझ्याबरोबर बोलताना हे अगदी निरर्थक वाटायला लागतं. इथे जुदासवृक्षाचं प्रवेशद्वार हे जास्त विश्वासार्ह वाटू लागतं.”

“जुदासवृक्षाचं प्रवेशद्वार हे खरंखुरं होतंच. कारण ते टेओचं ध्येय होतं. टेओ त्याद्वारे स्वतःचा शोध घेत होता. तोच शोध घेत तूही ग्युल्दालीच्या गेसिकोंदूपर्यंत पोचली होतीस. स्वतःशी सौहार्दाचं नातं निर्माण करण्यासाठी, एक अस्मिता मिळवण्यासाठी चाललेला शोध. आपण सगळेच ह्या शोधात नसतो का?”

“केरेम अली आणि इतर सगळ्यांना टेओबद्दल नेहमीच संशय वाटायचा. माझ्यावरही त्यांनी कधीच पूर्ण विश्वास टाकला नाही. काही दिवसांपूर्वी, योगायोग म्हणजे नेमका टेओ माझा निरोप घ्यायला आला तेव्हा त्यांनी मला अत्यंत करड्या, धमकीवजा आवाजात हे सुनावलं होतं. आणि...”

माझ्या वडिलांबद्दल ते काय बोलले हे माझ्या तोंडातून बाहेर पडणारच होतं, पण मी गप्प झाले. मोगऱ्याचा दरवळता सुगंध आणि थोड्या वेळापूर्वी माझ्या चेहऱ्यांवरून फिरलेल्या त्या ओठांची उष्णता ह्यांच्याशी आमच्या बोलण्याचा काहीच मेळ नव्हता. एक प्रकारे तो विरोधाभासच होता. जणू एका मृत, परकीय भाषेत संवाद करायची सक्ती आमच्यावर करण्यात आली होती. अचानक मला ती भावना जाणवली. माझ्या आत एका विचित्र अशांतीप्रमाणे उफाळून आलेली! एक रितेपणा. वेगळ्याच काळातल्या, स्थळांतल्या आणि आयुष्यांतल्या भाषा एकाच वेळी बोलण्याचा प्रयत्न करताना मी स्वतःची एक भाषा निर्माण करू शकले नव्हते.

“आणि काय? ”

“काही महत्त्वाचं नाही. बोलता बोलता मला जाणवलं की मी माझी एक स्वतःची भाषा शोधते आहे. तू तुझ्या भाषेत म्हणालास, ‘माझ्याजवळ येऊन राहा.’ ह्यावर मी काय उत्तर द्यायचं हे मी शोधते आहे. आत्ता कुठे मी त्या भाषेची सवय करून घेते आहे. एक वर्षापासून मी ती भाषा शिकू पाहते आहे. डोंगरदऱ्यातली भाषा, ग्युल्दालीची, उपोषण करणाऱ्यांची भाषा...”

“तुला त्या भाषेची सवय झालेली नाही. तू ती भाषा कधीच शिकू शकली नाहीस. तू कष्ट घेतलेस. तुझ्या भोवतीच्या लोकांशी आणि स्वतःशी लढलीस.

कारण तुला वाटलं की तू तुझ्या भाषेच्या, इतिहासाच्या आणि तथाकथित उच्चवर्गाच्या अपराधांची किंमत चुकती केलीस की तुला शांती मिळेल. तुला दुसऱ्या बाजूला जाण्याची इच्छा होती. त्यासाठी स्वतःची भाषा विसरायची तुझी तयारी होती. तुला ते जमेल असं मलाही वाटलं होतं, पण आता आपल्या दोघांना कळलं आहे की ते शक्य नाही.''

''आणि ते शक्य करण्यासाठी काय करावं लागेल?''

''त्यासाठी एक नवीन भाषा तयार करावी लागेल. एक सामायिक भाषा. नव्या जगाला कवेत घेणारी. विरोधाभास खोडून टाकणारी. जेव्हा संशय आणि संदिग्धपणा निर्माण होतात तेव्हा तुला तुझ्या नेहमीच्या वर्तुळातले शब्द पुरेसे पडत नाहीत.''

''तुला मी तुझ्या जवळ राहायला हवी आहे. आपली भाषा कोणती असेल?''

''तीच भाषा, जी निर्माण करण्यासाठी मी गेला काही काळ झटतो आहे. ती मी कुठेच वापरू शकलो नाही. ना ह्या बाजूला ना त्या डोंगरावर. ती एक संमिश्र, कुरूप भाषा होती. एक नवीन आशावादी भाषा निर्माण करण्याचं सामर्थ्य आता माझ्या पिढीत उरलं नाही. माझ्यापुरतं बोलायचं झालं तर मी ह्यापुढे फक्त कवितेच्या भाषेत, मृदु स्वरांत बोलणार आहे.''

''माझ्या काकांना माझी काळजी वाटतेय, उद्या मला त्यांना भेटून यायला हवं. तुझ्या पहिल्या प्रश्नाचं उत्तर द्यायचं झालं तर ते असं, की मला एक नवी भाषा हवी आहे खरी. ती कशी शोधायची हे मला माहीत नाही, पण मला तो प्रयत्न करून पाहायचा आहे एवढं नक्की.''

३.

माझ्या दूरस्थ, हरवून गेलेल्या बालपणातल्या विसरलेल्या रस्त्यांवरून माझी भ्रमंती चालली आहे. ती झाडं, ती दुकानं आणि ते रस्ते माझ्या परिचयाचे आहेत. पण ही घरं, हे गंध आणि ही माणसं मात्र मला ओळखीची वाटत नाहीत. मीही इथे परकीच आहे. डोळे बंद करूनही एखादा घोडा आपल्या तबेल्यात परत येतो तसा माझ्या हृदयात साठलेल्या स्मृतींचं बोट धरून मी ह्या वाटा पालथ्या घालते आहे. फुलाचं नाव असलेल्या एका रस्त्यावरून मी पक्ष्याचं नाव दिलेल्या

दुसऱ्या रस्त्यावर येते. तिथं मला माझं क्रीडांगण दिसतं. एक छोटंसं पटांगण, घरांच्या गर्दीत हरवून गेलेलं.

त्या पटांगणाच्या मधोमध एक वाळू भरलेला खड्डा होता. एक लाल रंगाचा अडकवलेला झुला आणि एक जहाजाच्या आकारातला झोपाळा. आमच्या लहान भावंडांना खेळवायचा बहाणा करून आम्ही काही मुलं आणि मुली तिथं घोळक्याने जमायचो. उन्हाळ्यात चेरी लॉरेलच्या झाडाच्या सावलीत आम्ही लपाछपी खेळायचो. आम्हा मुलींच्या कानगोष्टी चालायच्या आणि धपापत्या हृदयाने एखाद्या मुलाबरोबर एखाददुसरं चोरटं चुंबन. ह्याच ठिकाणी आम्ही हिवाळ्यात एकमेकांच्या अंगावर बर्फाचे गोळे फेकायचो. काळ्या समुद्रावरचे वारे सुसाट वाहत असायचे. अधूनमधून बर्फ पडायचं थांबलं की सूर्याची किरणं जरा बाहेर डोकवायची तेव्हा त्या वाळूच्या खड्ड्याच्या मधोमध आम्ही बर्फाचा माणूस उभा करायचो. कोळशाचे डोळे, गाजराचं नाक आणि लाल मुळ्याचं तोंड. अठरा वर्षांची असताना मी घर नावाच्या पिंजऱ्यातून अनेकदा पळ काढायचे आणि इथे येऊन बसायचे. मी तिथे तासन्‌तास बसायचे आणि दिवास्वप्नं रंगवायचे. माझ्या तरुणपणी अनेक वर्षांनंतर मी एका लहान मुलाला इकडे खेळवायला घेऊन आले. त्याला कधीच त्या झुल्यावर किंवा झोपाळ्यावर खेळायचं नसायचं. तो तिथल्या मुलांतही मिसळायला तयार नसायचा. उलट, बादली आणि फावडं घेऊन बागेच्या एका कोपऱ्यात तो माळी माळी खेळत बसायचा. एक मुलगा, ज्याचा मृत्यू त्याच्या ऐन तरुणपणात होण्याचं विधिलिखित होतं हे आम्हाला तेव्हा ठाऊक नव्हतं. एक मुलगा, ज्याला आम्ही सगळे मिळून मारून टाकणार होतो.

माझ्या लहानपणीचं माझं निवाऱ्याचं ठिकाण. कुणालाही माहीत नसलेलं. कितीतरी वेळा मी दमूनभागून इथे परत आले आहे. खेळातली रंगीबेरंगी घरं मला अजून पुसटशी आठवतात. त्यांच्या बागांमध्ये मधुचूष, बटरकप आणि गुलाब ही सगळी फुलझाडं एकत्र बहरलेली असायची. गरीब, सनातनी, आदरणीय, आनंदी, दयाळू आणि दिलदार अशा सगळ्या प्रकारच्या माणसांच्या आठवणींची भुतं.

पुसट, धूसर स्मृतींच्या रस्त्यांतून मी वणवण करते आहे. माझ्या रस्त्याचं नाव आता बदललं आहे. आता त्याचं नाव जुदासवृक्षाचा रस्ता असं राहिलेलं नाही. दोन टोलेजंग इमारतींच्या मधे अगदी बिचारं दिसणारं ते लहानसं घर.

त्याच्यापुढे मी उभी राहिले आहे. शेजारच्या इमारती तीन मजली आहेत, भपकेदार प्रासादासारख्या. तिथे एक मोटारींचं शोरुम आहे, एक प्रदर्शनाचा हॉल, एक कबाबचं रेस्तराँ, एक बार आणि एक ऑफिस. माझं वडिलार्जित घर एखाद्या अविस्मरणीय सुंदर गाण्यासारखं दिसतंय. ते गाणं मी मनातल्या मनात कधीच शेवटपर्यंत गुणगुणले नाही. मला त्या घराचा तिरस्कार वाटतो असं जरी मी मनात म्हणत आलेय, त्या घरातून मी अनेकदा पळून गेले आहे तरी कदाचित एखाद्या दिवशी मला त्याची ओढ लागेल. तिकडे परत जाण्यासाठी मी तळमळेन. आमचं लहानसं घर. स्मृतींचं घर. मृतांचं घर. एकाकी आणि रितं, विशेषतः टेओसुद्धा इथून निघून गेल्यापासून.

दाराजवळची जुनी पत्रांची पेटी नेहमी उघडीच असायची. त्यात एक जुनं फ्रेंच मासिक येऊन पडलेलं होतं, शिवाय टेलिफोनची बिलं, अलेक्झांड्रियाहून आलेलं एक पोस्टकार्ड आणि घाईघाईने खरडलेली एक चिठ्ठी. ते पत्र टेओने लिहिलेलं होतं. फेरोकालीन थडग्यांच्या भिंतीवरची रंगचित्रं त्या कार्डवर छापलेली होती.

'माझं काम अनपेक्षितपणे पुढे चाललंय. मला नव्या कागदपत्रांतून नवे दुवे मिळाले आहेत. मला इथून जेरुसलेम, सिरीया, व्हॅटिकन् आणि वान्‌ला जायला लागेल. मी पुन्हा इस्तंबूलला येऊ शकेन की नाही हे मला माहीत नाही. माझ्या काही महत्त्वाच्या वस्तू अजून घरी पडलेल्या आहेत. त्या एकत्र बांधून ठेव. मला निवारा दिल्याबद्दल आणि बाकी सगळ्याबद्दल मनापासून आभार. सप्रेम.''

हे पत्र त्याने इंग्लिशमध्ये लिहिलं होतं. खाली सही करायची गरज त्याला भासली नव्हती. अजून एक लहानसं चिठोरं. इंग्लिशमध्येच खरडलेलं आणि पत्रपेटीत फेकलेलं : 'आम्हाला तिसरी पार्टी भेटली नाही. अटी आणि शर्ती बदलल्या आहेत. कृपया लगेच संपर्क साधावा.'

मी घरात शिरले. घरात ओलसर गारवा होता. मी लाकडाची दारं आणि खिडक्या उघडून टाकल्या. मला एकदम मोकळं आणि हलकं वाटायला लागलं. कशामुळे बरं? जूनच्या सौम्य हवेत मधुचूषचा वेडावून टाकणारा सुगंध दरवळत होता. काहीच निगराणी नसताना भरभरून फुललेल्या पांढऱ्या लिलीच्या फुलांमुळे मला ताजंतवानं वाटायला लागलं होतं. टेओने माझा कायमचा निरोप घेतलाय हे कळूनही माझ्यावर काहीच परिणाम झाला नव्हता. मी त्या तळमळीतून, त्या शारीरिक आकर्षणातून कायमची मुक्त झाले होते हे मला जाणवलं होतं...

त्याच्या खोलीचं दार लावलेलं होतं. तो गेल्यानंतर मी त्या खोलीत गेलेच नव्हते. मला घरकामाचा कंटाळा येतो आणि कुणी घरातून गेल्यानंतर आवराआवर करायचा तर अजूनच. जरा अनिश्चितपणे मी आत पाऊल टाकलं. मी लगोलग खिडक्या-दारं उघडायला गेले. खोलीत प्रकाश पसरला होता आणि जरा उकाडा होता. सगळी खोली नीट आवरलेली होती. लिहिण्याच्या मेजावर काही पुस्तकं आणि मासिकं ठेवलेली होती, शिवाय काही नोंदी. हिवाळ्यात घालण्याची दोन जाकिटं आणि एक विजार कपाटात टांगून ठेवलेली होती. अंतर्वस्त्रांचा कप्पा रिकामा होता. आतल्या फळ्यांवर फक्त एक प्रवासी पिशवी घडी करून ठेवलेली होती. त्यात त्याचं सामान सहज मावलं असतं. चालढकल न करता मी लगेचच सगळं गोळा करून त्या पिशवीत भरलं आणि झिप बंद केली. मग मी टेबलाकडे वळले. पिवळ्या रंगाच्या कागदी चिठ्ठ्यांवर लिहिलेले फोन नंबर्स, पुस्तकांची शीर्षकं आणि म्यूझिअम्स आणि ग्रंथालयाचे ईमेल्स ह्या सगळ्या पसाऱ्यात माझी नजर एका चुरगळलेल्या पांढऱ्या कागदावर पडली. त्याच्यावर एक रेखाचित्र होतं. गोल्डन हॉर्न भिंतीचा एक भाग. त्यावर ग्रीक भाषेत काही शब्द लिहिलेले होते. मी टेओकडून जे काय शिकले होते त्याच्या जोरावर मी ते वाचायचा प्रयत्न केला. पोर्तकिर्कीदोस, केर्कोपोर्ता, झीलोपोर्ता. त्यापुढे प्रश्नचिन्हं काढलेली. त्या चिठ्ठीच्या कोपऱ्यात एक ईमेल अॅड्रेस लिहिलेला होता : iman24@cnstanemas.com.

माझी अस्वस्थता वाढायला लागली. मी माझ्या पत्रपेटीतलं ते चिठोरं पुन्हा नीट वाचलं. मी कुणाला काहीच पाठवलं नव्हतं. म्हणजे ती बातमी टेओसाठी होती. मला विशेष असं काहीच कळलं नाही. ज्यांच्याकडे फक्त त्याचा इथला पत्ता आणि फोन नंबर असेल, त्यांना आता त्याच्याशी संपर्क साधणं शक्यच नव्हतं. कारण तो अलेक्झांड्रिया, सिरीया किंवा व्हॅटिकन्च्या अर्काईव्हज्मध्ये गुंतून पडला आहे. किंवा त्याने मागवलेल्या एखाद्या पुस्तकाची किंमत बदलली असेल किंवा घरपोच करण्याच्या अटी आणि शर्तीसुद्धा बदलल्या असतील. तो टेबलावरचा कागद आधी चुरगाळून नंतर पुन्हा सरळ केलेला दिसत होता आणि त्यावर लिहिलेला तो ईमेल अॅड्रेस – पण त्याने काय होतं? असे शेकडो, हजारो ईमेल अॅड्रेसेस असतात.

हे असे विचार करूनही माझी विचित्र अस्वस्थता दूर झाली नाही. ती खोली सोडून मी बाहेरच्या खोलीत टेबलाजवळ मांडणीवर ठेवलेल्या फोनकडे गेले

आणि देरिनचा नंबर फिरवला. त्याच क्षणी मला माझ्या अस्वस्थ होण्याचं कारण कळलं. टेओ कोण होता? तो काय शोधत होता? संघटनेने विचारलेले अवास्तव, संभ्रमात टाकणारे प्रश्न माझ्या मनात घोळायला लागले. संशयाची लागण इतकी पटकन होते का?

देरिन घरी नव्हती आणि तिचा मोबाइल बंद होता. मी माझा मोबाइल पाहिला. त्यावरही काही संदेश नव्हता. माझ्या अस्वस्थतेला काही अर्थ नव्हता, पण मला त्यावर मात करणंही शक्य नव्हतं. जरा निवांत बसावं म्हणून मी व्हरांड्यात मधुचूषच्या वेलीखाली एका जुन्या खुर्चीवर येऊन बसले. माझ्या मनात एक दुःखभरली ओढ दाटून आली. मला कसलीतरी उणीव भासत होती. कायमचा गमावलेला एक कालखंड. माझा मुलगा, आरीन, माझं बालपण, चाळीस वर्षांपूर्वीचं ह्या वस्तीचं रूप. मी स्वतः आणि हातातून निसटून गेलेलं, पुन्हा परत येऊ न शकणारं बरंच काही.

मला देरिनची काळजी वाटत होती. पुढच्या काळात अजूनही काही मृत्यू घडून येण्याची शक्यता होती आणि अशा वेळी ती वस्ती सोडायला ती राजी झाली नसती. काही दिवसांपासून मी वर्तमानपत्र वाचलं नव्हतं की टीव्ही पहिला नव्हता. बाह्य जगाशी मी जाणूनबुजून संपर्क टाळला होता. मला जखमी करू शकणाऱ्या गोष्टींपासून दूर राहायला मी एव्हाना शिकले होते. पूर्वी मी फक्त त्याच गोष्टींचा वारंवार विचार करायचे. वय वाढलं की असं होतं का?

मी बाहेर रस्त्यावर येऊन उभी राहिले. मी काय करावं हे मला समजत नव्हतं. देरिन अजूनही फोन उचलत नव्हती. दुःख आणि काळजीने मला ग्रासून टाकलं होतं. पण मला कुणाला त्रास द्यायचा नव्हता. मी जरा वाट पाहायचं ठरवलं. कदाचित तिचं सगळं सुरळीत चालू असेल आणि तिला वेळ झाला की ती लगेच फोन करेल.

मी कुणाची मदत मागावी हे माझ्या चट्कन ध्यानात येईना. माझं वर्तुळ दिवसेंदिवस लहान होत चाललं होतं. मी एकलकोंडी होत चालले होते. मी माझी अंतर्वेदना कुणाला सांगू? कुठेही पाय रोवू न शकलेल्या, कुठेही स्वतःचा निवारा नसलेल्या माणसासारखी मी एकाकी होते. हा एकटेपणा मी स्वेच्छेने निवडला आणि स्वीकारला आहे असं मला वाटायचं, पण आता मी कोंडीत सापडल्यासारखी झाले होते आणि मला भीती वाटू लागली होती. माझी भाषा बोलणारी देरिन ही अखेरची व्यक्ती होती आणि तिलाही गमावण्याची कल्पना मला सहन होत नव्हती.

तटस्थपणे पाहिलं तर, ह्या सगळ्या उलाढालीनंतर ती तिच्या मित्रमैत्रिणींबरोबर काही दिवस कुठे गेली असेल हेही सहज शक्य होतं. विशीच्या उंबरठ्यावरची तरुणी होती ती. लहान मूल नव्हे. मी स्वतःला कितीदा बजावलं, पण तरी मी शांत झाले नाही.

आतून ही टोचणी लागली असताना मी एकदम ठरवलं आणि मी केरेम अलीचा नंबर फिरवला. एकदा, दोनदा... काहीच उत्तर आलं नाही. त्याच्यासारखी माणसं वर्षानुवर्षं तोच नंबर वापरतात ह्याची मला खात्री होती. त्यामुळे आता माझी आशा मावळली. देरिनशी बोलून गरज असल्यास तिला मदत करायची कोणतीही शक्यता आता उरली नव्हती. खरंतर उन्हाळ्याच्या दिवसांत तो तिथे राहत नसणार हे ठाऊक असूनही निरुपाय म्हणून मी प्रोफेसर उयुन्सालनच्या शिहांगीरच्या घरचा जुना नंबर फिरवला. त्याची स्टडी आणि कचेरी म्हणून तो त्या जागेचा उपयोग करायचा. तिथे कोणीच उत्तर देणार नाही ह्याची मला मनोमन खात्रीच होती. त्यामुळे कुणीतरी फोन उचलला आणि मी दचकलेच.

''मला प्रोफेसर उयुन्सालनशी बोलायचं आहे.''

''प्रोफेसर सध्या परदेशात आहेत. तुम्हाला काही निरोप ठेवायचा आहे का?''

मला सुरुवातीपासूनच माणसांचे आवाज ओळखता येत नाहीत. त्यामुळे बऱ्याच वेळेला मी अडचणीतही सापडले आहे. हा आवाजही मला ओळखीचा वाटला, पण कुणाचा, हे मला ठरवता येईना.

''मी नंतर पुन्हा फोन करेन,'' मी म्हणाले. पलीकडची व्यक्ती माझं नाव विचारेल किंवा काहीतरी बोलेल म्हणून मी वाट पहिली पण त्या बाजूने फक्त रिसिव्हर खाली ठेवल्याचा आवाज आला. शाळेत गाण्याच्या तासाला मला कोरसमध्येही उभं केलं जायचं नाही. संगीताचा कान असलेल्या लोकांचा मला हेवा वाटायचा. मी माझ्या श्रवणशक्तीला शिव्या घातल्या, पण मग माझ्या मनात एक धागा जुळला. एक दिवा पेटल्यासारखी मला जाणीव झाली, टेओ! मी पुन्हा तो नंबर फिरवला, पण ह्या वेळी कुणीच फोन उचलला नाही. तो खरंच टेओ असेल तर त्याने माझा आवाज नक्कीच ओळखला होता.

तो अलेक्झांड्रियाला गेलाच नसेल का? त्याच्या पत्रावर त्याची सही नव्हती. कदाचित त्याने दुसऱ्या कुणाला ते पाठवायला सांगितलं असेल. त्याची

प्रवासाची कहाणीसुद्धा एका गुप्त योजनेचा भाग असेल. छे छे. मी काहीतरी मूर्खासारखं बोलतेय. त्या तरुण मुलाच्या निरर्थक वाचाळपणामुळे माझी दिशाभूल होतेय. मी टेओला नीट ओळखते. तो फक्त एका प्रवेशद्वाराच्या शोधात होता, बाकी काहीही नाही. पण तरीही फोनवरचा आवाज त्याचाच होता. तो परत आल्याचं त्याने मला का कळवलं नाही?

मी पुन्हा एकदा प्रयत्न केला. पण कुणीच फोन उचलला नाही. मी पुन्हा पुन्हा नंबर फिरवला, अगदी वैताग येईपर्यंत, पण उपयोग शून्य. मी डिरेक्टरीमधून तुर्गुत इर्सिनचा मोबाइल नंबर शोधून काढला आणि दाबला. त्याने फोन उचलला तेव्हा नेमकं काय बोलावं हेच मला कळलं नाही. मी माझी ओळख करून दिली आणि वायफळ न बोलता त्याला देरिनबाबत विचारलं. त्यावर तो म्हणाला की, ‘‘आपण भेटून बोललो तर बरं होईल.’’

आम्ही बेबेकमधल्या एका कॅफेत भेटलो. उन्हाळ्याचं कडक उन्ह तापत होतं तरीही तो टेरेसवर न बसता आतमध्ये एका बाजूला कोपऱ्यातल्या टेबलावर बसला होता. मला आठवत होतं त्यापेक्षा तो आता जास्त वयस्कर दिसत होता. त्याच्या पांढऱ्या दाढीमुळे असेल...

मला बघून तो उठला, अगदी अकृत्रिम आदराने त्यानं माझ्यासाठी खुर्ची मागे ओढली आणि मला बसायला मदत केली.

‘‘मला तुम्हाला त्रास द्यायचा नव्हता,’’ मी सुरुवात केली, ‘‘पण देरिनशी माझा संपर्क होत नाहीय आणि मला काळजी वाटायला लागली. कदाचित काळजीचं काहीच कारण नसेल पण एकातून दुसरं निघतंय तसतशी मला भीती वाटायला लागलीय. असल्या दिवसांत ती मला न कळवता मुळीच कुठे जाणार नाही. केरेम अली पण फोन उचलत नाहीय. माझ्या मनाचे खेळ असतील कदाचित, पण अजूनही काहीतरी चमत्कारिक घडलंय, जे मला सांगावंसं वाटतंय. मी अतिशयोक्ती करतेय असं वाटत असेल तर सांगा मला. मी आज तुमच्या मित्राला फोन केला. प्रोफेसर मेते उयुन्सालन. गंमत म्हणजे मला आतून काही वेगळंच जाणवत होतं. मग कुणीतरी तिकडून फोन उचलला आणि म्हणालं की प्रोफेसर परदेशी गेले आहेत. तो टेओचा आवाज होता. पण तो तर अलेक्झांड्रियाला जाणार होता. त्याने मला तिकडून एक पोस्टकार्डसुद्धा पाठवलं होतं. त्यात लिहिलं होतं की तो अजून पुढच्या प्रवासाला जाणार आहे आणि इस्तंबूलला परत येणार नाहीय. शिवाय तो देरिनचा निरोप घेऊन गेलाय हेही मला

कळलं होतं. माझे कान तसे फार तिखट नाहीत, पण मला जवळ जवळ खात्रीच आहे की तो आवाज टेओचा होता.''

''मलाही असंच वाटलं होतं की तो दूरवरच्या प्रवासाला गेलाय.''

''तो परत आलेला दिसतोय. गुप्तपणे. नाहीतर त्याने मला नक्कीच फोन केला असता. माझा आवाज ओळखून त्याने पटकन फोन ठेवून दिला. हे जास्त चमत्कारिक आहे! आजकाल मला फार विसरायला होतं. त्यामुळे मी अगदी नक्की सांगू शकणार नाही, पण मला माझ्या घरी दोन चिठ्ठ्या सापडल्या आहेत. एका चिठोऱ्यावर टेओने काही नोंदी केल्या आहेत, त्यांत एक ईमेल ॲड्रेस पण आहे. दुसऱ्या चिठ्ठीत त्याच्यासाठी एक निरोप आहे. माझ्या पत्रपेटीत सापडली ती. 'तिसऱ्या पार्टीशी संपर्क होऊ शकत नाही. अटी आणि शर्ती बदलल्या आहेत.' आणि आता मी पुन्हा शोधायला गेले तर ह्या दोन्ही चिठ्ठ्या गायब झाल्या आहेत.

त्याने माझं बोलणं ऐकून घेतलं. ते ऐकताना तो सतत त्याच्या दाढीशी खेळत होता. ''तुम्ही ते कागद कुठे ठेवले ते तुम्ही विसरून गेला असाल. किंवा तुम्ही ते फेकून दिले असतील. माझंही होतं असं... पण ह्या सगळ्या गोष्टींचा संबंध तुम्ही देरिनशी कसा जोडताय हे मात्र मला कळत नाहीय.''

''टेओबद्दलचा संशय देरिनने तुमच्यासमोर व्यक्त केला होता का?''

''होय, पण मी तिला समजावून सांगितलं की फ्रॅक्शनचे लोक अधूनमधून असल्या बिनबुडाच्या अफवा उगाचच पसरवत असतात.''

''तिच्या वडिलांबद्दलच्या अफवा पण तिने तुम्हाला सांगितल्या?''

''नाही, ती बरीच अस्वस्थ होती. तिने एकदोन प्रश्न विचारले, पण बाकी काहीच ती उघड बोलली नाही.''

''तिने एका मर्यादेनंतर तिच्या वडिलांच्या आयुष्याकडे दुर्लक्ष करायचं ठरवलं असणार. आरीन मुरात हा नव्वदच्या दशकाच्या सुरुवातीच्या हत्याकांडाचा एक सूत्रधार होता. त्यातच उमुट मारला गेला. डाव्या विचारसरणीच्या संघटनांचा नायनाट करण्याच्या राजकारणात त्याची महत्त्वाची भूमिका होती असं तिला सांगितलं गेलं. आपल्या वडिलांच्या नावावरचा कलंक तिला पुसून टाकायचा होता किंवा त्याच्या कृष्णकृत्यांची किंमत मोजायची होती. आणि तुम्ही देरिनला ओळखता. ती काहीच वरवर करत नाही. ती नेहमी तिच्या तत्त्वांना जागून काम करते आणि शेवट अगदी कटू होणार असेल तरीही मागे हटत नाही.''

“ आपण इथे काही तर्कवितर्क करण्याआधी केरेम अलीशी बोलता येईल का ते पाहूया. उयुल्कू, काळजी मलाही वाटली, पण तुमच्यापेक्षा कमीच. मी माहिती मिळवण्याचा प्रयत्न करतो आणि तुम्हाला कळवतो. तुमचा फोन नंबर देऊन ठेवाल का?”

माझ्याकडे माझं व्हिजिटिंग कार्ड नव्हतं, नंबर लिहिण्यासाठी मी माझ्या पर्समध्ये एखादा कागद शोधायला लागले, तर माझ्या हाताला दोन चिठोरी लागली. मी ते कागद बाहेर काढले. ते टेओचेच कागद होते. मला वाटलं होतं की ते हरवलेत. मला प्रचंड लाज वाटली. मी घाईघाईने ते कागद परत आत कोंबले आणि एका कागदाच्या तुकड्यावर नंबर लिहून दिला. संशयाची लागण झाली की खरंच माणसाचं मनःस्वास्थ्य हरवून जातं.

पुढच्या काही दिवसांत आम्ही खूप ठिकाणी निरोप ठेवले पण केरेम अलीचा फोन काही आला नाही. देरिनचाही पत्ता लागेना. मेते उयुन्सालनच्या घरचा नंबर फिरवून फिरवून माझी बोटं दुखायला लागली. टेओने गुपचूप परत येणं आणि देरिनचं अचानक नाहीसं होणं ह्यांत काहीतरी संबंध आहे असं मला आतून वाटत होतं. “त्याच्या घराची काळजी घेणारा माणूस माझ्या ओळखीचा आहे,” तुर्गुतने मला अखेर सांगितलं, “एकदा आपण तिकडे जाऊनच पाहूया.” आम्ही त्या शिहांगीरमधल्या फ्लॅटजवळ भेटलो. तुर्गुतच्या चेहऱ्यावर गेल्या काही दिवसांतल्या तणावाच्या खुणा स्पष्ट दिसत होत्या. त्याची झोप पुरी होत नसावी किंवा तो प्रमाणाबाहेर दारू पीत असावा. वाढत्या उकाड्यामुळे मेतेचा नोकर तळमजल्यावर एका शांत कोपऱ्यात वामकुक्षी करत होता. तुर्गुत इर्सिनला बघताक्षणी तो एकदम बावचळला आणि भराभरा बोलायला लागला, “अबी, तुम्ही आलात ते चांगलं झालं. प्रोफेसरविषयी काही चांगली खबर आणलीत ना? सगळं ठीकठाक आहे ना?”

“काही काळजी करू नकोस, तो बरा आहे. तो खूप दूर गेलाय, अमेरिकेला! त्याला एक खास पुस्तक हवंय म्हणून त्याने मला फोन केला. ह्या बाई अमेरिकेला चालल्या आहेत, त्यांच्याबरोबर पाठवता येईल पुस्तक. प्रोफेसरसाहेब म्हणाले, की तुझ्याकडे एक किल्ली आहे.”

“होकम, त्यांनी मला फोन का केला नाही?” तो चांगलाच खट्टू झाला होता. एखादा प्रामाणिक कुत्रा त्याच्या मालकाशी इतकं इमान राखून असतो की ओळखीच्या माणसांवरसुद्धा तो सुरुवातीला भुंकतो.

''ग्रीक भाषेतलं एक पुस्तक आहे, म्हणून तुझ्या होचानं ते मला शोधायला सांगितलं.''

''तुला ग्रीक येतं, अबी? कमाल आहे खरोखर. तो ग्रीक माणूस इथं होता तेव्हाच त्यांनी फोन का नाही केला? मग तुम्हाला फेरी पडली नसती. त्यांनाच सांगायला हवं होतं. तेही त्यांचं काम संपवून अमेरिकेलाच जाणार होते.''

''टेओ? तो इथं होता?'' मी विचारलं.

''हो हो, बरोबर, मिस्टर टेओ. तीन दिवसांआधी ते इथेच होते. नंतर ते गायब झाले. किल्ली पण ठेवली नाही त्यांनी. पण ते लवकरच पुन्हा परत येतील. असंच करतात ते. कधीही येतात, कधीही जातात. माणूस मोठा वाटतो. प्रोफेसरने मला त्यांची खास काळजी घ्यायला सांगितलीय. तीन दिवसांपूर्वी मी त्यांना पाव आणून दिला, त्यानंतर ते दिसलेच नाहीत.''

टेओ लपून बसला नव्हता. म्हणजे तो अजून त्याच्या संशोधनात गुंतलेला दिसत होता. त्याने मला कळवलं नाही हेही समजण्यासारखं होतं. आमच्या दोघांच्यात जे घडून गेलं त्यानंतर पुनर्भेटीचं भावनिक ओझं जरा जास्तच झालं असतं. कदाचित तो नुकताच परत आला असावा. काही महत्त्वाची कामं उरकायची असावीत आणि माझ्याशी नंतर बोलावं असं त्यानं ठरवलं असावं. त्याने माझा आवाज ओळखलाही नसेल. मी फोनवर माझं नावही सांगितलं नव्हतं...

''जा किल्ली आण, आपण पुस्तक शोधूया. उयुल्कू, तुम्ही पण या बरोबर.''

लिफ्ट नेहमीप्रमाणे बंद पडलेली होती. त्या अरुंद आणि कुंद पायऱ्या चढून आम्ही वर जायला लागलो तेव्हा माझ्या छातीत किंचित गलबललं आणि डाव्या हातात कळ आली. श्वास घेण्यासाठी मी थांबले.

आम्ही भेटलो तेव्हा केरेम अलीची आई म्हणाली होती, 'विरहाचं दुःख फक्त शब्दांत व्यक्त होत नाही. हृदयावर आणि मनावरही त्याचा पगडा बसतो.'

तो माणूस पुढे गेला आणि त्याने बेल वाजवली. ''कदाचित ते घरीच असतील. पाहूया आपण.''

आम्ही जरा वेळ दाराजवळ थांबलो, पण आत काहीच हालचाल झाली नाही. नोकराने दार उघडलं आणि तो म्हणाला, ''प्रोफेसरसाहेब तसे फार काळजी घेत नाहीत घराची. एक भक्कम कुलूप लावून घ्यायचंसुद्धा मनावर घेत नाहीत. खरंतर कुणीही सरळ घरात घुसू शकेल इथे. मी किती वेळा सांगून पाहिलं, पण ते

म्हणतात, इथे पुस्तकांशिवाय दुसरं काही मिळणार नाही. चोरांना पुस्तकांचं काय आकर्षण वाटणार? मी आपलं आपल्या परीने सांगितलं खरं.''

कपड्यांच्या लाकडी स्टँडला त्याचं हिवाळी जाकीट लटकलेलं होतं. ते मी लगेच ओळखलं. बुटांच्या कपाटाजवळ त्याचे सपाट तळाचे सँडल्स पडलेले होते. आम्ही बैठकीच्या खोलीत गेलो. खोली अगदी नीटनेटकी आवरून ठेवलेली होती.

''ह्या ग्रीक माणसाने बाल्कनीचं दार उघडंच टाकलंय,'' डोकं हलवत मेतेचा नोकर म्हणाला, ''आपण खूप वरच्या मजल्यावर आहोत म्हणा, पण काही सांगता येत नाही. वाईट हेतूने जर कुणी माकडासारखं एका गच्चीवरून दुसऱ्या गच्चीत जायचं ठरवलं तर ते काही अवघड नाही. शिवाय सध्या सगळे लोक समरव्हिलांमध्ये राहायला गेलेत. इथले फ्लॅट्स जवळ जवळ रिकामेच आहेत.

त्या दिवशी हिमवर्षाव होत असताना मी जे सुंदर दृश्य अनुभवलं होतं, ते आज मला स्वच्छ सूर्यप्रकाशात अगदी स्पष्ट दृग्गोचर झालं. सुलतानअहमेतपासून हेजीया सोफिया आणि स्युलेमानिये मशिदीपर्यंत, तिथून समुद्रापर्यंत आणि दूरवरच्या बेटांपर्यंत, उयुस्कुदार आणि लिएंडरच्या मनोऱ्यापर्यंत. टूरिझमच्या माहितीपुस्तिकांत इस्तंबूलच्या सौंदर्याची असलीच आकर्षक चित्रं छापलेली असतात.

''चला आपण त्याच्या स्टडीमधे जाऊन ते पुस्तक शोधू,'' तुर्गुत इर्सिनने सुचवलं.

नोकरमहाशय आम्हाला एकटं सोडायला तयार नव्हते. आजकाल कुणाचं काय सांगता येतंय? तुर्गुत इर्सिनच्या मागे मी आणि माझ्या मागे तो नोकर असे आम्ही तिघं त्या खोलीत येऊन पोचलो. जमिनीपासून छतापर्यंत पुस्तकंच पुस्तकं! एका जुन्या टेबलावर सेक्रेटरी डेस्कवर बरीच पुस्तकं, छायाप्रती आणि खूपसे कागद पडले होते. ते नीट दिसावे म्हणून मी टेबलावरचे कागद नीट पसरले. फुलांच्या पाकळ्यांची नक्षी असलेल्या काही हस्तलिखित कागदांच्या रंगीत प्रती. खचलेल्या भिंतींसमोर बहरलेल्या जुदासवृक्षांचे फोटो, मला घरी सापडल्या होत्या तशा काही रेखाकृती, आराखडे आणि पांढऱ्या कागदावर ग्रीक भाषेत लिहिलेला मजकूर. मला तो वाचता आला नाही, पण एकाखाली एक लिहिलेल्या ओळींमुळे मला एक मात्र कळलं, की ती एक कविता होती. त्याखाली तुर्की भाषेत एक नोंद केलेली होती : पातकांचं द्वार... अरामेक

अनुवाद... कुफा/इराक... इस्लामी विवेचन... ग्रीक ग्रंथ, नवव्या शतकात भाषांतराच्या चळवळीत इजिप्तला आणले गेले.

मग मला तो पिवळ्या रंगाचा कागद दिसला. त्या सोनेरी चौकटीच्या कागदांना चिकटून बसलेला. एक ईमेल ॲड्रेस आणि इंग्लिशमध्ये लिहिलेला काही मजकूर. टेओ नेहमी निळ्या शाईत त्याच्या पार्कर पेनाने लिहायचा तसं. २९ जूनला पैसे चुकते करणं.

मेतेचा नोकर माझ्याकडे पाठ करून तुर्गुतच्या शेजारी उभा होता. घाईघाईने मी ती कविता, तो पिवळा कागद आणि ती आकर्षक रंगीत प्रत उचलली आणि माझ्या पिशवीत कोंबली.

''हां, सापडलं पुस्तक. हेच,'' तुर्गुत त्या नोकराला म्हणाले, ''खरंच आभारी आहे. आणि तुझ्या साहेबांना तुझा सलाम कळवेनच मी. आणि तुमचे पाहुणे परत आलेच तर त्यांना सांग मला फोन करायला. तुझ्या होचाला इथून काही हवं असेल तर पाठवता येईल.''

तुर्गुतनं तिथलाच एक कोरा कागद उचलला आणि त्यावर आपला टेलिफोन नंबर लिहून नोकराच्या हातात दिला. ''मी जरा पाणी घेऊन येतो रसोईमधून,'' तुर्गुत म्हणाले, ''तुम्हालाही हवंय का?''

''हो, मी येते ना बरोबर. ह्या उन्हाळ्यात फारच तहान लागते हो!''

फ्रिजमध्ये चीज, सलाड बनवण्यासाठी लागणारे पदार्थ, व्हाइट वाईनची एक उघडलेली बाटली, द्राक्षं, पीचेस, उकडलेले, न सोललेले झिंगे. टेओला फार आवडायचे ते. तो म्हणायचा, 'इथल्यासारखे चविष्ट झिंगे साऱ्या जगात कुठेही मिळत नाहीत.' बाटलीतलं थंडगार पाणी मी आमच्या पेल्यांत ओतलं.

''होचाच्या ह्या खास मित्राचा परत येण्याचा बेत होता असं दिसतंय.'' नोकराकडून काही कळतंय का हे बघण्यासाठी तुर्गुतने खडा टाकला.

''मला त्यांनी काहीच सांगितलं नाही. गेले तीन दिवस ते नक्कीच इथे नव्हते. दारं उघडी राहिली आहेत का, सगळं व्यवस्थित आहे ना, ह्याची काळजी मी घेतच असतो. कधी कधी मी दाराला कान लावून ऐकतोसुद्धा. माझं कामच आहे ते. ते परत आले असते तर मला कळलंच असतं. ते काही लपून बसणार नाहीत. आल्या आल्या त्यांनी मला बाजारात पाठवलं असतं.''

तो अचानक थांबला आणि त्याने आळीपाळीने आम्हा दोघांकडे पाहिलं. ''तुम्ही माझ्यापासून काही लपवत नाही ना? शेवटी मलाच सगळे जबाबदार

धरतील. आता मला सगळंच विचित्र वाटतंय. म्हणजे ते अगदी सहज थोड्या वेळासाठी घराबाहेर पडले आणि परत आलेच नाहीत.''

''कदाचित त्यांना अचानक कुठेतरी जायला लागलं असेल,'' खात्री नव्हती तरी मी म्हणाले, ''त्याच्या सगळ्या वस्तू इथे आहेत म्हणजे तो परत येईलच. परत आल्यावर मात्र त्यांना नक्की तुर्गुत बेना फोन करायला सांगा. आम्हाला काळजी वाटते आहे. अखेर, ते परदेशी आहेत आणि होचाव्यतिरिक्त त्यांना कुणी मित्रही नसावेत.''

त्यांना अपघात वगैरे झालेला नसो म्हणजे झालं. नास्तिक माणूस, पण मोकळ्या हाताचा. खूप बक्षिसी द्यायचे मला. ते परत आले किंवा दुसरं कोणी त्यांना शोधत आलं तर मी कळवेन तुम्हाला. काहीतरी गडबड आहे ह्या सगळ्यात, पण मला अडचणीत सापडायचं नाहीय. तुम्ही साक्षी आहात, आपण सगळे एकत्र इथे आत आलोय.''

''तुझा त्याच्याशी काही संबंध नाही,'' पत्रकाराच्या सफाईने तुर्गुतने त्याला शांत केलं. ''शिवाय आपण लगेच काहीतरी वाईटच घडलं असेल असं मानायला नको. ते एका मोहिमेवर आले होते. त्यांना एक काम संपवायचं होतं. काहीतरी दुवा सापडला असेल त्यांना.''

''काय शोधत आहेत ते, अबी?''

''ते एक जुना, अतिप्राचीन दरवाजा शोधत आहेत. तो कुठे उभारलेला होता, ते त्यांना शोधायचं होतं.''

''ईश्वरा, तुलाच रे बाबा डोळे! हे नास्तिक लोक सगळे असेच! तो नक्कीच सोनंनाणं किंवा एखादा गुप्त खजिना शोधत असणार. जुने दरवाजे शोधून काय मिळणार कोणाला? अबी, मला हे सगळंच फार विचित्र वाटतं आहे. जर तो एखाद्या खजिन्याचा शोध घेत असेल, तर इतरही अनेकजण त्याच मागावर असू शकतात.''

आम्ही बाहेरच्या रस्त्यावर आलो. ऊन एवढं होतं की त्या सिमेंटच्या रस्त्यातून वाफा बाहेर पडत होत्या. आम्हाला दिसलेल्या पहिल्याच लहानशा कॅफेमध्ये आम्ही घुसलो. त्या भागातल्या छोट्या पण महागड्या कॅफे-बारपैकी एक. त्यांचे नेहमीचे उच्चभ्रू ग्राहकही ठरलेलेच. संपादकांना खूश केलं की लाइफस्टाइलच्या विभागात अशा कॅफेजबद्दल चांगला मजकूर छापून येतो. अगदी तिथे फक्त सुपर मार्केटमधली साधी वाईन आणि नूडल्स मिळत असल्या

तरी. फूटपाथवरची थोडीशी जागा काबीज करून तिथे काही टेबलं मांडलेली होती. मातीच्या कुंड्यांत छोटी झेंडूची फुलं लावलेली होती. आयव्हीच्या वेलींच्या मंडपातून सूर्यकिरणं सांडत होती. आमच्याशिवाय कॅफेत कोणीच नव्हतं. मालकीणबाई तुर्गुतला ओळखत होत्या. त्या आमच्याकडे येऊन लाडीकपणे म्हणाल्या, "आजकाल तुमचं लिखाण वाचायला मिळत नाही. आम्हाला फार जाणवतं ते."

"मी काही काळ काहीच लिहिणार नाहीय आता," त्यांनी प्रत्युत्तर दिलं, "जरा मोठ्या सुट्टीवर जातोय मी." ती गेल्यावर मी माझ्या पिशवीतून कागद काढून टेबलावर मांडले.

"काय सुंदर सोनेरी नक्षी आहे ही!" तुर्गुतच्या स्वरात प्रशंसा होती, "मूळ प्रतीत तर अजून जास्त सुंदर दिसत असेल! टेओला ह्या गोष्टींची चांगली माहिती आहे. आणि त्यासाठी कितीही खर्च करायला तो मागेपुढे पाहणार नाही."

मी त्याला ती पिवळी चिठ्ठी दाखवली. "हा ईमेल अॅड्रेस आणि मला घरी सापडलेला ईमेल अॅड्रेस एकच वाटतात."

त्यांनी लगेचच ती चिठ्ठी भिंगाखाली वाचायला घेतली. विचित्र ईमेल अॅड्रेस आहे हा. इमान हे नाव असेल का कुणाचं?"

माझ्या मनात आधीच हा विचार कसा काय आला नाही? अर्थातच. "टेओने काही वेळा ह्या माणसाचा उल्लेख केला होता. ते रहस्यमय वातावरण, त्याच्यावर पडलेला प्रभाव... आता मला पक्कं आठवतंय सगळं. हा इमान अलेक्झांड्रियामधला एक दुकानदार आहे. जुन्यापुराण्या, प्राचीन वस्तूंचा व्यवहार करणारा. अल रकासमध्ये असतो तो. 'इजिप्तमधला न्युबिअन, धष्टपुष्ट, कृष्णवर्णी' असं त्याचं वर्णन केलं होतं टेओनं."

"मग ह्या चिठ्ठीचा असा अर्थ निघतो की २९ जूनला टेओला इमानकडून काही हस्तलिखितं विकत घ्यायची होती. ह्यात संशय येण्याजोगं काही नाही."

"पण मेतेच्या नोकरानं जे काही सांगितलं त्यावरून हे काही साधं सरळ दिसत नाही. तो काही वेळासाठी घरातून बाहेर पडला आणि परत आलाच नाही."

"तो इमानला किंवा त्याच्या माणसांना भेटणार होता असं मानलं तरी आपल्याला फक्त तारीख माहीत आहे, पण ठिकाण नाही. त्यांची भेट कुठे घडली हे आपल्याला माहीत नाही."

“मला सापडलेल्या कागदावर एका विशिष्ट बिंदूभोवती टेओने एक वर्तुळ काढलं होतं – गोल्डन हॉर्नची भिंत आणि शहराच्या तटबंदीच्या भिंती जिथे येऊन मिळतात ती जागा. आयवनसरायच्या आसपासचा परिसर. तेक्फुरचा राजवाडा. एक मिनिट, कदाचित हा फक्त एक योगायोग असेल. पण त्या ईमेलमुळे मला असं वाटलं : अनेमास. एकदा मी टेओबरोबर कोरा चर्चपासून आयवनसरायपर्यंत चालत गेले होते तेव्हा त्याने मला अनेमासच्या कारागृहाचे भग्नावशेष दाखवले होते आणि मला त्याबद्दल काही दंतकथाही सांगितल्या होत्या. भिंतींच्या पलीकडे, वरच्या बाजूला, गोल्डन हॉर्नकडे जाणारा मार्ग. सर्वात उंच बुरुजाच्या जवळ. तेक्फुर राजवाडा म्हणून ओळखल्या जाणाऱ्या परिसरात. त्या भागात सगळीच पडझड झालेली आहे, पण ती जागा फार रमणीय आहे.”

“आपण ह्या प्रकरणाचे अनेक अर्थ लावू शकतो. त्याला कुणालातरी भेटून त्या कागदपत्रांचे पैसे चुकवायचे होते. असे व्यवहार नेहमीच गुपचूप केले जातात. प्राचीन हस्तलिखितांची देवाणघेवाणसुद्धा तस्करीत मोडते. किंवा तो दरवाजा अनेमासच्या तुरुंगाजवळच्या त्याच भागात सापडेल असं त्याला कुणीतरी सांगणार असेल. किंवा त्याला दुसराच कुठलातरी व्यवहार करायचा असेल, ही शक्यताही आहेच.”

“तसंही असेल. त्याला त्याच्या आईवडिलांचं बेयलेर्बेयमधलं जुनं घर विकत घ्यायचं होतं. त्या एजंटचं आणि त्या घरमालकांचं गणित काही जुळलं नाही म्हणे. तेच असेल कदाचित. किंवा टेओ खरंच गुप्तहेर असेल आणि त्याला काही धागेदोरे सापडले असतील.”

“ह्या सगळ्या शक्यता आहेतच, पण देरिन का गायब झाली हे मात्र ह्यावरून कळत नाही.”

“माझा पण गोंधळ उडालाय आणि मला काळजीही वाटतेय,” मी थकलेल्या स्वरात म्हटलं, “माझा आतला आवाज सांगतोय की टेओ अडचणीत आहे. कदाचित देरिनसुद्धा. आपण सरळ पोलिसांकडे जाऊया आणि तक्रार नोंदवूया, की टेओ काही दिवसांपासून गायब आहे. देरिनचा ह्या सगळ्याशी काही संबंध असेल तर ह्या मार्गाने तिच्यापर्यंतही पोचता येईल.”

“हो, तुमचं म्हणणं बरोबर वाटतंय मला. मी एखाद्या वकिलाशीही बोलून ठेवतो. उद्यापर्यंत काही कळलं नाही तर आपण मेतेच्या नोकराबरोबर

पोलिसांकडे जाऊ. आणि तो कवितेचा मजकूरही कुणीतरी नजरेखालून घातला पाहिजे. ते मी जमवतो. मी लवकरात लवकर एखादा प्राचीन भाषातज्ज्ञ शोधून काढतो. त्याच्या जगण्याचाही जरा उपयोग होऊ दे.''

''टेओ एका कवितेत दाखवलेल्या मार्गावर चालला होता,'' मी उत्तरले, ''कदाचित ह्या कोड्याचं उत्तर खरंच एखाद्या कवितेतच सापडेल!''

पोलिसांकडे जाऊन झालं. मला आळीपाळीने वाईट स्वप्नं पडली, तेवढा काळ सोडला तर चिंता आणि उकाडा ह्यामुळे माझा डोळ्याला डोळा लागला नव्हता. उजाडलं आणि मी उठले. स्वतःसाठी मोक्का कडक कॉफी बनवून मी व्हरांड्यात जरा खेळत्या, ताज्या हवेत आले. त्या लहानशा घरातलं कोंडलेपण माझ्या मनावर एखाद्या ओझ्यासारखं दाटून यायचं. माझ्या बालपणाच्या खुणा शोधता शोधता मला मनःशांती मिळेल असं मला वाटलं होतं, पण सगळंच उलटंपालटं झालं होतं, मी पुन्हा अंतर्बाह्य ढवळून निघाले होते. संशय, असहायता आणि भीती यांचं मिश्रण माझ्या मनात दाटून आलं होतं. मधुचूषच्या फुलांचा धुंद सुगंध, पक्ष्यांचा किलबिलाट, काही खायला मिळेल ह्या आशेने माझ्या पायाला अंग घासणारं रस्त्यावरचं मांजर, सकाळची ताजीतवानी हवा ह्यातलं काहीही माझं मन रिझवू शकलं नाही.

माझं मन कसं रमवावं आणि दिवस कसा घालवावा ह्याचा मी विचार करू लागले आणि तुर्गुत इर्सिनचा फोन आला.

''माफ करा, मी इतक्या सकाळी सकाळी फोन करतोय. मला दोन मिनिटांपूर्वी मेतेच्या नोकराचा फोन आला होता. तिकडे पोलीस आलेत आणि आपल्याला लगेच तिकडे बोलावलंय.

माझे विचार धावू लागले. कुणाचा मृत्यू झालाय? उत्तर : ते शिहांगीरला आलेत म्हणजे ती देरिन नक्कीच नाही. निष्कर्ष : तो टेओ आहे. एक क्षणभर सुटकेची भावना, पुढच्याच क्षणी मनात दाटून आलेली शरम. बरं झालं ती देरिन नाही... मग अपराधी भावना : माझं टेओवर कधीच प्रेम नव्हतं का? मी त्याच्याशी कधीच बांधली गेले नव्हते? आणि कुणीतरी मेलंच असेल असंच का वाटतंय मला?

''टेओ आहे का तो?''

''होय, त्यांना तो सापडलाय. ते आपली वाट पाहत आहेत तिकडे. मी टॅक्सी घेऊन येतोय तुम्हाला न्यायला.''

तो जिवंत आहे की नाही हे मी विचारत नाही. हा प्रश्न निरर्थक आहे. देरिनचा आवाज माझ्या कानात रुंजी घालतोय : 'तुझ्या मृत पुरुषांच्या म्यूझिअममध्ये टेओचा समावेश करायची तुझी तयारी झाली का?'

टॅक्सीत आम्ही एकही शब्द बोलत नाही. "देरिनबद्दल काही कळलं का?" एवढंच मी विचारते. "माफ करा, मी दुसऱ्याच विचारात गढलो होतो आणि तुम्हाला सांगायचं विसरलो," ते उत्तरले, "मी टॅक्सीमध्ये बसायच्या आधी मला एक एसएमएस आला, 'मी बरी आहे, लवकरच बोलू, काळजी करू नका.' बस, इतकंच."

माझी काळजी संपते. मला मोकळं वाटतं. माझ्यात आणि देरिनमध्ये एक घट्ट नातं गुंफलं गेलं आहे ह्याची मला जाणीव होते. माझ्या मुलाची बहीण, माझ्या प्रियकराची मुलगी. माझं तिच्यावर प्रेम आहे. पण तिने मला का लिहिलं नाही? फक्त तुर्गुतला का? मला एक बारीकसा संशय येतो. त्या दोघांच्यात काही बंध निर्माण झाले होते का? मला माहीत नसलेले? ग्युल्दालीच्या मृत्यूनंतर त्यांची नुकतीच भेट झाल्याचं त्यांनी सांगितलं होतं. माझ्याकडे का नाही आली ती? त्यांच्याकडेच का गेली? आईचा तिच्या मुलीवर प्रेमाचा हक्क असतो ना! मला किंचित असूया वाटली. पण हे सगळं दुय्यम आहे. ती जिवंत आहे आणि ठीकठाक आहे हे सगळ्यात महत्त्वाचं आहे. मग परत एक बोचरा, त्रासदायक प्रश्न : तो एसएमएस तिने स्वतःच पाठवलाय हे कशावरून?

शिहांगीर मार्गाच्या सुरुवातीलाच आम्ही टॅक्सी सोडून देतो. घरासमोर तिरकं उभं केलेलं एक काळ्या रंगाचं वाहन. तो अरुंद रस्ता अडवून टाकणारं. त्याच्यासमोर गणवेषात उभा एक पोलीस. प्रोफेसरच्या घराचं दार किंचित उघडं आहे. मला वाटलं होतं की तिथे पोलीस, पत्रकार, कॉन्सुलेटमधल्या लोकांची गर्दी असेल, पण तिथे फक्त मेतेचा नोकर आणि दोन सरकारी अधिकारी माझ्या दृष्टीस पडतात. नोकर भीतीने गांगरून गेलेला आहे, पण आम्हाला बघून त्याच्या जीवात जीव येतो. "अबी, अल्लानेच तुम्हाला पाठवलं हो! बघा आता, काय होऊन बसलं हे! मी होचाला काय उत्तर देऊ?"

ह्या क्षणापर्यंत टेओचा मृत्यू हा एक अवांछित तर्क होता. गुन्हेगारीवरच्या एखाद्या वाईट कादंबरीतलं एखादं प्रकरण, एक अशक्य कोडं, ज्याचं उत्तर शोधायचा अशक्य प्रयत्न आम्ही करत होतो.

एक भयावह स्वप्न सुरू झालंय. पोलिसांच्या गाड्या, सरकारी कचेऱ्या,

खोल्या, त्यांतली प्रश्नोत्तरांची सत्रं. कृपया आम्हाला मदत करा. ही केस सोडवण्यासाठी आम्हाला शक्य तेवढी सगळी माहिती मिळायला हवीय. तुर्की आणि अमेरिकन अधिकारी, हे सगळं आधीही एकदा माझ्या आयुष्यात घडून गेलंय ही भावना, प्रश्न, उत्तरं. माझा स्वतःचा आवाज : कोण मरण पावलंय? का? तो अपघातही असू शकेल ना? तुम्ही त्याची ओळख पटवाल का? नाही... नाही... मी नको, नाही! कॉन्सुलेटकडून त्याच्या वैयक्तिक माहितीची शहानिशा होतेय : थेओडोरोस झखाराकीस. प्रोफेसर. बायझेंटालॉजिस्ट. त्याचा पासपोर्ट. ओळखपत्र. ते किती दिवस तुमचे भाडेकरू होते? आम्ही प्रोफेसर मेते उयुन्सालनला कळवलं आहे. ते उद्यापर्यंत पोहोचतील इकडे. मिस्टर झखाराकीस अलेक्झांड्रियाला कशाला गेले होते? हा इमान कोण ह्याची काही कल्पना आहे का? त्यांच्याजवळ ही कागदपत्रं सापडली त्याबद्दल तुम्हाला काही माहिती आहे का? त्यांचा मृतदेह जिथे सापडला, त्या अनेमास कारागृहाच्या परिसरात ते आधीही कधी गेले होते का?

"त्याचं संशोधन चालू होतं. बायझेंटाईन तटबंदीमधलं एक प्रवेशद्वार शोधायचा त्याचा मानस होता. मला वाटतंय की तो एकदा आधी पण आयवानसरायच्या बाजूला गेला होता."

आम्ही दोघं बरोबर तिकडे गेलो होतो हे मी अर्थातच सांगितलं नाही. आपण दोषी असू वा नसू, पण पोलिसांच्या तपासात कुठलाही साधा सरळ माणूस अशी सावधगिरी बाळगतोच. "होय, ते त्याच्याजवळ सापडलेले कागद मला पाहायचे आहेत."

माझ्यासमोर कागद आणि चिठ्ठ्याचपाट्या पसरल्या गेल्या. कॉन्सुलेटच्या प्रतिनिधीने ती कागदपत्रं ताब्यात घेतली होती. ती बघायची परवानगी त्याने मला दिली. एक व्हिजिटिंग कार्ड. त्यावर अल रकास, अलेक्झांड्रिया हे शब्द आणि पत्ता आणि टेलिफोन नंबर सोडून बाकी सारं अरबी लिपीत लिहिलेलं होतं. मला काल टेबलावर सापडलेल्या आराखड्यासारखा अजून एक जास्त तपशीलवार आराखडा. मी तो आलेख न्याहाळून बघते. अशा बिकट परिस्थितीतही माझी बुद्धी किती तल्लखपणे काम करतेय ह्याचंच मला नवल वाटतं. अनेमासच्या बुरुजाखालच्या आणि तुरुंगाच्या भिंतींबद्दलचा तो आराखडा होता. अखेरच्या बुरुजाखाली एका बिंदूवर फुली मारलेली होती आणि तिथून तुरुंगाकडे जाणारी एक वाट दाखवलेली होती. टेओजवळ अजूनही काही गोष्टी सापडल्या होत्या

म्हणे. मी त्या गोष्टी पाहू लागले. ग्रीक भाषेतला काही अनाकलनीय मजकूर, जुदासवृक्षाची नक्षी असलेल्या हस्तलिखितांच्या छायाप्रती. अशाच काही त्याच्या मेजावरही सापडल्या होत्या. एका खांबाचं आणि एका खचलेल्या कमानीच्या काही भागाचं छायाचित्र, एका कवितेचं अपुरं सोडलेलं भाषांतर, त्यातल्या दोन ओळी तुर्की भाषेत लिहिलेल्या, त्यावर पुन्हा रेघोट्या मारून त्याच ओळी नव्याने लिहिलेल्या. कोणता मजकूर होता तो? आम्हाला ती एक कविता वाटली होती तोच? की अजून वेगळंच काही? तुर्की भाषेत लिहिलेल्या त्या दोन ओळींचा अर्थ लावायचा प्रयत्न मी करते. जुदास, एक संत पुरुष की शापित बळी? 'शापित' ह्या शब्दावर पुन्हा रेघ मारलेली, पण त्या जागी दुसरा कुठलाच शब्द लिहिलेला नाही. पातकांच्या द्वारापाशी तो जुदासवृक्ष लावत आहे ही ओळ त्याने त्याच ओळीखाली पुन्हा नव्याने भाषांतर करून लिहिली आहे. पातकांचं द्वार त्याने जांभळ्या रंगाने सजवलं आहे – पॉर्फ्यूर.

"त्याला ते द्वार सापडलं होतं," मी मोठ्याने उद्गारते. विजयाची, आनंदाची आरोळी ठोकावी तसं मी पुन्हा म्हणाले, "तो ज्या प्रवेशद्वाराच्या शोधात होता, ते त्याला अखेर सापडलं होतं!"

सगळेजण आश्चर्याने अवाक होऊन माझ्याकडे पाहू लागतात. "काय? कुठलं द्वार?" एक अमेरिकन विचारतो.

"तो तेच द्वार शोधत इथवर आला होता. जुदासवृक्षांचं प्रवेशद्वार. कवितेच्या अखेरच्या ओळी त्याला सापडल्या होत्या. त्या ओळींनी त्याला मार्ग दाखवला होता. तासुला आनाचं म्हणणं बरोबर होतं. जांभळा रंग हा प्रतीकात्मक होता. जुदासचा संदर्भ देणारा."

मी काय बोलतेय ते कुणालाच कळत नाही. माझ्या डोक्यावर परिणाम झालाय असंही त्यांना वाटत असेल. मलाही शब्द सापडत नाहीत. टेओला ते द्वार सापडलं होतं ह्याबद्दल मात्र माझी पूर्ण खात्री झाली आहे.

"मी काही बायझेनचा अभ्यास केलेला नाही," मी म्हणते, "प्रोफेसर उयुन्सालन येतील तेव्हा ते तुम्हाला नीट सांगू शकतील. त्या दोघांनी मिळून ह्यावर एकत्रित काम केलं होतं. मी फक्त माझा अंदाज सांगतेय. मला त्याने आधी काय काय सांगितलं ते सगळं मला आठवलं आणि मग मला वाटलं की त्याला ते द्वार सापडलं असेल."

"अजून एक प्रश्न आहे. इमान कोण होता हे तुम्ही सांगू शकाल का?"

''अलेक्झांड्रियामध्ये प्राचीन वस्तूंचा व्यापार करणारा एक दुकानदार किंवा संग्राहकही असेल. मला पक्कं माहीत नाही. ह्या प्रवेशद्वाराबद्दलचा पहिला दुवा टेओला ह्या इमानच्या दुकानातल्या एका हस्तलिखितात सापडला होता. मला आठवतं त्याप्रमाणे त्या दुकानाचं नाव होतं अल रकास. व्हिजिटिंग कार्डवर पण तेच नाव लिहिलंय.''

एका बदामी रंगाच्या लिफाफ्यातून हातशिवणीची एक वही काढून ते माझ्यासमोर ठेवतात. दहा-पंधरा पानं एकत्र शिवलेली आहेत. गर्द सोनेरी नक्षी असलेली ती पानं जरा पिवळट पडलेली आहेत. त्यांचे कोपरे बोंदरे झालेले आहेत. आयुष्यात पहिल्यांदाच एका हस्तलिखिताची मूळ प्रत मला पाहायला मिळते आहे.

''आम्हाला त्याच्या मृतदेहाजवळ ही मिळाली. तुम्ही त्याबद्दल काही सांगू शकता का?''

''मला ह्या गोष्टींतलं फार काही कळत नाही. पण हे एक खूप जुन्या काळच्या लिपीतलं प्राचीन हस्तलिखित आहे. कदाचित हेही इमानकडचंच असेल. टेओ बे अशा गोष्टींचा संग्रह करायचे. विशेषतः त्यांच्या संशोधनाच्या संदर्भात. ह्या बाबतीतही प्रोफेसर उयुन्सालनच जास्त काही सांगू शकतील.''

''आता शेवटचा प्रश्न, उयुल्कू हाम, त्यांना कुणी शत्रू होते का? एखादी व्यक्ती किंवा एखादा गट, त्यांच्याशी वैर असलेला?''

माझं हृदय अतिवेगाने धपापतंय. मला त्याच्या प्रश्नाला लगेचच होकारार्थी उत्तर द्यावंसं वाटतंय. पण शेवटच्या क्षणी मी स्वतःला थांबवते. नको. मी त्याच्याबद्दल तक्रार करू शकत नाही. मी कुणाचंच नाव सांगायला नकोय. आम्हाला फक्त संशयच वाटतोय. नक्की कुणालाच काही माहीत नाही.

''असं कोणी असेल तर मला माहीत नाही. आमच्यात तसं काही बोलणं कधीच झालं नाही.''

सध्या तरी चौकशी संपली आहे. कदाचित पुढच्या चौकशीसाठी ते मला पुन्हा इकडे बोलावतील.

प्रोफेसर उयुन्सालनच्या घरापासून पोलीस चौकीपर्यंत, सरकारी वकिलाच्या कचेरीपासून कॉन्सुलेटकडे आमची धावपळ चालू आहे. आम्ही एकापाठोपाठ एक सिगरेट ओढतोय. सरकारी अधिकाऱ्यांशी संभाषण करतोय. ते खूपच सौम्यपणे बोलत आहेत. पण प्रश्नांच्या फैरीवर फैरी झडत आहेत. कॉन्सुलेटमध्ये

आम्ही एका वरच्या अधिकाऱ्याशी बोलत आहोत. ही केस आता त्याच्या अखत्यारीत आहे. ह्या सगळ्या धावपळीत हळूहळू दिवस संपायला आलाय.

तुर्गुत इर्सिन आणि मी अखेर कॉन्सुलेटमधून निघालो आहोत. दारू झोकल्यासारखं किंवा गांजा प्यायल्यासारखं माझं डोकं सुन्न झालं आहे. मला तापाने फणफणल्यासारखं वाटतंय. माझ्या कपाळावरून घाम ओघळतोय. माझ्या पापण्या चुरचुरत आहेत. पण तरीही मला एक विचित्र हलकेपणा आलाय. जणू टेओ मेला नाहीय, तर काळनिद्रेतून जागा होऊन अचानक पुन्हा परत आलाय.

"इथे जवळच एक सुंदर जागा आहे, उघड्या टेरेसवर. तुम्हाला हवं असेल तर आपण बसून बोलू शकतो" तुर्गुत म्हणाले.

मी रुकार देते. आत्ता तरी त्या लहानशा घरात जावंसं मला वाटत नाहीय. तो एकटेपणा आणि आठवणींची भुतं... हे सगळं सोसण्याची शक्ती माझ्यात नाही. आम्ही पेरामधल्या एका जुन्या इमारतीत लिफ्टमधून वर जातो. आमच्यासमोर निळ्या रंगात न्हालेलं इस्तंबूल आहे. एक मनोज्ञ मिलाफ : हेजीया सोफिया, सुलतानअहमेत मशीद, तोपकापी राजवाडा : एक नेत्रदीपक सात शाखांचं झुंबर, स्युलेमानिये, फातिह, जुनं इस्तंबूल. वाळवंटात कुठेतरी मरुद्यान लपलेलं असतं. म्हणूनच वाळवंट जास्त सुंदर होतं. शहरात कुठेतरी एक प्रवेशद्वार दडलेलं असतं. म्हणून ते शहर सुंदर होतं. म्हणूनच टेओ ह्या शहरावर मनापासून प्रेम करत होता.

"टेओला तो दरवाजा सापडला होता," मी सुरुवात करते, "अनेमास कारागृहाच्या खालच्या बाजूने गोल्डन हॉर्नकडे जाणाऱ्या भिंतींमध्ये कुठेतरी जुदासवृक्षाचं प्रवेशद्वार लपलेलं आहे. त्याच्याकडे सापडलेल्या नकाशात ह्या भागातल्या एका बिंदूवर खूण केलेली होती. तुम्हाला ती पैसे भरायची तारीख आठवतेय? लिहिण्याच्या टेबलावरची ती चिठ्ठी? २९ जून. पोलिसांच्या म्हणण्याप्रमाणे बहुतेक त्याच दिवशी त्याचा मृत्यू झाला. टेओला ते प्रवेशद्वार सापडलं होतं आणि २९ जूनला अनेमास तुरुंगाजवळ तो कुणालातरी भेटणार होता आणि मग..."

"कदाचित त्याला ते गुपित फोडायचं होतं," ते म्हणाले, "त्याच्या स्वतःच्या मृत्यूबद्दलचं गुपित. त्याला ते जुदासवृक्षांच्या प्रवेशद्वाराजवळ मिळालं. त्यानं त्याचं ते रहस्य कुठं दडवून ठेवलंय कुणाला ठाऊक!"

"तुमचं बरोबर आहे. त्या प्रवेशद्वारात एक रहस्य दडलेलं आहे आणि त्याची

किल्ली इमानकडे आहे. आता हा इमान खरोखरीच अस्तित्वात आहे की नुसताच कपोलकल्पित आहे, व्यापारी आहे की भामटा हेही माहीत नाही. पण टेओच्या शब्दांत सांगायचं तर, इमानच्या हाती त्या वेगळ्या जगाची किल्ली आहे. त्यांना टेओजवळ जी प्रत मिळाली, ती फोटोकॉपी नाही. अशी हस्तलिखितं खूप मौल्यवान असतात असं त्याने मला सांगितलं होतं. आपण इमानचं ईमेल लक्षात घेतलं तरी २९ जून ही फक्त पैसे भरण्याची तारीख असू शकते. प्रोफेसर ह्या सगळ्या गोष्टींची नीट संगती लावू शकतील. टेओचा खून झाला का, तो कोणी आणि का केला असावा ह्या प्रश्नांची उत्तरं ह्या सगळ्या माहितीतून मिळत नाहीत. पण मला खात्री आहे, की जुदासवृक्षाच्या रहस्याचा भेद त्याने केला होता.''

"आज खूपच दगदग झाली एकूण,'' ते म्हणाले, "निदान टेओला त्याचं ते प्रवेशद्वार सापडलं होतं. कितीही मोठी किंमत मोजावी लागली तरी माणूस ज्याच्या शोधात असतो ती गोष्ट त्याला सापडणं हे सर्वांत महत्त्वाचं असतं. दुसरी चांगली गोष्ट म्हणजे देरिनची खुशाली कळली. उयुल्कू, मला तुम्हाला अजून काही सांगायचंय. मी स्पष्टच सांगतो, मला देरिन आवडते. मी... आम्ही... हे सगळं फारच नाटकी वाटतंय. खरं सांगायचं तर माझं तिच्यावर प्रेम आहे. आमच्यामध्ये तीस वर्षांचं अंतर आहे, तरीही, किंवा त्याचमुळे! मी जे काही गमावून बसलो आहे, ते तिच्यामुळे परत मिळेल असा मला विश्वास वाटतोय. तुम्हाला आश्चर्य वाटतंय का?''

"जरासं, पण चांगल्या अर्थी. देरिनला गमावून बसण्याची भीती मला गेले काही दिवस वाटत होती, अजूनही वाटतेय. आपल्या सर्वांसाठी ती एक वरदान आहे. मलाही तिची खूप आठवण येते आणि तिची काळजीही वाटते.''

"ह्यापुढे काळजी करायचं सोडून द्या. तिला ह्या सगळ्यातून सुटका हवी होती. एक सुरक्षित स्थान हवं होतं. ह्या वादळी घटनांनी भरलेल्या काळापासून तिला दूर पळायचं होतं. त्या शोधात असताना ती माझ्याकडे आली. माझ्याबरोबर एक नवी भाषा विकसित करण्यासाठी.''

"एक नवी भाषा?''

"तिला दोन नव्या जगांचा परिचय झाला होता. पण त्या दोन्ही भाषा तिच्यासाठी परक्याच राहिल्या. एका बाजूची भाषा म्हणजे तत्त्वनिष्ठेची भाषा, पण ती अतिरेकी आणि उगाच फुगवलेल्या शब्दांची. दुसऱ्या बाजूची भाषा पोकळ, दिशाहीन आणि अन्याय्य. देरिनसारख्या माणसांसाठी ह्या दोन्ही भाषा पुरेशा

नाहीत. कारण ती तिच्या ‘स्व’च्या शोधात नसून तिला त्याहीपलीकडे जाऊन स्वतःची जोपासना करायची आहे. आम्ही दोघं मिळून हे करू शकू. आंधळा, विकृत संताप आणि विरोधाच्या आंदोलनाच्या उच्च स्वरातल्या आरोळ्या ह्यांच्याऐवजी मानवतेबद्दल आशावाद निर्माण करणारं एक गीत.''

त्यांचा चेहरा आणि आवाज, दोन्ही थकून गेलेले होते. गेल्या दोन दिवसांतली धावपळ आता जाणवत होती. संपूर्ण दिवसभर त्यांच्या घशाखाली थेंबही उतरला नव्हता. आता ते पेल्यावर पेले रिचवत होते. मला अचानक त्यांच्या अगदी जवळचं असल्यासारखं वाटलं. त्यांच्या थंडपणाचा, जराशा आगाऊ वृत्तीचा कुठे मागमूसही उरला नव्हता. गेल्या चोवीस तासांतलं भयनाट्य आणि देरिनला गमावण्याची काळजी ह्यामुळे ते झुकलेल्या खांद्यांच्या एखाद्या वृद्ध माणसासारखे दिसायला लागले होते. आधी त्यांना ते जमलं नाही, पण अखेर त्यांनी माझ्याजवळ तो गौप्यस्फोट केला. उद्या ते पुन्हा नेहमीसारखे ताजेतवाने झाले तर त्यांना कदाचित पश्चात्ताप वाटेल त्याचा. मलाही त्यांच्याजवळ मन उघडं करावंसं वाटलं, ''देरिन माझ्या मुलाची बहीण लागते. तुम्ही मला तुमचं गुपित सांगितलंत, तुर्गुत इर्सिन, आता मी तुम्हाला माझं एक रहस्य सांगते. आधी देरिन आणि मी एकमेकींशी स्पर्धा करायचो. आरीन मुरातच्या मृत्यूनंतरही त्याला वाटून घ्यायची आमची तयारी नव्हती. पण आता मला ती माझीच सख्खी मुलगी वाटते. तुम्हाला समजतंय ना, आता मला तिला गमवायचं नाहीय हो!''

''मलाही. अजून माझं काही भविष्य उरलं असेल, तर मला तिकडे नेणारी एकमेव संधी म्हणजे देरिन. ती माझ्या हातून निसटली तर मी इथल्या इथेच गंजून जाईन.''

पुढच्या दिवसांत पायाला भिंगरी आणि डोक्याला भुंगा लागला असताना आमची पुन्हा एकदा भेट झाली. प्रोफेसर उयुन्सालन त्यांचा प्रवास अर्ध्यावर सोडून घाईघाईने तुर्कीला परत आले होते आणि टेओचं अर्धवट राहिलेलं संशोधन त्यांनी स्वतःच्या हाती घेतलं होतं. टेओला ते प्रवेशद्वार सापडलं होतं ह्याबद्दल माझ्याप्रमाणेच त्यांचीही खात्री पटली होती. प्रोफेसरांनी लावलेल्या अर्थानुसार त्या हस्तलिखितात काही विशिष्ट धार्मिक विचारांचा संमिश्र प्रभाव होता. इस्लाम धर्माच्या सुरुवातीचं बायबलचं विवरण, येशूची प्रतिमा आणि अरामेक भाषेत लिहिलेल्या अपोक्रिफच्या जवळ जाणारे ते विचार. त्या धर्मश्रद्धेनुसार येशू जरी

जगाचा मुक्तिदाता, उद्धारकर्ता असला तरी सगळ्या मानवजातीला पापांपासून मुक्त करण्यासाठी स्वतःचा बळी दिला होता तो जुदासने. जुदास विश्वासघातकी नव्हता तर बळी गेलेला होता, येशूच्या जागी सुळावर चढवला गेलेला होता. त्याच्या बलिदानामुळे मुक्तिदात्या येशूची सुटका झाली होती.

सगळी माहिती आणि संदर्भ ह्यांची संगती लावावी म्हणून आम्ही शिहांगीरच्या फ्लॅटमध्ये भेटलो तेव्हा प्रोफेसर उयुन्सालन टेओच्या टेबलावरच्या ग्रीक मजकुराचा अर्थ लावण्यात गढून गेले होते.

"आत्ताच संपलं माझं," ते म्हणाले, "भाषांतर एवढं चांगलं झालं नाहीये, पण मला अर्थ लावण्यात यश आलंय. टेओला कवितेच्या पुढच्या ओळी सापडल्या होत्या ते हस्तलिखित अस्सल आहे हे मानून चाललं तरच अर्थात. 'एका गृहीतकानुसार जुदासवृक्षांचं प्रवेशद्वार म्हणजे तेच द्वार, ज्यातून येशूप्रमाणेच पुनर्जीवित झालेला जुदास गुप्तपणे आत प्रवेश करता झाला, शहराचा हरवलेला आत्मा मुक्त करण्यासाठी.' ह्या विचाराच्या पुष्टीदाखल पुरावेही आहेत. नवव्या शतकातल्या कॉन्स्टँटिनोपलमध्ये जुदासला मुक्तिदाता मानणारा एक गुप्त गट अस्तित्वात होता. तुम्हाला आठवतंय का, कवितेच्या पहिल्या भागात लिहिलं होतं, 'एका पाखंडी अर्चकाच्या सावलीच्या मागे निघाला आहे."

"मुक्तिदाता येशू त्याचं अस्तित्व नाकारणाऱ्या एका भिक्षूच्या मागे कसा काय जाईल? म्हणजे तो अर्चक काय नाकारतोय? तर तो बायझेंटाईन चर्चचं अधिकृत विवरण नाकारत असणार. इथे दोन पातळ्यांवरचं एक रूपक आहे. टेओ शोधत असलेलं प्रवेशद्वार बहुतेक जांभळ्या रंगाच्या पॉर्फ्युरीचं झगझगीत खड्यांचं बनलेलं असावं आणि त्याचं नाव केर्किस असावं. जुदास वृक्षासाठी जुन्या ग्रीक भाषेत हाच शब्द वापरला जायचा."

"आणि त्या कवितेचं काय?" मी विचारलं.

मी काही कवी नाही. मला त्या कवितेचा अर्थ समजला असला तरी एक कविता म्हणून समजून घ्यायचा मी यथासांग प्रयत्न केला. हे मात्र नक्की की ह्या ओळी त्या कवितेच्या पुढच्या भागातल्या आहेत. त्या टेओने लिहिल्या की इमानने, की खरोखरच एका बायझेंटाईन कवीने की अर्चकाने, हे मला माहीत नाही. पण मला ती कविता खरोखरच आवडली."

ते ती कविता मोठ्याने वाचू लागले, प्रत्येक शब्दावर जोर देऊन :

कुठले प्रवाह तो ओलांडून गेला, किती ऋतू उलटून गेले त्या यात्रेत,
किती वेळा गळ्याभोवती फास पडला, किती वेळा सुळावर चढला,
शिणून चूर झालेला, विस्थापित, शापित.
स्वतःच्या मार्गाच्या अखेरच्या टोकावरती.
पातकांचं द्वार त्याने जांभळ्या रंगात सजवलं आहे,
तो मुक्तिदाता पुरुष, किंवा जुदास, किंवा अनादिअनंत काळचा बळी.
शहराचा हरवलेला आत्मा मुक्त करण्यासाठी.

प्रोफेसर कविता वाचत असताना माझ्या अंगावर शहारे उमटले. आम्हा सर्वांचं आयुष्य बदलवून टाकण्याची शक्ती असलेल्या त्या ओळी मला टेओने पहिल्यांदा वाचून दाखवल्या त्याची मला आठवण आली. जणू खोलीतून वाऱ्याची एक झुळूक उमटून गेली. ''शिणून चूर झालेला, निर्वासित, शापित.'' प्रोफेसरांनी पुनरुच्चार केला. ''एक अनादिअनंत बळी. शापित मुक्तिदाता,'' मीही म्हणाले. मला वाटतं, त्या क्षणी आमच्या दोघांच्या मनात एकच विचार आला असावा. त्या आवाजाच्या विद्यमानतेचा. हजारो वर्षांपूर्वीच्या त्या काळातून आमच्यापर्यंत प्रवाहित होत आलेली ती भाषा. निर्वासितांची, विस्थापित, बळी गेलेल्यांची. हजारो वर्षं तगून राहिलेली.

''आम्ही इमानचा शोध घेतोय,'' मेते उयुन्सालन म्हणाले, ''मनुष्यवध आयोग, अमेरिकन कॉन्सुलेट. आपल्याजवळ जो इमानचा म्हणून ईमेल ॲड्रेस होता, त्यावर पाठवलेली ईमेल्स पोचत नाहीयेत. कदाचित तो आता बंद करण्यात आला असावा किंवा कधी अस्तित्वातच नसावा. आणि व्हिजिटिंग कार्डवर दिलेल्या पत्त्यावर अल रकास नावाचं दुकानही अस्तित्वात नाही. एका नवीन हाती आलेल्या माहितीनुसार टेओला एका डाव्या संघटनेने धमकी दिली होती आणि ते त्याच्या मागावर होते. सध्या ह्या दुव्याचा पाठपुरावा केला जातोय.''

तुर्गुतने माझ्याकडे पाहिलं. आम्हाला दोघांना एकाच सूत्रामुळे हे माहीत होतं.

''तुम्हा दोघांना रस वाटेल अशी एक बातमी माझ्याकडे आहे,'' तुर्गुत इर्सिन म्हणाले, ''मी देरिनशी बोललो. घाबरायचं काहीच कारण नाही. मला फार काही माहीत नाही आणि मी खोदून विचारणारही नाही, तिला सांगायचं तेव्हा सांगू दे.

ती म्हणाली की तिच्या सुरक्षिततेच्या दृष्टीने काही काळ तिने इथून दूर जाणं योग्य ठरेल. मलाही वाटतं की ती सध्या सगळ्यांच्या नजरेआड राहिलेली बरी. म्हणजे पोलीस आणि संघटना, दोघांकडून तिला काही त्रास व्हायला नको. ती परदेशात गेली आहे आणि उयुल्कू, तुमच्यासाठी तिने एक निरोप ठेवला आहे. नंतर ती तुम्हाला सविस्तर लिहीलच.''

ते पत्र अगदी त्रोटक होतं :

प्रिय उयुल्कू,

कृपा करून रागावू नकोस. मी तुझ्याशी बोलू शकले नाही. आपण भेटलो की तुला सगळं सांगेनच. मला जाणं भाग पडतंय पण मी लवकरच परत येईन. माझे विचार, भावना जरा ठिकाणावर आल्या की मी तुला सविस्तर पत्र लिहीन. विद्यापीठात परत जायचा आणि माझं शिक्षण संपवायचा माझा विचार आहे. शिवाय मला तुला एक विनंती करायची आहे. मी तिकडे परत येईपर्यंत छोट्या उमुटला तू सांभाळ, प्लीज. मी किती अवघड मागणी करतेय हे मला माहीत आहे, पण जिच्याकडे मी उमुटला विश्वासाने सोपवू शकते अशी तू एकमेव व्यक्ती आहेस. आणि माझं दुसरं मूल, फेलिक्स, यालाही तू रस्त्यावर सोडणार नाहीस ह्याची मला खात्री आहे. मी पळून गेलेले नाही, मी परत येणार आहे.

सप्रेम,
तुझी देरिन.

मी ती चिठ्ठी माझ्या हँडबॅगमध्ये टाकली. त्या दोघांचा निरोप घेतला आणि उभी राहिले. बाहेर जाता जाता तुर्गुत इर्सिनना मी विचारलं, "तुमची शेवटची गाडी चुकली तर नाही ना?"

"नाही," ते उत्तरले, "मी आरक्षण केलं आहे."

"तुमच्या सहप्रवासिनीला माझ्या सदिच्छा द्या. तिला म्हणावं, काळजी करू नकोस. ती परत येईपर्यंत मी तिच्या दोन्ही मुलांची काळजी घेईन."

त्याच क्षणी मला वाटलं, की माझे शब्द विचाराच्या पुढे धावत निघाले होते. मी पूर्ण विचार केलाच नव्हता. आधी माझ्या तोंडून शब्द दिला गेला होता, मग निर्णय घेतला गेला होता.

४.

किरेशबुर्नूमध्ये एका मित्राच्या चहाच्या बागेसमोर मी तिला टॅक्सीमधून उतरताना पाहिलं आणि भर उन्हाळ्यातही माझ्या अंगावर काटा आला. ती येणारच नाही असं मला वाटलं होतं. फोनवर तिने काहीच नक्की सांगितलं नव्हतं. आमच्या संभाषणापेक्षा आता ती इथे आली आहे ह्यानेच मी हुरळून गेलो होतो. मला तिची गरज होती. लांबलचक, घेरदार स्कर्ट घालून ती माझ्याकडे येऊ लागली. मी सावलीत एका टेबलावर बसलो होतो. ती किती सुंदर आहे हे विसरल्याबद्दल मी स्वतःलाच बोल लावला. देखणी बाहुली नव्हे, किंवा त्या फॅशन मॉडेल्सप्रमाणेही नव्हे. प्रभावित करून टाकणारं निखळ सौंदर्य होतं ते. उगीच नाही टेओने तिची तुलना अंतर्यामीच्या प्रकाशाने उजळलेल्या एका योगिनीच्या प्रतिमेबरोबर केली होती.

तिच्या ओठांच्या डाव्या कोपऱ्यात स्मिताची मुरड पडली होती. ती दमलेली असेल, विचारात गढलेली असेल किंवा दुःखी असेल तेव्हा ती अशी हसायची. खरंतर मला तिला जवळ घ्यायचं होतं. पण तिला मिठ्या मारलेल्या आवडायच्या नाहीत म्हणून मी फक्त उठून तिचा हात हातात घेतला. तिला काय प्यायला आवडेल हे विचारलं. मी नेहमीप्रमाणे फक्त चहाच घेतला. कारा फिरिनकडून मी ताजी, कुरकुरीत बिस्किटं आणली होती. तिने फक्त पाणी मागवलं. त्यावरून मी ताडलं की जास्त वेळ थांबायचा तिचा बेत नव्हता. ते मला लागलं. नंतर अनेक वेळा मला ती भेट आठवली की मी तिच्या वागण्याचा अर्थ लावू पाहायचो. बोस्पोरूस आणि काळा समुद्र क्षितिजापाशी एकत्र आलेले दिसायचे, ते दृश्य बघत आम्ही ज्या टेबलावर बसून जेवलो होतो, त्याच टेबलावर पुन्हा बसायची माझी इच्छा होती. मला एका अर्थी अगदी मुक्त वाटत होतं. आमची कहाणी आता पुढे जायची होती, वेगळ्या दिशेनं आणि ते मला अनुभवायचं होतं...

"तुला ग्युल्दालीच्या मृत्यूने धक्का बसला असणार," मी म्हणालो.

"दिवसेंदिवस ती झिजत, खंगत गेली आणि मी फक्त बघत राहण्याव्यतिरिक्त काहीही करू शकले नाही. हे सर्वांत जास्त अवघड होतं. तिने प्राण सोडला तेव्हा मी तिच्याजवळ होते. पण मला दुःख वाटण्याऐवजी खरंतर हायसं वाटलं."

"स्वातंत्र्यासाठी बलिदान करणं आवश्यक असतं. आज ग्युल्दालीची पाळी होती. उद्या तुझी, माझी, इतर सगळ्यांची. क्रांतिकारकांनी हे बलिदानाचं कर्तव्य मनोमन स्वीकारलेलं असतं. भ्रष्टतेचा लवलेश नसलेली उद्याची पिढी..."

पुन्हा ते तिरकं हसू. तिला न शोभणारं. चेहरा विद्रूप करणारं.

"ती तोंडपाठ केलेली वाक्यं जरा बाजूला ठेव. आंदोलन वगैरे. माझी त्याबद्दलची मतं तुला माहीत आहेत. उगीच वाद नको आपल्यात. मी खरंच खूप दमलेय. आपण जरा मुद्द्याचं बोलू."

माझ्या जिभेवर घोटाळणारे शब्द कधी बोलेन असं मला झालं होतं, पण एकीकडे भीतीही वाटत होती. "काही विशेष नाही. फक्त मला तुझी फार आठवण येत होती, म्हणून तुला भेटावंसं वाटत होतं." जरा सवड मिळावी म्हणून मी सिगरेट पेटवली. देरिननेही एक सिगरेट उचलली.

"मला तुला काही महत्त्वाचं सांगायचंय."

मनातल्या मनात शब्दांची जुळवाजुळव करत मी समुद्राकडे बघत होतो. बोस्पोरूसकडून काळ्या समुद्राकडे निघालेली जहाजं, कोळ्यांच्या होड्या, हिरवाईने नटलेल्या टेकड्या, किनाऱ्यावरच्या भिंतीवर जोराने आदळणारं पाणी, आभाळाचा रंग...

ती समुद्राकडे पाठ करून बसली होती. तिला ते रम्य वातावरण मुळीच मोह घालत नव्हतं आणि खरंतर, समुद्र, आभाळ, झाडं आणि फुलं ह्यांच्याकडे बघायची दृष्टी तिनेच मला दिली होती.

अजून थोडा वेळ मिळावा म्हणून मी म्हणालो, "तू समुद्राकडे पाठ फिरवून बसली आहेस."

"माझ्या लक्षातही आलं नाही."

"ठीक आहे. आता मी जास्त लांबण लावत नाही. ह्या बलिदानाच्या चळवळीत एकामागोमाग कॉम्रेड्सचा जीव चालला आहे. सरकारी अधिकाऱ्यांनी जबरदस्तीने हस्तक्षेप केल्यानंतर त्यांच्यापैकी काहीजणांची अवस्था अजूनच बिघडलेली आहे. आमची परिस्थिती फार वाईट आहे आणि आता कमजोर होऊन चालणार नाही. आमचे नेते आता नवनव्या योजना आखत आहेत. मूकतेच्या भिंती ढासळून टाकणारी हत्यारं आम्हाला हवी आहेत. नवनिर्माणाच्या वेळी सगळ्या सहकाऱ्यांची कसोटी लागते. प्रत्येकाने स्वतःची निष्ठा सिद्ध करायला हवी. युद्धामध्ये क्षमा आणि गलथानपणाला थारा नाही."

बोलताना देरिन थेट समोरच्याच्या डोळ्यांत बघायची. मला ही आव्हानात्मक, थंड आणि स्वच्छ नजर आवडायची. पण आज ती माझ्या डोळ्यांत बघत नव्हती. उलट ती ते टाळत होती. तिच्या नजरेत एक उपहास होता. भावनाहीन, विद्ध करणारी ती नजर जणू म्हणत होती, 'चल, मला काही परीकथा सांगू नकोस.'

"टेओ नावाची समस्या मुळापासून नष्ट करण्याचा निर्णय संघटनेने घेतला आहे," मी बोलत राहिलो, "तो इस्तंबूलला पुन्हा परत आलाय."

"तो परत आलाय हे मला माहीत नव्हतं. पण मला त्यात आश्चर्य वाटत नाही. अलेक्झांड्रियामध्ये त्याला काहीतरी महत्त्वाचा दुवा सापडला असेल."

"कुणास ठाऊक, कदाचित तो त्याची मोहीम पार पाडायला परत आला असेल. मला एवढंच सांगायचंय की टेओला शोधून काढून कॉम्रेड्सच्या हवाली करायला हवं. तो अनेक विचित्र प्रकरणांत अडकला आहे आणि त्यांचा संबंध थेट आमच्याशी आहे. कॉम्रेड्स त्याला बोलतं करण्याचा सर्वतोपरी प्रयत्न करतील. काळजी करू नकोस, ते सगळे काही खुनी, मारेकरी नाहीत."

"आणि माझ्याकडून तुमच्या काय अपेक्षा आहेत?"

"त्याचा तुझ्यावर पूर्ण विश्वास आहे. तू त्याला शोधून काढ आणि आमच्याकडे पाठव. संघटनेसाठी ह्यासाठी दुसरे मार्ग आहेत, पण आम्हाला त्याला पळवून न्यायचं नाहीय किंवा बळजबरीही करायची नाहीय."

"आणि मी नाही म्हणाले तर? मी हे काहीही न करता माझ्या मार्गाने जाणार आहे असं मी म्हणाले तर?"

"मला वाटलं, आपले मार्ग एकच आहेत. तू आपल्या मर्जीने आमच्यात सामील झाली आहेस. तुझ्यावर कोणीही जबरदस्ती केलेली नाही. इथे प्रवेश करणं निःशुल्क आहे, पण बाहेर जायचं असेल तर किंमत मोजावी लागते. मी तुझ्यावर विश्वास ठेवला आणि संघटनेला माझ्या विरुद्ध जायला कारण दिलं. तू कुठल्या वर्गातून आली आहेस आणि कुठल्या सामाजिक वर्तुळात तुझी ऊठबस आहे हे लक्षात न घेता मी तुझ्यावर मदार ठेवली. माझी चूक झाली आहे असं मला वाटत नाही."

"थँक्स, पण माझं वर्तुळ कोणतं आहे, कॉम्रेड केरेम अली?"

कॉम्रेड हा शब्द उच्चारताना तीव्र उपहासाची धार, पुन्हा ती ओठांना पडलेली मुरड...

‘‘ते टोचून बोलणं वगैरे राहू दे. इथे आपण फ्रॅक्शनच्या नियमांच्या चौकटीत बोलत नाही आहोत. आपण मैत्रीच्या नात्याने बोलत आहोत. मी तुझ्या मूळ सामाजिक वर्गाबद्दल बोलत नाहीय तर तुझ्या अवतीभोवतीच्या माणसांबद्दल बोलतोय. म्हणजे टेओ, उयुल्कू, तुझे वडील, तो दुतोंड्या पत्रकारसुद्धा. रागावू नकोस, पण आपण प्रामाणिकपणे एकमेकांबरोबर बोलायचं झालं तर हे सगळे संशयाच्या छायेखाली आहेत, नुसते संशयास्पदच नव्हे तर...! तुझे वडील...’’

त्याच क्षणी तिने मला मोठ्या तडफेने थोपवलं. मला ते बोलल्याचा पश्चात्ताप झाला. पुन्हा माझ्या भावुकपणाने मला दगा दिला होता.

‘‘माझ्या वडिलांचे हात रक्तानं रंगलेले होते, हे तुम्ही मला आधीही सांगितलं आहे.’’ तिचा स्वर दुःखी, जखमी आणि तरीही बोचऱ्या उपरोधाने भरलेला होता. ‘‘कदाचित एका प्रकारच्या आशेने प्रेरित होऊन मी तुमच्यातली एक झाले असेन. एक क्रांतिकारी भगिनी. स्वतःला सिद्ध करायला, माझ्या वडिलांच्या पापांचं क्षालन करायला आणि त्यांना मुक्ती मिळावी म्हणून. शिवाय आपलंही एक नातं होतं. तू मला मदत केलीस, आपण एकमेकांच्या जवळ आलो, शारीरिक आणि मानसिकदृष्ट्या. तुझ्या लोकांनी माझ्यामुळे तुझ्यावर अविश्वास दाखववावा हे मला पटलं नाही. तुझा मार्ग तू आधीच आखला होतास. तुझ्यात एक प्रखर तत्त्वनिष्ठा होती. एक अस्मिता आणि केवळ माझ्यासाठी तू ह्या साऱ्याचा त्याग करावास असं मला कधीच वाटलं नाही.’’

मी तिचा हात धरला आणि शरमेने माझं डोकं झुकवलं.

‘‘मला तुला दुखवायचं नव्हतं. रक्ताने रंगलेले हात वगैरे हे वापरून गुळगुळीत झालेले शब्द आहेत. शिवाय तुझ्या वडिलांनी केलेल्या कारवायांत तुझा काहीच सहभाग नव्हता. अखेर तुझ्यात आणि त्यांच्यात फारसे संबंधही उरले नव्हते.’’

‘‘हे चुकीचं आहे. मी माझ्या वडिलांपासून कधीच दूर गेले नव्हते. जगाकडे मी माझ्या दृष्टीने बघायला शिकले होते आणि ती दृष्टी त्यांच्यापेक्षा वेगळी होती. मला वेगळी मूल्यं हवी होती. सत्ता आणि शक्तीचं जग कलंकित झालेलं असतं हे मला कळलं होतं इतकंच. मी माझ्या वडिलांवर कायम प्रेमच केलं होतं. शिवाय तेही सत्तेचा बळीच ठरले होते. त्यांनी त्यांच्या आयुष्याचा पडताळा घेतला आणि त्यांना खरं काय ते कळलं. ते अजून जिवंत असते तर आम्हाला शांतीचा मार्ग सापडलाच असता. ते असू दे. तुम्हाला माझ्याकडून नक्की काय हवंय?’’

"सांगितलं ना, टेओशी बोल आणि त्याला एका विशिष्ट ठिकाणी पाठवून दे आणि ते ठिकाण मला कळव. पुढचं सगळं आम्ही सांभाळतो. तुला ह्याचा काही त्रास होणार नाही ह्याची हमी मी देतो आणि त्यालाही आम्ही काही इजा करणार नाही.''

अशा प्रकरणांत खरंतर कशाचीच हमी देता येत नाही, तरीही मी बोलायचं म्हणून बोललो.

"टेओ इस्तंबूलमध्ये राहतोय की नाही हे मला माहीत नाही,'' ती म्हणाली. "आणि तसं असलंच, तरी मी त्याच्याशी कसा काय संपर्क साधणार?''

"तो शिहांगीरमध्ये राहतोय असं आम्हाला कळलंय. अतिपूर्वेकडच्या देशातल्या एका माणसाला तो भेटलाय असंही समजलं. प्रोफेसर उयुन्सालन कचेरी म्हणून जो फ्लॅट वापरतात तो शिहांगीरमध्येच आहे ना?''

तिने मान हलवली. ती जरा अनिश्चित आणि विचारात पडल्यासारखी वाटली.

"तू माझ्याशी काही खेळ चालवला आहेस का? तुझ्याच शब्दांत सांगायचं झालं तर तुम्ही मला बळीचा बकरा बनवत आहात का? जर टेओवर काही संकट येणार असेल तर मला असल्या प्रकरणात पडायचं नाही.''

"माझ्यावर विश्वास ठेव. तुला पश्चात्ताप होईल असं काहीही घडणार नाही. देरिन, एवढी कामगिरी पार पाड. हे आपल्यासाठी गरजेचं आहे. आपण आपली विश्वासार्हता सिद्ध करायला हवी आहे. तुला कळतंय का, हे तूच करायला हवं आहेस. कुणी दुसऱ्याने नाही. मी स्वतःही हे करू शकतो पण तू हे केलंस की सगळ्यांचा संशय नाहीसा होईल. तुझ्याकडे पाहण्याची दृष्टी बदलेल. सगळंच वेगळं होऊन जाईल.''

"खरं म्हणजे तुला तुझ्याभोवतीचा संशय दूर करायचा आहे. तुझ्या कॉम्रेड्सना माझ्यामुळे तुझ्याबद्दल वाटणारा संशय. पण मला हे प्रकरण आता चिघळवायचं नाही. ह्यावर शक्य तितक्या लवकर पडदा पडायला हवा. मी टेओशी बोलता येतंय का ते बघते. अजून एक. तू हे तुझ्यापाशीच ठेव किंवा तुझ्या वरच्या लोकांना सांग : ही आपली अखेरची भेट. आणि स्वतःला सिद्ध करण्यासाठी मी हे करत नाहीय, तर तुझ्याबद्दल काही वाटतं म्हणून करतेय.''

आता ती नेहमीसारखी वाटत होती. मोकळी, स्वयंसिद्ध आणि अस्मितेची जाणीव झालेली. तिच्या जगातला अहंकारी आत्मविश्वास तिच्या स्वरातून

झळकत होता. एका बाजूने मला तिची भयंकर चीड येत होती आणि दुसऱ्या बाजूने तिचा हेवाही वाटत होता.

"उयुल्कूला न सांगता टेओला शोधून काढ. शक्य तितक्या लवकर. आज, उद्या, जमेल तितक्या लवकर. हा दुसरा मोबाइल वापर, ह्यात प्रीपेड सिमकार्ड आहे. फक्त मलाच हा नंबर माहीत आहे. मी तुला फोन करेपर्यंत तुझ्या नेहमीच्या ठिकाणी जास्त वावरू नकोस. आणि कुणालाही तुझा मागमूस लागू देऊ नकोस. कुणी विचारलंच तर सांग, मी काही दिवस इथे नाहीये म्हणून. कुणा मित्रमैत्रिणीकडे जातेय वगैरे."

"बरंय!" ती त्रोटकपणे उत्तरली, "हे इतकं गुंतागुंतीचं का असायला हवं हे मला समजत नाहीय खरंतर. तुम्ही लोक जरा विचित्रच आहात. ज्या गोष्टी सहज सरळ पार पाडता येतील त्यातून एक मोठा रहस्यपट तयार करण्यात तुम्ही पटाईत आहात. जर टेओ इस्तंबूलमध्ये आला असेल आणि शिहांगीरमध्ये राहत असेल तर मी त्याला शोधून काढेन. पण मी त्याला फसवू शकत नाही. म्हणून मी त्याला खरं खरं सांगेन की तुला त्याला भेटायचं आहे. मला कपटीपणा आवडत नाही. टेओ माझा मित्र होता. केरेम अली, तुम्हाला खरंतर माझी मुळीच गरज नाहीय, तुम्हाला तो सापडला आहे. तुम्ही फक्त त्याच्याकडे जाऊन त्याच्याशी बोलायला हवंय. तुला हे पक्कं माहीत आहे. पण ईश्वराप्रमाणेच संघटनेलाही तिच्या अनुयायांची परीक्षा घ्यावीशी वाटते. आणि तुला वर चढायचं आहे, तुला सत्ता हवी आहे. म्हणून तू माझा शिडी म्हणून वापर करतो आहेस. घाबरू नकोस, मी ह्यातून अंग काढून घेत नाहीये. तुझ्या आज्ञा पाळल्या जातील आणि मग ही स्त्री-सैनिक कायमची निघून जाईल. आणि तू माझा मुळीच शोध घेणार नाहीस, समजलं?"

मला अचानक हसायला आलं. "असं पळून न जाता ह्या स्त्री-सैनिकेने खरंतर तिच्या अस्मितेला जागून लढायला हवं. एखाद्या वीरयोद्ध्यासारखं. पण हा बंदा तिकडे कानाडोळा करेल. कारण शेवटी मी तिच्यावर कधीकाळी प्रेम केलं आहे."

ती दुःखभराने कसनुसं हसली. "एका मृत तरुणाचा शोध घेता घेता मी तुमच्यापर्यंत पोचले. माझा इतरही तरुण मुलांशी परिचय झाला होता. काहींचा मृत्यू घडून आलाय आणि काहीजण त्याच पंथावर आहेत. ह्या मार्गावर तुझ्याकडून, ग्युल्दालीकडून आणि एकूणच ह्या सगळ्या टेकड्यांकडून मला खूप

काही शिकायला मिळालं. मला कसलाही पश्चात्ताप वाटत नाहीय. मी ह्या मार्गावर एका तऱ्हेने श्रीमंत झालेय. मला नवीन मूल्यं सापडली आहेत. पण आता मला ह्या सगळ्याच्या पलीकडे जायचं आहे. मला जिवंत माणसांच्या जगात राहायचंय, मृतांच्या नाही.''

मला असहाय आणि अगदी टाकाऊ असल्यासारखं वाटलं. मी तिच्याकडूनच ऐकलेलं एक वाक्य मला आठवलं, 'अरेच्चा!' कोल्हा म्हणाला, 'मला रडू येईल.' 'मी तुला लगाम घालावा असं तुला वाटत होतं,' लिट्ल प्रिन्स म्हणाला, 'पण आता तू रडशील! तू काहीही मिळवू शकला नाहीस.' 'मला मिळालंय,' कोल्हा उत्तरला, 'मला गव्हाचा रंग सापडला आहे.' मी कसंबसं पुन्हा ते वाक्य उच्चारलं.

तिच्यावर काहीच परिणाम झाला नाही. तिला माझं बोलणं ऐकूच आलं नसावं. मी तिच्यासमोर हताश होऊन बसून राहिलो होतो.

''मला निघायला हवं आता,'' ती उठली आणि निघून गेली. अतितलम पांढऱ्या कापडाच्या स्कर्टमुळे तिची प्रतिमा अजून प्रभावी भासत होती. त्या झिरझिरीत कापडातले तिचे निमुळते देखणे पाय मला त्या प्रकाशात ओळखू आले. पीळदार आणि लांबसडक. मला तिची त्वचा, तिचा देह, सारं अगदी आसुसून आठवलं! माझ्या कमरेखाली ती सुखद शिरशिरी उमटली आणि माझं लिंग ताठर झाल्याचं मला जाणवलं.

ती दूर गेली. मी तिच्याकडे बघत राहिलो. मी तिला कायमचा गमावून बसलो होतो. आणि त्याच वेळी मला उमगून आलं की खरंतर ती कधीच माझी नव्हती.

मी पळतोय... सिमेंटचे दगड तिरके करून लावलेल्या त्या अरुंद रस्त्यावरून धावत मी खाली निघालोय. माझा श्वास कोंडलाय. मी घामाने नाहून निघालोय पण मी त्या दगडांत अडकून खाली पडतोय. हा चढ किती तीव्र आहे हे माझ्या लक्षात आधी कधीच आलं नाही.

जून महिन्याची अखेर. अंधार हल्ली उशिरा पडतो. सगळ्या घरांतले लोक बाहेर पडलेत आणि रस्त्याच्या दोन्ही बाजूंना, पायऱ्यांवर, फूटपाथवर कोंडाळी करून जमले आहेत. जरा ताजी हवा मिळावी म्हणून. ह्या भागात घराच्या दारासमोर चार शिळोप्याच्या गप्पा मारणं हा उन्हाळ्याच्या संध्याकाळचा

एकमेव विरंगुळा. एका बाजूला काळ्या बुरख्यातल्या स्त्रिया आणि चेहरा झाकलेल्या मुली. दुसऱ्या बाजूला घामाघूम झालेले, ढेरपोटे, हातात तसबी माळा घेऊन लाकडी किंवा प्लॅस्टिकच्या स्टुलांवर पाय पसरून बसलेले पुरुष. त्यांना ते स्टुल जेमतेम पुरत आहेत. डोक्याला रुमाल बांधलेल्या मोकळ्या मनाच्या जिप्सी तरुणी. घरांसमोर बसलेल्या पुरुषांना भुलवण्यासाठी हावभाव करत आहेत. अर्धवट उघडी मुलं, ह्या सगळ्या गोष्टींत रस नसलेली तरुण पोरं, मोहल्ल्यातल्या मुलींकडे पाहणाऱ्या येणाऱ्या-जाणाऱ्यांवर डाफरणारी. ह्या रस्त्यावरून कुणी घाईघाईने कुठे निघालं की सगळ्यांचं लक्ष सहजच तिकडे वळतं. म्हणून मी माझा वेग कमी करून बाजूच्याच एका गल्लीत वळलोय. ती वाट तीव्र उताराची आहे. अरे बापरे! ही वाट तर पुढे जातच नाही. माझ्यासमोर एक गरजेपुरतं उभारलेलं कुंपण दिसतंय. बंदिस्त आवार, कोंबड्यांच्या खुराड्यासारखं. हे ओलांडलं की कदाचित पुढे जाता येईल. मी ते पोकळ खांब हाताने वाकवतो आणि पलीकडे जातो. विस्तीर्ण आवारात एकच कल्लोळ माजलेला, कोंबड्या कलकलाट करत धावत सुटलेल्या, दात विचकून एक अक्राळविक्राळ कुत्रा माझ्यावर धावून येतो. मी कुंपणाच्या दुसऱ्या बाजूने उडी मारून पळ काढतो. उन्हाळ्यातल्या संधिप्रकाशात मला गाड्यांची एक भलीमोठी रांग दिसते. गोल्डन हॉर्नवरून एखाद्या प्रकाशित सर्पाप्रमाणे सरपटत येणारी.

तटबंदीच्या भव्य भिंतींखाली माणसं घोळक्याने उभी आहेत. कुणी हवा खायला म्हणून, कुणी तारे बघण्यासाठी. मी उतारावरून खाली येतो. एका सखल हिरव्या पट्ट्यात पाऊल पडल्यावर नुकत्याच लावलेल्या झाडाजवळ मी अंग झोकून देतो आणि मोकळा श्वास घेतो. हळूहळू मला मोकळं वाटायला लागतं. जगावर रात्र उतरू लागली आहे पण वातावरणात गारवा आलेला नाही. शिकारीच्या जड पोशाखाने मला अजूनच दमायला झालंय. मी माझं जाकीट काढायला जातो तेव्हा मला कळतं की आतल्या खिशातलं पिस्तूल नाहीसं झालंय. गोळी झाडतानाही जेवढी भीती वाटली नव्हती, तेवढा मी आत्ता घाबरतो. तुमचं लक्ष्य तुमच्या समोर आहे, तुमचं बोट ट्रिगरवर आहे. गोळी मारण्याची क्रिया, मृत्यू अगदी सहज सोपा करून टाकलाय. फक्त एका बोटाच्या हालचालीवर अवलंबून. त्यानंतर काहीच नाही. निदान तुम्हाला त्याच्याशी देणं-घेणं नाही. ही संघटनेची इच्छा आहे. नैसर्गिक मृत्यू ही ईश्वरेच्छा असते तसं.

तुम्ही तुमची इच्छा संघटनेच्या हाती सोपवलेली आहे. तुम्ही संघटनेच्या हातातलं हत्यार बनलेले आहात. तुम्ही चाप ओढता, तुमचं काम समाप्त!

पिस्तूल तिथं नाहीय. कुठं हरवलं मी ते? मी कुंपणावरून उडी मारली तेव्हा? मी लगेच मागे जाऊन ते शोधायला हवं. जर काही अघटित घडलं तर मी सिद्ध करू शकतो की मी त्याला मारलेलं नाही. पण तो मेलाय हे मला कसं काय माहीत? कदाचित तो अजून जिवंत असेल. फक्त जखमी झाला असेल किंवा काही हाडं मोडली असतील. मी पुन्हा त्या रस्त्याने परत जावं का? शक्यच नाही. मी नक्कीच पकडला जाईन. ते भयंकर कुत्रं आहे तिथे. त्या आवारात मी पुन्हा जाणार नाही. माझ्या मनात एक अगदी वेगळी भावना दाटून येते. असहायपणे सापळ्यात अडकून बसलेल्या एखाद्या जनावरासारखी.

आधी जरा शांत हो. मी त्या जाकिटाच्या खिशांत माझ्या सिगरेटी शोधायला लागतो. सिगारेट पेटवताना माझे हात थरथरत आहेत. एक माणूस माझ्याजवळ येतो, "अबी, काड्यापेटी आहे का तुमच्याकडे?" मी त्याला माझा लायटर देतो, पण त्याच्या चेहऱ्याकडेही पाहत नाही. सिगरेट पेटवून तो निघून जातो. स्वतःला सांभाळ, शांत राहा. त्याच मार्गाने पुन्हा परत जायला हवं. तू काही ते पिस्तूल वापरलेलं नाहीस. ते सगळं काही विसरून जाणं हेच तुझ्या भल्याचं आहे. स्वतःचं शस्त्र गमावणारा क्रांतिकारक नेतृत्वाच्या पातळीवर कसा पोचणार? मी सगळा गोंधळ घालून ठेवलाय. तो जिवंत असो किंवा मेलेला, ह्या भानगडीतून मला आता सहज अंग काढून घेता येणार नाही. त्या कोवळ्या झाडाला मी टेकून बसतो. त्याच्या मंद सुगंधावरून मला कळतं की तो अकेशिया आहे. सिगरेटच्या धुराबरोबरच तो सुगंध मी छातीत भरून घेतो. मी तो प्रसंग, ते शस्त्र आणि तो मृत माणूस. पण तो खरंच मेला होता का?

देरिनने मला दोन दिवसांपूर्वी फोन केला तेव्हा ती म्हणाली होती, 'फोनवर बोलता येणार नाही. आपण जरा वेळासाठी तरी प्रत्यक्ष भेटायला हवं.' मला आश्चर्य वाटलं. ती मला पुन्हा कधीच भेटणार नाही असं मला वाटलं होतं. कदाचित तिला तिचा निर्णय चुकीचा वाटला असेल आणि तिला आमच्याकडे परत यायचं असेल. पण हे केवळ स्वप्नरंजन झालं.

हारेममधल्या चहाच्या बगिचात आमची भेट झाली.

"मी इथे जवळच एका मित्राकडे राहातेय." तिने बोलायला सुरुवात केली. "मी आज सकाळी टेओचा ठावठिकाणा शोधून काढला. एक शक्यता पडताळून

पाहण्यासाठी मी सहजच मेते उयुन्सालनच्या घरी फेरी मारली. आधी फोन न करता. टेओ मला तिथं भेटला. आम्ही एकमेकांशी थोडंसं बोललो. तो आत्ताच इस्तंबूलला परत आलाय.''

''तू त्याच्याशी भेट ठरवली आहेस?''

''आधी नीट ऐकून घे. ते मी त्याला फोनवरसुद्धा सांगू शकले असते. पण टेओबरोबर काही विचित्र घटना घडत आहेत.''

''हे तर आम्हीही तुला सांगितलं होतं, नाही का?''

''तुला ह्या कल्पनेने नादावून टाकलंय,'' तिने नाइलाजानं डोकं हलवलं. ''मी तिथे होते तेव्हा कुणीतरी फोन केला. टेओ आणि त्या पलीकडच्या माणसाचा काहीतरी वाद झाला. मला सगळं नीट कळलं नाही. पण तो काहीतरी म्हणत होता की त्याला ती कागदपत्रं तातडीने हवी आहेत, मगच तो त्यांचे पैसे चुकवू शकेल. शिवाय ती खरी आहेत हे त्याला पटायला हवं. मग त्याने मला सांगितलं की त्याच्या संशोधनासाठी त्याला काही कागदपत्रांची गरज आहे. तो म्हणाला की एव्हाना त्याला त्या प्रवेशद्वाराचा शोध लागला होता. त्या कवितेतल्या रूपकांचा अर्थ लावून तो त्याला सिद्ध करायचा होता. मी त्याला तो दरवाजा नक्की कुठे आहे ते विचारलं तर तो म्हणाला, 'अनेमासच्या बुरुजाच्या खालच्या बाजूला.' कदाचित त्या द्वारापर्यंत पोचणारा रस्ता त्या तुरुंगातून आणि बुरुजातून गेला असेल.''

''मला एक शब्दही कळत नाहीय. त्याचं संशोधन गेलं खड्ड्यात. आम्हाला काय हवंय ते तुला पक्कं ठाऊक आहे.''

''मला माहीत आहे. पण टेओला आता ते द्वार सापडलंय...''

''तो एक सांगतो आणि तू त्याच्यावर विश्वास ठेवतेस!''

''मी त्याच्याकडे होते तेव्हा तिथं एक माणूस आला. लुकडा, उंच, काळ्या वर्णाचा. इथियोपिया किंवा सुदानमधून आलेला असावा. त्याच्याजवळ एक मोठी थैली होती. माझ्याकडे बघून टेओ म्हणाला, 'मला वाटतं, किल्ली आता माझ्या हातात आलीय.' मग मी त्याचा निरोप घेतला. कारण आता त्याच्या डोक्यात फक्त त्याच्या कामाचाच विचार होता आणि त्याला त्या माणसाशी एकांतात बोलायचं असावं. 'मी उद्या कदाचित इझ्निकला जाईन. आपण परवा नक्की भेटू.' तो म्हणाला. मग मी तिथून निघाले.''

कदाचित तो मध्यपूर्वेकडच्या देशातला तोच माणूस असेल. कॉम्रेड्सना

वाटत होतं त्याप्रमाणे टेओच्या मागावर असलेला. किती भोळसट आहे ही मुलगी! त्याला त्याचा तो दरवाजा सापडलाय ह्याच्यावर तिने लगेच विश्वास ठेवला. अरे कर्मा! आम्ही सगळेच मूर्ख आहोत, दोन वर्षांपासून आम्ही त्याच्या ह्या दंतकथेवर विश्वास ठेवत आलो आहोत! आज देरिनने मला दुपारी फोन केला तेव्हा ती मला म्हणाली की, "उन्हं उतरल्यावर, साडेसहा सात वाजता तो त्या बुरुजाजवळ पोहोचेल आणि मोजमापं घ्यायला सुरुवात करेल."

मी ती कामगिरी दुसऱ्या कॉम्रेडवर सोपवायला हवी होती, पण माझ्या जबाबदारीच्या जाणिवेने मला स्वस्थ बसू दिलं नाही. कामगिरी यशस्वी झाली नाही तर उगीच देरिनला पुन्हा त्रास व्हायला नको. नाही, मी स्वतःच जातो ह्या कामगिरीवर. स्वतः सुरक्षित कवचात बसून रिमोट कंट्रोलसारखं दुसऱ्यांच्या हातून फक्त माणसांच्या हत्या घडवून आणत राहणं हा माझ्या मते नेतृत्वाचा अर्थ नाही. आधी स्वतः सिंहाच्या गुहेत शिरायला हवं. त्या रानटी जनावराचा उष्ण श्वास आपल्या चेहऱ्यावर खेळवायला हवा.

सगळं केवळ दोन तासांच्या आत घडून गेलं. नंतर मी विचार करत बसलो, की आमच्यापैकी एकजण लवकर किंवा उशिरा पोहोचलो असतो आणि आमची भेटच झाली नसती तर सगळं वेगळंच घडलं असतं.

ह्यालाच नशीब म्हणतात का? काळाच्या पोटात दडलेलं काही?

मी तिथे पोचलो तेव्हा साडेसहा वाजत आले होते. मी मशिदीसमोरच्या कॅफेमध्ये बसलो. माझ्या जागेवरून मला बुरुजाच्या खचलेल्या भिंती स्पष्ट दिसत होत्या. आणि गोल्डन हॉर्नच्या दुसऱ्या बाजूला हसकोयच्या टेकड्या. अजूनही भरपूर उकडत होतं. त्यामुळे फारशी गर्दी नव्हती. मी एक थंडगार लिंबू सरबत मागवलं. मला माझ्या जाकिटामुळे प्रचंड उकडत होतं, पण त्याच्या आतल्या खिशात माझं पिस्तुल असल्यामुळे मी ते उतरवू शकत नव्हतो. लिंबू सरबत पीत पीत मी सिगरेट ओढू लागलो. इथं बसणं पोरकटपणाचं आहे की काय असंही मला वाटून गेलं, पण ह्या कामगिरीवर जाण्याआधी जरा निवांतपणे बसण्यात काहीच गैर नव्हतं. त्यामुळे माझ्याबद्दल कोणालाच संशय आला नसता. पैसे देताना मी मालकाला विचारलं, "हा समोरचा अनेमासचा बुरूज का?" त्याची फार बोलायची इच्छा दिसली नाही आणि मीही टूरिस्टसारखा दिसत नव्हतो. त्यामुळे माझ्याकडून टिपदाखल फार कमाई व्हायची शक्यता नव्हतीच.

"असं म्हणतात," तो तुटकपणे म्हणाला.

"जरा तिकडे फिरून येतो मी," मी म्हणालो, "खूप ऐकलंय त्याबद्दल."
मी उभा राहिलो आणि रस्त्याला आणि गोल्डन हॉर्नला लागून असलेल्या किल्ल्याच्या बुरुजाच्या कोपऱ्याकडे गेलो. अगदी पहिल्या वेळी ह्याच ठिकाणी मी टेओवर जबरदस्त दबाव आणला होता. मी एका संगमरवरी खांबामागे लपलो आणि बुरुजाकडे बघायला लागलो. टेओ त्याच्या कामात अगदी गढून गेला होता. एक लांबलचक पट्टीसारखं दिसणारं एका मोजायचं यंत्र. इतक्या दूरवरून ते दोरासारखं दिसत होतं. त्याने ते बुरुजाच्या एका बाजूने तुरुंगाच्या दिशेने खाली फेकलं, परत वर ओढलं. काही नोंदी केल्या. पुन्हा दुसऱ्या बाजूने तशीच मोजणी केली. एकदा तो बुरुजाच्या अवशेषांपाशी आला, मग खालच्या भिंतीवर त्याने ते यंत्र लटकत सोडलं. मग त्या भिंतीला लागून तो माझ्या दिशेने एकदम माझ्या जवळ आला आणि पुन्हा बुरुजाच्या दिशेने परत मागे जाऊ लागला. तो अधूनमधून आपल्या वहीत नोंदी करत होता. ते संगमरवरी बांधकाम, रेलिफचे दगड, एकमेकांवर रेलून उभे असणारे खांब आणि दगडविटांचा ढीग ह्या सगळ्यातून तुरुंगाकडे जाणाऱ्या पायऱ्यांवर मला फोटोग्राफीच्या कॅमेऱ्याचा स्टँड दिसला. सरकारी अधिकारी आमच्या भागात जमिनीची मोजणी करायला, गेसिकोंदूचा आराखडा बनवायला येतात तेव्हा असला स्टँड घेऊन येतात.

तो दिवस संपूर्ण वर्षातला मोठा दिवस होता : घड्याळं एक तास मागे सरकवण्यात आली होती आणि एक विचित्र प्रकाश सगळ्या शहरावर पडला होता. अगदी लालही नाही आणि फिका जांभळटही नाही.

टेओवरची नजर न हटवताच मी सगळीकडे पाहून घेतलं. देरिनमुळे मी पाहायला शिकलो होतो. आभाळाचा रंग, सूर्यास्त, फुलं, झाडं किंवा संगमरवरी खांब. मला आधी कशातच फार रस नव्हता. आता त्या संध्याकाळी आजूबाजूचे विविध रंग माझ्या हृदयाला आतपर्यंत स्पर्श करून जात होते. अतिशय पराभूत मनाने मी देरिनच्या आठवणीत हरवून गेलो आणि तिने मला सौंदर्याची जाणीव कशी करून दिली हेही मला आठवायला लागलं.

टेओ त्या तीन पायांच्या स्टँडकडे गेला. मी पुन्हा सगळीकडे पाहिलं. टेओ आणि मशिदीपाशी रेंगाळणारी काही मुलं सोडली तर आसपास काळं कुत्रं नव्हतं. ती तरुण मुलं नजरेच्या टप्प्यातून दूर होईपर्यंत मी थांबलो. आता योग्य वेळ आली होती. त्याच्यावर दबाव टाकण्याची आणि मग... बघू, कसं काय घडतंय ते. पण मी बाहेर येणार इतक्यात कॅफे हाऊसच्या बाजूने एक पिशवी हातात घेऊन

एक माणूस त्याच्या दिशेने आला. मी पुन्हा लपून बसलो. हाच तो सुदानी किंवा इथिओपिअन माणूस असणार. देरिनने उल्लेख केलेला. पण तसा दिसला नाही तो. गर्द निळ्या संधिप्रकाशातही मला एवढं ओळखता आलं की तो काळ्या रंगाचा नव्हता.

टेओने त्या माणसाला नेमकं इथंच का भेटायला बोलावलं होतं? इस्तंबूलमध्ये दुसरी कुठली जागा मिळाली नाही का? पण मग मी तो विचार पुन्हा सोडून दिला. काही गैरव्यवहार करायला हीच जागा त्याला योग्य वाटली असणार. ही भेट त्याच्या तथाकथित संशोधनाचाच एक भाग आहे असं सहज वाटू शकतं ह्या जागी. एका एजंटसाठी अगदी उत्तम वेषांतर.

तो माणूस टेओच्या दिशेने गेला. त्यांनी हस्तांदोलन केलं. टेओने त्या माणसाला त्याच्या नोंदी दाखवल्या. तिथं अंधार वाढला म्हणून ते दोघं जरा उजेड असलेल्या कोपऱ्यात गेले. ते काय बोलत होते ते मला नीट ऐकू येत नव्हतं. ते तुर्की बोलत नव्हते. मला इतकं कळलं की ते इंग्लिश बोलत होते. टेओने त्या माणसाचा हात धरून त्याला भिंतीकडे नेलं आणि खाली काहीतरी दाखवलं. त्या माणसाने वाकून त्या खोलात काहीतरी पाहिलं. मग ते दोघं संगमरवरी पायऱ्यांवर एकमेकांच्या शेजारी बसले. त्या माणसानं आपल्या पिशवीतून काहीतरी बाहेर काढलं पुस्तक किंवा बरेचसे सुटे कागद. आता मला त्यांचा आवाज ऐकू येत होता. टेओ बहुतेक त्याचे आभार मानत होता. माझं इंग्लिशचं तुटपुंजं ज्ञान त्यांचं बोलणं समजायला पुरेसं नव्हतं. टेओ हसत हसत ते कागद चाळू लागला. त्याच्या आनंदी स्वरावरून मी ताडलं की तो खूप खुशीत होता. मग त्याने त्याच्या बिनहाताच्या जाकिटातून एक लिफाफा बाहेर काढला आणि त्या माणसाच्या हातात ठेवला. त्या माणसाने चोरटेपणाने चोहीकडे पाहिलं आणि तो लिफाफा खिशात ठेवला. ते दोघेही उठले आणि किल्ल्याच्या तटबंदीच्या भिंतीकडे चालू लागले. टेओच्या हातातल्या कागदांकडे इशारा करून तो माणूस म्हणाला, "हिअर." इथे, इतकं मला समजलं. त्याने भिंतीच्या खालच्या बाजूचं एक ठिकाण दाखवलं आणि हाताने हवेत अर्धवर्तुळ काढलं. अनेमास, जुदास आणि पोर्फ्यूर असे शब्द मला ऐकू आले.

आता चांगलाच अंधार पडला होता. त्या पडक्या किल्ल्यात अंधूक उजेड होता. शहरात सगळीकडे रोषणाई होती आणि जवळच्या रस्त्यावरून अव्याहत चाललेल्या वाहनांच्या दिव्यांचा प्रकाशही इकडे पडत होता. टेओने ते पुस्तक

एका मोठ्या लिफाफ्यात घातलं, त्या दुसऱ्या माणसाचा निरोप घेतला आणि "प्लीज" असं म्हणून पुढे काहीतरी बोलला. त्या माणसाने तो तीन पायांचा स्टँड उचलून घेतला आणि तो तिथून निघाला आणि पाठीमागून मशिदीच्या बाजूने वळून दिसेनासा झाला.

तो लिफाफा आणि विजेरी हातात घेऊन टेओ तुरुंगाच्या पडक्या पायऱ्यांकडे धावला. तो त्या उतरून खाली जाईल असं मला वाटलं होतं पण तो बुरुजावरच्या पुरुषभर उंचीच्या तटबंदीकडे निघाला. बुरुजाची ही बाजू निमुळती होत खाली शहराच्या भिंतींकडे उतरत होती हे मला आठवलं. त्या तटबंदीतल्या खिडक्यांतून किल्ल्याचं संपूर्ण दर्शन होत होतं. बुरुजावर जाण्यासाठी एका लाकडाच्या फळीवरून जायला लागे. तुरुंगाच्या काळ्याकुट्ट विवरावर कुणीतरी ही लाकडी मजबूत फळी टाकलेली होती. गेल्या आठवड्यात मी इकडे आलो होतो तेव्हा काही तरुण मुलं ह्या फळीवर पसरली होती आणि ड्रग्ज हुंगत होती. मला एकदम कसंसं वाटलं. टेओ अगदी काळजीपूर्वक, जरा घाबरत त्या फळीवर उतरला. मी उडी टाकली आणि ओरडलो, "टेओ!" तो थांबला आणि ती हाक कुठल्या दिशेने आली ह्याचा अंदाज घेऊ लागला. मी परत ओरडलो, "टेओ!" तो अर्धवट वळला आणि तोल सांभाळत बघण्याचा प्रयत्न करू लागला. त्याच क्षणी आमचे डोळे एकमेकांना भिडले. त्याने मला लगेचच ओळखलं आणि त्याच्या डोळ्यांत भीती उमटली. कोंडीत पकडलेल्या एखाद्या जनावराला वाटावी तशी भीती. शिकाऱ्याचा सुरा आपल्या गळ्यावर टेकलाय की काय अशी भीती. त्याने तो लिफाफा छातीशी घट्ट धरून ठेवला. त्याच्या चेहऱ्यावर थेट पडलेल्या प्रकाशात तो पांढराफटक पडलेला मला दिसला. त्याची भीती वाढू नये म्हणून मी हळूहळू मागे सरकलो. माझा काही दुष्ट हेतू नाही हे त्याला कळल्यावर तो पुढे जाऊ शकला असता. दोन पावलांत त्याने ती फळी गाठली असती. पण नाही, तो मागे वळला आणि त्या तटबंदीच्या दिशेने धावत सुटला. "सावध हो, इकडे ये," मी ओरडलो. त्याच क्षणी मला दिसलं की टेओच्या हातातून ते पुस्तक निसटलं. ते पकडण्यासाठी तो हलकेच डावीकडे झुकला. त्याच क्षणी त्याचा तोल गेला आणि तो त्या उंचीवरून खाली पडला. अनेमास कारागृहाच्या खोल खंदकातून एक किंचाळी घुमली. ती कुणाला ऐकू गेली की नाही हे मला माहीत नाही, पण कुणी ऐकलं असतं तर मदतीसाठी नक्की धावत आलं असतं. कदाचित ही किंचाळी फक्त माझ्या डोक्यातली एक कल्पना असेल, तो आवाज

आजही माझ्या कानांत घुमतो आहे. मला कुणीतरी पाहील ह्याची तमा न बाळगता मी त्या अंधाऱ्या भुयाराच्या कडेने धावलो आणि खाली खोलवर काही दिसतंय का हे तपासू लागलो. पण काय उपयोग! मला काहीच ऐकू आलं नाही. कण्हणं नाही की श्वासाचा आवाजही नाही. मला एकदा वाटलं की जवळच्या पोलीस चौकीत जावं आणि तुरुंगाच्या खंदकात एक माणूस पडला आहे हे सांगावं. पण मग मला जाणवलं की ते करणं मला शक्य नव्हतं. माझ्यासारख्या परिस्थितीतला माणूस कुणाला काय मदत करणार! मी तिथून काढता पाय घेतला. मी जो पळत सुटलो तो थेट इथे येऊन विसावलो. अकेशियाच्या झाडापाशी.

आता मी एकांतवासातल्या कोठडीत माझ्या पलंगावर पडलो आहे. ह्या कोठड्या नाहीशा व्हाव्यात म्हणून कितीक कॉम्रेड्सनी जीव खर्ची घातला. मी छताकडे बघत पडलो आहे. मोझाईकचे तुकडे मनातल्या मनात जुळवत होतो. काही तुकडे गळून गेले आहेत, पण उरलेल्या तुकड्यांच्या आधारे मी कहाणी जुळवू पाहतो आहे. ती बरोबर आहे की नाही हे मला माहीत नाही. पण देरिनने माझ्याविरुद्ध तक्रार केली नाही एवढं मात्र नक्की.

एका अमेरिकन बायझेंटाईन इतिहासतज्ज्ञाचा मृतदेह अनेमास कारागृहाच्या परिसरात सापडला ही बातमी त्या दिवशी पेपरात आली, तेव्हा देरिन कधीच परदेशात पोचली होती. मला मात्र ते नंतर कळलं. तिला माझ्याविरुद्ध तक्रार करायची असती तर ते तिने आधीच केलं असतं आणि टेओला भेटण्यापासून मला रोखलं असतं. पण तिने मला तिच्या मनाविरुद्ध मदतच केली होती. मी त्याला त्याच्या मोबाइलवर ज्या पोरकट धमक्या पाठवल्या होत्या. त्यामुळेच मी त्यांच्या कचाट्यात सापडलो. कदाचित त्या कॅफे हाऊसच्या मालकाने माझी चहाडी केली असेल. किंवा ते माझा आधीपासून पाठलाग करत असतील आणि माझ्यावर झडप घालण्यासाठी योग्य संधीची वाट पाहत असतील. वर्तमानपत्रातल्या बातमीनुसार खाली पडल्यावरही काही काळ टेओ जिवंत होता. किती वेळ? दुसऱ्या दिवशी सकाळपर्यंत? जेव्हा मी ह्याबद्दल विचार करतो तेव्हा मी आतून हादरून जातो. त्यांनी मला तसंही पकडलं होतंच. मग त्या अपघातानंतर लगेच मी जवळच्या पोलीस चौकीत का गेलो नाही? का थांबलो मी? कोणत्या भीतीने? त्याचा काटा न काढता उलट मी त्याचा जीव वाचवला तर मी विश्वासघातकी, फितूर ठरेन म्हणून?

आता माझ्यापुढे न संपणाऱ्या तासांची आणि दिवसांची मालिकाच आहे. आता मी हवा तेवढा विचार करू शकतो – आता मला जाणवतं की त्या दिवशी टेओ एजंट असल्याबद्दल मलाच तितकी खात्री वाटत नव्हती. देरिनने सांगितलं होतं की त्याला ते प्रवेशद्वार सापडलं आहे आणि त्याला भेटायला मी अनेमास कारागृहाकडे गेलो होतो. त्याच्याशी बोलण्यासाठी, त्याचा जीव घेण्यासाठी मुळीच नाही. मी वेषांतर सुद्धा केलं नव्हतं.

टेओ त्या वैराण जागेवर एका मध्यपूर्वेतल्या एजंटला भेटायला गेला होता ह्याबद्दल संघटनेला अजूनही पक्की खात्री वाटत होती. मला मात्र मनापासून वाटत होतं की त्याचं संशोधन संपवण्यासाठी तो तिकडे गेला होता. तो माणूस टेओसाठी काही नवीन दुवे आणि संदर्भ घेऊन आला होता. मी स्वतःच्या डोळ्यांनी पाहिलं होतं. त्याने एका विशिष्ट जागेकडे इशारा केला होता. कदाचित त्या प्रवेशद्वाराचं नेमकं स्थान त्याने दाखवून दिलं होतं.

त्याने त्याच्या घरी निघून जावं म्हणून गेल्या उन्हाळ्यात ह्याच जागी मी त्याला दम दिला होता. आणि जळत्या डोळ्यांनी आणि तमतमलेल्या चेहऱ्याने त्याने मला उत्तर दिलं होतं की त्याचं घर इथेच होतं. त्या दिवशी त्याला ताप आलेला होता. आता नुसतं आठवलं तरी माझ्या अंगावर काटा येतो. 'माझं घर इथेच आहे!' तो त्याचं घर शोधत होता का? त्याचा प्राण जिथे गेला तिथेच त्याचं घर होतं का?

जर माझा भुताखेतांवर विश्वास असता तर मी ह्याला एक अपशकुन मानलं असतं. पण तरीही माझ्या मनात एक विचित्र भावना उमटली होती. टेओच्या मृत्यूचा अर्थ लावण्यासाठी मी काही पुस्तकं आणि कागदपत्रं मागवली. माझ्या सुटकेच्या युक्तिवादासाठी ह्या पुस्तकांची गरज आहे अशी सबब सांगून माझ्या वकिलांनी माझ्यासाठी एक विश्वकोश पाठवला आणि बायझेंटाईन इतिहासावरची काही पुस्तकं. विश्वकोशात मला अनेमास कारागृहावर एक विवरण सापडलं. अनेमास हा मूळ अरबी वंशातला, उच्चकुलीन सरदार. त्याला बायझेंटाईन सत्ताधीशांनी कैद करून इकडे आणलं आणि त्याने ख्रिश्चन धर्माचा स्वीकार केला. त्याचा नातू मायकेल अनेमास ह्याने सम्राटाचं उच्चाटन करण्याची शपथ घेतली होती पण त्याला त्याच्याच अनुयायांनी दगा दिला. त्याला अटक झाली आणि डोळे काढून मृत्युदंडाची सजा सुनावण्यात आली. सम्राटाची मुलगी आना कॉम्नेना हिला अनेमास आवडत होता. पुस्तकांत तसा स्पष्ट उल्लेख नसला तरी

कदाचित ते एकमेकांवर प्रेमही करत असावेत. तिने त्याचे डोळेही वाचवले आणि त्याचा जीवही. राजवाड्याच्याच शेजारच्या बुरुजात त्याला डांबून ठेवण्यात यावं ह्याचीही तिने काळजी घेतली. म्हणूनच तो बुरुज आणि ते कारागृह, दोघांनाही अनेमासचं नाव दिलं गेलं आहे. हे वाचून मला बरंच ज्ञान मिळालं. मला वाटलं, किती हा रक्तपात, बळजबरी, मृत्यू, शपथा, राज्यासत्तांचं उच्चाटन, क्रांती, विद्रोह आणि हे सगळं फक्त एका सिंहासनासाठी, सत्तेसाठी. सत्ता, शक्ती आणि सत्तेसाठीची लढाई ह्यामुळे हे शहर रक्तलांच्छित झालंय. विश्वकोशात असंही लिहिलं होतं की इस्तंबूलवर कबजा केल्यानंतर राजवाडा, तुरुंग आणि बुरुज ओसाड पडले आणि त्या भग्न अवशेषांत आता फक्त रानटी झुडपं आणि गवत माजलं आहे. त्या भग्न पडक्या वाड्यातल्या प्राचीन ताम्रपटांवर सायप्रसची झाडं रेखाटलेली आहेत. मग जुदासवृक्षाची चित्रं का नाहीत तिथे? शहराच्या तटबंदीच्या भिंतींसाठी अनेक प्रकारचे आराखडे तयार करण्यात आले होते. अगणित विशेषज्ञ ह्या भागाची पाहणी करून गेले होते. तरीही त्या तुरुंगाच्या पोटात लपलेल्या अशा अनेक रहस्यांचा उलगडा अजूनही झालेला नाही. त्या वेगवेगळ्या प्रवेशद्वारांची नावं आणि त्यांची नेमकी स्थानं अजूनही जगाला माहीत नाहीत. अनेमास कारागृहावरच्या लिखाणात नोंद दिसतेय, की आता दगडमातीने बुजून गेलेल्या बुरुजाच्या आणि तुरुंगाच्या मनोऱ्यांमध्ये एके काळी राजवाड्याकडे जाणाऱ्या ओवऱ्या आणि गुप्त दारं बांधलेली होती. ती दारं कुठे उघडत होती हे गुलदस्त्यात आहे. तुरुंगात दोन्ही बाजूंना अंधारी कोठड्या होत्या, जिथे अगदी तोकडा प्रकाश पोहोचायचा आणि हवा तर जवळ जवळ नाहीच.

आता काही हजार वर्षांनंतर माझ्या कोठडीत थोडा जास्त प्रकाश आहे. आम्हाला एकांतवासात टाकण्याआधी आमच्यावर अत्याचार केले जातात खरे, पण डोळे वगैरे काढले जात नाहीत. अजूनही कैद्यांना कुदवून मारहाण केली जाते. जिवंत जाळलं जातं किंवा गोळी घातली जाते. मला माझे वकील सांगतात, की वर्तमानपत्रात सरकारी वैद्यकीय अहवाल जाहीर केले गेले होते त्यावरून हे सिद्ध होत होतं, की जीवनाकडे परत वाटचाल! हे ऑपरेशन काही कुणाच्या सुटकेसाठी नव्हतं तर ते एक हत्याकांड होतं. मला वाटलं होतं की आम्ही जिंकलो होतो. आता आमची गळचेपी संपेल आणि आमची चळवळ किती योग्य आहे हे प्रत्येकाला पटेल. एका संपूर्ण राष्ट्राचं आत्मभान बोथट झालं असेल हे शक्यच

नाही. मला आशा वाटू लागली, पण त्याचा काहीही उपयोग नव्हता.

सगळेजण अजूनही चुपचाप होते, अगदी गप्प. ह्या उदासीन वृत्तीने माझा जीव जाईल असं मला वाटू लागलं होतं. आम्ही दुसऱ्यांच्या स्वातंत्र्यासाठी आणि भविष्यासाठी आमचा जीव द्यायला निघालो होतो आणि हे राष्ट्र मूग गिळून बसलं होतं. जनतेचा आवाज चेपला गेला होता. आमच्या मानेवर हे जोखड असंच कायम राहणार होतं का? 'सत्तेचा खेळ हा अत्यंत कलंकित खेळ आहे. त्यात कुठलीच बाजू निर्मळ राहू शकत नाही,' उयुल्कू म्हणाली होती. तेव्हा मी संतापाने भडकलो होतो. आज मला वाटतंय की तिचं बरोबर होतं. एकांतवासाच्या कोठडीविरुद्धचा लढा दोन वर्षांपासून चालला होता. आतमध्ये कैदी टक्कर देत आहेत. बाहेर स्वबलिदान करणारे लढा देत आहेत. जास्त करून स्त्रियाच आहेत त्यांत. आमचा देह हेच आमचं एकमेव शस्त्र आहे. आम्ही मृत्यूचं भय दाखवून आमचा विरोध चालू ठेवला आहे. ह्या लढ्यात आजपर्यंत आमच्यापैकी नक्की किती बळी गेले आहेत? ऐंशीएक तरी नक्की असतील. मलाही पक्कं माहीत नाही. आम्हाला वर्तमानपत्रं वाचायची परवानगी आहे, पण त्यांत मरण पावलेल्या कॉम्रेड्सबद्दल काहीच बातमी नसते. फारतर पानाच्या तळाशी एक ओळ असते, प्राणांतिक उपोषणाचे नवीन बळी. एक अनामिक व्यक्ती, शून्य अस्मिता असलेली, जणू ती कधी इथं जगलीच नव्हती. देरिन, उयुल्कू आणि तो गर्विष्ठ पत्रकार ह्या सगळ्यांचं बोलणं बरोबरच होतं का? प्राणांतिक उपोषण हे शस्त्र आता आमच्यावरच उलटायला लागलं होतं का? मी तो विचार घाईघाईने झटकून टाकतो. आमच्या ध्येयावर असं प्रश्नचिन्ह उमटलेलं मला सहन होणार नाही. माणूस त्याच्या आसपासच्या वातावरणापासून, त्याच्या कॉम्रेड्सपासून दूर गेला की ते एकांतवासाच्या कोठडीसारखंच. मग असंच एकाकी आणि एकटं ह्या असल्या बिळात पडून राहायचं. आयुष्यावरचा विश्वास गमावून बसण्यापेक्षा कॉम्रेड्सबरोबर देह ठेवलेला जास्त चांगला. ओठांवर आमचं क्रांतिगीत, हाताची मूठ विजयासाठी उंचावलेली...

मी अजून प्राणांतिक उपोषण सुरू केलेलं नाही. पण मी माझं नाव स्वयंसेवक म्हणून त्या यादीत सर्वांत वरती टाकलंय. सध्या स्वयंसेवकांच्या नवीन तुकड्या आघाडीवर पाठवल्या जात नाहीयेत. आम्ही असंही ऐकलंय की आमचे वरिष्ठ नेते ह्या मोहिमेचा पुनर्विचार करत आहेत आणि प्राणांतिक उपोषणाचा मार्ग बदलून वेगळ्याच स्वरूपात विरोध नोंदवण्याचा त्यांचा मानस आहे. इथला कुठलाच

तुरुंग किंवा कोठडी हवाबंद नाही. गुप्त संदेशांची देवाणघेवाण इथं सर्रास चालू असते. आत्ता आम्ही तुरुंगात कैदेत खितपत आहोत, पण एक ना एक दिवस आमचं राज्य येईलच. बुरुजांमधून चढाई करून सम्राटांना जेरबंद करणाऱ्या सरदारांसारखं किंवा अनेमास कारागृहातून सोडवल्या गेलेल्या सम्राटांप्रमाणे आम्हालाही मोठ्या सन्मानाने सिंहासनावर बसवण्यात येईल.

मला माझं वाचन चालू ठेवायचंय. पण इथं फारशी पुस्तकं मिळत नाहीत. इथे काही प्रकाशनांच्या पुस्तकांवर बंदी आहे. माझ्या हाती येईल ते मी वाचत असतो. कादंबऱ्या, वर्णनं, स्मृतिचित्रं. सुरुवातीला मी ते निरुपाय म्हणून केलं, नाहीतर इथं माणसाला वेडच लागेल. पण आता मला वाचनात गोडी वाटायला लागलीय. कधीतरी कोणी मला भेटायलाही येतं. माझी आई, बहीण, एकदा तर खुद्द तुर्गुत इर्सिन येऊन गेले. ते येऊन गेल्यानंतर मला इथे खूप भाव मिळायला लागलाय. एरवी त्यांना 'भांडवलशाहीचा चाकर' म्हणून हिणवणारे कॉम्रेड्ससुद्धा त्यांच्या भेटीमुळे प्रभावित झाले आहेत. काही झालं तरी ते एक प्रसिद्ध व्यक्ती आहेत आणि त्यांची वरपर्यंत ओळख आहे. देरिनने त्यांना पाठवलं असेल. दुरून का होईना, तिला माझी आठवण आली हेच खूप झालं. ह्या नुसत्या विचाराने माझं हृदय भरून आलं आहे. तिला अजून माझ्याबद्दल काहीतरी वाटतंय, हे किती छान आहे! तो दिवस नक्की येईल आणि मी इथून बाहेर पडेन. मग पुढे काय घडेल ते कुणी सांगावं?

"मला काही हवंय का," असं तुर्गुत इर्सिनने मला विचारलं. "पुस्तकं," मी उत्तरलो, अनेमास कारागृहाचा इतिहास वाचल्यानंतर बायझेनने माझ्या मनावर कबजा केलाय. त्यांच्या चेहऱ्यावर एक उपरोधिक स्मित उमटलं का? का मीच जास्त हळवा झालो आहे? काय असेल ते असो...

मला बायझेनवरची पुस्तकं पाठवून द्यायचं त्यांनी कबूल केलं. जरा चाचरत मी देरिनबद्दल चौकशी केली. खरंतर आधी तिचा उल्लेख करण्याचा माझा मुळीच विचार नव्हता, पण अखेर मला ते जमलं नाही. ते म्हणाले की, "ती परदेशी गेलीय आणि मजेत आहे. हिवाळ्यात तिचा अभ्यासक्रम सुरू होईल." त्यांनी हेही सांगितलं की तेही काही दिवसांनी प्रवासाला निघणार आहेत आणि वाटेत देरिनलाही भेटणार आहेत. तिला माझा सलाम सांगायची विनंती मी त्यांना केली. भेटीची वेळ संपली. ते जायला निघाले, तेव्हा मी त्यांना म्हणालो, "तिला सांगा, टेओच्या मृत्यूत माझा काहीच हात नाही. तो खरंच एक अपघात

होता. तिने माझ्यावर विश्वास ठेवला तर मला खूप बरं वाटेल.''

मी पुस्तकांची वाट पाहत आहे. सुलतानअहमेतमध्ये एकदा मी देरिनबरोबर होतो तेव्हा तिने मला सांगितलं होतं, टेओ नेहमी म्हणतो की बायझेनमध्ये आख्यायिका, दंतकथा, कहाण्या आणि वास्तव ह्यांची एक मनोहारी वीण पडलेली आहे, एकमेकांत बेमालूम मिसळून जाणारी. मी विश्वकोशात तो मजकूर वाचला तेव्हापासून मला त्या कहाणीबद्दलच्या उत्सुकतेने घेरलं आहे. मला त्याबद्दल अधिक जाणून घ्यायचंय. मला तेवढा वेळ मिळेल की नाही हे मला माहीत नाही. माझी पाळी कधी येणार आहे? ह्या एकांतवासात, ह्या कोठडीत तगून राहण्याचं मनोबळ मी कुठून आणू? एकांतवासाच्या शिक्षेविरुद्ध आम्ही केवढा खडतर लढा दिला. कित्येक मोहिमा पार पाडल्या, डझनावारी कॉम्रेड्स मरणाला सामोरे गेले. एकांतवासाचा खरा अर्थ ह्या कोठडीत डांबून पडल्यावर मला समजून आला आहे. जर आपली तत्त्वनिष्ठा प्रखर नसेल, तर एकांतवासाच्या काळकोठडीत आपल्याजवळ कुठलीही आशा-आकांक्षा उरत नाही. पण माझ्या तत्त्वांवर मी ठाम आहे. मी आशा सोडलेली नाही. जगण्याचीही आणि मरण्याचीही. ह्या कोठडीच्या भिंती भेदून जाण्याची शक्ती माझ्यात आहे. माझ्याकडे माझं तारुण्य आहे आणि माझा आशावाद. मी जगणार आहे.

उपसंहार

सगळं काही मागे पडलं आहे आणि हे बाळ, हे मांजर आणि मी ह्या बेटावर अगदी आनंदात कालक्रमणा करत आहोत.

कशाचा अंत होतो आहे आणि कशाचा प्रारंभ, हे मला माहीत नाही. ज्या बिंदूपाशी येऊन आपल्याला सर्व काही संपल्यासारखं वाटतं, तिथूनच एक नवी सुरुवात होत जाते. पुन्हा प्रतीक्षा, पुन्हा वाट पाहणं. खरंतर मी अशा एका शांततेचं स्वप्न पाहिलं होतं, जिथं प्रतीक्षा करणंही संपून गेलेलं असेल... मी देरिनच्या परतून येण्याची वाट पाहते आहे. ते बाळ त्याच्या आईची वाट बघतंय, पण त्याला तर ती आठवतही नसेल. त्याची आई फक्त त्याच्या परीकथेत त्याच्या अवतीभोवती आहे. पांढरेशुभ्र पंजे आणि पोट असलेला फेलिक्स फक्त जगतो आहे. त्याला त्याचं खाणं वेळेवर मिळायला हवं. तो अंगाची गुंडाळी करून एका कोपऱ्यात झोपल्यावर त्याला उगाच त्रास दिला जाऊ नये आणि त्याच्या मानेखाली आणि कानामागे जरा खाजवून त्याचे लाड केले जावेत. मग तो आयुष्याबद्दल अगदी समाधानी असतो आणि एक अवर्णनीय आनंद त्याच्या चेहऱ्यावर विलसत असतो. अशा आनंदाचं रहस्य फक्त मांजरांनाच ठाऊक आहे.

आम्ही अनेक गोष्टींची वाट पाहत आहोत. ऑलिव्हचा रंग गडद होईल; गुलबक्षीच्या फुलांची बीजं सगळीकडे विखुरतील; झेंडूच्या फुलांना बहर येईल; द्राक्षांच्या रानवेलीला धुमारे फुटतील; कासवं त्यांच्या कवचातून रांगत बाहेर येतील; डॉल्फिन्स आजूबाजूनं पाण्यावर तरंगत जातील; आजारी पडल्यामुळे एक सील मासा घराजवळच्या खडकावर येऊन राहिला आहे, तो लवकर बरा होऊन पाण्यात खेळायला जाईल. करकोचे दूर भ्रमंतीला जातील; वर्तमानपत्रं, टपाल, मासिकं किंवा दूर देशाहून एखादी बातमी घेऊन पोस्टाचं जहाज

किनाऱ्याला लागेल; कदाचित एखादा पाहुणा, जुन्या ओळखीचा मित्र. एक काळ असा होता, की जग बदलण्याच्या आकांक्षेने मी भारून गेले होते. मला आयुष्याचा अर्थ जाणून घ्यायचा होता. त्याच आयुष्यातल्या अखेरच्या पडावावर माझी माझ्या नशिबाशी नव्याने ओळख होते आहे. नव्हे, एका आत्मिक शांततेशी माझा परिचय होतो आहे. ह्या शांततेवर एका मृदू औदासीन्याची आणि उकल न झालेल्या दुःखाची छाया आहे. केवळ असलेपण. असणं. आयुष्याकडून कसलीच अपेक्षा न ठेवता, त्याचा अर्थ शोधण्यासाठी प्रयत्न न करता आयुष्याला आणि काळाला संपूर्णपणे शरण जाणं.

दूरवर अफाट पसरलेल्या समुद्रावर जहाजं प्रवासाला निघाली आहेत. वाऱ्याच्या प्रेमात पडलेल्या शिडाच्या होड्या लाटांवर तरंगत निघाल्या आहेत. कोळ्यांचे रंगीबेरंगी मचवे डोलत आहेत. मी छोट्याला पैलतीरावरच्या परीकथेतल्या राज्याच्या मनोरंजक कहाण्या सांगते आहे. जहाज वाचवण्यासाठी समुद्री चाच्यांशी लढणाऱ्या कप्तानांच्या शौर्यकथा; काळेभोर केस आणि पिवळट त्वचेच्या लोकांचं अद्वितीय सौंदर्य; हिमअस्वलं, एस्किमोज, नाईल नदीचे किनारे आणि रशियाची गवताळ कुरणं – स्टेपेस. नफा, तोटा. किरगीझमधली मुलं, दक्षिणपूर्व अनातोलियातली मुलं – त्यांनी अजून समुद्र पाहिलेला नाही. ती बापडी उकिरड्यावरच्या कचऱ्यात खायला काही मिळतंय का ते शोधत असतात. माझं ज्ञान, माझे अनुभव आणि माझी स्वप्नं – माझं सगळं विश्व मी त्याच्यासमोर खुलं करते आहे. जणू मला कसलातरी कबुलीजबाब द्यायचा आहे. शरम, पश्चात्ताप, चिंता ह्यांनी मला ग्रासून टाकलंय. माझ्या अपराधाची मला कबुली द्यायची आहे. मोठाले काळेभोर डोळे विस्फारून तो माझं बोलणं ऐकतोय. "समुद्र," तो उद्गारतो, "मोठ्ठे मोठ्ठे समुद्र. आई त्या समुद्रावरून येणार!"

ते मूल माझ्या ओटीत घालून ती गेली. एखादी पिशवी माझ्या ताब्यात दिल्यासारखी. मी येईपर्यंत सांभाळ हे. देरिनच हे करू शकते. तीस वर्षांनी मी परत आले आहे. नेमकी ह्या बेटावर. सोबत एक छोटा उमुट आणि एक काळं मांजर.

मी लहान असताना सुट्टीच्या दिवसांत थोडा निवांतपणा मिळावा म्हणून आम्ही इकडे यायचो. हे फार खर्चिकही नव्हतं. मग हळूहळू मी हे बेट पूर्ण विसरून गेले होते. हे मूल संगतीला घेऊन, सगळं काही मागे सोडून एक नवं आयुष्य सुरू करण्याची कल्पना माझ्या मनात आकार घेऊ लागली तसंतसं हे बेट

माझ्या स्मृतींच्या विवरातून अलगद पृष्ठभागावर येऊन थांबलं. आधी ते केवळ एक प्रश्नचिन्ह होतं. मग हळूहळू त्याचं स्वरूप पालटत गेलं आणि तो माझा पक्का निर्णय ठरला.

आयुष्याच्या एका ठरावीक पडावावर येऊन थांबल्यावर माणसाला अशा शांत, एकाकी, अज्ञात बेटाची आतून आस लागलेली असते ती का? ह्या बेटाची किमया कशातून साकार होते? बेट. बेट म्हणजे शांतता, एकांत, जगासाठी उपलब्ध नसणं. एक असं ठिकाण, जिथे बाह्य जगाशी संपर्क उरत नाही किंवा तो सहेतुक तोडला जातो. एखादं बेट म्हणजे धरतीचा एक तुकडा. माणूस वास्तवापासून पळ काढतो आणि स्वप्नं बघत अशा बेटावर पोहोचतो. ते बेट त्याला कुशीत घेतं, आसरा देतं, त्याला पुन्हा आशा वाटू लागते. असलं बेट म्हणजे माणसाच्या आयुष्यातलं सगळ्यात अखेरचं निवाऱ्याचं स्थान. माझं हे बेट तर जगापासून दूर एका बाजूला, नीरव एकांतातही वसलेलं नाही. सिनेमात दिसणाऱ्या स्वप्नवत जादुई बेटांसारखं हे बेट नाही. त्या बेटावर उंच सुळके आणि कडे असतात. स्वच्छ निर्मळ खाडी, जेमतेम गुडघ्यापर्यंत वाढलेल्या झुडपांची दाट झाडी, रिंगणी, तेरेबिन्थ पिस्त्याची झाडं, सल्व्हीया ओफिसिनालीस, लॅवेन्डेल, डोंगरउतरणीवर गच्च वाढलेले देशी द्राक्षांचे मळे, ऑलिव्हची नाजूक झाडं, ओसाड पडत चाललेली खेडी, तिथली सुंदर लाकडी आणि दगडी बांधणीची घरं, नफेखोर व्यापाराच्या नावाखाली ही सुबक घरकुलं पाडून तिथे कुरूप, एकसारख्या दिसणाऱ्या इमारती उभारतात. पण समुद्राचं रुपडं शतकानुशतकं तसंच, तेजस्वी निळ्या रंगाचं. आणि सूर्यास्तसुद्धा तितकेच मनोवेधक. अजूनही.

छोटा उमुट, आमचं मांजर आणि मी. ह्या वेळचा हिवाळा फार कठीण गेला आम्हाला. पण वसंत ऋतू आला आणि धरतीला कोवळी जाग आली. स्नोड्रॉपची हिमधवल फुलं, केशराची फुलं, बदामाची झाडं बहरू लागली. आमच्याकडे अशाच येऊन राहिलेल्या कुत्रीला पिल्लं झाली होती. करकोचे दूरदेशीहून परत आले होते. समुद्र शांत झाला होता. कोळ्यांचे मचवे पुन्हा विहार करू लागले होते. डेझीची फुलं, पॉपीची फुलं आणि पिवळ्या फुलांची गॉर्सची काटेरी झाडं फुलू लागली होती. मग उन्हाळा आला. गेल्या वर्षीसारखा, पुढच्या वर्षीसारखा.

मी सूर्यास्त बघते आहे. पश्चिमेला ग्रॅनाइटच्या खडकांपाशी क्षितिजावर रंगांची

उधळण चालली आहे. आधी सोनपिवळा रंग. मग तो हळूहळू लाल रंगात परिवर्तित होतो. मग जांभळट गुलाबी, फिकट जांभळा, लव्हेंडर, राखाडी. दुधाळ निळ्या समुद्रावर गुलाबी आणि जांभळ्या रंगाच्या प्रकाशाचे स्त्रोत. लहानमोठ्या बोटी मासे पागायला निघाल्यात. जोडीने डॉल्फिन्स आहेतच. समुद्राचा रंग जितका फिकट होत जातो, तितका वरच्या दगडी व्हरांड्यातल्या कोपऱ्यात फुललेल्या जिरेनिअमचा लाल रंग अजून गडद होत जातो. बाहेर चंद्र वर आला आहे. द्वादशी. ह्या दिवसांत अस्ताला जाणारा सूर्य आणि उगवणारा चंद्र ह्यांची भेट होते. सगळं एखाद्या रंगचित्राइतकं सुंदर, कल्पनातीत. मनावर गारूड करणारं सौंदर्य. आणि तसं बघायला गेलं तर हे सगळं रोजचंच सूर्य, चंद्र, रंग, समुद्र, जहाजं, पाण्यावर तशाच डौलदार उड्या मारणारे डॉल्फिन्स, रोज त्याच वेळी झाडावर जमून किलबिलाट करणारे तेच पक्षी, ऑलिव्हची झाडं, देशी द्राक्षं, लव्हेंडरची रोपं, जिरेनिअम, त्याच त्या गोष्टी... वर्षातले नेहमीचे ऋतू! ते सारखे बदलतात आणि तरी ते कायम सारखेच असतात. निसर्गाचं नित्यनूतन होत राहणं, भयावह, एकसुरी तरीही चित्तवेधक.

मी सकाळी लवकर उठते. उन्हाळ्यात लवकर उजाडतं. बेटावरून पहाटेचा अंधूक उजेड निथळून जातो आणि ते सकाळच्या सूर्यप्रकाशात न्हाऊन निघतं. खडकांआडून सूर्य वर येतो. क्वचित येणारं वादळ सोडलं तर संध्याकाळी वारा मंद होतो आणि सकाळी पुन्हा ताज्या तयारीने वाहू लागतो. माझ्या केसांत वारा शिरतो, झुडपांमधून घुसतो, मग अचानक थांबतो आणि अचानक सगळं एकदम शांत होतं तेव्हा मला फार बरं वाटतं.

माझं मांजरसुद्धा माझ्याबरोबर उठतं. किंवा ते आधीपासूनच उठलेलं असेल आणि टक्क डोळ्यांनी माझ्या बिछान्याकडे पाहत असेल, की आता मी एकदाची जागी होईन. माझी पहिली हालचाल झाली, बिछाना जरा करकरला किंवा मी नकळत उसासा टाकला की मी जागी झाल्याचं समजून फेलिक्स माझ्यावर उडी टाकतो. सकाळचं खाणं मिळावं म्हणून त्याचं अविरत म्यांव म्यांव चाललेलं असतं. आपला हक्क मिळावा म्हणून थोडंसं तक्रारीच्या सुरात. कारण त्याच्या हिशेबी त्याला मी नेहमीच उशिरा खाणं घालते. अधाशीपणाने तो मासे आणि गाजरं मिसळलेल्या नूडल्सवर झडप घालतो. कधी कधी त्यांत लिव्हरचे तुकडेही घालते मी. त्याचा हावरटपणा मांजराच्या डौलदारपणाला मुळीच शोभत नाही. सकाळी सकाळी ही त्याची नेहमीची कवायत असते. घरभर पळत सुटायचं,

सारखा तोच खेळ. आपलीच शेपटी पकडण्यासाठी स्वतःच्या अक्षाभोवती बेफाम वेगात गरागरा फिरत राहायचं. मग तो दमला की काही मिनिटं स्वतःला चाटत आणि स्वच्छ करत बसायचं. मग पुढच्या खाण्याची वेळ होईपर्यंत तो एका कोपऱ्यात आरामात झोपी जातो. रोज सकाळी... रोज सकाळी... रोज सकाळी...

छोटा उमुट त्याच्या छोट्या बिछान्यात हसत उठून बसतो तेव्हा मांजराचं खाऊन झालेलं असतं. सकाळची कवायत, शी-शू आटपलेली असते आणि ते आरामात झोपून गेलेलं असतं. छोटा उमुट जागा झाला की त्याच्या कोवळ्या आवाजात हाका मारू लागतो, "उयुल्कू, उयुल्कू, उयुल्कू!" त्याला त्याच्या बिछान्यातून उचलून बाहेर काढण्यासाठी मला त्याच्याशी थोडं खेळावं लागतं. त्याच्या मिनतवाऱ्या कराव्या लागतात. खोटी खोटी मारामारी करावी लागते आणि शेवटी मी त्याच्या हनुवटीखाली, पोटाला आणि छोटुकल्या तळपायाला गुदगुल्या करते. मग तो शू करायला जातो. सिंकजवळच्या छोट्या स्टुलावर चढून स्वतःचे हात आणि चेहरा धुवायचा प्रयत्न करतो. मी त्याच्या इवल्या पावलांवर इवल्या सपाता चढवते. त्याचं दूध गरम करते आणि भाजलेल्या पावावर लोणी लावून देते. दूध प्यायला तो नेहमीप्रमाणे खळखळ करतो. मग मी त्याला एखादी परीराणीची गोष्ट किंवा त्याच्या आईच्या परत येण्याची गोष्ट सांगते. हे सगळं असंच घडत असतं. रोज सकाळी ह्या कार्यक्रमाची अशीच पुनरावृत्ती होते.

कधी कधी आयुष्यात नाममात्र बदलही घडून येतात. काही घटना घडतात आणि आमच्या शांत आयुष्यात काहीतरी ढवळून निघतं.

उन्हाळा सुरू होता होता जवळच्या खाडीत एक अनोळखी बोट नांगरली गेली. प्रोफेसर उयुन्सालन आमच्या भेटीला आले होते. ते जास्त काळ राहिले नाहीत. ते एका मित्राची बोट घेऊन आले होते आणि जाता जाता वाटेत आमच्या बेटावर थांबले होते. "तुला हे आवडेल असं मला वाटतं," ते म्हणाले, "टेओच्या प्रवेशद्वारावरचा माझा हा लेख एकाच वेळी तीन भाषांत प्रकाशित झालाय. तो मी टेओला अर्पण केलाय आणि लिहिलंय की हा शोध लावण्यासाठी त्याने स्वतःचं जीवन समर्पित केलं, ह्या शोधाचं श्रेय फक्त त्याचं आणि त्याचंच आहे. विशेष म्हणजे तो जे शोधत होता ते त्याला अखेर सापडलं – आम्हा सर्वांपैकी तोच एकमेव असा आहे."

एका शनिवारी माझी एक जुनी शाळामैत्रीण विश्रांती घ्यायला माझ्याकडे आली. तिने बरोबर आणलेल्या वृत्तपत्रांमध्ये एक छोटीशी बातमी होती प्राणांतिक उपोषणाचा १३७ वा बळी. मनावर दगड ठेवून मी ते नाव वाचू लागले. नाही, तो केरेम अली नव्हता. बातमीत पुढे म्हटलं होतं, 'अजून अधिकृत निवेदन हाती आलं नसलं तरी संघटनेने प्राणांतिक उपोषणं थांबवण्याचा निर्णय घेतला आहे असं समजतं.'

मग एक अत्यंत चमत्कारिक घटना घडली. मी पश्चिम किनाऱ्यावरच्या खडकांवर बसले होते आणि छोट्या उमुटबरोबर सूर्यास्त बघत होते तेव्हा माझी नजर एका पुरातन मठाच्या अवशेषांवर पडली. तिथं वाळून गेलेले जुदासवृक्ष उभे होते. त्या पडक्या कमानीच्या आडव्या तुळईवर मावळणाऱ्या सूर्याचे लालसर किरण पडले होते. एखाद्या अज्ञात शक्तीने खेचून नेल्याप्रमाणे मी त्या भग्नावशेषांकडे धाव घेतली. त्या प्रवेशद्वाराचे कपच्या उडालेले अवशेष त्या बेटावरच्या राखाडी छटेच्या पांढऱ्या संगमरवरातले नव्हते. ते पोर्फ्यूरमध्ये घडवलेले होते. जांभळ्या रंगाच्या दगडावर कोरलेले शब्द अगदी पुसट झालेले होते. माझ्या मनात स्मृती आणि भावभावनांचा कल्लोळ उठला होता. सेरिल्लिअन लिपीमधला एकच शब्द मला कसाबसा वाचता आला. सेर्सिस जुदास वृक्ष. बाकी काहीही वाचता येण्यासारखं उरलं नव्हतं. निदान मला तरी ते वाचता आलं नाही. मी त्या दगडावर बैठक मारली आणि सूर्याकडे चेहरा वळवला. 'जुदासवृक्षांचं प्रवेशद्वार' मी स्वतःशी पुटपुटले. अतिशय प्रेमाने आणि तळमळून मी टेओचं नाव घेतलं.

कुणास ठाऊक, अजून अशी किती जुदासवृक्षांची प्रवेशद्वारं आहेत! कुणीतरी शोध घ्यावा म्हणून ती वाट पाहत असतील. मला अजिबात दुःख वाटलं नाही. उलट एक पिसासारखं हलकं करणारी आनंदाची भावना माझ्या मनात दाटून आली. मी मावळतीच्या दिशेने पाहून एक स्मित केलं. मग मी छोट्या उमुटचा हात धरला आणि त्याच्याबरोबर समुद्राकडे धावत सुटले.

शब्दसूची

अबी, आबी, गेबे : दादा, मोठा भाऊ. आपल्यापेक्षा वयाने मोठ्या असलेल्या माणसासाठी वापरलं जाणारं आदरार्थी संबोधन

अकात्लार : इस्तंबूलमधला एक आधुनिक भाग

आक्मेर्केझ : इस्तंबूलमधील एक मोठं शॉपिंग सेंटर

अम्चा : काका, वडीलधाऱ्या माणसांसाठी वापरलं जाणारं संबोधन

आना : आई, वयस्कर स्त्रियांसाठी वापरलं जाणारं संबोधन

बे : मिस्टर, खास करून परदेशी माणसांसाठी त्यांच्या नावाच्या आधी जोडलं जाणारं संबोधन

बियुकादा : इस्तंबूलच्या परिसरातली सर्वात मोठी बेटं

चिरागेन पालास्त : पूर्वीचं सुलतानाचं निवासस्थान, आता एका भव्य हॉटेलात रूपांतर

सिमेवी : शिया पंथाच्या लोकांचं प्रार्थनास्थळ

डेनिस गेझ्मिष : १९६८ च्या पिढीतील विद्यार्थ्यांचा नेता. त्याच्या दोन मैत्रिणींसह त्याला १९७२ साली देहांताची शिक्षा झाली होती.

देरिन : खोल

६ आणि ७ सप्टेंबरचे अरिष्ट : राईट विंग पुराणमतवादी सरकारच्या आदेशावरून करण्यात आलेलं विशेषतः इस्तंबूलमधल्या कामगारवर्गातल्या मुस्लिमेतर लोकांचं निर्घृण हत्याकांड

एबू सैदुल हुद्री : इस्लामी संत

एतिलेर : इस्तंबूलमधला आधुनिक भाग

गेसिकोंदू : सरकारी जमिनीवर बेकायदेशीररीत्या, विनापरवानगी उभारली गेलेली घरे

हाम : स्त्रियांसाठी त्यांच्या नावाआधी जोडलं जाणारं आदरार्थी संबोधन

हेम्शीन : काळ्या समुद्राच्या किनाऱ्यावरचं एक शहर

होचा/होकम : मोठ्या विद्वान माणसांसाठी वापरलं जाणारं आदरार्थी संबोधन

इबो : इब्राहिम तातलिशेस, प्रसिद्ध गायक. तो आधी बांधकामावरचा मजूर होता

इन्शाल्ला : ईश्वरेच्छा बलीयसी

काझान्दिबी : तांदूळाच्या पिठाची एक मिठाई

कोफ्ते : खिम्याचे गोळे

लाहमाकून : तुर्कीमधील पित्झा

मेल्तेमी : आग्दीसवर वाहणारे उन्हाळी वारे

एम आय टी/ मिल्ली ईश्तीबारात तेष्कीलाति : तुर्की गुप्तचर विभाग

म्युल्किये : अंकारामधल्या विद्यापीठातील राजशास्त्र अभ्यासाचा विभाग. ह्या विभागातून शिकून गेलेले विद्यार्थी पुढे तुर्की देशांच्या राजकारणात मोठे मुत्सद्दी झाले

पलीकार्या : इथे विनोदपर, तुर्कीमधील ग्रीक रहिवाशांसाठी वापरलं जाणारं उपहासात्मक संबोधन

पिदे : चपाती

साझ : इसराज

ऑल्ते ऑक् : अतातुर्कच्या तत्त्वांचे प्रतीक मानले जाणारे सहा बाणांचे चित्र. सी एच पी पक्षाचं चिन्ह

सुशुक : तुर्कीमधील खास लसूण घातलेले सॉसेज्

टी सी स्टेट : तुर्की प्रजासत्ताकाच्या विरोधातील डाव्या पक्षांकडून आणि कुर्दिश पक्षांकडून सरकारसाठी वापरलं जाणारं संबोधन (त्युर्किये चुम्हेरित)

डीप स्टेट : शासनाच्या पडद्याआडून कार्यरत असणाऱ्या शासकीय यंत्रणांसाठी तुर्की राष्ट्रात वापरलं जाणारं संबोधन. संघटित गुन्हेगारी आणि सुपारी देऊन केलेल्या हत्यांसाठी सरकारी यंत्रणांनी केलेली हातमिळवणी

तुलूम : मेंढ्यांच्या कातडीत मुरवून केलेलं मेंढी किंवा बकरीच्या दुधाचं चीज

त्युर्बे : इस्लामी थडगी

मालमत्तेवरचा कर : १९४२-४४ साली तुर्कीमध्ये लावला गेलेला कर, विशेषतः श्रीमंत अल्पसंख्याकांसाठी